கன்னட தலித் இலக்கியம்

உள் அட்டையில் காணும் சிற்பக் காட்சியில், பகவான் புத்தரின் அன்னை மாயாதேவி கண்ட கனவின் பலனை, மன்னர் சுத்தோதனருக்கு நிமித்திகர் மூவர் விளக்கு கின்றனர். அவர்களுக்குக் கீழே அமர்ந்து, அந்த விளக்கத்தை எழுதுகிறார் ஓர் எழுத்தர். எழுதும் கலையைச் சித்தரிக்கும் முதல் இந்தியச் சிற்பம் இதுவாகவே இருக்கலாம்.

(நாகார்ஜூன் மலைச்சிற்பம், கி.பி.இரண்டாம் நூற்றாண்டு.

பட உதவி: நேஷனல் மியூசியம், புதுதில்லி)

# கன்னட தலித் இலக்கியம்

தொகுப்பாசிரியர்

தமிழவன்

சாகித்திய அகாதெமி

**Kannada Dalit Ilakkiyam**: Selected and compiled by Tamizhavan (S.Carlos)
Sahitya Akademi, New Delhi, Reprint 2018, Rs.260/-

உரிமை© **சாகித்திய அகாதெமி 2018**

தமிழவன் : தொகுப்பாசிரியர்

பொருள் : தலித் இலக்கியம்

**வெளியீடு: சாகித்திய அகாதெமி**

முதற் பதிப்பு : 2003
இரண்டாம் பதிப்பு : 2018

ISBN - 81-260-1443-1

விலை: ரூபாய் **260/-**

**All rights reserved. No part of this book may be reproduced or utilized in any form or by any means, electronic or mechanical including photocopying, recording or by any information storage and retrival system, without permission in writing from Sahitya Akademi.**

சாகித்திய அகாதெமி

தலைமை அலுவலகம். : இரவீந்திர பவன், 35, பெரோஸ்ஷா சாலை, புதுதில்லி 110 001
secretary@sahitya-akademi.gov.in|011-23386626/27/28

விற்பனை அலுவலகம் : ஸ்வாதி மந்திர் சாலை, புதுதில்லி 110 001.
sales@sahitya-akademi.gov.in|011-23745297/23364204

கொல்கத்தா: 4, டி.எல்.கான் சாலை, கொல்கத்தா 700 025.
rs.rok@sahitya-akademi.gov.in|033-24191683/2191706

சென்னை : குணா பில்டிங்ஸ், 443 அண்ணா சாலை, தேனாம்பேட்டை
சென்னை 600 018. chennaioffice@sahitya-akademi.gov.in|
044-24311741/2425485

மும்பை : 172, மும்பை மராத்தி கிரந்த சங்கிரகாலய சாலை
தாதர், மும்பை 400 014. rs.rom@sahitya-akademi.gov.in
022-24135744/24131948

பெங்களூரு: மத்திய கல்லூரி வளாகம், பல்கலைக்கழக நூலகக்
கட்டிடம், டாக்டர் அம்பேத்கர் வீதி. பெங்களூரு - 560 014.
rs.rob@sahitya-akademi.gov.in|080-22245152/22130870

அட்டை வடிவமைப்பு: PSS Rao, Spectrum Graphic Studio, Chennai - 17

ஒளி அச்சு: Ramasubramania Raja, Chennai / 9710233021 அச்சகம்: Mani Offset, Chennai-77

Visit our website at http://www.sahitya-akademi.gov.in

# உள்ளுறை

| | |
|---|---|
| முன்னுரை | 7 |
| 1. புதினம் | 23 - 87 |
| (அ) குசுமபாலெ - தேவனூரு மகாதேவ் | 23 |
| (ஆ) மரண மண்டலத்தின் மத்தியிலே <br> - முல்லூர் நாகராஜ் | 50 |
| (இ) * 'ஹொலகேரி' யின் இராசகுமாரன் <br> - சிவருத்திர கொள்ளோள்கர் | 69 |
| (ஈ) கொடூரம் - அரவிந்த மாளகத்தி | 79 |
| 2. கவிதை | 88 - 97 |
| (அ) அங்கயே ஒக்காந்திருக்காங்க <br> - சித்தலிங்கையா | 88 |
| 3. சிறுகதை | 98-132 |
| (அ) அமாச - தேவனூரு மகாதேவ் | 98 |
| (ஆ) பம்பரம் - மொகள்ளி கணேஷ் | 109 |
| 4. குறுநாவல் | 133-174 |
| (அ) உடலாழம் - தேவனூரு மகாதேவ் | 133 |
| 5. நாடகம் | 175-196 |
| (அ) ஏகலைவன் - சித்தலிங்கையா | 175 |

6. தன் வரலாறு 197-213

   (அ) ஊரும் சேரியும் - சித்தலிங்கையா 197

7. கட்டுரை 214-276

   (அ) தலித் என்ற சொலலின் பொருளும் விளக்கம்
       - தேவய்யா ஹரவே 214

   (ஆ) தலித் இலக்கியம் -சில அடிப்படைச் சிந்தனைகள்
       - தேவய்யா ஹரவே 230

   (இ) தலித் புரட்சியின் சமுதாய நிலையும் மரபிலக்கியமும்
       - டாக்டர் ம.ந.ஜவரய்யா 241

8. படைப்பாளிகள் அறிமுகம் 277

9. மொழி பெயர்ப்பாளர்கள் 279

# முன்னுரை

கன்னட தலித் இலக்கியம் இன்று அனைத்து இந்திய இலக்கியத்தில் தவிர்க்கவியலாத ஒரு குறிப்பிடத்தக்க அங்கமாகி விட்டது. இந்திய இலக்கியச் சரித்திரத்தைப் பயில்பவர்கள் அதன் இருபத்தியிரண்டு மொழிகளிலும் வெளிப்படும் குணாம்சங்களைக் கவனிக்கும்போது பெரும்பாலும் மதத்தை மையப்படுத்திய இலக்கிய வகைகளையே காணமுடியும். அந்தப் பொதுப்பண்பில் இருந்து மாறுபட்டு, தீண்டாமையை அடிப்படையாகக் கொண்ட 'பஞ்சமர்' என்று குறித்துப் பேசப்படும் மக்கள் கூட்டம், இருபதாம் நூற்றாண்டின் இறுதிப் பகுதியில் தன் அடையாளத்தை முத்திரை குத்திப் பதித்த நிகழ்வின் பெயர்தான் தலித் இலக்கியம். மராட்டிய மண்ணில் முளைத்துத் தொடர்ந்து கன்னட மண்ணில் கிளை விட்ட இந்த இலக்கிய ஆலமரம் தமிழிலும் பரவும் சூழ்நிலையில் கன்னட தலித் இலக்கியத் தொகுப்பு ஒன்றை உருவாக்கும் பணி மிகவும் முக்கிய மானதாகும்.

தமிழில் புதிதாய் எதாவது ஒன்று வரும்போது எந்தப் பெயரில் அது அறிமுகமாகிறதென்று மக்கள் கவனிப்பார்கள். 'தலித்' என்ற சொல் பற்றிய சர்ச்சைகள் தமிழில் நடந்ததைக் கவனிக்கும் போது இந்த உணர்வு ஏற்படும். கன்னட மொழியிலும் தலித் என்ற சொல் பற்றிய வாத விவாதங்கள் ஏற்பட்டிருக்கின்றன என்பதைப் பார்க்கும் போது மகாத்மா காந்தி அறிமுகப்படுத்திய 'ஹரிஜன்' என்ற சொல்லை இம்மக்கள் கூட்டத்தினர் ஏற்காமல் புதுச் சொல்லொன்றைத் தேடியபடியே இருந்துள்ளனர் என்பது தெரிகிறது. இன்னொன்றும் விளங்குகிறது. அதாவது மொழி என்பது சாதாரணமானது அல்ல. பெயர் வைத்தல் என்பதில் ஒரு அர்த்தம் இருக்கிறது. அதில் நாம் கவனமாக இருக்க வேண்டும் என்பது. எனவே, தலித் இலக்கிய சர்ச்சை அதன் ஊடகமான மொழி பற்றிய சர்ச்சையில் இருந்து ஆரம்பிக்கிறது என்று கூறலாம்.

இங்கு இன்னொரு கருத்தையும் கூறலாம். கன்னட தலித் படைப்புகளில் தலையாய இடத்தை – என் பார்வையில் – வகிக்கும்

படைப்பு "குசுமபாலெ' என்னும் கவிதை பாணியிலான குறுநாவல். தேவனூர் மகாதேவ் என்பவர் இதன் படைப்பாளி. கர்னாடகத்தில் உள்ள நஞ்சன்கூடு என்ற பகுதியைச் சார்ந்த இந்தப் படைப்பாளி இப்பகுதியில் மக்கள், குறிப்பாகத் தலித் மக்கள் பேசும் கன்னட பேச்சு மொழியை, சாகித்திய அக்காதெமி பரிசுக்குரியதாகத் தேர்ந்தெடுத்த இந்தப் படைப்பில் பயன்படுத்தியிருக்கிறார். ஒரு புகழ்பெற்ற இலக்கிய விமர்சகர் இந்தப் படைப்பைக் கன்னட மொழியில் மொழிபெயர்ப்பு செய்யவேண்டும்; இல்லாவிடில் இது மக்களுக்குப் புரியாது என்றார் அந்தளவு பிராந்திய மொழியின் மணத்துடன் விளங்குகிறது இந்தப் படைப்பு. இப்படைப்பில் கதை கூறும் முறையும் புதுமையாக உள்ளது. கன்னட தலித் இயக்கத்தின் இரண்டாம்தர படைப்புகள் வறட்டு மொழிநடையில் நிறைய தமிழில் மொழிமாற்றம் செய்யப்பட்டுள்ளன. அதனால் தமிழ் தலித் இலக்கியம், கன்னட தலித் இலக்கியத்திலிருந்து உத்வேகம் பெறும் என்ற பலரின் எதிர்பார்ப்பு ஈடேறவில்லை. இக்குறையைப் போக்கும் உத்வேகமிக்க மொழிபெயர்ப்பு ஒன்று, நஞ்சுண்டன் மற்றும் தமிழ்ச்செல்வி மூலம் இத்தொகுப்புக்குக் கிடைத்துள்ளது. தமிழ்த் தலித் படைப்பாளிகள் தமிழகத்தின் பல்வேறு பிராந்தியங்களின் தலித் மொழிக்குள் புதைந்து கிடக்கும் புதிய தலித் படைப்புகளைக் கண்டு பிடிக்க முன்மாதிரியாக இம்மொழிபெயர்ப்பு உதவும் என்று நம்பலாம்.

இங்குக் கருத்தாக்க ரீதியில் நான் கூறிவந்த மொழிவயப்படும் நிலை, ஒவ்வொரு படைப்புக்கும் முக்கியம் என்ற நிலைபாட்டை ஒரு உச்சபட்ச உயரத்திற்குக் கன்னட கிளாசிக் என்று கருதப்படும் 'குசுமபாலெ' எடுத்துச் சென்றது. பலரால் தமிழில் பேசப்பட்ட தலித் தன்வரலாறான பாமாவின் 'கருக்கு'கூட அதன் மொழியாள்கையால் மட்டுமே கவனிப்புக்குரிய படைப்பு ஆகிறது என்பது என் கணிப்பு.

பொதுவாக, கன்னட மொழியினளவு தற்கால இலக்கியச் சர்ச்சைகள் தமிழில் நடக்காததால் இந்த முக்கியமான மொழி சார் கொடுப்பினை கவனிக்கப்படவில்லையோ என்று கேட்க வேண்டி யுள்ளது. இந்த மொழி சார் சிந்தனை கவனிக்கப்பட்டு இருந்தால் தமிழ் தலித் இலக்கியம் இன்னும் கவனமாக அடிச்சுவடுகளைப் போட்டிருக்க முடியும். மொத்தத்தில் எந்தப் புதுப் படைப்பு இயக்கமும் அந்தந்த மொழியின் அமைப்பில் பெரும் தாக்கத்தைச் செய்யும் என்பது இலக்கியங்களின் வரலாற்றைக் கவனிப்பவர் கண்டு

சொல்லும் உண்மையாகும். தலித் இலக்கியமும் கூட புதுவிதமாக மொழியைக் கட்டியமைப்பதில் வெற்றி பெறும்போது அது இலக்கிய மாகவும் வெற்றி பெறுகிறது.

இத்தகைய புதுமொழியை உருவாக்கி வளர்த்து எடுப்பதில் சமீபகாலமாக அனைத்திந்திய அரங்கில் தன்வரலாறுகள் வெற்றிப் பெற்று வருகின்றன. மராத்தி மொழியில் 'உபரா' (Upara) என்ற பெயரில் வெளிவந்துள்ள லக்ஷ்மண் மானெ (Laxman Mane)யின் தன் வரலாறு 1980லேயே அகில இந்திய அளவில் பெருமைக்கு உரியதாகி, சாகித்திய அக்காதெமியின் பரிசையும் பெற்றுள்ளது. மேலே நாம் பார்த்துவந்த புதுமொழி என்பது புதுகதை சொல்முறையையும் தருகிறது. மராத்தி மொழியிலிருந்து ஊற்றெடுத்துப் புறப்பட்டுள்ள இந்தப் புது இலக்கியவகை (genre) உலக இலக்கியத்திலேயே நவீனமான படைப்பாகும். உலக அரங்கில் வாழ்க்கைச் சரிதம் (biography) என்ற வகையிருந்தாலும் தலித் தன்வரலாறுகள் வேறு பட்டவை. முதலில் கூறிய வாழ்க்கைச் சரிதங்கள் புகழ் பெற்ற செல்வந்தரின் அல்லது எழுத்தாளரின், அல்லது அரசியல் வாதியின் கதையை வாசகர்களுக்குக் கொண்டு சென்று அறிமுகப்படுத்தி வாசகர்களைப் படிக்கத் தூண்டின. இங்கு ஒரு விஷயத்தைக் கவனிக்க வேண்டும். அதாவது எழுத்து வடிவில் அந்த நபரின் வரலாறு உருவாவதற்கு முன்பேயே அந்த நபர் வாசகர் மனதில் ஒரு பிம்பத்தை ஏற்படுத்தியிருப்பார். ஆனால் தலித் தன் வரலாறுகளில் வரும் நபர் அதுவரை தெரியாதவராக இருக்கிறார். அவரது வரலாறும் அந்த வரலாற்றின் மொழியும் வாழ்க்கையும் புதியதாக உள்ளன. ஆக வாழ்க்கை வரலாறுகளில் ஏற்கனவே தெரிந்திருக்கும் தகவல்கள் வாசகர்களைப் படிக்கத் தூண்டினால் தலித் தன் வரலாறுகளில், மத்தியதர வர்க்க வாசகர்களுக்கு அதுவரை தெரியாத தகவல்கள் வாசிக்கத் தூண்டுகின்றன.

இதுபோல் ஒரு புதுவகை கதைமுறையும் (narrativity) தலித் தன் வரலாறுகளின் மூலம் உருவம் பெறுகின்றது. மராத்தி மொழியில் வெளிவந்த 'உபரா' ஒரு நாடோடிக் குழு சார்ந்த தலித் சாதி ஒன்றின் கதையை ஒரு தனி நபரின் வாழ்க்கை வரலாற்றுப் போக்கில் கூறுகின்றது. இங்கு அந்த சாதியினரின் வழக்கமான ஓரிடம் விட்டு நகர்ந்து கொண்டேயிருத்தல் என்ற குணம் கதைக்கு அடுத்து அடுத்து நிகழ்ச்சிகளை வழங்குகிறது. ஒவ்வொரு இடத்திலும் கிடைக்கும்

அனுபவங்கள் புதிது புதிதாக வாசகர் கவனத்தை ஈர்க்கிறது. 'கைத்தடி' என்ற பெயரில் அறியப்படும் மகாராஷ்டிர மாநிலத்தின் சாதி ஒன்று இந்த முறையில் கதைமுறை வரலாறாக வெளிப்படுகிறது. ஏனெனில் லஷ்மண் மானெ இந்தச் சாதியைச் சார்ந்தவர். மொழியும் புதுவிதமான இந்திய இலக்கிய இயக்கமான தலித் இலக்கிய இயக்கமும் எப்படி ஆழ்ந்த தொடர்பு கொண்டு உள்ளனவோ அதுபோலவே கதை சொல் முறையும் தலித் இலக்கியமும் கூட தொடர்பு கொண்டவை தாம். எனவேதான் அனைத்திந்திய அளவில் இன்று பேசவும் சர்ச்சிக்கவும் பயன்படும் கன்னட படைப்பான 'குசும பாலெ' பிற எல்லாப் படைப்புகளையும் விட தனித்தன்மை கொண்டு விளங்குகிறது. அப்படைப்பை ஊன்றிப் படித்தால் (இங்குத் தேர்ந்தெடுத்துள்ள பகுதியை ஓர் உரைகல்லாகப் பயன்படுத்தலாம்) புதிய முறையிலான– அதுவும் இந்தியத் தன்மை நிறைந்துள்ள – ஒரு கதை சொல்லல் அறிமுகமாகிறது. கன்னட நாட்டுப்புறப் பாடலின் சந்தம் பின்னணியில் அமைய கதை நடைபெறுகிறது. இதுபோல் புதிய தன்மை என்பது, கதையை அடுத்து என்ன என்று கேட்கும் வாசகனின் மனதில் ஏற்படும் இலக்கியப் பண்பாகும். புதிது என்பதுதானே இலக்கியத்தின் அடிப்படைக் குணம்! இந்தப் புதிது என்பது அதுவரை வாசகனுக்கு அல்லது வாசகிக்குக் கிடைக்காத தலித் வாழ்க்கை பற்றிய அறிவாகப் பரிமளிக்கிறது.

இந்த முறையில் பார்ப்பதானால் கன்னட நாவல்கள் அறிமுகப் படுத்தும் மூன்றுவகை கதை அமைப்பு முறைகளை இத்தொகுப்பில் அறிமுகப்படுத்தப்படும் மூன்று நாவல்களின் பாகங்கள் தெளிவாக்கு கின்றன. அவை: 1. மரண மண்டலத்தின் மத்தியில்... 2. 'ஹொலகேரி' ராஜகுமாரன் 3. கொடூரம் ஆகியவையாகும். இவை மூன்றுவிதமான தலித் வாழ்வனுபவத்தைக் கதையாக்கிக் காட்டுகின்றன. முல்லூர் நாகராஜ் என்ற எழுத்தாளர் கர்நாடகத்தில் புகழ்பெற்ற தலித் இயக்கச் செயல்பாட்டாளரும்கூட அவருடைய நாவல்தான் 'மரண மண்டலத்தின் மத்தியில்...' என்பது. இந்த நாவலின் ஒரு பகுதி இங்கு மொழி பெயர்ப்பில் அறிமுகம் ஆகிறது. 'ஹொலகேரி' ராஜகுமாரன் என்ற நாவலின் ஒரு பகுதி சிவருத்ர கொள்ளோள்கர் என்ற எழுத்தாளர் கதை சொல்லும் விதத்தைத் தெளிவாக்குகிறது. முல்லூர் நாகராஜ் கவிதையும் கவிதை நடையும் கொண்ட கதைசொல் முறையை பரிச்சயப் படுத்தினார் என்றால், கொள்ளோள்கர் ஒருவித மாந்திரிக எதார்த்தவாத கதைமுறையை அறிமுகப்படுத்துகிறார். தலித் ஒருவர்

முன்பு ஒரு காலத்தில் நாட்டை ஆண்ட பரம்பரையைத் தான் சார்ந்தவர் என்று கனவு காண்கிறதான கதைப் பகுதி இங்கே அறிமுகப் படுத்தப் படுகிறது. கன்னட மொழியில் எழுதப்பட்டிருக்கும் இந்த நாவலை எழுதியர் மராட்டிய எல்லைப் பகுதியில் வாழ்பவர். ஆகையால் அவரது பெயரைப் போலவே மராட்டிய கதை மாந்தர்களைக் கொண்டதாக நாவல் எழுதப்படுகிறது. மேலும் இங்குப் பரிச்சயப்படுத்தப்படும் கதைப் பகுதியில் ஒரு தலித் பாத்திரம் தன்னை முன்பு ஆண்ட பரம்பரையைச் சார்ந்ததாகக் கருதி, கனவிலும் நனவிலும் வாழ்கிறது.

"இந்த மராட்டிய குலோத்துங்கனையா தாழ்த்தப்பட்டவன் என்றாய்? குருந்தவாடத்து வாளின் ருசியைப் பார்க்கப் போகிறாய்' என்ற மாதவராவ் காயக்வாட் தனது வாளைப் பெருமையுடன் பார்த்த தருணத்தில் ஜமகண்டி மாதவராவ், காயக்வாட்டின் வாளைத் தட்டிவிட்டான்" என்ற பகுதி இதை விளக்குகிறது. அடுத்ததாக நாவலில் நடக்கும் சம்பவங்கள் நகைச்சுவையை வரவழைப்பது போல் ஆழ்ந்த துக்கத்தையும் கொண்டுள்ளது. கனவு காண்பவன் தன் மனைவியைப் போட்டு உதைக்கிறான். அவள், "ஏய்,-என்ன ஆச்சு உனக்கு? பைத்தியம் கிய்த்தியம் பிடிச்சிருக்கா?" என்கிறாள். கதைப்பாத்திரம் கனவில் இருந்து நிஜத்திற்கு ஒரே நிமிடத்தில் வருகிறது. இங்குத் தமிழர்களின் பழங்காலம் பொற்காலம் என்ற கனவையும் இணைத்துப் பார்க்கும்போது சுரண்டலுக்கு உட்படுத்தப்படும் மக்கள், கிழக்கத்திய கலாச்சாரங்களில் கனவு கண்டு, தங்களது எதார்த்த நிலைமையிலிருந்து தற்காலிக விடுதல் பெறும் பண்பு விளங்குகிறது. எனவே, இன்றைய திரைப்படங்களிலும் பிற கும்பல் கலாச்சார (mass culture) வெளிப்பாடுகளான வணிக எழுத்துகளிலும் காணப்படும் ஆசைநிறைவேற்றம் (wishfullfilment) என்ற பண்பு கவனமாக அணுகப்பட வேண்டியதும், அதுபோல் ஆராய்ச்சி செய்யப்பட வேண்டியதுமான ஒன்று என்ற உண்மை நமக்கு விளங்குகிறது. இந்த வகையில் சிவருத்திர கொள்ளோள்கர் எழுதியுள்ள 'ஹொலகேரி' இராஜகுமாரன்' என்ற நாவல் முக்கியத்துவம் கொண்டதாகிறது. இவ்வாறு கதை சொல்லலுக்குள் ஒரு அத்தியந்த உள்ளடக்கத் தேவையின் பொருட்டு, இன்னொரு காலக் கட்டம் கொண்டுவந்து சேர்க்கப்படுகிறது. ஆக , 'ஹொலகேரி இராஜகுமாரன்' நாவலின் இரண்டு வித காலங்களில் கதை நகர்கிறது. ஒன்று எதார்த்தமான கீழ்மத்தியதரவர்க்க அலுவலகத்தில் காலத்தைக் கழிக்கும் ஒரு தலித்தின் அன்றாட கதை; இன்னொன்று காலங் கடந்த

அல்லது துன்பங்களுக்கு அப்பாற்பட்ட பழங்காலம் என்ற காலத் தளத்தில் அரசனாய் எதிரிகளோடு மல்யுத்தம் செய்து வெற்றி பெறும் கதை. இப்படி இந்திய எதார்த்தம் ஒன்று–ஒரே நேரத்தில் இரண்டு காலங்களில் வாழும் (பழமை, புதுமை) பண்பு – கதைசொல் முறையாய் உருவம் கொள்கிறது. கன்னட தலித் எழுத்து ஒன்று அனாயாசமாய் புதிய பாரதக் கலாச்சாரத்தின் மையத்தைத் தொட்டு விடுகிறது இங்கே.

இந்த நாவல் பல முக்கியமான இந்தியத்தன்மை கொண்ட இலக்கியச் சிக்கல்களைப் பேசினாலும் கதைசொல்முறை சார்ந்து முன்வைக்கும் இன்னொரு தன்மை சாதி பற்றிய குறியீட்டு அர்த்தச் செயல்பாடு ஆகும். அதனையும் நாம் கவனிக்க வேண்டும். இந்தியாவில் பல இடங்களிலும் சாதிகள் தங்களுக்கு உள்ளே ஓர் இயங்குத் தன்மையும், அசைவும் உண்டு என்று தொடர்ந்து சுட்டிக் காட்டி வருகின்றன. ஒரு கால கட்டத்தில் ஒரு கட்டமைப்பில் உருவான சாதி இன்னொரு காலகட்டத்தில் அதே கட்டமைப்பிலும் பண்பிலும் இருப்பதில்லை. தன் ஸ்தானத்தை அந்த சாதிமாற்றிக் கொள்ளும் பாங்கை அறிகிறோம். அப்படி மாற்றிக் கொள்ள சாதிகள் தங்கள் பெயர்களை ஒரு பிரச்சனை (Problematic) யாக மாற்றுகின்றன. காலனியாதிக்கக் காலகட்டத்தில் முதன்முதலாக நாடு தழுவிய சென்சஸ் (ஆள் கணக்கெடுப்பு) நடைபெறுகிறது. பிரிட்டீஷ் சாம்–ராஜ்யத்தின் நிலப்பரப்பு, காலனிகளில் எவ்வளவு என்று சர்வே செய்யப்படுகின்றது. பிரெஞ்சு சிந்தனையாளனும் சமீப காலங்களில் தமிழில் அதிகம் பேசப்பட்டவருமான மிஷெல் ஃபூக்கோ எதனையும் ஒழுங்குப்படுத்தும் போது அங்கு அந்த ஒழுங்கின் வழியே அதிகாரம் தோன்றுகிறது என்று பல உதாரணங்களை வைத்து விளக்கியுள்ளார். இப்பின்னணியில் பார்க்கும் போது, இந்தியாவின் ஜாதிகள் பெயர் சூட்டப்பட்டு, ஒழுங்குபடுத்தப்பட்டு, எண்ணிக்கைக்கும் மேல்/கீழ் என்ற அமைப்புக்கும் உள்ளாக்கப்படுகின்றன. முக்கியமான பிரச்சனை பெயர் சூட்டப்படுவதே. இந்த அடிப்படையில் அமைவது தான் மகாத்மா காந்தி கொடுத்த புதுப்பெயரான 'ஹரிஜன்' (ஹரியின் புதல்வர்கள்) என்பதும். எனவே பெயர் சூட்டப்படுவது கேள்விக்குள்ளாக்கப் படுகிறது. தமிழகத்தில் சமீபத்தில் பஞ்சமரில் ஒரு குழு என்று கருதப்பட்ட பள்ளர்கள் தங்களை மள்ளர்கள் என்று தமிழிலக்கியத்தின் துணையுடன் மறு நாமகரணம் செய்ய முயன்று கொண்டிருப் பதையும் இக்கோணத்தில் புரிந்து கொள்ள வழியுண்டு. இந்த மாதிரிச்

சிந்திப்பதற்கு வழிவைப்பது கொள்ளோள்கரின் இந்த நாவல் பகுதியில் வரும் சில சம்பவங்கள் தான்.

தன் ராஜபாரம்பரியத்தை எல்லோருக்கும் எடுத்து விளக்கும் முகமாக நாவல் பாத்திரம் (மாதேவ்) தன் பெயரை மாற்ற முனைகிறது. காம்ப்ளே என்ற பெயர் தன்னையொரு கீழ்ச்சாதிக்காரனாகவும் குருந்தவாடகர் அல்லது காயக்வாட் என்னும் பெயர்கள் தன்னை உயர்சாதியைச் சார்ந்த ஆண்ட ராஜ பரம்பரையைச் சார்ந்தவனாகவும் காட்டும் என்பது அந்த பாத்திரத்தின் நம்பிக்கை. அதனை அவன் மனைவி கிண்டல் செய்கிறாள்:

“இனிமேல் உங்கள குருந்தவாடகர் அல்லது காயக்வாட் என்றா கூப்பிடுவாங்க?’ – என்று சுமதி கேட்டாள்.

“கூப்பிடாம என்ன? குருந்தவாடகர்ன்னு கூப்பிட்டா மட்டுமே திரும்பிப் பார்ப்பேன். இல்லேனா எதுவுமே காதில விழாத மாதிரி இருந்திருவேன்னு தனது புத்திசாலித்தனத்தைக் காட்டினான் மாதேவ்”.

இப்பகுதிக் கதை, வெறும் சாமானியமான ஒரு நபரின் கனவைப் பற்றி மட்டும் கூறுகிறது என்று யாரும் எடுத்துக் கொள்ளக்கூடாது. பெயர் மாற்றம் என்ற சிந்தனை இந்திய மக்களிடம் ஆழ்ந்த சமூகவியல் அடிப்படையில் செயல்படுவதாகும் . மாநிலங்கள் (மைசூர் என்பது கர்நாடகா என்றும் மதராஸ் என்பது தமிழ்நாடு என்றும்) பெயர்மாற்றிக் கொள்வது போல் இந்த பெயர்மாற்றம் ஒரு அடிப்படை சமூக முக்கியத்துவம் வாய்ந்த காரியத்தை எடுத்து விளக்குகிறது. கொள்ளோள்கர் மிகவும் சாதுரியமாக தலித் இலக்கியத்துக்கு உரிய முறையில், எளிய நக்கல் தொனியுடன் கதைசொல் முறை அமையும் விதமாக, இந்தச் சிந்தனையை முன் வைக்கிறார் எனலாம். கர்நாடகத்தில் இவ்விதமான சர்ச்சைகளுக்கு இங்கு நாவல் வழி வைத்துள்ளதாகத் தெரியவில்லை. மொழி பெயர்ப்புகள் மூலம் இதுபோன்ற நாவல்கள் வேறு மொழிகளுக்குச் செல்லும்போது விவாதங்களும் விமர்சனங்களும் மூலமொழியில் நடக்காத வேறு முறையில் நடைபெறும் சாத்தியங்கள் உண்டு.

கதைசொல் முறையில் நடக்கும் புதுமை பற்றிப் பேசும் போது, அடுத்ததாக நாம் அரவிந்த மாளகத்தியின் ‘கொடூரம்’ என்ற நாவலை எடுத்துக் கொள்ளலாம். மைசூர் பல்கலைக்கழகக் கன்னடத் துறையில் பேராசிரியராக இருக்கும். இவர் வேறு சில படைப்புகளையும்

தந்துள்ளார். 'கொடூரம்' சாவை அடிப்படையாகக் கொண்டு எழுதப் பட்ட படைப்பு. நாவல் தலைகீழாகப் பக்க எண்களை இட்டுச் செல்கிறது. 'ஞானபீடப் பரிசு பெற்ற அனந்த மூர்த்தி கன்னட இலக்கியத்தில் ஒரு உச்சபட்ச அடையாளமாக அமைபவர். இவர் ஒரு பிராமணர். இவரது 'சமஸ்காரா' (தமிழில் மொழிபெயர்ப்பு வந்துள்ளது) வும் சாவை அடிப்படையாகக் கொண்டது. சமஸ்காராவில் வேதம் கற்ற ஒரு பிராமணனின் சாவு வருகிறது. 'கொடூரத்தில்' வருவது ஒரு தலித்தின் சாவு. கதை சொல்முறை தெளிவற்றாக, பெரும்பாலும் பாத்திரங்களின் உரையாடல் மூலம் அமைகிறது. என்றாலும் கதை சொல்வதில் புதுமை, சோதனை ரீதியாக வருகிறது. பகீரப்பா என்பவனின் பிணத்தைப் புதைக்கப் போகும் தலித்தினரின் வாழ்க்கையும் அவர்களின் குடிப்பழக்கமும் கதை சொல்முறைக்குள் கொண்டு வரப்படுகின்றன. தலித் பேச்சுக் கன்னடம் சாதாரண கன்னடமொழி படிப்பவர்களுக்கே சற்றுச் சிரமம் தரும். இவர்களின் வாழ்வும், துக்கமும், போதையும் எல்லாம் ஒருவித இருண்மை கலந்த கதை நடையில் இந்தச் சிறு நாவலில் வருகிறது. இவ்வாறு கன்னட தலித் இலக்கியத்தின் அதிமுக்கியமான கதைமுறைகள் இந்தத் தொகுப்பில் சுட்டிக்காட்டப்படுகின்றன. ஆக கன்னட இலக்கியத்தின் இருவேறு சாதிமுறைகள் (பிரமாண மற்றும் தலித்) இருவேறு கதை சொல்முறைகள் மூலம் பதிவு செய்யப்பட்டுள்ளன.

இப்படிப் பார்க்கும் போது ஒரு விஷயம் கவனத்துக்கு வருகிறது. அதாவது தலித் இலக்கியத்தில் கவிதைகளை விட உரைநடையே சிறப்பிடம் பெறுகிறது. கன்னட உரைநடை, தமிழைப் போலன்றி நீண்டகால சரித்திரத்தைக் கொண்டது. கன்னடத்தில் சுமார் 9-ஆம் நூற்றாண்டைச் சார்ந்த 'வட்டாராதனெ' என்ற பெயரில் உள்ள சமணக் கதைகள் தான் முதல் கன்னட நூல் என்று கருதப்படுகிறது. இந்நூல் (மதிவாணன் அவர்களால் இந்நூல் தமிழில் வந்துள்ளது) முழுவதும் உரைநடையாகும். எனவே பழங்காலத்தில் இருந்தே உரைநடை கன்னடத்தில் இருந்தாலும் நவீன உரைநடை, ஆங்கில ஆதிக்கத்தால், நாவல் வகை அறிமுகமான பிறகே வளர்ந்தது. இது எல்லா இந்திய மொழிகளுக்கும் பொதுப்பண்பு என்றாலும் தேவனூரு மகாதேவ (கன்னடப் பெயர்கள் உயிர் எழுத்தில் பெரும்பாலும் முடியும்) வின் சம்பிரதாயமான சிறு கதைகள் வழி. உருவாகிப் பின்னர் முதிர்ந்த எழுத்தாக மாறிய 'குசுமபாலெ'யின் பிராந்தியப் பண்பு கொண்ட உரைநடையே உண்மையான வீரியம் கொண்ட - தலித்தின்

இரத்தமும் சதையும் சுவாசமும் கொண்ட – உரைநடை எனலாம். தலித் கவிதைகள் ஊர்வலத்தில் முழங்கும் கோஷங்களைத் தந்திருக்கலாம். அவைகளை எழுதியவர்களுக்கு பேரும்புகழும் கொடுத்து இருக்கலாம். ஆனால் தலித் உரைநடை – கன்னடநாட்டு சமண மனோ தர்மத்தின் சாயல் பெற்றதாய் பிற்காலத்தில் ஆங்கில உரை நடையின் ஜனநாயகப் பண்புடன் இணைந்து ஒரு தலித் அடையாளத்தை கன்னட இலக்கியத்திற்குக் கொடுக்க முயல்கிறது எனலாம். தமிழைப் போலவே மத்திய கால கன்னடம் வைதீக ஈடுபாடுகளைக் கொண்டு இருந்தாலும் கன்னடத்தில் சமண அடிப் படை எப்போதும் தூக்கலாகவே இருக்கிறது போலும். எனவேதான், கன்னட மொழியின் ஆரம்ப உருவாக்கத்திற்குக் காரணமான சமண தர்மமும் அதன் உலக நோக்கும் அதன் மன அமைப்புகளும் தொடர்ந்து கர்நாடக கலாச்சாரத்தின் அடிநாதமாகத் தொடர்கிறது. உணர்வு வயப்படா அறிவுசார் சாயைகள் தொடர்ந்து கர்நாடகத்தில் அடியோட்ட மாய் ஓடுகின்றன.

எனவேதான், உரைநடை தலித் படைப்புக்கான முக்கிய ஊடகமாய் அமைகிறது. மராட்டி மற்றும் கன்னட தலித் இலக்கியம் பற்றிய நூல்களும் பிற வெளியீடுகளும் இம்முறையில் ஆராய்ச்சி களை மேற்கொள்ளாததால் கன்னடம் போல் தான் மராட்டிய தலித் இலக்கியம் அமைந்துள்ளதா என்று அறுதியிட்டு எதனையும் உறுதியாகக் கூற முடியவில்லை.

ஆனால் கன்னட மத்தியகால பக்தி இலக்கியம் கூட, தமிழைப் போல் அந்தளவு உணர்வு சார்ந்ததாய் கன்னடத்தில் இல்லை என்பதைப் பார்க்கும்போது தமிழின் ஆரம்பகால பக்தியின் ஊற்றுக் கண்ணான திருமூலர் மரபே பெரும்பாலும் கன்னடத்திற்கு வந்திருக்கிறது எனலாம். அதே அறிவுசார் பண்பே கன்னடத்தில் பக்தி இலக்கிய அடிப்படையை வழங்கியிருக்கிறதோ என்று எண்ணத் தோன்றுகிறது. எனவே, அறிவுசார் போக்குகள் கன்னட தலித் இலக்கியத்துக்கும் ஒரு அடிப்படையைத் தந்து உதவியிருக்கிறது போலும். இவ்விஷயங்கள் மேலும் ஆழமாகச் சர்ச்சிக்க வேண்டு வனவாகும்.

இங்குக் கவிதை, உணர்வு சார்ந்தது என்பதோடு அது பரம்பரையையும் ஏற்கனவே இருக்கும் சூழலையும் தங்க வைகக தமிழ் போன்ற மொழிகளில் உதவி இருக்கிறது என்று கூறலாமோ

என்றும் தோன்றுகிறது. எனவேதான் ஆரம்பத்தில் கன்னடத்தில் பிரமிப்பை ஏற்படுத்திய முழக்கப்பாணி கவிதைகள் பிற்காலத்தில் வெறும் சொற்சிலம்பங்களாய் மாறி ஓய்ந்து விட்டிருக்கின்றன. இதனால் தமிழ் மொழியில் அறிமுகப்படுத்தும் அளவு சிறப்பு வாய்ந்த கவிதைகள் கிடைக்காமல் போயுள்ளன. எனவே மாதிரிக்கு என்று பிரபலமான ஒருவரின் கவிதை ஒன்று மொழி பெயர்ப்பில் அறிமுக மாகிறது.

இந்தச் சந்தர்ப்பத்தில் தலித் சமூக நிகழ்வுகள் சிலவற்றைக்கூட கன்னட தலித் இலக்கிய அடிப்படையுடன் இணைத்துச் சிந்தித்துப் பார்க்கலாம். சுமார் 25 ஆண்டு வரலாறு படைத்த கன்னட தலித் இலக்கியம் கன்னட நாட்டுத் தலித் சமூக இயக்கங்களுடன் தொடர்பு கொண்டதாகும். சிறந்த படைப்பாசிரியரான தேவனூரு மகாதேவ, இந்தச் சமூக இயக்கங்களில் பங்கெடுத்ததோடு அதன் தலைவராகவும் கருதப்பட்டவர். இன்றைய சமூக இயக்கங்கள், வறட்டுத்தனமான நடைமுறைகளையும் தேர்தல் சார்ந்த அரசியல் கட்சி நாயக்கர்களின் தந்திரங்களையும் புறந்தள்ள முடிவதில்லை. எனவே படைப்பாளியின் மனித வரலாற்றோடுள்ள ஆழ்ந்த தத்துவப்பார்வை, அரசியலில் அல்லது இயக்கத்தில் பயன்படுவதில்லை; அதாவது வெற்றியை ஈட்டித் தருவதில்லை. 'வெற்றி வெற்றி' என்று கொட்டமடிக்கும் இயக்கங்கள் தோல்வியையும் கிரகித்துக் கொள்ளப் பழக்கப்படாத தால் பெரும்பாலும் உடனடி நடைமுறைகளுக்கும் உடனடி லாபத்துக்கும் தம்மை இழக்கின்றன. இந்தச் சூழலில் படைப்பாளிகளோ, கலாச்சாரப் பார்வை உள்ளவர்களோ, சிறந்த தலைவர்களாகத் தென்படுவதில்லை. அதனால் கலாச்சார இயக்கமாக தலித் இயக்கம் கர்னாடகத்தில் சில வெற்றிகளை ஈட்டியபோதும் அரசியல் கட்சிகளின் தொடர்பிலிருந்து விடுபடவில்லை எனலாம். இதனால் காந்தியம், லோகியாவின் சோசலிசம், மார்க்சீயம் ஆகிய தத்துவங்களோடு ஒப்புதலும், மாறுபாடும் கொண்டு விளங்குகின்றன தலித் இயக்கத்தின் பிரிவுகள். இலக்கியம், தத்துவம் என்று சர்ச்சை செய்யும் கர்னாடக தலித் இயக்கத்தை, தமிழகத்தில் மிக விரைவில் அரசியல் கட்சியாக மாறிய தலித் இயக்கப் போக்கோடு இணைத்துப் பார்க்கலாம். இது இந்தியாவில் தலித் இயக்கங்கள் பற்றி புரிய வைக்கும். தத்துவமும் நடைமுறையும் இணைந்து போகாத இந்திய தேசிய அரசியலின் பதவி வெறியும் அதிகார வெறியும் கொண்ட சுழற்சியில் பிராந்திய சிறு பொறி களான தலித் இயக்கங்கள் பலியாவது இங்கு விளங்குகின்றது. ஒரு மாற்றுப்

புரட்சி விடுதலை இயக்கமாக தலித் இலக்கியம் தோன்றாமையை இங்குச் சிந்தித்துப் பார்க்க முடியும். தத்துவத்தின் பக்கம் நிற்கும் இலக்கியம் இவ்வகையில் முரட்டு அரசியல் வாதி களிடமிருந்து தனித்து பிரிந்தே நிற்கும். எனவே, இலக்கியத்தை மலினப்படுத்தாமல் தன் உயர்ந்த இலக்கியாம்சத்தைத் தொடர்ந்து பாதுகாத்து வருவதே தலித் இலக்கிய இயக்கத்தின் எதிர்கால வாழ்வுக்குப் பயன்தரும். இலக்கியத்தைப் பிரச்சாரமாகக் கீழிறக்காமல் இருப்பதுதான் உயர்ந்த தலித் அரசியலுக்கும் இயக்கத்துக்கும் கூட பயன்தருவது.

இங்கு இலக்கியத்துக்கும் அதிகாரத்திற்கும் உள்ள அகில இந்திய அளவிலான உறவு பற்றிக் கூட சர்ச்சிப்பது தேவை. இலக்கியம் அடிப்படையில் அதிகாரத்திற்குப் புறம்பானது. இது ஒருவித மறுதலிப்பை (Negation) தொடர்ந்து தன் இருப்பின் மூலம் பிரகடனப்படுத்திக் கொண்டே இருக்கும். இந்த மறுதலிப்பு, உள்ளடக்க ரீதியாக பங்களாவை உடையுங்கள், கடைகளை உடையுங்கள் என்று எழுதும் கவிதைகளில் இருப்பதாகச் சிலர் கருதுகிறார்கள். உள்ளடக்க ரீதியான மறுதலிப்பு, உணர்ச்சி ரீதியானது; மன அளவிலான ஒருவித கொந்தளிப்பால் ஏற்படுவது. ஆனால் ஆழமான தர்க்கரீதியான மறுதலிப்பு, இலக்கியத்தின் உள்ளமைப்பிலேயே அமைகிறது. 'குசுமபாலெ'யின் மொழியமைப்பிலும் வேறு சில படைப்புகளின் சோதனைத் தன்மையிலும் இந்த மறுதலிப்புக் காணப்படுகிறது. இந்த ஆழமான மறுதலிப்பு, எப்போதும் அதிகாரத்திற்கு எதிரானது. தலித் இலக்கியம் பற்றிய சர்ச்சை இந்த முறையிலும் நடைபெற வேண்டும்.

இன்னொரு விதமான மறுதலிப்பை தலித் விமர்சகர்கள் பழைய இலக்கியத்தைப் பற்றி எழுதும் போதும் கணிக்கும்போதும் பிரகடனப் படுத்துகிறார்கள். ஆகையால் கன்னடத்தில் உள்ள மரபு இலக்கியங்கள் பற்றிய தலித் கண்ணோட்டத்திலான ஒரு விமர்சனம் இந்தத் தொகுப்பில் சேர்க்கப்பட்டு உள்ளது. இதனை எழுதி இருப்பவர் மைசூர் பல்கலைக்கழகத்தில் கன்னட இலக்கியம் கற்பிக்கும் ஒரு பேராசிரியர். இதுபோல் இரண்டாயிரம் ஆண்டு வரலாறுள்ள தமிழிலக்கியத்தை தலித் கண்ணோட்டத்தில் ராஜ்கௌதமன் என்ற தமிழ் விமர்சகர் அணுகியுள்ளமை நம் நினைவுக்கு வரவேண்டும். (பார்க்க: அறம்+அதிகாரம்=தமிழிலக்கியம்) இத்தமிழ் விமர்சகர் தமிழிலக்கிய வரலாறு தலித் உணர்வுகளை ஒதுக்கித் தன்னை

வரையறுத்துள்ளதனை பிரஞ்சு சிந்தனையாளரான மிஷெல் ஃபூக்கோ (Micahel Foucault)வின் சிந்தனையான அதிகாரம் என்பதனோடு இணைத்துச் சிந்தித்துள்ளார். தமிழிலக்கிய வரலாறு ஒரு அதிகார அமைப்பாகச் செயல்பட்டு இருப்பதால்தான் தலித் உணர்வுகள் சரியானபடி சித்தரிக்கப்படவோ, மதிக்கப்படவோ இல்லை என்று முடிவு கட்டுகிறார். ஆனால் இதே அணுகுமுறையைக் கடைபிடிக்கும் டாக்டர். ம.ந.ஜவரய்யா அவர்கள் இங்குச் சேர்க்கப் பட்டிருக்கும் "தலித் புரட்சியின் சமுதாய நிலையும் மரபிலக்கியமும்" என்ற தன் கட்டுரையில் இப்படிக் கூறுகிறார். "இப்பழங்கவிகள்– அவர்கள் பெருங்கவிகளாக இருந்தாலும் சரி, அல்லது சாதாரண கவிகளாக இருந்தாலும் சரி தர்மத்தை முன்னிலைப்படுத்தியுள்ள வர்ணாசிரம முறையை அவர்கள் எதிர்க்கவில்லை. மேலும் தன்னுடைய கற்பனையின் பின்னணியில் 'புலையர்', 'சக்கிலியர்', 'சண்டாளர்' அல்லது 'சூத்திரர்' என்னும் பெயர்கள் மூலம் மக்களை பாகுபாடு செய்தவர்களில் இக்கவிகளும் அடங்குவர் என்பதை நாம் அறிய முடியும்." இங்கு கன்னடப் பழங்கவிஞர்கள் மக்களை புலையர், சக்கிலியர் என்று பெயர் கொடுத்துப் பழித்தவர்கள் என்ற குற்றச்சாட்டு ஒரு தலித் பேராசிரியரால் முன்வைக்கப்படுகிறது. ஆனால், தமிழ்ப் பேராசிரியரான டாக்டர். ராஜ்கௌதமனுக்கும், டாக்டர் ம.ந. ஜவரய்யாவுக்கும் நடுவில் ஒரு வேறுபாடு உள்ளது. ராஜ் கௌதமன் அதிகாரம் என்னும் கருத்தாக்கத்தை அடிப்படையாக வைக்கையில் ஜவரய்யா மரபார்ந்த வர்ணாசிரம சிந்தனைதான் இந்தக் குறை பாட்டுக்குக் காரணம் என்கிறார். ஒத்த போக்கும் நோக்கும் கொண்ட இரு பேராசிரியர்களின் வியாக்கியானத்தில் அடிப்படையாக இருக்கும் மாறுபாடுகள், இரு மாநிலங்களில் இருக்கும் மாறுபட்ட தலித் சிந்தனைப் போக்குகளைச் சுட்டிக் காட்டுகின்றன. தமிழ், ஆங்கில அல்லது மேலைய சிந்தனைப் போக்கைத் தன் சிந்தனையில் கொண்டு வரும்போது கர்னாடகம், மரபார்ந்த இந்திய விளக்கத்தை முன் வைக்கிறது. அதாவது வர்ணாசிரமமே காரணம் என்று.

இவ்விரு இலக்கிய விமர்சகர்களின் சிந்தனைப் போக்கையும் கவனிப்பவர்கள் மரபு என்பதற்காகவோ, இதுநாள் வரை ஏற்கப்பட்டு வந்த தகவல்கள் என்பதற்காகவோ, தலித் சமுகத்தைச் சார்ந்த புதிய தலைமுறைப் பேராசிரியர்கள் எதனையும் அப்படியே அங்கீகரிக்க மறுக்கிறார்கள் என அறியலாம். மறுதலிப்பை இவர்கள் ஆயிரக் கணக்கான ஆண்டு சரித்திரத்தின் மீது பிரகடனப் படுத்துகிறார்கள்.

அதற்கு எந்தத் தயக்கமும் காட்டவில்லை. இந்த நிலைபாடு, பழைய இலக்கிய வரலாறுகளை–அது தமிழாக இருந்தாலும் சரி, கன்னடமாக இருந்தாலும் சரி, கேள்விக்கு உள்ளாக்குகின்றது. நெடுங்காலமாக நம்பி வந்தோம் என்பதற்காக அம்மரபுகளை பவித்திரமானது என்றோ, பூஜிக்கத் தக்கதென்றோ கூறவில்லை. இது மாற்று இலக்கிய வரலாறுகளை இனி எழுதும் முயற்சியை ஊக்குவிக்கும் செயலாகும். தலித் நோக்கில் தமிழிலக்கிய வரலாறு, தலித் நோக்கில் கன்னட இலக்கிய வரலாறு, என்றெல்லாம் அடுத்த நடவடிக்கைகள் தொடர் வதற்கான அறிகுறிகள் இங்கே காணப்படுகின்றன. டாக்டர் ம.ந. ஜவரய்யா கீழ்வருமாறு எழுதுவதன் மூலம் இந்த மாற்று இலக்கிய வரலாறையே எழுதுகிறார் எனலாம். கவிராஜ மார்க்கம் என்ற புகழ்பெற்ற சமண நூலான அலங்கார சாத்திரம் பற்றி இப்படிச் சொல்கிறார்:

“–கர்ம சித்தாந்தத்துக்கு எதிராகவும் புரட்சிக்குரல் எழுப்பியதே பழம் சமண தருமத்தின் தலையாய குறிக்கோள் என்னும் கூற்று அடிக்கடி சொல்லப்பட்டு வருகிறது. ஆனால் சமண சமயப் புலவர்கள், தம்மைவிடவும் உயர்ந்தவர்கள் என் று கருதப்படுபவர்களுக்கு மட்டுமே எதிராகக் குரல் கொடுத்தார்கள். அத்தோடு அவர்களின் புரட்சி நின்று விட்டது. இப்பாகுபாட்டு முறையின்படி பிராமணர்கள் உயர்ந்தவர்கள் என்றும், சூத்திரர்கள் இழிந்தவர்கள் என்றும் சமண சமயப் புலவர்கள் கூட எப்படிச் சொல்ல வேண்டுமோ அப்படிச் சொல்லியுள்ளார்கள்...”

ஆக, இலக்கியத்தின் அடிப்படையாகவும் விமர்சனத்தின் அடிப்படையாகவும் மறுதலிப்பு, தலித் இலக்கியத்தில் முக்கியப் போக்காக அமைகிறது என்பதை அறிந்து கொள்கிறோம். இந்த மறுதலிப்பு மனித வாழ்க்கையின் பொருள்சார்ந்த, உலகு சார்ந்த லௌகீக மனித மதிப்புக்களை மாசுபடுத்தும்போது, இன்னும் உக்கிரம் பெறுகிறது. ஆகையால் மறுதலிப்பு என்று சொன்ன உடனேயே அதனை பலாத்காரம் என்று கூறுவதோ, மரபுக்கு மாறுபட்டது என்று கூறவதோ சரியானதாக இருக்காது. காரல் மார்க்ஸ் கூறிய ‘மாற்றம் என்பது மட்டுமே மாறாத ஒரே விதி’ என்ற கூற்று இங்கு முக்கிய மாவதை அறிகிறோம். பல மதங்களும், தர்மங்களும், சிந்தனைகளும் சமூகத்தையும் அதில் இருக்கும் உளுத்துப்போன அமைப்புகளையும் மாற்றுவதற்காகவே தோன்றி நாளடைவில் அவையும் பயன்படாதவை களாகி உள்ளன. எனவே தலித் படைப்பு, மறுதலிப்பை ஆதரிக்கக்

கூடியதாகவும் மறுதலிப்புக்கு எதிரான பிரச்சாரத் தன்மை கொண்ட இலக்கியங்களை நிராகரிப்பதாகவும் உள்ளது.

இப்படி மறுதலிப்பை முன்வைத்து அதனைப் புகழ்ந்து எழுதும் போது, ஓர் ஆபத்தையும் நாம் எதிர் கொள்ள வேண்டும். தலித் படைப்பு, மரபில் கால் கொண்டிருக்கும் படைப்பு இல்லையோ என்ற சந்தேகமே அது. உண்மையைச் சொல்லப் போனால் தலித் படைப்பு எந்தளவு மறுதலிப்பை ஆதரிக்கிறதோ அந்தளவு மரபையும் வரலாற்றையும் கூட ஏற்கிறது. ஏனென்றால் உயர்ந்த படைப்புத் தத்துவம் எப்போதும் ஒரு தொடர்ச்சியை (continuity) கொண்டிருப்பதாகும். தொடர்ச்சி என்பது இறுகிப் போன மரபு அல்ல. கணத்திற்கு கணம் தொடர்ச்சி யான புதுமை என்றே அர்த்தம். எனவே, உண்மையான புதுமை, மரபு சார்ந்ததாகவே இருக்கும். தலித் படைப்பு, மறதிக்கு உட்பட்ட அதுவரை வெளிப்படாத மரபுகளை வெளிக் கொணர்கிறது. இப்படிப் பார்த்தால் உண்மையான மரபு மேலே தெரியும் மரபு அல்ல: உள்ளோட்டமாய், உயிரோட்டமாய் ஒவ்வொரு கலாச்சாரத்திலும், மொழியிலும் இருக்கும் – தெரிந்தும் தெரியமாலும் இருக்கும்– மரபாகும். எனவே தான் மறுதலிப்பின் மூலம் ராஜ்கௌதமன் அவர்களும், ம.ந. ஜவரய்யா அவர்களும் தமிழ் இலக்கிய வரலாற்றையும் கன்னட இலக்கிய வரலாற்றையும் முறையே அதன் உண்மையான ஆழ்மரபுக்கு எடுத்துச் செல்கிறார்கள்.

படைப்புக்களில்'உடலாழம்','அமாச', மற்றும் 'பம்பரம்' போன்றன சாதாரண சிறுகதையின் வழக்கமான வடிவத்தைப் பயன்படுத்திக் கொள்கின்றன. ஏகலைவன் நாடகம் பரம்பரையில் உள்ளதும், சாதி வித்தியாசமில்லாமல் ஏராளமான மக்கள் கேட்டு ரசிக்கும் காவியக் கதையில் ஒரு பாத்திரத்தை வேறுவிதமாக அணுகி எழுதப்பட்டதுமான ஒரு படைப்பு. இவை மரபின் தொடர்ச்சியைக் காட்டுகின்றன.

கன்னட தலித் கவிதைகள் பற்றி முதன்முதல் தமிழில் அறிமுகமானது 1980 வாக்கில் எனலாம். பெங்களூரிலிருந்து வெளிவந்துகொண்டிருந்த 'படிகள்' என்ற காலாண்டிதழில் ஒரு பக்கக் கட்டுரை– இது தொடர்பாக வந்தது. அப்போது சில கன்னடக் கவிதைகளை மொழிபெயர்த்து வெளியிட்டு அதுபோல் தமிழில் கவிதைகள் வரவேண்டும் என்று குறிப்பு எழுதியது இப்பத்திரிகை. தலித் என்ற சொல் கூட அப்போதுதான் தமிழிற்கு அறிமுகமானது எனலாம்.

இன்று தமிழில் தலித் அரசியல் பரவலாக அறியப்பட்டு விட்டது. இச்சூழலில் கன்னட தலித் இலக்கியம் பற்றிய அறிமுகம் மேலும் தமிழ் தலித் இலக்கிய இயக்கம் பற்றிய செயல்பாடுகளை ஊக்கப்படுத்தும். இந்திய மக்கள் தொகையில் கணிசமான இப்பகுதி மக்கள் பற்றிய இவ்விலக்கியம் பல்வேறு இந்திய மொழிகளில் வேகமாகப் பரவிவரும் இன்று தொடர்ந்து சர்ச்சைகள் வேண்டும்.

இத்தொகுப்பு மட்டுமே அதிகாரப் பூர்வமான கன்னட தலித் இலக்கியம் என்று யாரும் எடுத்துக் கொள்ள மாட்டார்கள் என்று கருதுகிறேன். என் பார்வையில் பட்ட படைப்புகளில் முக்கியமான போக்குகள் இங்குத் தமிழ்மொழி மூலம் அறிமுகமாகின்றன. அவ்வளவே.

இப்படிப் பார்க்கின்றபோது கன்னட தலித் இலக்கியம் அனைத்திந்தியப் பொதுமரபு என்று ஒன்றை– ஏற்கனவே இருப்பதிலிருந்து– பெரும்பாலும் தொடரவில்லை என்றும் புதிதாகப் படைப்பதில் தன்னம்பிக்கை கொள்கிறது என்றும் அறியமுடிகிறது. மேலும் வட்டார மொழியையும் உள்ளடக்கத்தையும் நாட்டுப்புறவியலையும் அதுதன் அடிப்படையாக ஏற்கிறது என்றும் புரியமுடிகிறது. அதுபோல சுய–விமரிசனத்தையும் மரபையும் ஏற்கிறது. வறுமை (பார்க்க: 'ஊரும் சேரியும்') யைப் பற்றிய கரிசனம் இருந்தாலும் கனவையும் அது விட்டு விடுவதில்லை. சுயமொழியின் செவ்வியல் மரபு (அனந்த மூர்த்தியின் சமஸ்காரா) ஒன்றை நினைவில் வைத்துத் தம் மரபைக் கட்டுகிறது. எல்லாவித இலக்கிய வகைமைகளையும் தலித் இலக்கியம் அணைத்துக் கொள்ளும் அதே நேரம் ஏற்கனவே உருவான விளக்கமைவு களுக்குள் அடங்காமலும் செயல்படுகிறது. இதற்கான அகில இந்திய முக்கியத்துவம் கொண்ட செய்தி ஒன்று உண்டு. தலித் இலக்கியம் தானே உருவாக்கிய இலக்கிய வகைமை (literary genre) தன் வரலாறு என்பதே அந்தச் செய்தி. ஆக, தலித் இலக்கியச் சரித்திரத்தில் ஒரு புதிய வகைமை தோன்றியுள்ளதும் விளங்கியுள்ளது.

இதுபோல் தலித் இலக்கியம் புதிய புதிய வகைமைகளையும் போக்குகளையும் அறிமுகப்படுத்தி இந்திய இலக்கியத்தை வளமைப் படுத்தும் என்பது எதிர்காலத்தின் மீது நம்பிக்கை கொண்ட எல்லோரின் எதிர்பார்ப்பாகும்.

1 மே 2000 –தமிழவன்

# 1. புதினம்

## அ. குசுமபாலெ

### (குசுமபாலெ- யில் வரும் பாத்திரங்கள்)

| | | |
|---|---|---|
| குசுமா | – | கதையின் முக்கிய பாத்திரம் |
| சென்ன | – | குசுமாவின் கள்ளப் புருஷன் |
| சோமப்பா | – | குசுமாவின் தந்தை |
| யாடன் | – | சோமப்பாவின் தந்தை |
| அக்கமகாதேவம்மா | – | யாடனின் தாய் |
| பசப்பசாமி | – | அக்கமாதேவம்மாவின் மச்சான் |
| சித்தூரன் | – | பசப்பசாமியின் தம்பி |
| தூரம்மா | – | சிவப்பியின் தாய் |
| கிட்டய்யா | – | சிவப்பியின் கணவன் |
| ஈரி (ஈரம்மா) | – | தூரம்மாவின் அக்கா மகள் |
| ஜோதியம்மாள் | – | விளக்கின் பெண் வடிவம் |

. . . இப்புடி அக்கமகாதேவம்மா, புருசங் கருமாதி நடந்த மக்யா நாளே, தாம் பொறந்த வூட்டுக்குப் போனவ. ஆறு வருசங் கழிஞ்சி அப்பஞ் செத்த பன்னெண்டாம் மாசத்துல பண்ணெ வேலெக் காரனுக்குப் பொறந்த வெங்கற பழிவிழுந்த தன்னோட புள்ள யாடனோட அப்போ மச்–சாண்டார் பசப்பசாமியும் கொழுந்தெஞ் சித்தூரனுங் கோவப்பட்டு அவளெ மாட்டுக்கொட்டயில வீசுனாங்க. வீசுன எடத்துலேயே நெலச்ச அக்கமகாதவேம்மாவச் சுத்தி ஒரு குடிச கௌம்பி அப்பறம் யாடன் வளர, அவுனோட சாமர்த்தியமுஞ் சேந்து அந்தச் குடிச நிதானமான ஒரு பெரிய வூடாயி அந்தப் பெரிய வூட்டுக்கு, காலம் போவப்போவ, பசப்பசாமி, சித்தூரன் அவங்களோட வூடே மாட்டுக் கொட்டாயாச்சி.

இந்த யாடெகௌடனோட மவெஞ் சோமப்பா வூருக்கே பெரிய மனுசரு. இந்த வூருக்குப் பெரிய மனுசரோட மவ குசுமா. குசும, பறையஞ் சென்ன இவுங்குளுக்குள்ள இருந்த ரகசிய உறவு குசுமாவுக்கு பொறந்தகொளந்தயினால வெளிய வந்து சென்னனோட கொலெ நடந்துச்சி.

இந்தப் பக்கம் வூரே பூமிதிக்கிற நோம்பிக்குத் தயாராயிட்டிருக்க, சென்னனோட குடும்பத்தச் சேந்த செவப்பிக்கு பொறந்த கொளந்தயப் பொழெக்க வெக்க அவெ அம்மா தூரம்மா, விதியோட மல்லுக்கட்ட. அங்கியே தூரம்மாவோட அக்கா மவ ஈரியும் சாவக் கெடந்த தாங் கொளந்தயக் காப்பாத்திக்கக் கைலாகாதவளாயி, இதல்லாமச் சென்னனோட கொலெயத் தெரியாத குடும்பொம் அவென் வருவான்னு காத்திருக்குது.

மாமரம் எங்கே குயில் எங்கே
எங்கிருந்து எதற்கு உறவு, ஐயா....?!
நெல்லிக்காய் மலையில், உப்பு கடலில்
எங்கிருந்து எதற்கு உறவு, ஐயா...?!
குகேஸ்வர லிங்கத்துக்கும் எனக்கும்
எங்கிருந்து எதற்கு உறவு, ஐயா...?!
–அல்லமப்பிரபு

கல்லும் நீரும் கரெஞ்சிட்டிருந்துச்சி, அப்பொ வேலெ முடிஞ்ச ஜோதியம்மாளுங்க கஷ்டசுகம் பேசிக்க, அந்தக் கும்மிருட்டான வூரு முன்னெ, வழக்கம் போலெக் கூடுனாங்க. அவுங்க பேசட்டுன்னு இவுங்க, இவுங்க பேசட்டுன்னு அவுங்க– இப்புடியிருந்தாங்ங. அபா, ஒரு புதுஜோதியம்மா ஸ்கூலு வூட்டுப் பக்கமாயிருந்து வந்தவ, பஸ்சுக்காரங்க தானமாக் கட்டி வச்ச திண்ணெ மேலே உஸ்ஸுன்னு ஒக்காந்து பெருமூச்சு வுட்டா, அப்பொ, வூரு பெரிய மனுசரு வூட்டு ஜோதியம்மா–

'எந்தூரும்மா உன்னுது?' ன்னா.

'ஐயோ, யக்கா எனுக்கு எந்த வூரு எந்தச் சேரி? நா ஒருத்தி பாவி பரதேசி. ஒக்காந்தா இந்த வூரு. எந்திரிச்சா அந்தவூரு. இப்பத்திக்கி வூருக்கு வந்திருக்கற கழக்கூத்தாடிங்களவ..?'

'அம்மம்மா! ஓம் பேச்சுலியே என்னா ஒய்யாரம். ஒனக்குள்ள எவ்வளவோ! ஓம் பேச்செக் கேக்றதே ஒரு வைபோவம். என்னானாலும்,

வூரு வூராச் சுத்துறவ நீ. இன்னக்கிப் பன்னெண்டு வருஷத்துக்கு முன்னாடி வந்ததானே நீ?'

'அவளேதான் யக்கா. இன்னூ யென் ஞாவகொம் பசேல்னு ஒங்களுக்கு இருக்குதே. இதானே எம் புண்ணியொம்!'

இப்புடிப் புது ஜோதியம்மா ஆச்சரியத்துல இருக்க, மத்த ஜோதியம்மாளுங்க, புதுசா வந்தவெளத் தொட்டு, தட்டி, தடவி, பேச்சுக் குடுத்து, அங்க சளசளன்னு சத்தொம் எழுந்துச்சி, அப்பொ, ஊர்ப் பெரிய மனுசரு வூட்டு ஜோதியம்மா–

'அதென்னா, அப்பிடிப் பேசிட்டிருக்கீங்க. கேளுங்கம்மா. இன்னக்கி எங்க வூட்டுக்குக் குசுமளோட புருஷன் வந்திருந்தான். வந்தவெம் பச்சக் கொளந்தயயும் பொஞ்சாதியயும் நொடி நேரம் பாத்தானோ இல்லியோ! நிக்காமப் போயே போறதா புண்ணிய வான்....!'

'ஐயய்யோ, எங்கியாவுது உண்டாம்மா! ஏம்மா அந்த மாதிரி செஞ்சான்...?'

'நானு என்னம்மா சொல்லட்டும். பச்சக் கொளந்தயப் பார்க்கப் பார்க்க செவந்த அவெம் மூஞ்சி கருத்துப் போச்சி. குசுமவயேன் யென்னான்னு ஒண்ணுமே கேக்குல... கிஞ்சித்துங் கண்ணெடுத்துப் பாக்கல. வெட்டிக்கிட்டுப் போய்ட்டான்...'

'ஐயய்யோ. எங்கியாவுது உண்டாம்மா! ஏம்மா அந்த மாதிரி செஞ்சான்...?'

'அதுக்கு நானென்னம்மா சொல்ல!'

'யக்கோவ், நாசொல்றேம் பொறு... அதெ..'ன்னு காய்கறி விக்கிற தூரம்மா வூட்டு ஜோதியம்மா சொல்ல,

பெரிய மனுசரு வூட்டு ஜோதியம்மா கோவிச்சிக்கிட்டு...

'யேய் நீ எல்லாத்துக்கு நடுவுல வாய வுட்டுட்டு வர்ற. அந்த வூட்டுக் கடகாலு போட்ட நாளன்னிக்குப் பொறெந்தவ எனக்கே தெரியாது. நி இன்னென்ன சொல்றது?'ன்னா.

அவ கோவத்தெச் சட்டப் பண்ணாத பறையருங்க மாரியாத்தக் கோயிலு ஜோதியம்மா, 'அதென்னத்துக்கு அவ வாயெமூடுறீங்க? என்னென்ன பாத்திருக்காளோ அவ! சொல்லுட்டும் உடுங்க. அதையுங் கேப்போம்...' ன்னா. அப்போ பெரிய மனுசரு வூட்டு ஜோதியம்மா.

–2–

குசுமாவோட அப்பாரு சோமப்பா வூடு முன்ன வந்து நின்ன வெலசையில, வாசக்கால்ல தர வச்சித் தூங்கி வுழுந்திட்டிருந்த ஆள்காரந் திடுக்கிட்ட மாதிரி எழுந்திரிச்சதுல, ஆனெ ஒன்னு நுழையுறளவு இருந்த அந்த வாசலு, ஊரே கொட்ட வுட்ட அளவு சத்தம் போட்டுத் தொறந்துச்சி. அதனால இப்ப வூட்டுக்குள்ள தொந்தரவு ரொம்பியிருந்த இருட்டு, வாசலு தொறக்கதுக்குன்னே காத்திருந்து வெளியெ வந்ததுமே மூச்சுவுட, அப்டிபுடிய வூட்டுக்கு வெளியேருந்த இருட்டுக்குத் தானும் ஒரு வாட்டி வூட்டோட அழகப் பாக்கணுன்னு தோணி அது உள்ள வந்துச்சி.

அப்பொ ஆள்காரன் ஓடியாடி லாந்தர் வெளக்கோட திரிய ஏத்தி, மினுமினுத்துக்கிட்டிருந்த வெளிச்சத்தப் பெருசாக்குனான். அந்த வெளிச்சமும் அதோட சக்திய மீறிப் பரவியும் கண்ணெ ஓட்டுன அளவு இன்னமும் தெரிஞ்சிக்கிட்டிருந்த ஒரு ஊரளவு இருந்த அந்த வூட்டோட ஒரு பக்கத்துலருந்த மூலெயச் சேரக்கூட முடியாம மூச்சு வாங்கி நின்னுச்சி.

ஆளுகாரன், ‘அம்மாவ எளுப்பட்டுமா, ஐயா’ ன்னான்.

‘வேண்டா. எனுக்கு நஞ்சன்கூடுலயே சாப்பாடாச்சிடா. இன்னு நீ தூங்கு...?’ன்ன சோமப்பா ஓராளு ஆழம் இருந்த பதினாறு கல்லு பாவிய தொட்டியில எறங்கிக் கை, காலு, மூஞ்சி கழுவி, அதுக்கப்பறம் பாதிக் கூடத்த ஆக்கரமிச்சிருந்த கட்டுல மேல உடம்பவெச்சி ஒரு சிகரட்டப் பத்த வச்சிக் குடிச்சாலும், மனசு நின்ன எடத்துல நிக்காம இருந்ததுல, புள்ள பெத்த மவ குசும இருக்கற அறக்குள்ள போயி அவளெ ஒரு வாட்டிப் பாக்கணுமின்னு ஆசெ எழுந்தாடிச்சி.

காத்து வெளிச்சத்தத் தடுத்து நின்னிருந்த அந்தப் புள்ளதாச்சி அறெ, குசும மூச்சுல வெதுவெதுன்னு இருந்துச்சி. விளக்கெண்ணெ தீபத்தோட வெளிச்சம் பிரகாசமா குளிர்ச்சியா எறெஞ்சி எரிஞ்சி கிட்டிருக்க, அங்கக் குசும தோளுமேல பகலு ராத்திரி அங்கறதே தெரியத அவளோட கொளந்தெ கண்ணுகள விரிச்சி மழலெ பேசிக்கிட்டுக் கைகால கீழே மேல ஆட்டிட்டே ஆடிக்கிட்டிருந்தா, அதோட அம்மா தன்னெ மறந்து தூக்கமாயிருந்தா. அவளோட வேர் முத்துங்க அவ நெத்தி நெறையப் பரவி அப்பொப்போ ஓடஞ்சி மொகத்துலருந்து இறங்கிட்டிருந்திச்சி. அவளோட முடியும் அவ

மூஞ்சியெல்லாங் கொட்டி அந்த வேர்வ ஈரத்துல ஒட்டி அதுவும் அசையாமிருந்துச்சி.

அந்தக் குழந்தெ ஆடுற ஆச்சரியத்தெப் பாத்துட்டே குசுமவோட தம்பியாயிருந்த பன்னெண்டு வயசு பிரசாத் எதுருல உக்காந் திருந்துச்சி. தேவ மனுசங்க போல சிமிட்டாத அந்த விசித்திரமான கண்ணுகளுக்கு உள்ளெ விளக்கெண்ணெய் தீபத்தோட குளுமை யான வெளிச்சம் விழுந்து அது அங்கிருந்து அதெவிடக் குளிர்ச்சியா நெலத்துல விழுந்துட்டிருந்துச்சி. அவென் வாய மீறி இன்னமும் கொட்டிக்கிட்டிருந்த ஜாஸ்தியான எச்சியப் பூமாதேவி தன்னோட ரண்டு கையிலயும் புடிச்சிட்டிருந்தா.

இதெப் பாத்து, மவளெக் கண்ணுக்குள்ள ரொப்பிக் கொள்ள வந்த சோமப்பாவுக்கு வராத சிரிப்பு வந்து, 'டேய், பிரசாத் என்னடா நீ. ஓங் கண்ணுக்கு இன்னுங் தூக்கம் வல்லியா?' ன்னாரு. வாய் ரொம்பியிருந்த எச்சிய பிரசாத் பூமாதேவிக்குக் கொட்டி, அப்போவ், இங்க பாரு! கொளந்த ஆடிட்டிருக்கு' ன்னான். 'இன்னென்னா விடியப்போவுது நீ போய் படு' ன்னார்.

அதுக்குள்ள வாயில ரொம்பியிருந்த எச்சியப் பிரசாத் கடவாயில வழியவிட்டு, 'அப்போவ், இங்க பாரு! கொளந்த ஆடிட்டிருக்கு' ன்னான்.

ஒரு தெடவெ சோமப்பா. அந்த ஒடம்பு நெறைய மூச்சு வுட்டு, மவளெக் கண்ணுக்குள்ள ரொப்பி, கட்டுலுக்கு வந்து அந்த ஒடம்பக் கொட்டுனாரு.

ஏழு பேரு ஆம்புளப் பசங்களுக்கு அப்புறங் குசும பொறந்து இனி குழந்தெ குட்டி போதுமுன்னு இருந்தப்ப, அவுரோட அறிவுக் கெட்டாமயே பிரசாத் பொறந்திருந்தான். ஊசி, மருந்துக்கெல்லாம் அடங்காம கெலிச்சிப் பொறந்த பிரசாத்தோட பேதமெயும் எச்சியும் அவன் வளர்ந்த மாதிரியே வளர்ந்து எதுக்குப் பொறந்தான்னு நெனக்கிற படியா அவெம் பொறப்பு இருந்துச்சி.

'என் கண்ணு பிரசாத் ஒக்காந்து சாப்புடற மாதிரி வசதி இருந்தும் எந்த வேலைக்கும் ஆவாத ஆயிட்டானே' ன்னு நெனச்சிக் கிட்டே அப்பாவோட கண்ணுக்கு தூக்கம் வந்துச்சு, அப்போ, பாதி உசுரோடிருந்த அந்த இருட்டு, வெளிச்சத்துல கண்ணுகள் சொழட்டிக் கிட்டிருந்த கருப்புவளையம் இன்னொரு கோடெ அதிகப்படுத்திக்கிச்சி.

சோமப்பாவோட மூக்கு மேல பிரிவுக்குக் கீழே ரெண்டு கருப்பு 'பேட்சு' இருந்து, அதுல சாவு தூக்கணாங் குருவிக்கூடு கட்டி, அந்த லாந்தரோட இருட்டும் வெளிச்சமும் அல்லாடித் தள்ளாடி அங்க வந்து விழுந்து அந்தக் கண் முழிங்களுக்கு மேலிருந்து அந்தச் சாவும் எழுந்து வந்து படமெடுத்தாடுன மாதிரி இருந்துச்சி.

ஆச்சா, சோமப்பாவுக்குத் தூக்கம் நெறஞ்சி, அவுரோட கனத்த ஒடம்பத் தூக்க முடியாம தூக்கிப் போயிட்டிருந்த அவரோட ஜீவாத்மாவும் 'உஸ்ஸு' ன்னு எழுந்து ஒக்காந்து ஆசுவாசப்படுத்திக்கத் தொடங்கிச்சி.

இந்த மாதிரியா மிருகம் பறவை தொட்டு மனுசங்கள எல்லாம் அரவணச்சிருக்க. அப்போ சோமப்பா படுத்திருந்த கட்டுலு வயிசான தாசி பண்ற மாதிரி ஒய்யாரமா தலயெத் தூக்கி ஒரு தடவப் பாத்துச்சி. எளப்பாறுர ஜீவனப் பாத்து, 'உங்' கொட்ட, ஆளு இருக்குதுன்னு நெனெச்சி சந்தோசமா கதெ சொல்லத் தொடங்கிச்சி:

'ஒரு தடவ என்னாச்சி... நம்ப தேசத்து மகாராஜா பொண்ணு பாக்கணுன்னு பக்கத்து ராஜ்யத்துக்கு போறாங்க. இந்த ராஜ்யத்து அரண்மனெ எப்பிடி இருக்குதுன்னு, இரு, கொஞ்சம் பாக்கலாமுன்னு நெனச்சி நம்ப மகாராஜா ஒரு பக்கத்துலருந்து பாத்துட்டே வர்றப்ப, அந்தப் புரத்துக்கெல்லாம் அந்தப்புரமாயிருந்த அந்த அந்தப்புரத்துல கலசம் மாதிரி இருந்த ஒரு கட்டுலு அவுரு கண்ணுலப் பட்டுச்சி.

அந்த கட்டுலெ வச்ச கண்ணு வாங்காமயே, நம்ம தேசத்து மகாராஜா... "அடடா, பாத்தா நாம்ப இங்கெ பொண்ணு கேட்டு வந்திருக்கறோம். இந்த அரண்மனெப் பொண்ணு நம்ம அரண் மனெக்கி வந்தா, நம்ப அரண்மெனெயிலயும் இப்பிடி ஒரு கட்டுலு இல்லன்னா அவ படுப்பாளா.." ங்கற சிந்தனெ அவரு நெஞ்சுக்குள்ள நொழஞ்சி ஒரு பக்கத்திலிருந்து சுட்டெரிச்சிட்டே வர்றப்ப,

அப்போ, நம்ம மகாராஜா என்ன செஞ்சாரு... அவுரோட ராஜ்யத்துக்கு வந்தாரு. வந்தவுரு, தேசத்துலருந்த மரச்சிற்பிங்க ளெயெல்லாம் கூப்டவெச்சி, பரிசீலனெ செஞ்சி, ஏழு பேரெவச்சிட்டு, அவுங்களுக்குத் தாம்பூலங்கொடுத்து, "பாருங்கப்பா மரச்சிற்பிங்களே... நீங்க இப்பவே ஒசத்தியான மரத்தெ வெட்டி, அதெத் துண்டாக்கி, அந்தத் துண்டுகளாலயே, பக்கத்துச் தேசத்துக் கட்டுலு இருக்கு

துல்லியா... அதவுட கொஞ்ச நல்லா இருக்குற ஒரு கட்டுல செஞ்சிக் கொடுங்க நமக்கு" ன்னு ஆணெ போட்டாரு.

உடுத்த துணியோட, அந்த மரச்சிற்பிங்க ரம்பம், உளி எடுத்துட்டு புறப்பட்டு மூணு மாசம் மரந்தேடி, மூணு மாசம் அந்த மரத்தெத் துண்டாக்கி, நைஸ் செஞ்சி, மூணுமாச காலஞ் சித்திர வேலெ செஞ்சி, பொம்மெ மாதிரி செஞ்சி வெச்சாங்க என்னெ' ன்னு கட்டுல பேச்செ நிறுத்தி தன்னோட சின்ன வயசு வைபோகத்தெக் கண்ணுலக் கட்டிக்கிட்டு அதெப் பாத்துப் பாத்து அதெயே கண்ணுல கட்டிக்கிட்டுப் பாத்துட்டே, தன்னெயே மறந்து மறந்தே போச்சி.

கட்டுலு பக்கத்துலயிருந்து பேச்சு நின்னு போன ஒடனேயே, தன்னெயே மறந்திருந்த ஜீவாத்மாவுக்குச் சப்புன்னு ஆயி, 'கண்ணூ இப்பக்கூட ஒனக்கு கண்ணாளம் பண்ணி அனுப்பலாங்கற மாதிரி இருக்குது... அப்புறம் என்ன ஆச்சி...' ன்னுச்சி. அப்பொ கட்டுலு உஷாராயி, 'ஐயோ' ன்னு தொடங்கிச்சி:

'ஐயோ, நா இப்ப இருக்குறது என்ன? ஐயோ என்னப்பா... அப்போ பாக்கணுமாயிருந்துச்சி என்னெ. என்னெப் பாக்குறதுக் குன்னே எத்தினியோ தேசத்து ராஜாவுங்க வருவாங்க. வர்றவங்க எத்தனெப் பேரோ போறவங்க எத்தனெப் பேரோ. அப்பொ இந்த யென் ஒடம்பு மேலே ஒரு அழுக்குங்கறது இருந்துச்சா? குப்பெங்கறது உண்டா? புத்தம் புதிய பட்டுத் துணியாலதான் என்னெத் தொடப்பாங்க. ஒரு தடவச் தொடச்ச பொறகு அதே துணியால இன்னொரு வாட்டித் தொடச்சதில்லை. அந்த துணிய வீசி எறிஞ்சிடுவாங்க. அல்லாம, ஒரு நா விட்டு ஒரு நா புனுவு, கஸ்தூரி பூசுவாங்க....

வாழ்க்கெ ஆட்டத்துல இப்பிடி இருந்தவுளுக்குக் கெட்ட காலங்கறது ஏறிவுழுந்து வந்தா, பாத்துக்க எங்கெ இழுத்துட்டு வந்து நிக்கெவக்கிது. இப்பொ என்ன மிதிச்சிட்டு நடக்கறவங்க எத்தனெ பேரோ! அதிருக்கட்டும். நெல்லுங்கறதில்ல, சோளம், ராகிங்கறதில்ல, கொள்ளுங்கறதில்ல... அதிருக்கட்டும், மாடு திங்கற செத்தே, சிப்பெங்கறதில்ல எல்லாத்தையும் எம்மேல யெறச்சிச் செதறவுட்டு இந்த ரூபத்துக்குக் கொண்டாந்து வுட்டுட்டாங்களே.... இந்த மாதிரி எடத்துல நா இருக்கணுமே... நா இருக்கலாமா? அது என்ன பாவம் செஞ்சேனோ நா...?'

'ங்' கறதுக்குள்ள பேச்சுக்கு முன்னெ துக்கொம் பொங்குனதுல, அங்கிக்கே நிறுத்திச்சி.

– 3 –

கட்டுலோட கதெயக் கேட்டிட்டிருந்த அந்த ஜீவாத்மஞ் சோமரப் பரோட உடம்பச் சேர்றதுக்கு முன்னெ, சோமப்பரோட அப்பாரு யாடன். யாடனோட அம்மா அக்கமகாதேவம்மா புருசனோட கருமாதியான மக்யா நாளே பொறந்த வூட்டுக்குப் போன அக்கமகாதேவம்மா, ஆறுவருசங்கழிஞ்சி அப்பஞ் செத்த பன்னெண்டு மாசத்துக்கு அப்பறம் பண்ணெ வேலக்காரனுக்குப் பொறந்தவங்கற பழிவிழுந்த தம் புள்ள யாடனோட புருசன் வூட்டுக்குப் பாலுக்காக வந்தப்ப என்னாச்சி.

சோமப்பாவோட அப்பனான இந்த யாடக் கண்ணெ, புதுத்துணி போட்டுட்டிருந்தாலும், அச்சு அசலா கொரங்குக் குட்டியாட்டம் அம்மாவோட இடுப்பக் கட்டிட்டிருந்தான். அந்த அம்மாவோட, அந்த அக்கமகாதேவியோட இன்னொரு கையில மூங்கிலு கூடெ ஒன்னிருந்த, வேர்வயத் தொடர்ச்சிக்கவும் ஆவாதவளா வந்தவ, புராணஞ் சொல்லுற பசப்பசாமி வூட்டு முத்தத்துல, சொமய எறக்கி உக்காந்தவ ஒடம்பு வேர்வத்தண்ணிய வழிச்சிக் செதறவுட்டு ஆசுவாசம் பண்ணிக்கிட்டா.

உள்ளருந்த பசப்பசாமியோட மூஞ்சி, கை, காலு, வவுறு. இப்புடி அங்கங்க அண்டிட்டிருந்த சுருக்கத்த மூடிட்டு துன்னூரு மயமா அந்த ஒடம்பு புராணெத்தப் படிச்சிட்டிருந்தப்ப வந்து ஒக்காந்தவள ஒரு வாட்டிக் கண்ணெடுத்துப் பாத்ததுலச் சகலத்தையும் தெரிஞ்சிக்கிச்சி. மீசையாலியே தாம் மூஞ்சிய ஆக்கிக்கிட்டிருந்த தம்பி சித்தூரெங் கையி, காலு ரண்டுலயும் கவுறு திரிச்சிட்டிருந்தவென் வந்து ஒக்காந்தவளப் பாத்ததுல, அவனோட உதடும், மீசையும் தம்பட்டத்து முன்னாலப் பசங்க குதியாட்டம் போடுறது போலக் குதியாட்டம் போட ஆரம்பிச்சிச்சி.

அப்பொ, அண்ணென் பசப்பசாமி சமாதானம் ரொம்பி நடுவூட்டுப் பக்கம் பாத்தா, வந்து ஒக்காந்தவளெக் கண்ணாலியே முழுங் கிட்டிருந்த கொளந்த பாக்கியமில்லாமப் போன அவுரோட வயிசான பொண்டாட்டியும் நடுவூட்டுக்குள்ள நொளஞ்சி வாசல மூடிக்கிட்டா. அப்போ தம்பி சித்தூரஞ் சின்ன வூட்டுப் பக்கம் பாத்தப்ப, வாசக்கால்ல ஒட்டிக்கிட்டிருந்த அவெம் பொண்டாட்டி, தாங் காலுக்கும் கைக்கும்

பக்கத்துலயிருந்த பசங்க எல்லாரயும் டபக்குன்னு உள்ளெ இழுத்துட்டு, வாசல மூடுன மாதிரி கதவெச் சாத்துனா.

வந்துட்டிருந்த அந்த அக்கமகாதேவம்மாவப் பாத்து, 'இதாரு இவ இந்த மாதிரி, எறியிற வெயில்ல வெள்ளெப் பொடவெ கட்டிக் கிட்டு, பொட்டுல்லாத நெத்தியோட, வளயலில்லாத கையில, இடுப்புல கொளந்தய வச்சிக்கிட்டு வூருக்கு வர்றா–' ன்னு அவ பின்னாடி ஆணு பொண்ணு மொதலா சிறுசுலர்ந்து பெரிசு வரெ, பசப்பசாமியவுங்க பார்வயிலப் படாம, அந்த வாசப்பக்கங் கருகமணி கோர்த்த மாலயப் போல ஆனாங்க.

பசப்பசாமியவங்கத் தம்மோட ஒடம்பு, ஆவியெல்லாத்தயும் புராணப் பொஸ்த்தகத்துக்குள்ளே அமுக்கித் தலெயத் தூக்காமியே ஒக்காந்திருந்தவரு நேரங் கூடிவர, தலெயத் தூக்காமியே 'யாரும்மா தாயி நீ?முன்னெ பின்னெ தெரியாதவ நீ வந்த காரணம் என்ன?' ன்னாரு. அங்க பேச்சு மூச்சில்லாம இறுக்கமாயிருந்த காத்துனால அக்கமகாதேவம்மாவுக்கு அவுரு அவ்ளோ பேசுனதே புண்ணி யொம்ன்னு தோணி, ஸநாந்தா, மச்சாண்டாரே... ஒங்க கால் தூரு....'ன்னா. ஒரு எல்லக்கி மேலியோ கீழியோ மாறாத பசப்பசாமி யோட கொரலு, 'மச்சாண்டாரே ங்கற ஒரு வார்த்தெயத் தவுர வேறெ ஏதாச்சிருந்தா பேசு' ன்னுச்சி.

அதொன்னெ வுட்டு அக்கமகாதேவம்மா வேறென்னத்தச் சொல்லுவா. அழுவாச்சி ராகத்துல, அப்பா, ஆயி இருக்கற வரெக்கும் என்னெக் கவனிச்ச சொந்தம், அவுங்க செத்தப்பறம் வீதியிலெ தள்ளி வுட்டுடிச்சி...? என்னு பாடுனா. நாலாப்பக்கமும் யாடன் அசட்டுத் தனமாப் பாக்கத் தொடங்கிச்சி.

அக்கமகாதேவம்மா பாடிப்பாடி அவுளாவே நிறுத்தற வரைக்கும் பொறுமையோட பசப்பசாமி காத்துருந்து, "சரிம்மா, அவுங்க செஞ்சது சரி. நீ இனிமே பொறப்படலாம்" ன்னாரு. அதுக்கு அக்கமகாதேவம்மா, "அய்யோ, நா எங்க போவட்டும் மச்சாண்டாரே... இனிமே ஒங்க பாதங்கழுவுன தண்ணியெக் குடிச்சிட்டு எம் புருசம் பேரச் சொல்லிக் கிட்டு..." :ன்னு சொல்லிட்டிருந்தப்ப, இது நிக்காதுன்னறிஞ்ச பசப்பசாமி தடுத்து, நிறுத்தும்மா. புருசங்கற வார்த்தய உச்சரிக்கக் கூடாதவ நீ கருமாதி ஆனப்பவே அது முடிஞ்சி போச்சி. முடிஞ்சி போனது இன்னுந் தொடராது. இனிமே நீ பொறப்படலாம்?" ன்னு கறாராச் சொன்னாரு. அப்பவும் அக்கமகாதேவம்மா வாயத் தொறக்க. தலெ

எடுத்துக்கூடப் பாக்காதிருந்த அந்த பசப்பசாமியோட கொரலு ஒரு எல்லெய எகிறி, 'இனிமே நீ பேசக்கூடாது எங்க முன்னால இருக்கக் கூடாது' ன்னிச்சி. அக்கமகாதேவம்மாவுக்கு வாயி நின்னுச்சி. சின்ன வூட்டுலப் பசங்க வாய்க்கு செலத்தத்தச் சப்பக் குடுத்துகிட்டே, கூடத்துல என்ன நடக்குதுங்கறதெ மூடுன கதவுக்கு பின்னாடி இருந்தே சித்தூரம் பொண்டாட்டி பாத்துட்டிருந்தா.

சித்தூரனோட ஒதடு, மீசெ மாதிரியே அவனோட கையிலயுங் காலுலயும் பிடிச்சிக்கிட்டிருந்த கயித்தோட பிடியும் தனக்குத்தானே குதிச்சிட்டிருந்துச்சி. காத்துட்டிருந்து, அக்கமகாதேவம்மா தன்னோட ரண்டு கையையும் கூப்பிக்கிட்டே மச்சாண்டாரு பாதத்தப் புடிக்க எழுந்திரிச்சா. கண்ணெ மூடிக்கிட்டே பாக்க முடியற பசப்பசாமிக்கு அது தெரிஞ்சித் தன்னோட பாதங்களெ உள்ளாற இழுத்து அவ கைக்குச் சிக்காம நவுந்து ஒக்காந்து, 'நம்ம கண்ணு முன்னால நீ இனிமே நிக்கக்கூடாது'ன்னாரு.

எழுந்திரிச்ச அக்கமகாதேவம்மா ஒக்காந்து, 'ஐயோ, சிவனே'ன்னு 'நா என்னப்பா செய்யட்டும்'ன்னு, 'சிவனுக்குச் சமமானமான எங்க மச்சாண்டாரு கண்ணு முன்ன இருக்கக் கூடாத மாதிரி எந்த வெலேயப்பா நான் செஞ்சிருக்கேன். கடவுளே..?'ன்னு, 'இப்படிப் பட்டதுன்னு யாராச்சும் ஒரு ஊசி மொனெயளவு காட்டுனாலுங்க கெணறோ ஆறோ பாத்துப் போயிடுவேன்'ன்னு சொல்லச் சொல்ல, அப்போ அதுக்குப் பசப்பசாமியோட கொரலு இன்னும் ஒரு கோட்டெ எகிறி, 'எங்க வாயிலெயிருந்து கெட்ட பேச்செ நீ சொல்ல வெக்க யாருக்காவது இந்த நரலோகத்தோட நடப்புடல கொளந்த பொறந்த மாதிரி எங்கியாவது எதாச்சூஞ் சம்பவம் நடந்திருந்தா அதெ எங்களுக்குக் காட்டி, நீ வரலாம். இப்பொ வெளியே போ'ன்னுச்சி.

பேச்சு அம்புங்க வந்து குத்திக்கிட்டிருந்தப்ப, அக்கமகா தேவம்மா நெலத்து மேலெ அப்புடியே வுளுந்து, இருந்த அந்த எடத்துலேயே கைகால ஒதெச்சி உருண்டுட்டே, 'சிவசிவாயெங்காதால இதெக் கேக்கணுமாயிடுச்சே. ஐயோ, சிவனே. அப்படிப் பட்டவளா நானு, மச்சாண்டாரே...? எங்கண்ணு மேலெ ஆணெ... ஒங்க பாதத்து மேலெ ஆணெ... எனுக்குள்ளார சத்தியாங்கறதே இல்லாட்டிப் போனா செத்துப்போன எம் புருசன் வந்து என்னெ இப்பொவே முழுங்கட்டும், வேணுமுன்னா நெருப்புக் கங்க உள்ளங்கயில பிடிச்சிச் சத்தியம் பண்றேன். சாமி மாதிரி இருக்கற ஒங்க வாயிலருந்து கேக்கணு

முன்னா போன பெறவில நா என்னா பாவம் பண்ணுனனோ, சிவனே... ஓம் பொண்டாட்டி தாலியறுக்க, பாத்துக்கிட்டிருக்கறியே... வேணுமுன்னா இப்பவே..' ராகத்தச் சகிக்க முடியாத பசப்பசாமி 'வாய மூடு'ன்னாரு.

தலெயத் தூக்காத பசப்பசாமியோட கண்ணு முன்னாடி இருந்த புராணப் பொஸ்த்தகத்துக்குள்ள ஒரு மோகினி பொறந்து சிருஷ்டிச் சவனாலயும் செய்ய முடியாதபடிக் காலெத்தெ முன்னே பின்னே நவுத்தி ஆடிக்கிட்டே அவரு முன்னாடி தெரிஞ்சா, பார்வயாலயே சுட்டெரிச்சிடணுமுன்னு தோணுனப்போ நடு வூட்டுலருந்து அவரு பொஞ்சாதி கொரலு, 'அதென்னா நீங்க இன்னும் அவளெப் பாத்துப் புராணஞ் சொல்லுறீங்க' ன்னுச்சி. பொஞ்சாதிப் பேச்சுக்குப் பசப்பசாமி, 'எனக்கே சொல்ல வந்துட்டியா? கால்னா பொம்பள நீ ன்னாரு. அந்தக் கொரலு அந்தப் பக்கம் அப்புடியே நின்னுச்சி. சின்ன வூடு காதா இருந்துச்சி.

இந்தப் பக்கம் அக்கமகாதேவம்மா, தன்னோட வாயெ மூடியிருந்தாலும், நெத்தியில அடிச்சிக்கிட்டு, நெலத்தெத் தன்னோட மூழியான கையால தட்டிக்கிட்டு அந்தச் சத்தத்துலயே, பேச்செத் தொடங்குனா.

பொறுக்காத பசப்பசாமி அப்போ, 'தம்பி' ன்னாரு. இப்போ ஓடம்பெல்லாஞ் துள்ளிட்டிருந்த சித்தூரன், 'அண்ணா' ன்னான். பசப்பசாமி 'என்னப்பா செய்யிறது' ன்னாரு. சித்தூரென் ஓக்காந்திருந்த எடத்துலயே துள்ளிக்கிட்டிருந்தவென், ருத்ரதாண்டவம் மாதிரி எழுந்து, 'நீ புராணத்தப் படிச்சிட்டிரு' ன்னு சொன்னவென் அக்கமகாதேவம்மாவுக்குப் பக்கத்துல குதிச்சி வந்து, அவ வவுத்துக் கொடல்லெல்லாங்க கலங்குற மாதிரி ஒரு தடவெ எட்டி ஒதச்சான். அப்பொ நெலத்தோட நெலமா ஒட்டியிருந்த அவுளோட முன்னந்தலெ முடியெத் தாங் கைப்பிடிக்குள்ள சேத்து முடிச்சுப் போட்டுக்கறதுக்குள்ள அவளோட ஒடம்புலருந்த உசுரு அதோட சுய நெனெப்ப இழந்துச்சி. புடுங்குனாலும் வவுத்துக்குள்ள இருக்கற மாதிரியே யாடென் அம்மாவோட ஒட்டிக்கிச்சி. அப்போ பசப்பசாமி தலெயத் தூக்கிப் பார்வய உட்டாரு.

அந்த சித்தூரெம் புடிய இழுத்தப்ப, அந்தப் புடியில முடுச்சுப் போட்டுட்டிருந்த அக்கமகாதேவம்மாவும் அவுளோட ஒட்டிட்டிருந்த யாடனும் மார் நீளம் எம்பிக் குதிச்சாங்க. அவுளோட மூட்டெய

ஒதச்சதுல, அது பத்தாளு தூரம் எகிறிப் போய் உழுந்துச்சி, சுத்தமுத்த மிருந்த ஜனங்க அது என்ன மந்துரத்துனாலியோ மாயமாப் போயிச்சி.

அப்போ வீதி தன்னயே குறுக்கிக்கிச்சி, அப்போ மாட்டுக் கொட்டாயி வந்துச்சி. அப்போ அங்கெச் சித்தூரெந் தாம் பிடியப் பலமா மேலெத் தூக்கி ஓரேடியாப் பலமா கீழே குத்துனான். அப்பொ கீழே பாத்தான் அப்பொ அவுனோட பார்வக்குள்ள இருந்த எல்லாம பாதி உசுரா எறெஞ்சிருந்துச்சி.

அல்லாமெ உசுரு போயி உசுரு வந்திட்டிருந்த அக்கமகா தேவம்மாவோட ஓடம்புல ஒட்டிக்கிட்டிருந்த வெள்ளிச் சம்புடொம் வெளிச்சத்த உறிஞ்சி மின்னிக்கிட்டிருக்க சித்தூரனோட கையி அதெப் புடுங்கிட்டு, அங்கெருந்து திரும்பிப் பாக்காம நடந்து, வந்து சித்தூரன் அண்ணெம் பாதத்துல வச்சான்.

இந்தப் பக்கம் புடுங்கி எறிஞ்சி வெட்ட வெளியா வுழுந்திருந்த அரெ உசுரான அக்கமகாதேவம்மாவுக்கும் யாடெனுக்குஞ் சொய நெனப்பு எவ்ளோ நேரங்கழிச்சித் திரும்புச்சி. அப்பொ, அக்கமகா தேவம்மாவோட ஓடம்புல வேர்வெத் தண்ணி பொங்கிட்டிருக்க, அவ இடுப்பெ இறுக்கிப் புடிச்ச யாடெங் கையி வேர்த்து வழுக்கிட்டிருந் துச்சி, யாடென் ஒரு தடவெ கண்ணெப் பாதித் தொறந்து சுத்தியிருந்த ஜனங்களெப் பாத்துக் கண்ணெ மூடி அப்பொறம் பாதிக்கண்ணெத் தொறந்து, மூடி, இப்புடியா செஞ்சிட்டிருந்துச்சி.

தன்னோட ஆஸ்தியான அழுவாச்சிய அழறதுக்குத் திராணி யில்லாதவளாயி அக்கமகாதேவம்மா, புடுங்கி பறந்துட்டிருந்த தன்னோட முடிய ரண்டு கையாலயும் அள்ளிட்டே அதையே பாத்துட்டே, காத்துக்கும் எடொங் கொடுக்காத ஜனங்களுக்குக் காட்டிட்டே,

விடிஞ்சிச்சு. அக்கமகாதேவம்மா திரும்பிப் போறதுக்காவ வந்தவ அல்லாததுனால, சித்தூரன் வீசியெறிஞ்ச நெலத்துலயே ஒட்டி ஒக்காந்தா.

– 4 –

சாமீ, அங்க யாடென் ஆறு வயசான காலத்துலயிருந்த மாதிரியே, இந்தக் காலத்திலெயும், இப்பொ சேரியிலெ ராத்திரிச் சாப்புட்டவுங்களுக்கு டிபனாவும் ராத்திரி வயித்துக்கு ஈரத்துணியக்

கட்டிக்கிட்டவங்களுக்குப் பணக்காரங்க வீட்டுக் கண்ணாளச் சாப்பாடு மாதிரி ரஞ்சனையாவும் பசி மெதிச்சி நின்னுட்டிருந்துச்சி. அங்கெப் புருசங் கிட்டையன் மடிச்ச டர்க்கி டவலத் தோள்ல போட்டவனா கட்டியிருந்த வேட்டிய மொழுங்காலுக்கு மேலெ கட்டுனவனா வாசப்படிக்கு அந்தப் பக்கமா நின்னுட்டிருக்க உள்ளெ ரவிக்கெக்கிப் பொத்தாம் போட்டுட்டுப் பொஞ்சாதியான செவப்பியும், அவங்க கண்னெ மூடாமப் பாத்துட்டிருந்தான். ஆனா, இவெ கண்ணெடுத்துப் பாக்காததுனால் – அவெங் கண்ண மூடாமப் பாத்தும் தப்புச்சிக்கற புண்ணியவனாயிருந்தான்.

அவங்க மொரண்டு புடிச்சிட்டிருந்தது ஏதோ கண்ணாளச் சடங்கு மாதிரி இருந்து, ஜனங்களப் புடிச்சி, சாணிக் கூடயெத் தூக்கிட்டிருந்தவங்க அதெத் தூக்கிட்டே, மாடு கன்னெப் புடுச்சவங்க அதுங்களப் புடுச்சிட்டே, நின்னவங்க நின்னபடியே, ஒக்காந்தவங்க ஒக்காந்தபடியே, நடந்தவங்க நடக்காமெ கட்டப்பட்டவங்களானாங்க. கடைசியா, நின்னுக்கிட்டிருந்த புருசனான கிட்டையன் வேட்டி அழுக்காவாத மாதிரி, சரிசெஞ்சி அங்கெயெ மூணுகால்ல ஒக்காந்து, ‘கண்ணு, வா கண்ணு பொண்ணே’... ன்னு இவஞ் சொல்ல, ‘யே. வாரென், நீ நடெ’ ன்னு அவ சொல்ல... புடுச்சி இழுத்தாட ஆரம்பிச் சாங்க.

அளந்து, தூத்தி, புடெச்சிப் பாத்துக் கடெசியா தாங்கண்ணெப் புடுங்கிக் கொடுக்கற மாதிரி, தூரம்மா மவ செவப்பியோட தயாராயிருந்த கட்டழகே நல்ல வேவாரிக்குத் தார வாத்துக் குடுத்திருந்தா செவப்பி யோட புருசன் மரியாதெயஸ்தான கிட்டையன் முதலாளிமாருங்க வச்சிட்டிருக்கற மாதிரி ஒரு சைக்கிளும் அதுக்குக் காத்தடிக்கற ஒரு பம்பும் வச்சிட்டு ஒண்ணு பத்தாதுண்ணு ரண்டு சொக்கா, ஜட்டி, பனியனு அதோட வேட்டி, டவலு இருக்கறவனா அதுவும் இல்லாமக் கேக்குறவங்களுக்குப் பீடியெ ஜோப்புலருந்து எடுத்துக் கொடுக்கற அளவுல இருந்தான். இந்தச் சாமர்த்தியத்துக்குக் காரணொம் அவெண் வூளூரா சுத்திப் புளியாங்கொட்டெ, வேப்பங்கொட்டெயப் பாடி, ஒழக்குல தளுக்கா வாங்கிட்டுத் துலுக்கனுங்களுக்கு விக்கிறதுதான்.

இப்பேர்ப்பட்ட புண்ணியவானோட சேந்து, செவப்பி போடுற ஆட்டத்தெப் பாத்துக் செவப்பியோட பெரியம்மா மவளான ஒத்தெயாயிருந்த ஈரிக்குக் கோவத்தெத் தடுத்து நிறுத்துனாலும் முட்டிக்கிட்டு வர்றப்ப அதெப் பல்லாலியே தடுத்துக்குட்டு, ஈரியும் பேசி,

'அதென்னா தாயீ, நீ ஆட்றது? வெசவசயா போறதெ வுட்டுட்டு...'ன்னா. அப்புடியே தூக்கி முழுங்கற மாதிரி செவப்பி, 'நீ யார்ரீ....ஒன்னெ யாரு இங்கெ வாயெத் தொறக்கச் சொன்னாங்க? உனக்கு வேணுமுன்னா நீயே போ...' ன்னு சத்தம் போட்டதுல ஈரியோட வாயி மூடிக்கிச்சி.

இந்தப் பக்கம் ஈரி அமைதியான, புருசன் வீசியெறிஞ்ச அவெங் கொடுத்த வெதெ பன்னெண்டு வருஷத்துக்கப்பறும் வளர்ந்து நின்னு, நெதமும் தேஞ்சி, சுண்டிப் போயிருந்த தன்னோட வவுத்துப் புள்ளெயத் தன்னோட வவுத்துலக் கட்டிக்கிட்டு, அதுக்குக் கஞ்சித் தண்ணிய ஊத்தி அது வளர்றதுக்கு எத்தனம் பண்ணிட்டே, அவுளோட அந்த வவுத்துப் புள்ளெ எலும்பாயிருந்து, நர மனுசங்களோட பெரிய காது, பெரிய கண்ணுங்கள மாட்டி வச்ச மாதிரி இருந்து, இப்போ அவுளோ தன்னோட வவுத்துப் புள்ளெக்கித் தன்னோட தேஞ்சிப் போன எலும்பச் தேச்சித் தேச்சி அதுக்குக் குடிக்க வச்சி, தன்னோட பரட்டத் தலெக்கி எண்ணெயோ தண்ணியோ காட்டாமெ, அவ அந்தச் செம்பட்ட முடியால ஒரு குச்சிக்குத் துணியெச் சுத்தி எண்ணெ வுட்டுப் பத்த வச்ச நெருப்புப் பந்தம் மாதிரி இருந்தா.

இந்தப் பக்கங் குடிசெக்குப் பெரிய தூரம்மாவுக்கு இன்னும் அமைதியா இருக்கறது சரியில்லன்னு தான மருமவனுக்கு 'யப்பா, இப்போ நீங்க போங்க. எப்புடியும் செவப்பி புள்ளத்தாச்சி புள்ளெ பொறந்தப்புறம் கொளந்தெயவும் அவுளையுங் கூடவே கூட்டிட்டுப் போவீங்களா. இப்பொ பெரிய மனுசு பண்ணி போங்க...'ன்னு வாயி நெறையா சொல்லி, பொவெயிலத் துண்டே வாய்க்குள்ளாற சுண்டிவுட்டா. மருமவனோட கொறலு அழுற மாதிரி, உங்களுக் கென்னா சொல்லுவீங்க. அங்கெ எனுக்குக் கஞ்சித் தண்ணி வச்சிக் கொடுக்கறது யாரு, சொல்லுங்க'ன்னான். அதுக்குத் தூரம்மாவோட பேச்சு வாயவுட்டு வெளிய வராம இருக்க அதுக்குப் பதுலா செவப்பி புருசம் பக்கம் திரும்பி, 'வூருரா பரபரன்னு சூறக்காத்து சுத்தற மாதிரி கால்ல சக்கரங்கட்டிக் கிட்டுத் திரியிறயில்ல... அங்கியே போயி தின்னுக்கிட்டு இரு...'ன்னது போதாமெ அம்மாப் பக்கம் திரும்பி, 'யம்மோவ், இவன் எப்புடியாப்பட்ட கேப்மாறின்னு தெரியுமாம்மா? அத்தினி வூருரா திரியறான்ல.... அவ்ளோ ஓட்டுலுங்க ருசி பாத்திருக்கான்ல! ஆ! ஒரு நாளெக்காவது எனக்கு வாங்கிட்டு வந்த ஸஸயம்மோ... எடுத்துக்க... மசால் தோசெ வாங்கிட்டு வந்திருக் கேன்... கண்ணு... தின்னு,"ன்னதேயில்லெ. பொஞ்சாதியாம்

பொஞ்சாதி...'ன்னது போதாமப் புருசெம் மொவத்துல இடுச்சி. த்தூ. ஒன் வேசத்துக்கு நெருப்பு வக்க' ன்னா. மவளெத் தூரம்மா மெரட்ட.... வெளியே ஜனங்க கொல்லுன்னுச்சி.

பொறக்கப் போற பேரக் கொளந்திக்குத் தன்னோட உசுரக் குடுத்துட்டுப் போறதுக்காகத் தூரம்மா உசுரப் புடுச்சிட்டிந்தா. மவ செவப்பிக்குப் பொறக்கர கொளந்தங்க மூணு மாசத்துக்கு மேலெ தங்காததுனால, இப்புடியிருக்க ஒரு நா செவப்பி வூட்டுல தங்குனது அதிகமானதுல, அப்போ ராத்திரியில பொடக்காளியிலக் காத்து முணுமுணுங்கற மாதிரி கேக்கறது நாளாவெ நாளாவெ குடி செக்குள்ளயுஞ் சத்தங்க கேக்றது எல்லாம், மூப்பானாலும் கண்ணு, காது, பல்லு கெட்டியாயிருந்த தூரம்மா ஒரு நா குடிசயில அந்தப் பக்கத்துல இருக்கற ஓரகத்தியோட மவளான ஈரி தம் பையனெ கோவுலுக்குக் கூட்டிட்டுப் போன சரியான நேரம் பாத்துத் தூரம்மா, பீச்சாங்கைல மவளோட முடியப் புடிச்சிக்கிட்டு, சோத்துக் கையிலெ வெளக்குமாறப் புடிச்சிக்கிட்டு, குனிஞ்சிருந்த முதுவெ இன்னுங் குனிஞ்சி, கருத்துப் போன பல்ல நரநரன்னு கடிச்சிட்டு, 'என்னம்மா...? அதென்னா ஓம் மாயா ஜாலக் கொரங்காட்டம்? ஜாலொம் ஜாலாக்கு?' ன்னு குத்துனா.

மொவத்தே முந்தாஊனையில மூடிச்சிட்டு மவ பொலம்புனா. புடிய வுடாத தூரம்மா பீச்சாங்கை முட்டியில புடுச்சிருந்த மவளோட முந்தானைய இழுத்து மேலெத் தூக்கி, 'யாருக்கிட்ட ஆட்டங்காட்டுற? அதென்னா ஒன் வவுத்துல வச்சிருக்கத கக்குடி...!'ன்னா.

...இப்புடி மொவத்தெ மூடிக்கிட்டு மவ மூக்க உறிஞ்ச. அம்மா புடிய வுடாம இப்புடியே....

இது இப்புடியாவ, கடெசிலக் செவப்பி தோத்துச் சுண்ணாம்பாயி மூக்க உறிஞ்சிட்டே, 'அதென்னான்னு நா சொல்றதும்மா? அதெ என்னா எப்புடின்னு நா சொல்ல? நா அடெஞ்ச பலென நா எப்பாடிச் சொல்றது சொல்லு. நா செத்தப்பறம் அம்மா சொர்க்கத்துக்குப் போவட்டுன்னு பிண்டம் வக்கிறதுக்கு எனக்கு ஒரு பையென் வேண்டாம். முதுவு தேச்சி வுடறதுக்கு ஒரு பொண்ணாச்சும் வேணமா எனுக்கு...?' ன்னா. இந்த அம்பு வந்து தூரம்மாவோட பீச்சாங்கயிலக் குத்த மவேளாட முன்னந்தெல முடிய வுட்டு, அங்கிருந்து சோத்தாங்கயிலக் குத்த புடிச்ச புடிய வுட்டு, அங்கிருந்து உசுருலக் குத்த தூரம்மா தொப்புன்னு வுளுந்தா.

அந்தப் பக்கந் தலெயெத் தூக்காத மவ மூக்குறிஞ்சிட்டிருக்க, இந்தப் பக்கம் தூக்கியெறிஞ்ச மாதிரி ஒக்காந்திருந்த தூரம்மா தன்னோட ஒடம்புக்குப் பலஞ் சேத்து, நடுங்குற கொரலுள பேசி, அதென்ன இருக்கதெ வெவரமாச் சொல்லும்மா' ன்னா. மூக்குறிய தோட சேர்த்துச் செவப்பியும் பேச்செச் சேத்தி, 'நீ சொல்லுன்னா நா அதெ எப்பிடிச் சொல்றதும்மா? அதெ எந்த வாயாலெச் சொல்லட்டும்? கோழி கௌர்ற மாதிரி கௌர்றவுனுக்கு என்னெக் கட்டி வச்சிட்ட? கொளந்த பாக்கியத்தெ நா எப்புடி அடையறது? நா எப்புடி அடயறது?' ன்னு மூக்க உறிஞ்சத் தொடங்குனா.

ஆஹா! என்ன கொடூரமான அநியாயம்? தாம் பெத்த புள்ளக்கித் தாங் கையாலியே இப்புடி ஆயிடுச்சுல்லன்னு தூரம்மாவோட கேக்கற காது' அப்பொ கேக்காத ஆயிடுச்சி. தெரியற கண்ணு தெரியாத ஆயிடுச்சி.

இப்புடி செவப்பிக்குப் பொறந்த புள்ளங்க மூணு மாசத்துக்கு மேலெத் தங்காததுனால, கவலெயெப் பக்கத்துலயே வெச்சிட்டிந் தவுளான தூரம்மா, அட. எந்தச் சாமியக் கேக்கலான்னு போனாலும், அந்தச் சாமி நா போன ஒடனே ஒக்கார்றதுக்கு முன்னாடியே, கூப்பிட்டு சினேகிதக்காரியப் பாத்த மாதிரிப் பேச வெச்சி... “ஓஹோ, வா மவளே வா. தூரம்மா எம் பொண்ணே... இந்த வாட்டி மாத்துரம் நீ கொஞ்சங் கூடக் கவெலப் படாத, பொறக்கப் போற பேரக் கொளந்திக்கிக் கெட்டி ஆயுசக் கொடுத்திருக்கிறென். பொண்ணாருந்தா இந்திந்த பேரு வெய்யி, ஆணாருந்த இந்திந்த பேரு வெய்யி...”ன்னு தலய நீவிக் காணிக்ய வாங்கிட்டு அனுப்பிட்டிருந்த மாரியிம்மனுங்க பேச்சுப் பொய்யாவுற மாயத்தெக் கண்டுபுடிக்கிற அந்தக் கவலயும் மல்லுக் கட்ட,

.... அடடா அது அப்புடியில்ல இப்புடி. இந்தத் தூரம்மா இருக்குறாளே இவ மாய மந்திரந் தெரிஞ்சவ. காத்துக் கருப்பெக் கட்டிப் போடுறவ. வீட்டுக்கு வெளியவே நிக்க வக்கிறவ. சிக்கிக்கிட்டா பின்னங்கால முன்னாடி வர வெப்பா... இந்த மாதிரி ஏதோ 'பிளான்காரன்' காத்தோ கருப்போ தேவதெங்களெக் கைக்குள்ள போட்டுக்குட்டு எம் புள்ளக்கிப் பொறக்கற கொளந்திய முழுங்கறான். அது இந்தவாட்டி ஏதாவது வந்ததுன்னா எம் பழைய செருப்பெ எடுத்து வீசி அதெக் கண்டந் துண்டமாக்கிச் சாப்டுவேன்... சாப்ட்டுவேன்'ன்னு மூச்சவுட்டா.

அங்க நின்ன ஜனம் நின்னே இருக்குது. வேட்டி அழுக்காவாமெ மூணு கால்ல குந்தியிருந்த கிட்டய்யன். குந்தியே இருந்தான்.

குந்திருயிருந்த கிட்டய்யன் எழுந்துரிச்சி, கையிலயிருந்த குச்சிய முறிச்சி, 'அப்டின்னா நீ வரமாட்டேன்னு சொல்லு'ன்னான். செவப்பி அதெக் காதுலயே போட்டுக்கலெ. தோள்ல சரியாயிருந்த டவலெ சரிசெஞ்சிட்டு, தொண்டெயயும் சரி பண்ணிட்டு, 'பாரு இதாங் கடெசி வாட்டி' ன்னு அதுக்கப்பறம் அத்தையம்மாகிட்டெ 'எதுக்கு இவென் இப்புடிப் பேசுறான்னு நெனெச்சிக்காதீங்க. அத்தெ... உங்கப் பொண்ணெ இனிமே நீங்களே வச்சிக்கீங்க' ன்னு கொஞ்ச தூரம் நடந்து நின்னு, டாக்கி டவல இன்னொரு வாட்டி மடிச்சிச் சரி செஞ்சிட்டு, திரும்பி ஒரு வாட்டிப் பார்த்ததும், 'க்யா பீ நை' ங்கற வனாயி அதுக்கப்புறம் தூக்கிக் கட்டியிருந்த வேட்டியெக் கீழே வுட்டு அந்த வேட்டி சரக்சரக்குன்னு சத்தம் வர்ற மாதிரி நடந்தான்.

உள்ளே, கஞ்சித்தண்ணியெத் தாம் பையனுக்கு ஊத்திட்டிருந்த ஈரிக்கு இது திகிலாயிக் கைவேலெய வுட்டு 'அப்போவ். இதென்னப்பா நீங்க செய்யிறது. அதென்னா நீங்க...." செல்லச் சொல்ல அவளும் நடந்து வேலி வர அப்பொ

'நீங்க வாங்கப்பா...'

'அங்க எனுக்கு யாரிருக்காங்கன்னுட்டு வரட்டு....'

'நீங்க சொல்றது நல்ல கதெயாயிருக்குதே'

'அப்புடின்னா வேறெந்தக் கதெயச் சொல்றது நானு?'

'அப்பொ ஜனங்க யாரெப் பேசுவாங்க...'

'என்னெப் பத்தி ஏம் பேசுவாங்க சொல்லுங்க.'

அய்யோ. என்னானாலும் அவெ பொம்பளெ. நீங்கெ பெரிய மனுசரு நீங்களும் அப்புடியே ஆடுனா. பழி யாரு மேலெ வருஞ் சொல்லுங்க....?'

அப்பொ தோத்துப் போன கிட்டய்யன் ஈரி பின்னாடி டவலப் சரிப்படுத்திட்டே வர்றப்ப, கிட்டயன் ஈரிக்கிட்ட 'ஐயோ. இதென்னா நீங்க இவ்வளுவு மூப்பான மாதிரி தெரியறீங்க' ன்னான். ஈரி ஐயோ, இப்பொ எவ்வளவோ பரவாயில்லீங்க. பாக்கற படியாவது இருக்குறென்' ன்னு சொல்லி இன்னுங் கொஞ்ச தூரம் போக, 'அப்போவ், உங்க கால்ல

வுழுந்து கேக்கறென். நீங்க இன்னொரு வாட்டி வர்றப்ப எங்கியாவது வலி வேல செஞ்சாவுது தீக்கறேன். எம் புள்ளக்கி ஏதாவதொன்னு செய்நோயியிருக்குது.. இல்லேன்னு சொல்லாம ஒரு பத்து ரூபா குடுங்கய்யா...'ன்னு இப்பிடி இப்பிடின்னா. அதுக்கு அவென்.. 'இது எங்கியோ ஸ்டீல் டம்பளர்ல குடுச்சதுனால சுயரோகம் பிடிச்சாப்பலத் தெரியுது. மொதல்லியே சொல்றதுக்குகென்னா? வந்தப்ப மருந்தாவது கொன்னாந் திருப்பேன்ல...'ன்னான்.

ஈரி, 'ஐயய்யோ, அது மருந்துக்கில்லய்யா' ன்னு தாங்கொரலுக்கு உசுரு சேர்த்து இன்னொரு வாட்டி 'அப்போவ், பத்து ரூவாயாவுது..' ன்னா. ஜோப்புலயெல்லாந் தேடுற மாதிரி செஞ்சி அவென் ஒரு ரூபா நோட்டெ எடுத்து நீட்ட, ஈரி யாரும் பாக்காததெ ஊர்ஜிதம் பண்ணிக் கபக்குண்ணு வாங்கி, இடுப்புல சொருவி, 'அப்போவ்... இன்னொரு ரண்டு ரூவாயாவது...'ன்னா.

உண்டான விடியலோட யுத்தச் சத்தம் நாலு தெசெயயும் மோதி மொழங்கி வந்து காதெக் குத்துனதுல அப்புடி இப்புடி காத்து வீசுததுல, சென்னெ வெளியில வந்து திண்ணெ மேலெ ஒக்காந்து பீச்சாங்கையிலக் கண்ணாடி புடுச்சி சோத்தாங்கையில கத்தரிக் கோலப் புடிச்சி மீசெய வெட்ட ஆரம்பிச்சான். இங்கிலீசோட மல்லுக்கட்டி பி.ஏங்கற ரண்டெழுத்தாவாமெ ஒரு மண்ணாங் கட்டியும் ஆவாமெ சென்னெ இருந்தான். வவுத்துக்கோதாவுது கம்மியா வுளுந்து, நடையில கெத்து வரலேன்னா நடக்கறதயே வுட்டு ஒக்கார்ற சென்னே, தம்பிமாருங்க வேலெ செஞ்சிக் கொண்டார்ற பழைய சோத்துல நின்னு சென்னரசன் ன்னு பேரெ மாத்தியிருந்த சென்னனுக்கு இப்பொத் தாம் மூஞ்சிக்குப் பொருந்தற அப்பத்திய மோஸ்தர் மீ.செ. எதுன்னு முடிவு செய்யறதுல கொழப்பம் உண்டா யிருந்துச்சி, ஒக்காளோழி, மேல் ஜாதிக்கு வவுத்தெறிச்சல் உண்டாக் கறதுக்குக் கொடுவா மீசெ வுட்றது அவங் குறியாயிருந்தாலும் அவுனுத அரும்பு மீசெயாயிருந்துச்சி.

இவெம் பிரச்சினெ இப்புடி இருக்றப்ப, சேரிக்குள்ள காலு வெச்சிட்டிருந்த அந்தக் கிட்டய்யனும் ஈரியும் கண்ணுலப் பட்டு, சென்னனோட மீசெ வெட்டறது நின்னு, அதுக்குப் பதிலா அவனுக்கு ஒடனே எரிச்சல் வந்து' அதென்ன சீமெ ஜனங்க நீங்க, என்னாத்துக்குப் பொறந்திருக்கறீங்க நீங்க. ஒங்க வூட்டுக்குள்ளாறயே வச்சிக்கிறதுக்கு என்னா கேடு உங்களுக்கு. மேல் சேரிக்காரங்கப் பாத்து, "இங்கப்

பார்ரா, இந்தப் பசங்க சமாதானமா இருக்க வுடமாட்டீங்களே என்னெ.... த்தூ முண்டச்சிக்குப் பொறந்தவங்களே....”ன்னு காறித்துப்புனான். மூச்சுக் காட்டாம அவுங்க தாண்டிப் போனாங்க.

சென்னனோட அப்பென் வெள்ளெப் போர்வயப் போத்திக்கிட்டுப் பக்கத்துல ஊனு கோலு வச்சிக்கிட்டுப் இந்தப் பக்கம் வூட்டுக்குஞ் சேராம அந்தப் பக்கம் வீதிக்குஞ் சேராம இருக்குற எடத்துல ஒக்-காந்துட்டுப் போர்வெக்குள்ளருந்து கையெ எங்களுக்கும் ஓங்களுக்கும் நெருங்குன ஒறவுப்பா. ஒரு பீடி இருந்தா எடுத்தெறிஞ்சிட்டுப் போப்பா...’ன்னு கைய நீட்டுனான்...

–5–

அந்த வேளெயில பின்னாடி வருந்த பூமிதிக்கற நோம்பியோட ஓற்சாகம் மேலச்சேரியில நடந்தாடி.

வூர் பெரிய மனுசரு வூட்டுல தாண்டிக் குதிச்சாடுனப்போ.

அந்த நேரத்துல

சித்துதூரன் பாதி உசுராக்கி எறிஞ்சிட்டுப் போயிருந்த அக்க மகாதேவம்மா, யாடென் ஓடம்புக்குச் சாயந்தரம் ஆவுரப்ப பலங்கறது சேர

உம்முன்னிருந்த அக்கமகாதேவம்மாவோட கண்ணுத் தண்ணி ஓடி ஏரியில சேந்துச்சி.

அம்மாவோட வவுத்துலத் தலெ வெச்சி யாடென் கண்ணெ மூடுறது தொறக்கறது சுத்தியும் பாக்கறதுன்னு செய்ய

அவென் உள்ளெயிருந்த தண்ணியெல்லாம் வத்திப்போயி
அவென் வத்துன கண்ணுல ஈரங்கறது தானே
எங்கேருந்து வரும் ன்னிருக்க.

யாடெந் தலெய நெலத்து மேல வச்சிட்டு எழுந்திரிச்சி நடந்து வந்த அக்கமகாதேவம்மா.

அந்தக் கண்ணீரு ரொம்பியிருந்த ஏரிக்கெரெக்கி
அந்த மூணு கும்புடு போட்டு, கண்ணுல
அந்த ஏரித் தண்ணிய மூணு வாட்டி ஒத்துனா,
வேண்டிக்கிட்டே

அந்த மூணு கையளவுத் தண்ணிய அள்ளிக் குடிச்சா,
அந்த முந்தானெ மொனெயத் தண்ணியில ஒத்துனா,
அந்தத் தண்ணியக் குடிச்ச முந்தானெ மொனெயத்

தன்னோட ரண்டு கயிலயும் புடுச்சி எடுத்தாந்து.

அந்த யாடனோட வாய அந்தப் பறவெயோட
வாயயே தொறந்து ஒக்காந்து
அந்தத் தண்ணிக் குடிச்ச முந்தானெ மொனெயிலிருந்த
தண்ணியச் சொட்டு சொட்டா வுட
அந்த யாடனோட ஒடம்பும் அப்டியே ஈரமாச்சி.
அந்த யாடனோட கண்ணுலயும் அப்போ தண்ணி வந்துச்சி.
அந்தப் பூமாதேவியோட ரண்டு ரக்கெங்களும் அப்பொ
தென்னெ ஓலெ வடிவத்துல வந்தப்போ
அந்த அக்கமகாதேவம்மாவும் யாடனும் ஒக்காந்த
எடத்துல நெழலு வுழுந்துச்சி.

உண்டான நெழலுல அக்கமகாதேவம்மாவும் யாடனும் ராத்திரி படுத்து, விடிஞ்சி அதெயே ஓட்டலா மாத்திட்டு தெனசரி டீ, புட்டு, ஞாயித்துக்கெழமெயில தோசெ, அதோட பீடி நெருப்புட்டி வெச்சிக் கிட்டு ஜீவனஞ் செய்ய, யாடென் தெனந்தெனாம் வளர, யாடென் இன்னிக்கு சின்னவென் நாளெக்கிப் பெரியவனான யாடென், எடது மூக்குல வர்ற சளியெ வலது கையிலத் தொடச்சிக்கிட்டு வலது மூக்குல வர்ற சளியெ எடது கையிலத் தொடச்சிக்கிட்டு, சர்வாச்செ கைக்குக் கட்டி, களாசு கழுவுனான். ஏதாச்சும் தெசெ தப்புன எறும்பு ஏதாச்சும் சக்கரெத் துணுக்கக் திருடிகிட்டுப் போவும் போது மாட்டிக்கிட்டா, ‘வுடு முண்டெக்குப் பொறந்ததே, இந்த வெலெவாசிக் காலத்துல ஒரு சக்கரெத் துணுக்குக்கு மூணு காசு ஆவுமே’ ன்னு உருவி வச்சுக்கு வான். இப்புடி இருக்குறப்ப ஒரு நா அந்த ஓட்டலுக்கிட்ட ஒரு பஸ்சு கொஞ்சநேரம் நின்னு டீ குடிச்சிப் பொறப்பட்டுச்சி. இந்தப் பக்கம் யாடெங் கழுவிக் கழுவி வுட்டுட்டிருந்த அழுக்குத் தண்ணி ஏரியெச் சேர்ற அளவுக்காயி அதில்லாம ஒரு பஸ்சு வந்து ஊருல பஸ் ஸ்டாப்பு உண்டானப்ப...

அக்கமகாதேவம்மாவோட ஓட்டலு முன்னேத்தமாச்சி. அப்பொ புலி மேலெ ஒக்காந்திருக்கற மலே மாதேஸ்வரஞ்சாமி படம், குதுரெ மேலெ ஒக்காந்திருக்ற பசவண்ணரு படம் ஓலெயிலத்தொங்கி நெதமும் அதுங்களுக்குப் பூவு, பழம், ஊதுபத்தி கெடெக்கும்.

ராப்பொழுதுல சோறு, வடிச்சிக் கொட்டுன கொளம்பு தயாராவ, அந்தத் தாளிச்சிக் கொட்டுன கொளம்புக்குப் பொம்பளங்க மசெக்கப் பொண்ணுங்களப் போல ஆசெப்பட்டுட்டு.

இருக்கறப்ப யாடனுக்கு வேலெ அதிகமாயி, பகல்ல களாசு கழுவிக்கிட்டு, ராப்பொழுது தூங்கி விழுந்துட்டே மறுநாப் புட்டுக்கு மாவரெக்கற மாதிரி ஆச்சி. அவென் அம்மா தண்ணி எடுக்கப் போறப்ப டீ குடிக்க வர்ற சில்ரப் பசங்க, 'அடெ யாடா, ஒம்மாளக் குடுக் குறியாடா'ங்கும். இவென் கொளந்தே யாயிருந்தப்ப கண்ணுசி முட்டுன மாதிரி செஞ்சிட்டே திருப்பிக் குடுக்கறதாயிருந்தா குடுக்கறேன்... வேணுமாருந்தா' ன்னுட்டிருந்தான். அதுக்கு அதுங்க சிரிக்கும். தொலவுல தண்ணி சேந்தர அக்கமகாதேவம்மா யாடனுக்கு வச்ச பேரக் கூப்புட்டு கண்ணு ராஜசேகர மூர்த்தி... செல்ப்பு மேலெ பொத்தம் புதுசா டீத்தூளு வெச்சிருக்கறேன். அதுல டீ போட்டுக்குடு எங்கண்ணு...' ன்னு அங்கிருந்தே கொரலெழுப்ப நாலு சேரிக்கு அது கேக்க அங்க அவ கத்த இங்கச் சில்ரப் பசங்க டேய் யாடா, ஒம்மாள குடுக்கறியாடா' ன்னுட்டு, யாடென் வளர வளர இன்னிக்குச் சின்னவென் நாளெக்குப் பெரியவனானான்.

அப்புடிப் பெரியவனான யாடென் ஒரு நா அம்மாகிட்டே, 'அம்மா, அம்மா, அதென்னமோ இந்த வேலெ எரிச்சாருக்குது' ன்னான். அக்கமகாதேவம்மா ஆச்சரியப்பட்டுட்டு, இதென்னா கண்ணு இன்னக்கிப் புதுசா பேசறெ. இதவுட்டு வேறெ வேலென்னாத்தச் செய்வ...?' இப்புடி அப்புடி ஒரு கெடா, ஒரு பொட்ட ஆடு, ஒரு மாடு கொண்ணாந்து குடுத்தா அதெ மேச்சிட்டே, அதுலயே முன்னுக்கு வருவேன்னான். மவெங் கேட்டத, அம்மா முந்தானெ ஏந்தி வாரத்துக்குன்னு மேய்க்ற வேலெ கொண்டார அங்கே ஒரு கொட்டாய் உண்டாயி யாடென் எல்லாருக்கும் முன்னாலெ எழுந்துடுவான். அந்தப் பக்கம் பண்ணெ வேலக்காரப் பசங்க வர்றதுக்குள்ளவே பச்சயாயிருந்த எடத்துல யெல்லாம் இவுனே மேய்சுடுவான். அப்ப என்னாச்சி... இவுனோட மேய்க்கிற தெறமெக்கி எல்லாரும் மேலெ ஏறிவுழுந்து எங்க மாட்டெ மேயி எங்க கெடா, பொட்டெயெ மேயின்னு ஆடுமாடுங்க வந்து புழ யாடெங்க கொட்டாயி பெருசாச்சி.

அன்னக்கி யாடெம் புரசை மரத்து மேலெ ஒக்காந்து கட்டுச் சோத்தெ அவுத்துத் தின்னு கண்ணெ மூடித்தொறந்து சுத்தியும் பாத்துட்டே மேய்ச்சிட்டு இருக்கரப்போ அந்தப் பண்ணெ வேலெப்

பசங்கள்ளாம் தாயக்கட்டம் வெளெயாடிட்டிருந்தாங்க. அங்கெ காசுவெச்சி ஆடுறவங்க நாலு பேருன்னா சும்மா வேடிக்க பாக்கறவங்க பத்துப்பேரு இருந்தாங்க. யாடென் என்னா செஞ்சான் மரத்து லெருந்து எறங்கியாந்து ‘பாருங்கடா, பாருங்கடா. நாளக்கி எங்கம்மா சுடுற வடெயெ எடுத்துட்டு வந்து குடுக்கறண்டா. இப்பொயென் ஆடு, மாடெயுங் கொஞ்சம் பாத்துக்குங்கடா. எனக்கென்னமோ கொஞ்சம் வவுரு கடமுடாங்குது’ ன்னுட்டுப் பள்ளத்துல எறங்கி, ப்ப ப்ப ன்னு ஆடுங்களெயெல்லாம் வரவச்சிட்டான். ம்மா ம்மா ன்னு மாடுங் களெயெலாம் வரவச்சிட்டான். அதுங்களெ ஓட்டிக்கிட்டு நஞ்சன்கூடு வெள்ளிச் சந்தெக்கி வந்தான்.

சிவசிவா, அந்தச் சந்தெ அதோட பளபளப்பு கண்ணெட்டுற வரெக்கும் இருந்திச்சில்ல. அவ்ளோ நீளம் அவ்ளோ அகலம். பூமாதேவி நெஞ்சு மேலக் காஞ்ச வேலிச்செடி மலெ மாதிரி ஒரு எடத்துல சோளம். இன்னாரு எடத்துலு வெல்லம், இன்னொரு எடத்துல மாடு, கோழி, பூனெ கூட இருந்துச்சி. அங்கெருந்து வந்த சத்தங் கலாட்டா ஆகாசத்துக்கே எட்ட... அந்த ஜனங்களோ வெவ்வேற தினுசுல ஒடெ போட்டுக்குட்டு அந்தப் பக்கமும் இந்தப் பக்கமும் சும்மா சுத்திக்கிட்டிருந்தாங்க. அப்பொ யாடெந் தலெப்பாவெ தலெக்குச் சுத்திட்டு வேசத்தப் போட்டுக்கிட்டு மாடு இருக்குற எடத்துல மாட்டெ நிக்க வெச்சி கடா இருக்கற எடத்துல கடாவெ நிக்க வச்சி ஆடு இருக்கற எடத்துல ஆட்டெ நிக்க வச்சி நடுமத்தியில தான் நாட்டொமெ மாதிரி நின்னொப்போ... யாரோ தொரையோட பசங்க மூணுபேரு. மாடு யாவாரத்துக்குன்னு ஒருத்தென்... கடா யாவாரத்துக்குன்னு ஒருத்தென்....பொட்டை யாவாரத்துக்குன்னு ஒருத்தென் வந்தாங்க. அந்த மூணு பேருக்கும் யாடொனோட காலங்க மேலெ மனசு வுழுந்து நவுரவேயில்ல, ‘என்னப்பா சின்னப் பைய்யர், ஓம் பேரு என்னா?’ ன்னு அவுங்க கேட்.டாங்க. அவென் அம்மா தண்ணி சேந்தி வர்றப்பக் கூப்புடற ‘ராஜசேகர மூர்த்தி’ ன்ன ஓடனே, ஓஹோ இவென் யாரோ பெரிய மனுசங்க வூட்டுப் பையனாத்தான் இருக்கணுன்னு நெனெச்சிக் கிட்டு ‘யாவாரத்துக்குங்களா இந்த காலிங்க இருக்குது’ ங்கரப்பவே, யாடென் ‘ஆமாங்கோ, எங்கப்பாரு இங்கெ தாலுக்கா ஆபீசுல நாட்டாமெயப் பாத்துட்டு வர்றேன் இருன்னுட்டு போயிருக்காங்க. ஒரு நொடியில வந்துடுவாங்க. கொஞ்சம் பொறுத்துக்குங்க’ ன்னான்.

அப்பொ அந்தத் தொரெப் பசங்க மாடு, கெடா, ஆடுங்களெப் பாத்து அதுங்க சுழி சுத்தெத்தப் பாத்துட்டே ஆனந்தப்பட்டுட்டே....

அதுவும் பேஜாராயி... அடுத்திருந்த கமகமங்கற ஓட்டுலக்குள்ள நொழஞ்சி டீ போண்டா சாப்டுட்டு பீடி, சிகரட்டு குடிச்சிட்டு வர அதுக்குள்ள உச்சியிலிருந்த நேரஞ்சாஞ்சுது. அப்பொ அந்தத் தொரெப் பசங்களுக்குப் பொறுத்துக்க முடியல. 'இல்லப்பா பையா எங்களெப் பாரு ஒன்னோட காலிங்களெ மேச்சி வேறெப் பக்கமும் போலெ அந்தப் பக்கம் வெளியூர்க்காரங்க. வேணுங்கறதெயெலாம் வேறெவங்ககிட்ட பொறுக்கிட்டுப் போய்ட்டாங்க. இந்தப் பக்கம் ஒங்கப்பாரு இன்னும் வரெல, இனிமே ஒங்கப்பாரு வந்து நாங்க பேரெம் பேசிநாங்க எங்கூருக்கு எப்ப சேர்றது?'' ன்னாங்க. 'ஐயய்யோ, எங்கப்பாரு அதெங்கியோ நாட்டாமெயோட சேந்து வடெ டீ சாப்டுட்டே சிகரெட்டெக் குடிச்சிட்டே மறந்துருக்கலாம். நீங்களே கொஞ்சம் பாத்துங்குங்க நா இந்த வழியா போயி அந்த வழியோ அவரோட வந்துர்றேன்'ன்னான். அப்பொ சொன்னாங்க ''எங்கியாச்சும் இப்புடி உண்டா முட்டாப் பயலே, சந்தெயில நல்லவங்களும் இருப்பாங்க கெட்டவங்களும் இருப்பாங்க. ஏதாவது ரேட்டு சொல்லியிருக்காரா?''

'உம். சாமீ, சொல்லியிருக்காங்க. கேட்டவங்களுக்கு மொத அவுங்க ரேட்டெக் கேளுன்னு சொல்லியிருக்காங்க.'

'ஐயோ, மூதேவி... அப்புடின்னா. அது எவ்ளோ ரேட்டு சொல்லு பின்னே...'

'ஒங்க ரேட்டே மொதல்ல சொல்லுங்க...'

அந்தத் தொரப் பசங்க மூணு பேரும் அவுங்களுக்குள்ளேயே பேசிக்கிட்டாங்க.

'எங்க ரேட்டு மூவாயிரம். கண்ணு'

'நாலாயிரம் வந்தா குடுத்துடு. அதுக்கு முன்னே அவங்களே ரேட்டு கேட்டா அஞ்சாயிரஞ் சொல்லு ன்னாங்க சாமி...'

யாடனோட அந்தப் பேச்சுக்கு அந்தத் தொரெப் பசங்க சிரிக்கிட்டே, அந்த ரேட்டு கொஞ்சம் அதிகம்னாலுஞ் சரக்கு அதே தரம்னுட்டு, மொடமொடங்கற நூறு நூறு ரூபா நோட்டுங்களெ யெண்ணிட்டுக் காலிங்களெப் புடுச்சாங்க.

அந்த நொடியிலியே யாடென் கமகமன்னு கூப்புட்டுட்டிருந்த அந்த ஒட்டுலுக்குள்ளெத் தானும் நொழஞ்சி போண்டா டீ சாப்புட்ட வென், அங்கே களாசு கழுவற பையென் அஞ்சி களாசையும் அஞ்சி

வெரலுலயும் மாட்டி அந்த அழுக்குத் தண்ணிக்குள்ளெ அந்த அஞ்சி களாசையும் கப்புன்னு உள்ளே தம்பளரெ எடுத்துட்டு இருந்தான்ல, அதெயும் பாத்துட்டு இவென் என்ன செஞ்சாம் புர்ருன்னு பஸ்சுல வந்து, கட்டுச் சோத்தெ மூடிவெப்பான்ல அந்த புரசை மரத்து மேல ஏறிப் பாக்கான். அந்த பண்ணெ வேலக்காரப் பசங்க இன்னுந் தாயம் வெளெயாடிட்டே இருக்கறாங்க. இவென் யெறங்கி அந்த மரத்துக் கீழேயே படுத்துட்டு கடவாயிலெ அந்தப் பக்கம் ஒரு ஜாணு இந்தப் பக்கம் ஒரு ஜாணு ஜொள்ளு ஒழுவிட்டு...

ஒருத்தரு மேலெ ஒருத்தரு வுழுந்து அந்தப் பண்ணெ வேலெப் பசங்க தாயம் ஆடிட்டே இருந்தாங்க. உருட்டுன தாயக்கெட்டே கண்ணுக்குத் தெரியமெ ஆனப்ப, ஓ ஓ இருட்டிருச்சின்னு எழுந்தரிச்சி அவங்கவங்க ஆடு மாடுக்கா பார்வெய அவ்ளோ தூரத்துக்கு உட்டாங்க. ஒரு குண்டுமணி அளவுக்குக் கூட பார்வெயிலப் படல. அந்தப் பத்துப் பேரும் பத்து தெசையிலயும் பாத்துட்டுத் திரும்பி புரசை மரத்துப் பக்கம் வந்தாங்க. அங்கெ யாடென் வேசத்தெப் போட்டுட்டு, ஜொள்ளு வுட்ட அடெயாளத்தோட படுத்திருக்கான். அப்பொ பண்ணெ வேலெக்காரப் பசங்க என்னான்னு பேசிக்கிட்டாங்க. நம்ப முதலாளிங்க இனிமே வுடப் போறதில்ல. எந்துரிச்சா யாடனும் வுடப்போறதில்ல... ன்னுட்டு காப்பித் தோட்டத்துக்குள்ள ஒளிஞ் சிட்டாங்க.

இருட்டு பூமிக்குத் தன்னோட நூலெழெங்கள இறக்கிவிட அல்லாம ஆடு மாடுங்க. வராமயிருக்க திகிலடைந்தவங்களாயி முதலாளிங்களும் முதலாளி அம்மாங்களும் முண்டச்சிக்கள்ளர்ந்து ஒன்னா சேந்து... புழுதியப் பாக்கத் தவிச்சிட்டிருக்க....

அந்த ரோட்டு மண்ணு மட்டெயெல்லாம் ஒண்ணாச் சேந்து அது யாடனாயி அந்தக் கல்லு முள்ளு ரோட்டுலு யாடனும் உருளுதண்டம் போட்டுட்டே பத்து மாடு எழுப்பற புழுதியெ அவென் ஒருத்தனே எழுப்பிக்கிட்டு உருண்டுக்கிட்டே இதென்னாங்கற சமாச்சாரம் யாருக்குமே புரியாம இருக்க, எல்லாருக்கும் ஒரு வாட்டி ஆச்சரியமாயி, ரொம்ப கஷ்டத்திலயிருக்கறவங்க யாரோ கோயிலுக்கு வேண்டிக்கிட்டு அப்புடி உருளுதண்டம் போட்டுட்டிருக்க வேணுமுன்னு கணக்குப் போட்டுட்டு இருந்த எடத்துக்கு யாடனும் உருண்டு வந்து அங்கெ பலவிதமா உருண்டுட்டிருக்க இதென்னப்பா சிவனே ன்னு தோண அந்த மகானுபவென் யாடெஞ் சட்டெ டவுசருலருந்து என்னென்னா இருந்துச்சோ அதுலயெலாம் மண்ணு தூசி மூத்தூரஞ் சாணி விடு

படாம ஓட்டி அதென்னாவாவுது இருக்கட்டும் அதுக்குள்ளாயிருந்த அந்த ஓடம்பும் ரத்தஞ் சொட்டி நூத்தியெட்டு வண்ணமா அது நின்ன எடத்துல நிக்காம உருண்ட அங்கெ நின்னுட்டிருந்தவங்க பாதெங் களெப் பிடிச்சிட்டு.

வேத்துப்போன அந்த ஜனங்க தீக்குச்சியெ ஓரசி வெளிச்சம் வரவெச்சிப் பாத்தாலும் சமாச்சாரம் என்னன்னு தெரியாமயிருக்க அப்பொ யாரோ புத்திசாலிக்கு ரொம்பக் கஷ்டப்பட்டு மொதல்ல வெளங்கி அது யாடெங்கறது தெரிஞ்சது. அப்பொ அவுங்க எல்லாரும யாடென எழுப்பி ஒக்கார வெச்சாங்க. ஓடிப்போயி ஒருத்தந் தண்ணி கொண்டாந்தான். இன்னொருத்தென் யாடனோட வாயெத் தொறந் தான். தொறந்த அந்த வாய்க்கு இன்னொருத்தென் தண்ணியச் சொட்டுச் சொட்டா வுட்டான். இன்னொருத்தென் டவல்னால் விசுறி வுட்டான். அப்பொ

அக்கமகாதேவம்மாவும் லபோதிபோன்னு வாயிலடிச்சிக் கிட்டே உருண்ட்டிருக்கற யாடெம் முன்னாடி ஒக்காந்து சாஞ்சாடுனா எல்லாத்துக்கும் யாடென் ‘ஐயோ ஐயோ ஐய்யா’ ன்னுட்டு. அப்பொ வெவரஞ்தெரிஞ்ச ஒருத்தரு ‘எதியோ பாத்துப் பயந்ததுனால இப்புடி.. கொஞ்ச நேரஞ் சும்மா படுக்க வைங்க’ ன்னாரு. மீசெ வெளுத்த ஒருதென் வேப்பிலயக் கொண்ணாந்து நீவி யாடென் ஓடம்பு மேலெ மெதுவா எலயெத் தடவித் தடவி ‘உட்ருச்சிண்ணு சொல்லு, உட்ருச் சிண்ணு சொல்லு’ ன்னுட்டே தடவிட்டே பயத்தெ வுடவெச்சிட்டிருந் தான். வுடவெச்ச பின்னெயும் ‘அதென்னாத்த பாத்தெப்பா’ ன்னான். அதுக்கும் யாடென் ‘ஐயோ ஐயோ ஐயய்யோ’ ன்னு ஓதறிக்கிட்டே வூரே பாத்துட்டிருந்தது. அக்கமகாதேவம்மா துக்கொம் ரொம்பி, ஒரு தெசயிலக் கைகாட்டி ‘நாம முன்னுக்கு வர்றதப் பொறுக்காத வங்களோட ஏவலப்பா இது.... லேசுப்பட்டதல்ல இது...’ ன்னு நெலத்தெத் தட்டிட்டே சாஞ்சா.

இந்த அழகு, பாத்திருந்த ஜனங்களுக்குத் தூக்கம் வர்ற வரெக்கும் நந்து, அங்க நின்னுட்டிருந்தவங்க எல்லாம் தலெக்கு ஒரு வாட்டியாவுது ‘அதன்னடா யாடா’ ன்னு கேட்டு அப்புடிக் கேட்டவங் களுக்கும் போதும் போதுன்னாயிக் கடைசியா யாடென் ‘நம்ப கெடா ஆடு மாடுங்க’ ன்னு மூச்சுவுட்டான். அக்கமகாதேவம்மாவுக்கு அப்பொ உயிரே போனமாதிரி ஆயி தட்டறதயும் குத்தறயும் நிறுத்திப் பிரம்மெ புடுச்சிப் போயி ஒக்காந்தா. சுத்தியுஞ் ஜனங்க கூடிக் காத்தடவுங்

கஷ்டமாயி அங்கெ வீசிக்கிட்டிருந்த காத்துக்கும் மூச்சுமுட்டியிருக்க யாடெஞ் சொன்னான்:

'எனக்கு வவுத்தக் கலக்கிட்டு வந்துச்சி. பண்ணெ வேலெக்காரப் பசங்களெப் பாத்துக்கங்கடான்னு சொன்னேன். நா பள்ளத்துக்குப் போனேன். அது இன்னமோ தெரியலெ களெச்சிப் போன மாதிரி ஆச்சி. வந்தவென் புரசை மரத்து நெழல்லபடுத்துட்டேன். அது என்னமோ எனக்கு மாயம் பண்ணுன தூக்கம் வந்து புடுச்சிக்கிச்சி. தூக்கஞ் தெளிஞ்சி கண்ணு முழிச்சேன்... என்னெச் சுத்தி வெறிச் சுன்னுருந்துச்சி...'

அங்க நின்னுட்டு ஒக்காந்துட்டு இருந்த ஆடு மாட்டுச் சொந்தக் காரங்க தொப்புன்னு கீழே விழ, அப்பொ.

அக்கமகாதேவம்மா ஒரே மூச்சுல எழுந்துரிச்சி இன்னொரு மூச்சுல சரசரன்னு வேலியிலயிருந்த ஆளுயர எருக்கஞ்செடியோட குச்சியப் புடுங்கி வந்து அவளுக்கிருந்த மூச்சையெல்லாந் தப்பு தப்புன்னு யாடெம் மேலே உட தடுக்க வந்தவங்களுக்கும் விழுந்துச்சி. நிதானஸ்த்தரு ஒருத்தரு அந்தக் கோவெத்தெத் தடுத்து ன்னாரு.

'ஐயே பயித்தியமே. ஒம்மகெம் பொழச்சி வந்துருக்கறதே பெருசுன்னு நெனெச்சிக்கோ அந்தப் பண்ண வேலெக்காரப் பசங்க என்னானாங்களோ என்னமோ, நீ செஞ்ச புண்ணியம் அவெனக் காப்பாத்தியிருக்குது எல்லாருக்கும் ஆனதுதான் ஒனக்கும். கெட்ட காலந் தலயில ஏறி ஒக்காந்து ஒங்கழுத்த நெறிச்சா யாராவது ஒங்கிட்டெ வந்து அதெ வாங்குனியே குடு இதெ வாங்குனியே குடுன்னா கேக்கப் போறாங்க. மேலெருக்கறவெம் பாத்துக்கிட்டா இருப்பான். பையென் இப்பப் பயந்திருக்கறான். திருஷ்டி கழிச்சி உள்ளே கூட்டிட்டுப் போ...'ன்னவங்க கால்ல வுழுந்து கெட்டியாப் புடுச்சிட்டு.

'அப்பா சிவனே... நா வயிசுக்கு வந்த நாள்லயிருந்தே ஒரு சின்னக் கொளந்த கூட என்னெக் கைய நீட்டி ஏதுஞ் சொன்ன மாதிரி வாழலெ. ஏதாவது வேணுமுன்னாலும் வாங்கி வர்றதுக்கும் வீட்டில ஆளுல்ல... வர்றவங்களும் இல்லெ.... இப்புடியாபட்ட எடத்துல நா சம்பிராணிப் பொகயெப் போட்டு.... வெளெக்கயாவது ஏத்தி வச்சி அவரு பேரச் சொல்லிக்கிட்டே எப்புடியோ உசுரப் புடுச்சிட்டுப் பொழக்கிற நா... இப்பொ.... பையனால...'ன்னுட்டு புடிச்சிருந்த

காலுங்க புடிய வுடாமயிருக்க, அவங்க அவளோட ஒடம்பத் தடவி மேலெத் தூக்கி நிக்க வெச்சாங்க. அக்கமகாதேவம்மாவும் யாடெனெ அப்புடியும் குத்திக்கிட்டே நடந்தா. என்ன மாயம் நடந்துச்சிங்கறது தெரியாமலே ஆடு, மாடு சொந்தக்காரங்களுக்கு வூட்டுக்குள்ள சாப்புட ஒக்காந்தாலுங் கையிலெடுத்த கவளத்தெ வாயிலப் போட்டாலும் அது உள்ளாறப் போவாமயிருக்க.

அந்த நடுராத்திரியில அக்கமகாதேவம்மா மறு நா வேணு மாயிருந்த புட்டு மாவெ சோந்து போன கையால ஆட்டிட்டே ஒப்பாரி வச்சிட்டே ஆட்டிட்டிருந்தா. அங்கெ யாடெந் தவழ்ந்தே வந்து கண்ணெ மூடிமூடித் தொறக்க அந்த மண்ணு வெளக்கு வெளிச்சஞ் சின்னதாச்சி. அவெென் அம்மா அவெென் ஒடம்புமேலத் தடிச்சிருந்த எருக்க மிளார் தடிப்பெத் தடவத் தடவ ‘முன்னாடியே எங்கிட்ட சொல்றதுக்கென்னா கண்ணு....’ன்னா. சொல்ல, யாடென், ‘நா ஏதாவது மொதல்லயே சொல்லியிருந்தா.... நீ என்னெ அடிச்சப்ப எனக்கு அழுவாச்சி வராமப் போயிருந்தா.... என்னாயிருக்கும்..’ ன்னுட்டே டவுசரோட எடது பக்கப் பட்டியப் பிதுக்கிப் பிதுக்கி நூறு நூறு ரூவாயிங்கள ஒன்று பின்னெ ஒன்னா வரவெக்க வடவே அந்த நோட்டுங்ள்ல ஒட்டிட்டிருந்த சீலப்பேனுங்க அந்தப் பண ஆசெயில உசுரவுட்டாலும் பணத்தெவுடமாட்டோம்ன்னு அதுங்களும் எட்டிப் பாத்துட்டே வந்துச்சி.

அப்பொ, அக்கமகாதேவம்மாவுக்கு கண்ணாள வயிசான தாம் மவெனத் தாம் மூளிக்கையாலெக் கண்ணு மண்ணு தெரியாமெ அடிச்சதுக்குத் துக்கொம் பொங்கி ‘ஐயோ, எங் கண்ணே ஒம் மூஞ்சி மொகர ஒடம்பு கிடம்புன்னு பாக்காம இந்தக் கையில அடிச்சிருச்சே. இது என்னக்கிப்பா நாசமாப் போவும்.. இது...ன்னு அழ.

கன்னட மூலம்: தேவனூரு மகாதேவ

தமிழில்: நஞ்சுண்டன், தமிழ்ச் செல்வி

# ஆ. மரண மண்டலத்தின் மத்தியிலே...

## அத்தியாயம் - 1

எந்தத் தேசத்தவளோ எந்தச் சீமையைச் சேர்ந்தவளோ, அவள், அவளுடைய பெயர் மாளுகம்மா. அரச குலம். பூவினும் மென்மை யானவள். அந்த வெண்ணிலவும் அதன் அழகும் இவளின் காலடியில் வீழ்ந்து கிடக்கும். தேவர்களின் உலகிலும் பூவுலகிலும் சந்திர மண்டலத்துக்கும் அப்பாலும் இவளது பெயர் பரவி இருந்தது. விண்ணுலகின் தேவர்களும் மண்ணுலகின் அரசர்களும் அவளுக் காகக் காத்து நின்றனர்.

சந்தன நாட்டுச் சுந்தரியான மாளுகி என்னும் அவளோ, அந்த ரம்பையோ தனது அழகின் செழுமையால் யாரையும் கண்ணெடுத்துப் பார்க்காத கர்வம் கொண்டவளாக விளங்கினாள். மூவுலகின் மாந்தர்களும் அவளை அடைவதற்காகப் படாத பாடுபட்டு, அதில் பயன் கிட்டாமல் போகவே மேலும் கீழுமாய் திக்குத் தெரியாமல் கிடந்தனர்.

மூவுலகின் அழகிக்கெல்லாம் அழகியாக விளங்கிய மாளு கம்மாவுக்கு ஈரண்ணா என்பவன் தம்பி. அமாவாசையைப் போல் காட்சி தரும் குன்றுக்குக் கைகால் தலை வைத்ததைப் போல் தென்படும் அவனை மிகவும் நேசித்தாள் மாளுகம்மா.

ஆண் இனத்தை வெறுத்த அவளின் மனதுள் மன்மதக் காதல் பொங்கவில்லை. வண்டு தீண்டாத மலராக மின்னல் போன்ற சிரிப்பாய் மூவுலக நெஞ்சங்களையும் ஆட்டுவித்தவள் அல்லவா அவள்.

கரிய இரவானது உறக்கத்தைத் தழுவிய ஈரண்ணா என்னும் மூடனாக காட்சியளித்த வேளையில் தமக்கையின் மதுரமான குரல் அவன் செவிகளில் விழுந்து அகன்றது. ஆர்ப்பரித்த வைஷம்பாயானா* ஏரியைப் போல் குறட்டை விட்டுக் கொண்டிருந்த தம்பியின் அருகில் வந்தவள்–

---

* பாண்டவர்களுக்கு அஞ்சிய துரியோதனன் சென்ற இடமாக இந்த ஏரி கருதப்படுகிறது.

"ஏலே தம்பி! சமையலுக்கு
விறகு எடுத்துவா! வரட்டி எடுத்துவா
குளித்து விட்டு விரைவாக வா" - என்றாள்

அவளின் குரலைக் கேட்ட ஈரண்ணா கரிய நிறத்தின் குதிரையில் ஏறி காற்றின் வேகத்தில் பறந்தான். போகும் வழியில் குளமொன்று கண்ணில் பட அங்குப் போய் அமர்ந்தான். அதிகாலை வேளையில் பருவப் பெண்களின் கூட்டம் அங்கு இருந்தது. சிறிய இடையும் அகன்ற கண்களும் கொண்ட அவர்களின் அழகு கண்களைப் பறித்தது.

அந்த அழகுக் கிளிகளின் கூட்டத்தைப் பார்த்துக் கொண்டு உட்கார்ந்த ஈரண்ணா ஆச்சரியப்பட்டு எங்குச் செல்ல வேண்டும் என்பதையும் மறந்து அமைதியாய் இருந்தான். கற்களை அடுப்பாக் கொண்டு பெரிய பாத்திரங்களில் வெந்து கொண்டிருந்த மாமிசத்தின் மணம் அவனது மூக்கை நிரப்பியது. அவனது மடத்தனம் ஓரிடத்தில் நில்லாமல் அலைபாய்ந்து கொண்டிருந்தது. சிவந்த நிறத்தின் குளிர்ந்த சூரியன் சூடாகிக் சூடாகி மேற்கே மறைந்து இருட்டெனும் வீட்டுக்குள் மறைந்தான். ஆனால் ஈரண்ணா உட்கார்ந்த இடத்திலேயே வேர் விட்டிருந்தான். அக்காள் மாளுகம்மா தம்பிக்காக வீட்டில் காத்திருந்தாள். கவலையால் அவள் முகம் வாடி இருந்தது. அவளது தோழியான ராகாசி அங்கு வந்து மாயப் புன்னகையொனறத் தவழ விட்டு மாளுகியின் குரல்வளையைப் பிணைத்து மோவாயைத் தடவி,

'என்னம்மா தோழி...
என்ன கவலை உன்னை வாட்டுது?
முத்தான உன் கமலமுகம் வாடியதேன்?
தங்கையே சொல்! உன் துன்பம் என்ன?'... என்று

பரிவாகத் தோழி கேட்டதும் மாளுகியின் கண்களில் நீர் ததும்ப விக்கி விக்கி அழுதாள். தனது துக்கத்தைக் கட்டுப்படுத்திக் கொண்டு தோழியின் கேள்விக்குப் பதில் சொன்னாள்:

"ஒண்ணும் இல்லேக்கா. அந்த மூதேவி ஈரண்ணா என்னும் எனது தம்பி விறகும் வரட்டியும் எடுத்து வரப் போனான். விடியும் நேரத்துல போனவன், பகலும் மறைஞ்சு ராத்திரியும், வந்தாச்சு, இன்னும் வந்த பாடில்லை, பேதை மனசு கிடந்து தவிக்குது."

“அவன் சின்ன சின்னக் குழந்தையா? வர்ரான் விடு. இதுக்கு ஏன் துன்பப் படுறே.”

அய்யோ! அவெனாரு பெரிய மூதேவி மூடன். எந்தக் காட்டு நடுவுலே இருக்கிறானோ?

“அவனுக்கு ஒண்ணுமில்லை மாளுகி! குளத்துல பொண்ணுங்க எறங்கி இருக்காளுவ, அங்கே சல்லாபமா இருக்கிறான். நீ எதுக்குக் கவலைப்படணும்?”

இதென்ன கேலிப் பேச்சு? பொண்ணுங்க மனச ஜெயிக்கற திறமை அவனுக்கேது? சின்னவனா அவன் இருந்த சமயத்துலு ஒருமுறை ஓடையிலே விழுந்திட்டான் நான் அல்லவா காப்பாற்றிக் கரையேற்றினேன்.”

“அம்மா தாயே! அந்த ஈரண்ணா வேறு இந்த ஈரண்ணா வேறு தெரிஞ்சுதா. பொண்ணுங்கனா மானம் மரியாதய இழக்கிறான். அவள் காலடியில தலையைப் புதைச்சுப் பல்லை இளிக்கிறான். அந்த அனாதை உன்னைப் போன்ற கன்னிக்கு தம்பியா பிறந்திருக்கக் கூடாது. பூவு நடுவுல பிறந்த முள்ளு மாதிரி.”

வஞ்சகியான ராகாசி தனது தோழியான மாளுகம்மா மனதில் விஷத்தைத் தூவினாள். அவளது பேச்சைக் கேட்ட மாளுகம்மா ஒருபுறம் வேதனையும் மறுபுறம் ஆண் இனத்தின் மீது துவேஷமும் கொண்டாள்.

யார் செய்த புண்ணியமோ இப்போது ஈரண்ணாவுக்கு தமக்கையின் நினைவு வந்தது. விறகும் வரட்டியும் எதுவுமில்லாமல் வீட்டை நோக்கி நடந்தான். நள்ளிரவில் வீடு வந்த தம்பிக்கு மாளுகம்மா கதவைத் திறக்கவில்லை. இந்தச் செயல் அவனுக்கு ஆச்சரியமாக இருந்தது.

கதவருகே வந்து, “அக்கா, கதவைத் திற” என்றான். இவ் வார்த்தையைக் கேட்டதும் அவளின் துக்கம் அதிகமானது. உள்ளிருந்த படியே பேசினாள்:

தம்பி! அரச குலத்தில் பிறந்து
உனது இழிந்த குணம்தான் என்ன
விறகும் வரட்டியும் எடுத்துவா என்றால்
குண்டுப் பொண்ணுங்க மொல நடுவுல
மனசு வெச்சி மெய்ம்மறந்து போனியோ!

பன்றி மாமிசம் உண்போர் முன்
மெய்ம்மறந்து உட்கார்ந்தியே
அந்த பொண்ணுங்க மனசயும் உடம்பையும்
பறிச்சி நீ தின்றாயே!

கேளய்யா! அப்பனோ அரசன்
குலத்துல உத்தமர் நாம்
நீசனே! குலத்தையே கொன்றுவிட்டாய்
கீழ்ஜனங்க சகவாசம் வெச்சிருக்கிறியே
சீ...சீ... வெளியே நில்
மலரிடையே பிறந்த முள்ளைப் போலப்
பிறந்து விட்டாய் என்னோடு!
பிறந்தவுடன் பெற்றோரைத் தின்றாய்
அனாதை ஆனாயே நீசனே
கேளய்யா கேளு மாசு படிஞ்சவனே!

மூவுலகமும் என் காலடியில்
மயங்கினர் அவர், நானல்ல
விரும்பி வந்தோர் இடுப்பை முறித்தேன்
யார் மீதும் ஆசை நான்
வைக்கவில்லை!

நிற்காதே என் முன்னே
போ! வெளியே போ!
நானுனக்கு தமக்கையோ
நீயெனக்கு தம்பியோ இல்லை
கீழ்சாதிச் சேரிக்குப் போ
விலகு என் கண் முன்னே!'

தமக்கை கோபத்துடன் சபித்ததும் கவலை கொண்ட ஈரண்ணா ஊருக்கு வெளியே இருந்து கீழ்சாதி சேரிக்குப் போய்த் தூங்கினான். கீழ்சாதியரைப் போலவே மாட்டுக்கறி தின்று கள்ளும் சாராயமும் குடித்து அவர்களைப் போல் கேவலமாக வாழ்ந்தான்.

சாபம் பெற்ற ஈரண்ணா பண்டிகை சமயத்தில் கீழ்சாதியரோடு சேர்ந்து குடித்துக் கும்மாளமிட்டான். கூத்தாடியபடியே தமக்கையின் அரண்மனை வாசலருகே வந்தவன் கீழ்சாதியரோடு தானும் மாறிய படியால் உள்ளே போகாமல் நின்றான்.

தம்பி ஈரண்ணாவின் இரத்த உறவை முறித்துக் கொண்டு தனிமையில் இருந்த மாளுகம்மாவின் மலர் மேனியில் ஒருநாள் காதல் தோன்றியது. இரவில் கேட்ட பாடலொன்று அவளது இதயத்தை வாட்டியது. உறக்கம் கலைய பாடல் வந்த திசையில் நடந்தாள். ஊரே உறங்கும் வேளையில் உறங்காத யாரோ ஒரு மாயக்காரன் தனது பாட்டால் அனைவரையும் மயக்குகிறான் என்றெண்ணிய மாளுகம்மா வெண்ணிலவின் ஒளியில் பாடல் வந்த திசையில் நடந்தாள்.

குளக்கரையின் பக்கத்தில் இருந்த மாமரத்தின் மேலிருந்து பாடல் கேட்டது. மாளுகம்மா தலை நிமிர்ந்து பார்த்தாள். சிவந்த மேனியும் சுருண்ட கேசமும் கொண்ட ஒரு வாலிபன் தன்னை மறந்து பாடிக் கொண்டிருந்தான். பாடலைக் கேட்ட மாளுகம்மா தன் உடலை மறந்தாலும் அவளது உடல் அவளை மறக்கவில்லை. அவ்வேளையில் விலக்கானது. இசையெனும் கருவறையிலிருந்து வெளியேறி தன் உடைகளைக் களைந்து குளத்தில் இறங்கினாள். தன்னையே மறந்து அவள் நீராடினாலும் இளைஞன் பாடிய வரிகள் அவள் வாயிலிருந்து வெளிப்பட்டன. பாதிக் கண்கள் மூடியிருந்த பாட்டுக்காரன் விழித்து பாடலால் தன்னை அழைத்தவளின் கரம் பற்றி அணைத்தான்.

மாளுகம்மாவின் குரல் நிற்க இளமையோ விழித்தது. மலர்ந்தது காதல். தனது பாடலுக்கு மயங்கிய மாளுகம்மாவின் தோள்களை அணைத்து இளமையின் தேனைச் சுவைத்து மகிழ்ந்தான். கீழ்சாதிக் காரன் சங்கய்யா. இருவரும் கலந்து நின்ற காட்சி மாயக்காரியான ராகாசியின் கண்களில் பட்டது. வேறொரு மாமரத்தின் மீது அவள் உட்கார்ந்திருந்தாள். இதனை அறியாத மாளுகம்மா வேகமாக நடந்து வீட்டை அடைந்து உறங்கினாள்.

திருட்டுத்தனமாக தனது தோழியின் காதல் லீலைகளைக் கண்டதும் ராகாசியின் கண்களில் சங்கய்யாவின் அழகு வாட்டியது. அவனோடு சேர ஆசைப்பட்டாள். மற்றொரு நாள் ராகாசி தான் உட்காரும் இடத்தில் அமர்ந்தாள். மாளுகி தனது காதலனைக் காண அங்கு வந்து சேர்ந்தாள். மாளுகியின் கழுத்தை அணைத்து சிரித்தான் சங்கய்யா. அவள் பொய்க் கோபம் காட்டி, அணைத்த கரங்களை ஒதுக்கித் தூரமாக நின்றாள்.

"ஐயா! நீ யார்? எந்த ஊரு? பேரு என்ன?" என்று கேட்டாள். மாளுகம்மா அவனைத் தழுவியபடியே.

தமிழவன் 55

“இதே ஊர்தான், கீழ்சாதியினர் வாழும் பகுதி. ஊர்க்கவுண்டர் வீட்டுல வேலை, பெயர் சங்கய்யா”

“இரவில் தனியனாக உட்கார்ந்து பாடுறீயே உனக்குத் தூக்கம் வராதா?”

“இந்த வேலைக்காரனுக்கு தூக்கமும் ஒரு எதிரி, கவுண்டர் வீட்டுத் திண்ணையில கொசுவின் தொல்லை.”

“எந்த ஊரானால் என்னவாம்? எனது இஷ்டமும் அனுமதியும் இல்லாம எனது உடம்பத் தொட நீ யாரு, எப்பேர் பட்டவங்க வந்தாங்க. இடம் தரல்லே, உன்கிட்ட மாட்டிக்கினேன்”.. என்று சிரிச்சபடியே சொல்லித் தன் வீட்டினுள் புகுந்து கொண்டாள். மூடிய கதவைத் திறந்து கொண்டு உள்ளே வந்த சங்கய்யாவின் தோள்களில் சாய்ந்து சிரித்தாள் மாளுகம்மா. காற்றில் கலந்த அவளின் சிரிப்பு ராகாசியின் நெஞ்சத்தைக் சுட்டது.

இவர்களின் காதல் செடியை முறிக்கத் திட்டமிட்டாள் ராகாசி. ஒருநாள் தனது காதலை ராகாசியிடம் வெளியிட்டாள் மாளுகி.

“ஒரு பொண்ணுக்கு ஆணோட துணை இருந்தா வாழ்க்கை விளங்கும். சரியான முடிவுதான். உனக்கு மகிழ்ச்சியானா எனக்கும் மகிழ்ச்சியே”.. என்று ஒன்றும் தெரியாதவளைப் போல் பேசினாள் ராகாசி.

“வேணும்னா நாம இரண்டு பேருமே அவனைக் கல்யாணம் செஞ்சுக்கலாம்”.. என்று கிண்டலாக சொன்ன மாளுகியின் பேச்சு ராகாசியின் மீது வெந்நீரைக் கொட்டியது போலாயிற்று. தனது எண்ணம் மாளுகம்மாவுக்கு தெரிந்திருக்குமோ என்று ஐயம் கொண்ட ராகாசி, “இந்த நாட்டுல எங்காவது நடக்குமா இது”.. என்று சிரித்தாள்.

“ஏன் ஆகக்கூடாது ...என்று மாளுகி சொன்னதும் அவளின் முகம் சிவந்தது. ஆனாலும் தனது உள்ளத்தை வெளியே காட்ட வில்லை.

‘தனது ஓவியத்தை வரைந்து தான் வளர்க்கும் புறாவிடம் கொடுத்தனுப்பலாம்’ என்று ராகாசியிடம் சொன்னாள் மாளுகி. வேறு எந்த வழியும் தெரியாத ராகாசி. “அப்படியே செய், உனது படத்தோடு எனது படத்தையும் வரைந்து அனுப்பு” என்று உட்பொருளோடு கேட்டுக்

கொண்டாள். இதை அறியாத மாளுகி தனது படத்தையும் இருவரும் இணைந்த மாதிரியுள்ள மற்றொரு படத்தையும் வரைந்து புறாவின் மூலமாகச் சங்கய்யாவுக்கு ஓலை அனுப்பினாள்.

பறந்து வந்த புறா
சொன்ன தென்னவோ
நிலவொளியில் –
மலைக்கப்பால் இருந்த
மாந்தோப்பில்
கரிய நிறத்தின், அடர்ந்த முகில்
வெண்ணிலவைக் கேலி செய்தது
வராதவளின் துன்பமோ
எரித்தது அவன் உயிரை
காத்துக் காத்து சாம்பல் ஆனான்!
முடிவில் –
கால் சலங்கையின் ஒலி
காற்றை கிழித்துக் கொண்டு
வந்தது வந்தது அவனிடம்
மல்லிகையின் மணமும்
உடன் சென்றது
காதல் மிடுக்கு கொண்டு
வந்தாள் அல்லவா
பேரழகி சந்திரிகா!

அருகில் வந்தவளை
அணைத்துக் கொண்டான்
நடுங்கும் அவள் அதரங்களை
அள்ளியே முத்தமிட்டான்!
தோளோடு தோள் இணைய
அணைத்தான் இருளில்
கன்னம் கடிக்க
குத்தியது மீசை!
உருண்டு படுத்தவளோடு
இன்பம் உந்த
அணைத்த வேளையில்
உதித்த நிலவு

நகைத்த தங்கே!

ஆ...

அவள் வேறு! இவள் வேறு!

விலகினான் தூரத்தில்."

ராகாசியைக் கோபமாகத் தள்ளினான். பாறையில் பட்ட அவள் தலையிலிருந்து கொட்டியது குருதி. காதல் தணியாத ராகாசி அடிபட்ட பெண்புலியாகக் காட்சியளித்தாள். மாளுகிக்கு மயக்க மருந்து கொடுத்திருந்ததால் வீட்டுக்கு மீண்டும் வந்தாள்.

மெய்மறந்து தூங்கி விட்டதை எண்ணி வருந்திய மாளுகி எதிரில் வந்து கொண்டிருந்த ராகாசியைப் பார்த்ததும் தெளிவடைந்தாள். மாளுகி அருகில் வந்த ராகாசி அவள் கழுத்தைக் கட்டிக் கொண்டு அழத் தொடங்கினாள்.

"ஏம்மா! என்ன ஆச்சு சொல்லு"... என்று கேட்கும் போதே மாளுகிக்கு தொண்டையை அடைத்தது.

"நடக்கக் கூடாதது நடந்து விட்டது. அவன் என்னைக் கெடுக்க வந்தான். உதைத்துத் தள்ளினேன். மலையைத் தாண்டி, வேலியைத் தாண்டி அவன் கைகளில் அகப்படாமல் வந்து விட்டேன்?"

"யார் அந்த அயோக்கியன் சொல்"

"எப்படி சொல்வேன் அதை. எந்த வாயால் சொல்வது. என் தங்கை மாளுகி உன்னிடம் சொல்லாமலும் இருக்க முடியல..."

"மறைக்காமல் சொல்! யாரவன்?"

"அவன் தான் உன்னோட காதலன் வேலைக்கார சங்கய்யா."

"ஏ அக்கா! நீ சொல்றது நெசந்தானா?"

"அந்த சிவன் மீது ஆணையம்மா!"

இடிகள் ஆயிரம் இளங்கொடியின் மீது விழுந்ததைப் போல் சுருண்டு விழுந்தாள் மாளுகி. ராகாசியின் சூழ்ச்சி பலித்தது. மனதுள் மகிழ்ந்த அவள் வேதனை கொண்டவளாக துடித்தாள். மாளுகியை அணைத்துச் சமாதானம் செய்தாள். அவளின் கண்ணீரைத் துடைத்தாள்.

நாட்கள் நகர்ந்தன. தனது தோழிகளால் கீழ்சாதிகாரி என அழைக்கப்பட்டாள், மாளுகம்மா, அவனை மறக்க முயன்றாள். முடியவில்லை.

ஒருநாள் மாட்டுக் கொட்டகையில் கட்டியிருந்த பெண் கன்று அவிழ்த்துக் கொண்டு ஓடிவிட்டது. தூக்கம் வராமல் புரண்டுக் கொண்டிருந்த மாளுகம்மாவுக்குத் தம்பி ஈரண்ணாவின் நினைவு வந்தது. கீழ்ச்சாதியினர் அவளைப் பாசத்தோடு அழைப்பது போல் இருந்தது. சேரியின் அருகே சென்றவள் அவனை அழைத்தாள். அவனோ கூழ் உண்ட மயக்கத்தில் சுருண்டு படுத்திருந்தான்.

மனத்துள் வருத்தம் கவ்வ தப்பியோடிய கன்றுகுட்டியைத் தேடி குன்றருகே இருந்த குளத்தடிக்குச் சென்றாள். குளத்து நீரும் குளிர் நிலவும் சங்கய்யாவின் நினைவை எழுப்பின. இறந்து போக மனம் வரவில்லை மாளுகிக்கு. குளத்தில் நீந்தியபடியே மாமரத்தைப் பார்த்தாள். சங்கய்யா அமைதியாக உட்கார்ந்து இருந்தான். அந் நிலையில் அவனைப் பார்த்து வேதனைப் பட்டாள். உள் மனதுள் அன்பு ஊற்றெடுத்தது. தோழியான ராகாசியின் வார்த்தைகள் அதனைத் தடுத்தன. அந்த இருண்ட வேளையிலும் அவளைக் கண்டு கொண்ட சங்கய்யா அவளருகே வந்து அன்போடு கரம் பற்றினான். அவளோ வெறிநாயைப் போல் ஊளையிட்டாள்.

அவ்வேளையில் வான வீதியில் உலவிக் கொண்டிருந்த தேவாதி தேவதைகள் அவனது தலையைத் திருகி பூமியின் மீது இரத்தத்தை அல்லவா இரைத்தார்கள்.

அக்குருதியே கங்கையாய் ஓடியதல்லவா!
அக்குருதியே கடலாகி அகன்றதல்லவா
அக்குருதியே காதலின் காவியத்தை வரைந்தல்லவா!

அந்த இரத்தமே–
மண்ணுலகின் சொத்தாகி
ஜீவநதியாகி
தேவதை மனிதர்களின்
கொடூரமான கொடியாக ஆனதல்லவா?
வசந்த காலப் பேரழகு
ஜீவரசமாக நிரம்பிய தல்லவா?
காவிரியாய் –
கங்கையாய் –
இருளை அகற்றும்
மாந்த நேய மணி விளக்காக ஆனதல்லவா?
அந்த இரத்தத் துளிகளில்

காந்தியின் பிம்பம் தோன்றியதன்றோ
அம்பேத்கர் உருவம் எரிந்ததன்றோ?

பலியை விரும்பியது பூமி
பலியை விரும்பியது வானம்
ஒளியும் விரும்பியது
கடலும் விரும்பியது
காதலும் விரும்பியது
கொன்றது பார் அவனை
இருளென்னும் கர்ப்பத்தில்
உறங்கிடவே
இன்றுவரை..
கொல்லப்பட்ட வீராதி வீரர்கள்
கொல்லப்படுவர் நாளையும்!
பூமியின் மேல்
இரத்தத் துளிகளே விதைகளாக
இன்னும் இருப்பான் சங்கய்யா
நாளையும் இருப்பான் சங்கய்யா

இந்தக் கதை இன்னும் முடியவில்லை. ஒவ்வொரு கீழ்சாதி வாழும் பகுதியிலும் பரவிப் பூவாகிக் கொடியாகி உள்ளது. தலை முறைகள் பல கடந்தும் இந்தக் கலியுகத்திலும் சங்கய்யாவின் பலிதானம் பேசத்தான்படுகிறது.

கோழி, ஆடு, மாடுகள் கீழ்சாதியினராலேயே கொல்லப்படுவது எந்த மாயத்தின் சாபமோ யாரறிவார்?

## அத்தியாயம் - 2

தேவர்களின் கருணையற்ற இக்கொலையைக் கனவிலும் எண்ணிப் பார்க்கவில்லை மாளுகம்மா, அவளது கண்ணீரோ மடை திறந்த வெள்ளம் போலாகியது. தலையையும் உடலையும் மாறிமாறி அணைத்தபடியே ஏழு உலகங்களின் துயரையும் நெஞ்சினின்று இறக்கி வைத்தாள். சங்கய்யாவின் கொலைக்குக் காரணமாக இருந்த ராகாசியின் மனதிலும் ஈரம் கசிந்தது. மாளுகியின் வயிற்றில் சங்கய்யாவின் கரு வளர்ந்து ஆண் குழந்தையாகப் பிறந்தது. பெற்ற குழந்தைக்கு இறுதியாகப் பாலூட்டிய மாளுகி குளக்கரையில் நாகப் பாம்புகளைக் காவல் வைத்து நீரில் மூழ்கி இறக்க...?

ஜலசமாதியான மாளுகம்மாவைப் பார்த்து காடூரின் மரங் கொடிகளும் அழுதன. முற்பிறவியின் பயனோ என்பது போல் குளக்கரைக்கு வந்த ராகாசி குழந்தையைப் பார்த்தாள். தாயின் அழகும் தந்தையின் உடற்கட்டும் கொண்ட குழந்தையைப் பார்த்து மனம் நொந்தவள் குழந்தையுடன் வீட்டுக்கு வந்தாள்.

தாயில்லாத குழந்தைக்கு தானே தாயாகி வளர்த்து ‘சிங்காரு’ எனப் பெயரிட்டாள். குழந்தை வளர்ந்து வரும் வேலையில் காடூரில் பஞ்சம் தலை தூக்கியது. மழையும் விளைச்சலும் இல்லாமல் பசி கோரத் தாண்டவமாடியது. பஞ்சம் குழந்தையைப் பாதிக்காதபடி வளர்த்தாள் ராகாசி. காட்டு மானைக் கொன்று அதன் இறைச்சியைச் சுட்டுக் கொடுத்தாள். மான் தோலைத் தொட்டிலாக்கி அவனைத் தாலாட்டினாள். நல்லதொரு வாழ்க்கையை அவனுக்கு அமைத்துத் தர ஊர் ஊராகச் சுற்றி எஞ்சிய தன் வாழ்வைக் கழித்தாள்.

காடூரின் அரசனான அரசப்பன் பஞ்சம் வந்த போதிலும் அரண்மனையை மூடவில்லை. மக்கள் கூட்டமோ அரண்மனையின் முன் நின்றது. ஏழை அரசன் என்னதான் செய்வான்? பற்பல தெய்வங்களுக்குப் பற்பல பூசைகள் செய்தும் எந்தக் கடவுளும் மழையைக் கொண்டு வரவில்லை.

நிலைமை இப்படியிருக்க சைத்தான் என்னும் பாவத்தின் கடவுள் நரகத்தை விட்டுப் பூமிக்கு வந்தான். வெள்ளை முடியோடு கிழவன் வேடத்தில் அழுக்குப் போர்வையைப் போர்த்திக் கொண்டு காந்தியைப் போல் கோலூன்றி நடுங்கியபடியே அரசனின் பெட்ரூம் வரை வந்துவிட்டான். அவன் வருவதைக் கண்ட அரசனின் பாடிகாடான பூவய்யாவின் உடல் நடுங்கியது. ஏழு சுற்றுக் கோட்டை, பாதாளம், காவலர்கள் இருக்க எப்படி மாயமாய் வந்தான். பொறு! இவனை எப்படியும் தடுத்து நிறுத்த வேண்டுமென தனது கத்தியைக் கிழவன் முன்னே நீட்டினான். சைத்தான் அக்கத்தியைத் தள்ளிவிட்டு பூவய்யாவின் கையைத் தொட, கரண்டு ஷாக் அடிச்சது போல் அவன் கீழே விழுந்தான்.

கீழே விழுந்த வீரன், "ஐயா! இந்த ஏழைய நீங்க காப்பாற்றணும்" என்று கால்களைப் பிடித்துக் கெஞ்சினான்.

கிழவன் தனது வயிற்றைப் பிடித்தபடி குழந்தையைப் போல் சிரித்து அவனைப் பார்த்தான்.

"ஏனய்யா வீரதீர சூரனே
நூறு குதிரைய ஓட்டுறவனே
எதுக்கய்யா பயந்து வீழ்ந்தே பூபாலராயா?"..என்று

மென்மையான குரலில் கிழவன் சொன்னதும் தெளிவடையாத பூவய்யா அவனது பேச்சுக்குப் பொருள் தெரியாமல் மௌனமானான்.

"கவலை எதுக்கு? உனக்கென்ன குறை?
சுற்றியுள்ள சீமைக்கு நீ அரசனா ஆகப் போற
காலம் வருது"..என்றான் மௌனத்தைக் கலைத்த சைத்தான்.

"ஐயா பெரியவரே! எனக்கு இராஜயோகம் உண்டா? நீங்க யாருன்னு தயவுசெஞ்சு சொல்லுங்க. அரசன் எனக்கு கொடுத்த ரத்தின பதக்கத்த இனமா தர்றேன்"

"நான் சொல்றத நீ செய் மவனே. இந்த ராஜ்யம் உனக்கு ஆகும் பார் மகனே"

"அதென்ன வேல சொல்லுங்க"

எதுவும் பேசாமல் அந்த இருட்டில் மின்னுகிற தங்கவாள் ஒன்றை பூவய்யாவுக்குக் கொடுத்தான். மூணு உலகத்திலேயும் கிடைக்காத பொருள் இது. இதுக்கு மூணு லோகத்து தாகம் இருக்கு.

வெறும் தண்ணீர் தாகமில்லே. ரத்த தாகம் மகனே, உன்னால அதத் தீர்க்க முடியுமா? இந்தக் குறுவாளாலே அரசனை நீ கொல்லனும்.''

சைத்தானின் வார்த்தை வெள்ளத்தால் அடித்துச் செல்லப்பட்ட பூவய்யா முதலில் மறுத்தாலும் பின்னர் ஒப்புக் கொள்ளவே செய்தான்.

“நட்ட நடு இரவில்
வந்தது தங்க வாளொன்று
மன்னனின் மார்பை பிளந்தது
வறட்சிக் கால அரசப்பனின்
இரத்தம் கசிய
சிவந்தது பூமி!
அரசப்பா மரணிக்க
பூபாலன் வந்தான்.
‘பலே பேஷ் பேஷ் துரையே’
மகிழ்ச்சியால் கூவிய சைத்தான்
நாடாளும் பூபதியின் தோள்களில்
முத்தம் பதித்தான்!''

வாசல் நின்று காவல் காத்தவனுக்கு அரசானாகும் யோகம் வந்தது. படை, குடை, பரிகள், காலாள் அனைத்தும் அவன் வசமாயின. கொலை செய்து பெற்ற அரசு பூபாலனுக்கு அமைதியைத் தரவில்லை. காரணம் சைத்தான் முத்தமிட்ட தோள்களில் தேள்களும் பாம்புகளும் தலைதூக்கி நின்றன. சைத்தானின் முத்தத்தால் விஷம் பரவிய உடலைக் கொண்ட அரசன் மனித வடிவில் பாம்பானான்.

பஞ்சம் வலுத்தது. பூமியின் மீது பிணங்களின் மழையே பொழிந்தது. இராஜாதி இராஜ பூவய்ய அரசனின் தோள்களில் இருந்த பாம்புகள் அவனது மாமிசத்தைக் கவ்வித் தின்றன. அவனுக்கோ ஏழு உலகங்களின் சங்கடம். இந்த நோயைக் குணப்படுத்த மூன்று உலகங்களிலிருந்தும் டாக்டர்கள் வரவழைக்கப்பட்டனர் அவர்களும் பாம்புகளால் கடிப்பட்டு மாண்டனர். நோய் நீங்கும் வழியோ தெரிய வில்லை. உடனே மன்னன் சைத்தானின் பிரபுவுக்கு ஓலை அனுப்பி வரவழைத்தான். அவன் கால்களில் விழுந்து வணங்கிய மன்னன் நோய் அகல வழி கேட்டான்.

“ஏய் சிறுவனே! இதென்ன கவலை? இதை நீ மறந்துவிடு''

“பெரியவரே! அப்படின்னா என் நோய் தீர மார்க்கமுண்டா?''

“உண்டு ஐயா உண்டு! நீ ஒரு வேலை செய்யனும். அந்தச் சின்னச் சிறுசான பாம்புக இந்தப் பாவப்பட்ட மண்ணுக்கு வந்து தொல்லைப்படுது. நீயும் சேர்ந்து அதுக மனச வாட்டாதே. அதுங் களுக்கு மனுச மூளைன்னா ரொம்ப ரொம்ப விருப்பம். அதை நிறைவேற்றினா உன்னைக் கடிச்சுத் தின்னாது.”

“ஐயோ சிவனே! அப்படியானா நான் என்ன செய்யனும்?”

“மனிதர்களைக் கொல்லனும். தலையை உடைச்சி மூளையை உணவா குடுக்கணும்.”

“என்ன... மீண்டும் கொலையா?”

“என்னய்யா இப்புடி பயப்படுறே, அரசனா ஆகனும்னு கொலை செய்யல. நீ எப்போதுமே அரசனா இருக்கணும்னு ஆசைப்பட்டா தினந்தோறும் கொலை செய்தே ஆகணும்.”

“ஒருநாள் இரண்டு நாள் செய்யலாம். தினம் தினம் என்னால முடியாது. ஐயா... அப்பாவே... வேறு வழி இருந்தா சொல்லுங்க.கொலை செய்யுற கீழ்சாதிக்காரனுக வேல மட்டும் வேணாம்.”

“ஐயோ பைத்தியக்கார அரசனே! கொலைக்கு ஏன் பயப்படுறே, ஒரு ரூல்ஸ் போடு.”

“என்னனு?”

“மனுஷனுக்கு மூள இருப்பது அபாயம். உலகத்து வறுமைக்கும் பஞ்சத்துக்கும் மூளையே காரணம். மனுஷனுக்கோ மூள இருப்பது ஆரோக்கியம் இல்ல. அவஸ்தைக்குக் காரணமான மூளை வேணாம். மூளையை வைப்பதை விட மன்னனுக்குக் கொடுத்து முக்தி பெறுங்கனு மக்களிடம் சொல்லு.”

“ பெரியவரே! யார் வழியா சொல்றது?”

“அரச சபையில் கவிஞருங்க, கலைஞருங்க, இலக்கியவாதிங்க இருக்காங்க. ஒரு பிடி சோறும் ஒரு பிடி தங்கமும் கொடு. வேணும்னா தேசத்தையே வித்துடுவானுங்க.”

“அப்படியே ஆகட்டுங்க”

“பிரச்சாரம் எப்படி இருக்கணும் தெரியுமா? தலை கொடுப்பது நாட்டு சேவைன்னு மக்கள் நம்பணும். வாழறத விட சாகறதே மேலென அவங்க நினைக்கனும். பலிதானம் ஒரு கௌரவம்னு

அவங்க சொல்லனும். அவங்க விருப்பத்தோடு தலையைக் கொடுப்பதா உறுதிமொழி எடுக்கனும். அப்ப உன் மேல எந்தப் தப்புமே வராது"

பூபால துரையின் முகத்தில் ஒளி வீசியது.

காடூர் முழுவதும் அரசவைப் புலவர்கள் நாலு திசைகளுக்குச் சென்று "மூளை மனிதனின் விரோதி," என்னும் தலைப்பில் காவியங்கள் பல புனைந்து பாடினார்கள். நாடெங்கும் இஃது பரவ காடூரின் ஒவ்வொரு கல்லும் மண்ணும் மரண மண்டலமாகி மாய்ந்தது.

அரசனின் அடியாட்கள் சாப்பிட்டு... ஏப்பமிட்டார்கள். பஞ்சத்தில் பரிதவித்த மக்களோ வெந்து சாம்பலாயினர். வாழ்ந்து துன்பப் படுவதை விடச் சாவதே சுலபம் என்று நினைத்து மூளையைக் கொடுக்க முன் வந்தனர். மூளையைத் தின்ற பாம்புகள் மன்னனின் மாமிசத்தையும் இரத்தத்தையும் மறந்தன. மனிதரை வெட்டும் கசாப்புக் கடையானது காடூர். அரண்மனை எங்கும் அழுகிய பிணங்களின் நாற்றம்.

எங்கெங்கு இருந்தெல்லாம் வந்த மக்கள் வரிசையில நின்று தலையைக் கொடுப்பது வழக்கமாயிற்று. நாடாளும் அரசன் தந்தை யென்னும் உலகைக் காப்பவனும் அவனே என்றும் தெரிந்து கொண்ட மக்களோ பஞ்சமெனும் சருகுகளில் வெந்துப்போன புழுக்களாயினர்.

ஆண்டுகள் பல கழிந்தும் குடிமக்களின் தலைதானம் நின்ற பாடில்லை.

ராகாசியின் வளர்ப்பு மகனான சிங்காரு வளர்ந்து விட்டிருந்தான். அறிவிலும் பலத்திலும் சிறந்தவனாக இருந்தான். தனது வளர்ப்புத் தாயை அழைத்துக் கொண்டு பூபால மன்னனின் நாட்டுக்கு வந்தான்.

இராஜ வீதி அவனுக்கு சொர்க்கமாக காட்சியளித்தது. அவனது பிறந்த ஊர் இதுவென அவனுக்குத் தெரியாது. கைக்குழந்தையாக இருந்தபோது ராகாசி அவனை நூறு மைல்களுக்கு அப்பால் அழைத்துப் போயிருந்தாள். இப்போது காடூருக்கு வந்த சிங்காரு மயங்கினான். 'ஐயோ சிவனே' நான் பிறந்தபோது இவ்வூர் பஞ்சத்துல இருந்துச்சாம். அதற்கானே அடையாளமே இப்ப தெரியலியே என்று வியந்தான்.

ஊர் நடுவே இருந்த பூந்தோட்டம் அவன் கண்ணில்பட அங்குச் சென்றான். வண்ண வண்ண பொம்மைகள் சிரித்தபடி இருந்தன அத்தோட்டத்தில்.

அவன் அன்போடு ஒரு பொம்மையைத் தொட்டான். அது சொன்னது: "மனுசருக்கு மூள இருப்பது ஆபத்து, அதுவொரு விரோதி. மனிதனுக்கு மூளை இருப்பது ஆரோக்யமற்றது."

வேறொரு பொம்மையைத் தொட்டான், "துன்பப்படுவரே! வேதனைப் படுபவரே! உங்களுக்கு இங்கு ஆதரவு உண்டு. எல்லா கஷ்டங்களுக்கும் மூளையே காரணம்."

"மூளை இருந்தால் உணவு கேட்கும். உணவு கிடைத்தால் உடையைத் தேட வைக்கும். உடை, வீடு, மனைவி மக்களென அன்பு பெருகினால் மன்னனை மறக்க நேரிடும். பிறரது நலனை மறக்க நேரும். எனவே, மூளை ஒழியட்டும்"... மூன்றாவது பொம்மை இப்படி உரைத்தது.

இவற்றைக் கேட்ட சிங்காரு மீண்டும் ராஜவீதிக்கு வர பிணங் களைச் சுமந்து செல்லும் மாட்டு வண்டியைக் கண்டான். வண்டியி லிருந்து தலையொன்று உருண்டு விழ யாரோ ஒருவன் அதை எடுத்து வண்டியில் வீசி வணங்கி நின்றான்.

"எதுக்கு இப்படி கும்பிடுறீங்கனு".. சிங்காரு கேட்டான்.

"கொழந்தே! நாட்டுக்காக பலிதானம் செஞ்ச சடலங்களை இடுகாட்டுக்குக் கொண்டு போறாங்க..."என்று பயபக்தியோடு விளக்கினான்.

"இவர்களைக் கொன்னது யாரு"

"வேறு யாரு! நம்ம ராசாதா"... என்று சொன்னவன் தனது மடத்தனத்தையெண்ணி நாக்கைக் கடித்துக் கொண்டான்.

இவ்வார்த்தைகளைக் கேட்டு மயங்கிய சிங்காரு அரசனுக்காகத் தனது மூளையைக் கொடுக்க நினைத்தான். மரண வீட்டுக்குப்போய் கியூவில் நின்றான். அவனுக்கு முன்னும் பின்னுமாக அனுமான் வாலைப் போல் வரிசை நீண்டது.

சுவரின் மீது அரசனின் உருவம், வரையப்பட்டிருந்தது. அதனருகே இருந்த தங்கப் பலகையில் வைரப் பரல்களைக் கொண்டு உறுதிமொழி எழுதப்பட்டிருந்தது. ஒவ்வொருவராக அரசனின் படத்தை வணங்கியதும் வாளொன்று தலையைச் சீவ, மூளையை எடுத்ததும் பிரேதங்களை உறவினர்களிடம் சேர்த்தனர். உறவு இல்லாத பிணங்களை அரசாங்கமே அடக்கம் செய்தது.

வரிசையில் நின்றிருந்த சிங்காருவுக்கு ஒரே மாதிரியான வாசகத்தைக் கேட்டுக் கேட்டு அலுப்பாயிற்று. "எல்லாரும் ஒரே மாதிரியா சொல்றாங்க. நாம் ஏன் மாற்றக்கூடாது" என்று எண்ணுவதற்குள் அவனது முறை வந்தது. புதிய வாக்கியமும் வெளிவந்தது!

"மனிதனுக்கு மூள ஆரோக்கியமானது. இதுவொரு முன்னேற்ற சாதனமாகும். மனுசனோட நோய், வறுமைக்கு மன்னனே காரணம். மனுசருக்கு மூள தேவை. மூளையைச் சாப்பிடுற அரசன் நாட்டையே சாகடிக்கிறான். எனது மூளை எனக்கு வேணாம், வேணும்னா கட்டாயப்படுத்தி எடுத்துக்கலாம்" இறந்து கொண்டிருக்கும் நாட்டுக்கு வாழ்வின் எச்சரிக்கையாக அமைந்தது போல் இருந்தன இவ்வார்த்தைகள். வாட்களை எடுத்தவர்கள் கீழே சாய்ந்தனர்.

"யார் இந்தத் தேசத் துரோகி! இழிவான வாத்தைகளை அல்லவா பேசுகிறான். ஏய் பொய்யனே, உனக்குச் சரியான தண்டனை கிட்டும் வா"... என்று அரசனிடம் அழைத்துச் சென்றனர்.

செய்தி அறிந்த மன்னன் குழம்பினான். தன் உயிருக்குக் கேடு வருமென எண்ணினான். சிறுவனைப் பிணைத்திருந்த விலங்குகளைத் தானே கழற்றினான். தன்னருகே உட்கார வைத்து, "தம்பி! இன்னும் உனக்குச் சின்ன வயசு, பேச்சுல தெளிவு இல்லே. எதுக்கு அப்படிப் பொய் சொன்னே"...என்று கேட்டான்.

"பெரியவரே! நான் சொன்னதுல என்ன தப்பு? சொல்லுங்க திருத்திக் கொள்றேன்."

"சரி முதலில் நீ குளித்துவிட்டுச் சாப்பிடு. புத்தாடை அணிந்து விளையாடு. பிறகு மூளை எடுக்கும் தீமையைப் பற்றி எண்ணிப்பார், எல்லாம் புரியும்"... என்று சொல்வதற்குள்

சந்திர வதனத்து
தோழிகள் பலர் வந்தனரன்றோ
அவன் கரம் பற்றியே
அழைத்துச் சென்றனரன்றோ
பன்னீரைத் தெளித்தனர் அன்றோ!

பூவும் சந்தனமும் தூவி
புத்தாடை தொடுத்துத்

தோழியர் வட்டம்
அவனுக்கு ஊட்டினர் இன்பம்!

அழகான–
அந்தப்புரத்தினுள்ளே
அப்பாலகனும்
ஆடி மகிழ்ந்தனன் மான்போல!

ஆட்டம் பாட்டம் முடிய
ஊட்டமான உணவு வேளையும் வந்ததுவே
சொந்த ராணியே
அன்னமிட்டாள் அன்றோ!
தலையுடல் தடவி
இன்சொல்லாடி
அரசி தானென மறந்தே
அவனுக் கவள் தாயாகி
உபசரித்தனள் அன்றோ!”

“மூளை இருந்ததால் அல்லவா இந்த இராஜபோகத்த அனுபவிக்க முடிஞ்சுது,”... என்று மரணக் கூட்டத்தில் தான் உரைத்த உண்மையை நினைத்துப் பார்த்தான்.

வாரங்கள் சில கடந்தன. சிங்காரு பூ, சந்தனம், புத்தாடை, துளசி மாலையென கொண்டு அலங்கரிக்கப் பட்டான். இசை வாத்தியங்கள் முழுங்க ஊர்வலமாக அழைத்துச் செல்லப்பட்டான். ஊரே திருவிழாக் கோலம் பூண்டது. வறுமையிலும் ஊர் மக்களுக்கு உணவு வழங்கினான் அரசன். சிறுவனைப் பலிபீடத்துக்கு அழைத்துச் சென்றனர். அவனது தலையை வெட்ட வாட்கள் தயாராக இருந்தன.

இறப்பதற்கு முன் உறுதிமொழி ஏற்க வேண்டுமே, அந்த அறியா சிறுவனின் பேச்சைக் கேட்க ஆவலாகக் காத்திருந்தனர் ஊர் மக்கள். அவன் பேசினான்:

“மனுஷனுக்கு மூளை இருப்பது ஆரோக்கியமானது
மனுஷனுக்கு மூளை இருந்தால்
அவன் ஏழையாயினும்
அரசன் வீட்டிலும் சாப்பிடலாம்
அரசியின் கையாலே சாப்பிடலாம்”

இவ்வார்த்தைகளைக் கேட்ட மக்கள் குழப்பமடைந்தனர். அவர்கள் பக்கம் திரும்பிய அச்சிறுவன் மீண்டும் சொன்னான்:

நமது தலைக்குள்ளே -
மூளையை வைத்த பெற்றோர்க்கும்
அதனைக் கேட்கும் உரிமையில்லை!
பாருங்க!
இந்த -
கோவணாண்டி கேட்கிறான்
நமது மூளையை!
மூளை இல்லாம
இவன் வாழ்ந்திடுவானா கேளுங்க!
மூளையை
நாம் கொடுக்கவில்லை யெனில்
இவன்பாடு இடர்ப்பாடே
தின்றுவிடும் பாம்புகள் இவனை
மன்னன் வாழ-
ஏழை மக்களின் மூளை வேண்டும்
என்ன நியாயமிது!
ஏழையின் மூளையைக் கேட்கும்
அரக்கனாம்..
மன்னவனின் தலையை அரிந்து
எடுத்து வாடா மகனே என்று
என் அன்னை சொல்லி... என்னை இங்கு
அனுப்பி வைத்தாள்!"

மக்கள் 'ஓ' வென ஆர்ப்பரித்தனர். உண்மை யாதென்று விளங்கியது. இதனைக் கண்ட அரசன் சிறுவனை இருண்ட ஜெயிலில் தள்ளினான். உணவு கொடுக்காமல் பட்டினி போட்டான். மற்றவர் களைப் போல உறுதிமொழி எடுத்துத் தலையைக் கொடுக்க வேண்டு மெனத் தொல்லைகள் பல கொடுத்தான். இந்தச் செய்தி (தாயான) ராகாசியின் காதுகளுக்கு எட்டியது. சங்கய்யாவின் தலையை வெட்டிய தேவர்களின் தங்க வாளை எடுத்து வந்த ராகாசி அரசனின் தலையை வெட்டினாள். இந்நாள் வரையில் பொய்த்திருந்த மழை அன்று பொழிந்தது. தாயும் மகனும் இருண்ட நாட்டை விட்டு எங்கோ தொலை தூரம் சென்றனர்.

கன்னடமுலம் : முல்லூர் நாகராஜ்

தமிழில்: இறையடியான்

## இ. * 'ஹொலகேரி' யின் இராசகுமாரன்

அது குருந்தவாட நாட்டின் அரசவை.

அச்சுதராவ் காயக்வாட்டின் மகனான ஸ்ரீமான் மாதவராவ் காயக்வாட் சிம்மாசனத்தில் உட்கார்ந்த படியே தனது உதவியாளரும் நண்பருமான நாநாசாகேப் கராடகருடன் ஆழமான சர்ச்சையில் ஈடுபட்டிருந்தார். அரண்மனை எங்கும் ஓர் இறுக்கமான சூழல் தெரிந்தது.

"மகா பிரபு! கிழக்கு நாட்டுக்குச் சென்றிருந்த நமது தூதுவன் வந்திருக்கிறான். தாங்கள் உத்தரவிட்டால் அனுப்பி வைக்கிறேன்"... என்று படை வீரன் ஒருவன் வந்து கேட்டான்.

"அப்படியே! விரைவாக அனுப்பிவை" நாநா சாகேப் கராடகர் ஆணையிட்டார்.

"மன்னவனுக்கு மங்களம் உண்டாகட்டும்" ..என்றபடியே தூதுவன் உள்ளே வந்தான்.

"அரசே, சாங்ளி, ஜமகண்டி மற்றும் மூதோள அரசர்கள் நமக்குக் கப்பம் கட்ட மறுக்கிறாங்க. நான் மூவரிடமும் காரணம் கேட்டேன். நம்ம நாட்டுல மன்னன் இல்லாத சமயத்துலு கூட ஒரு பேச்சும் பேசாம கப்பமும் காணிக்கையும் கொடுத்தவங்க இப்போது கொடுக்காதது மட்டுமில்லாம கண்டபடியும் பேசி அவமானப் படுத்திட்டாங்க".

"மாதவராவ் இடைமறித்தார்: குருந்தவாட நாட்டின் சக்தியும் வீரமும் அவர்களுக்குத் தெரியாதா?" – சற்றுக் கோபமாகவே கேட்டார்.

"மகா பிரபு! அப்படிதா படுது. நம்மை துச்சமா மதிக்கிறாங்க. இழிவாப் பாக்கிறாங்க"– என்று தூதுவன் மேற்கொண்டு பேசத் தயங்கியபடியே தலையைக் கவிழ்த்து நின்றான்.

சிறிது நேரத்துக்குப் பிறகு, "பிரபு! தாங்கள் ஆணையிட்டால் மற்ற விஷயங்களை விவரமாகச் சொல்வேன்" அதென்ன? சீக்கிரமா

---

* ஹொால – புலை; கேரி – சேரி.

சொல்''...என்று மாதவராவ் பரபரத்தார். ''சாங்ளி அரசன் சொன்னதைச் சொல்றேன் பிரபு...! என்ன? இவ்வளவு நாளும் சேரியில விழுந்து கிடந்த அந்த மாதேவ காம்ளேக்கு கப்பமும் காணிக்கையும் வேண்டி இருக்கா! அந்த மாதவே காம்ப்ள எப்போது மாதவராவ் காயக்வாட் ஆனான்? இத்தனை நாளும் சேரியில நாயைப் போல வாலைச் சுருட்டி, குடிக்கக் கூழும் கிடைக்காம விழுந்திருந்த அற்பனுக்கு எம்மிடமிருந்து கப்பமும், காணிக்கையும் பெறும் அளவுக்கு கர்வம் வந்து விட்டதா? மராட்டிய வீர பரம்பரையின் இரத்தம் எங்களுடையது என்று அவனிடம் சொல். நாங்க சிவாஜி பரம்பரைக்கு மட்டுமே கப்பமும் காணிக்கையும் செலுத்துவோம். செத்த மாட்டினைச் சாப்பிடும் கீழ் ஜாதிக்காரனுக்கு இல்ல...''

தூதன் பேச்சை முடிக்கவில்லை மாதவராவ் இடையிலிருந்த உறையிலிருந்து வாளை உருவினார்.

''என்ன...? என்னைக் கீழ் ஜாதினு சொன்னாங்களா? அச்சு தராயரின் ஒரே புதல்வன். மராட்டிய சாம்ராஜ்யத்தின் அபிஷேகம் பெற்ற துரையைச் செத்த மாடு சாப்பிடுகின்றவன் என்றானா நாநா சாகேப்! இது குருந்தவாட தேசத்துக்கே அவமானம். இந்த அரியணைக்கு அவமானம். சத்ரபதி சிவாஜியின் இரத்தத்துக்கே அவமானம் ஊம்... என்ன பார்த்துக் கொண்டு இருக்கின்றீர்?'' நாட்டின் தளபதிகள் மந்திரிகள் சேனாதிபதிகளை வரவழையுங்கள். யுத்தம் ஒன்றே விடை. குருந்தவாடத்து இளவரசன் மராட்டியப் பரம்பரையா இல்லை இழிந்த குலத்தவனா என்பதைப் போர் முடிவு செய்யட்டும்.''

''அந்த ஜமகண்டியும் மூதோள அரசனும் என்ன சொன்னாங்க?'' - தூதனைப் பார்த்து மாதவராவ் கேட்டார்.'' குருந்தவாடத்து மக்கள் மூடர்கள், அரசன் இல்லை என்றால் என்ன? கீழ் சாதிக்காரங்களுக்குப் பட்டம் கட்டுவதா? இந்த இராஜ தர்மத்துக்கே இழிவு. குறைந்த பட்சமாக ஒரு நாயை அரியாசனத்தில் அமர்த்தி இருக்கலாம், வாய் திறக்காமலேயே நாங்கள் வரியை செலுத்தி இருப்போம். ஆனா தொடையிலிருந்து பிறந்தவனை அரியாசனத்துல அமர்த்தி இருக்கிறீங்க! உங்களுக்குத் தன்மானமில்லை. அதனால இப்படி நடந்துனு இருக்கீங்க. குருந்தவாட மக்கள் போல், நாங்க தன்மானம் இழந்தவங்க இல்லே. மராட்டிய இரத்தத்தோட வீரம் எங்க குருதியில இருக்கு. உங்க மாதேவ காம்ளே அரசன் இங்கு இருந்திருந்தா

சுடுகாட்டைக் காவல் காக்க வெச்சிருப்போம். உங்களைப் போல நாங்க புத்தி கெட்டவங்க இல்ல...''

''போதும் நிறுத்து!'' – உரத்த குரலில் சீறினான் மாதவராய் காயக்வாட். கோபத்தில் அவன் உடல் நடுங்கியது. கண்கள் நெருப்பாகக் கனன்றன.

கிருஷ்ணா நதியின் கரையில் மாதவராவ் காயக்வாட்டின் சேனைகள் முகாமிட்டிருந்தன. சாங்ளி, ஜமகண்டி, மூதூள மன்னர்கள் ஒன்றாகச் சேர்ந்து குருந்தவாடத்துப் படையை வெற்றிக் கொள்ளத் தயாராக இருந்தனர். எதிரிகளின் படைகளை முறியடிக்க மாதவராவ் காயக்வாட் தனது குதிரையில் அமர்ந்து போர்க்களத்தின் முன்னணியில் இருந்தான். ஜெய் சிவாஜி மகாராஜா! ஜெய் பவானி! என்ற கோஷங்கள் வானைப் பிளந்தன. போரின் வெற்றி மாதவராவ் காயக்வாட்டுக்கு உண்டாக, எதிரி மன்னர்கள் தப்ப நினைத்தனர்.

''இந்த மராட்டிய குலோத்துங்கனையா இழிகுலத்தோன் என்றாய்! குருந்தவாடத்து வாளின் ருசியைப் பார்க்கப் போகிறாய்'' என்ற மாதவராவ் காயக்வாட் தனது வாளைப் பெருமையுடன் பார்த்த தருணத்தில் ஜமகண்டி மாதவராவ் காயக்வாட்டின் வாளைத் தட்டி விட்டான்.''

மாதவராவ் காயக்வாட் சமாளித்துக் கொண்டு, ஜமகண்டியின் மேல் பாய்ந்தான். மல்யுத்தம் தொடங்கியது. மூன்று மன்னர்களும் இவனிடம் வதைப்பட்டனர். மாதவராவ் காயக்வாட் ஜமகண்டி அரசனின் முதுகில் எட்டி உதைத்தான். அது சுமதியின் வயிற்றின் மேல் விழுந்தது. மூதூள மன்னனின் நெஞ்சில் குத்தினான். அது சுமதியின் தோளின் மீது பட்டது. சாங்ளியை அடிக்க அவன் தப்பித்துக் கொண்டான். இப்போது சுமதியும் தப்பித்துக் கொண்டு பாயின் மறுபுறம் வந்து விழுந்தபடியே, 'ஏய்! என்ன ஆச்சு உனக்கு? பைத்தியம் கிய்த்தியம் பிடிச்சிருக்கா?'' என்றவள் தனது இடுப்பைத் தடவியபடியே, ''இதுக்கு என்ன கேடு வந்தது? என் உசிர வாங்குதே'' என்று சபித்தாள். தூக்கத்தில் இருந்த அவன் இன்னமும் எதிராளியுடன் சண்டையில் இருந்தான். சுமதிக்குக் கோபம் வர அவன் முதுகில் எட்டி உதைத்தாள். ஜமகண்டி அரசன் உதைத்ததைப் போல் உணர்ந்தான் இவன். சற்றே புரண்டவன் மீண்டும் கை கால்களை வேகமாய் அசைக்கத் தொடங்கினான்.

சுமதிக்குக் கோபம் அதிகரிக்க வாளி நிறையத் தண்ணீரை எடுத்து வந்து, அவன் மீது ஊற்றினாள். அப்படியும் அவனுக்கு நினைவு வரவில்லை. அவனது உடலைக் கெட்டியாக ஆட்டினாள் "உம்..ம் என்றவாறு எழுந்து உட்கார்ந்தவன் முகத்தில் பயம் தெரிந்தது. ஏய்! ஏன் இப்படி செஞ்சே?" என்று சுமதி கேட்டதும் அவளின் குரலால் விழித்துக் கொண்டவன் கண்களைத் தேய்த்துக் கொண்டு, அவளைப் பார்த்தான். கனவென்று தெரிந்ததும் பெருமூச்சு விட்டான். நேரம் பார்த்தான். அதிகாலை ஐந்து மணியாகி இருந்தது. "ஒரு கப் டீ போடு" – என்று சுமதியிடம் கேட்டான். "உங்க தலையில இருக்கிற அந்த பைத்தியக்காரத்தனமான எண்ணத்தை மறந்து தொலையுங்கன்னு எவ்வளவு அடிச்சிக்கிட்டாலும் கேட்க மாட்டிங்க" – என்று சொல்லிய சுமதி தேனீர் போட்டு எடுத்து வந்து கொடுத்தாள். காலை மணி எட்டு. தூக்கம் வருவதைப் போலிருக்க உட்கார்ந்த நிலையில் மாதேவன் உறங்கி விழ மகள் அம்பா ஓடிவந்து, "அப்பா... அந்த கேசர்கர் பொண்ணு இருக்காளே, அவ என்னை என்ன சொன்னா தெரியுமா?"– என்று அழுத குரலில் சொல்லியபடியே தந்தையின் மடிமீது தலை வைத்து, "அவ நம்ம வீட்டுப் பக்கமா வரட்டும், அவளை என்ன பண்றேனு பாருங்க" – என்றாள்.

"என்னம்மா சொன்னா அந்தப் பொண்ணு?" – மகளின் தலையைத் தடவியபடி கேட்டார்.

"நீ மகார் இனத்தவ அதனாலதான் மாஸ்டர் உன்னை பாஸ் பண்ணிட்டானு கேவலப்படுத்தறா"

"மகார்" என்ற சொல் மாதேவனின் காதுகளில் விழ உடம் பெல்லாம் பிராண்டியதைப் போலானது. 'ஆண்டவன் இந்த சாதிய ஏன் படைச்சானோ' – என்று எண்ணிக் கொண்டே, "ஆமா! அந்த கேசர்கர் பொண்ணு எந்தச் சாதியாம்" – என்று மகளிடம் கேட்டான்.

"அழுக்குப் பிடிச்ச மராட்டிக்காரி! நாம் செத்த மாட்டைச் சாப்பிடறோம்னு எந்தப் பிள்ளைங்களும் என்னருகில் உட்காரது மில்ல" என்று மேலுமொரு செய்தியைச் சொன்னாள். அழுக்கு மராட்டியர்னு மகள் சொன்னது மாதேவனுக்கு பிடிக்கவில்லை. "மத்த ஜாதிக்காரங்களத் திட்டக் கூடாதும்மா" என்று மகளுக்கு புத்தி சொன்னார். "நீ மகார் இனத்தவன்னு பேச்சுக்கு பேச்சு அவ சொல்றா. நான் கேட்டுனு சும்மா இருக்கணுமா?" – என்னு அம்பா சொன்னதும் மாதேவன் கூறினான்: 'அந்தப் பொண்ணு நினைக்கிற மாதிரி நாம

மகார் இல்ல. விட்டுத் தள்ளு. நம்முடையது சூரிய வம்சம். சத்திரியர் குலத்தின் பரம்பரை' – என்று அப்பா சொன்னது பனிரெண்டு வயது பெண்ணுக்கு விளங்கவில்லை. "இதென்ன ஜாதி பேரு. எனக்கு ஒண்ணுமே புரியல விடுங்க" – என்றாள். கேள்விக் குறியோடு உட்கார்ந்த பெண்ணைப் பார்த்து மாதேவன், "பார்க்கப் போனா நாம் மகார் இல்லை. உங்க அப்பா குருந்தவாடத்து அரசன்" – என்றான். காண்டோபா தாத்தா அவனுக்கு நிறைய ராஜாராணி கதைகள் சொல்லி இருக்கிறார்.

"ராஜா என்றால் கிரீடம் இருக்கும் அரண்மனையில் ராணி இருப்பாங்க, குதிரை மேல போவாங்க" என்று கபடமில்லாமல் கேட்ட மகளுக்கு எப்படி விளக்குவது என்று மாதேவனுக்குப் புரியவில்லை. "போகட்டும் ஒரு வாளாவது இருந்திருந்தா கேசர்கர் பொண்ணு நெஞ்சில பாய்ச்சி இருப்பேனு" – சொன்னாள் வெறுப்பாக.

"நாங்க சூர்யவம்சம்னு சொல்லிக் கொண்டு உட்கார்ந்திட்டா வயிறு நிறையுமா? கண்டதையெல்லாம் எதுக்காகத் தலையில போட்டுனு இருக்கீங்க. ஆபிசுக்கு நேரமாச்சு இல்ல," என்று சொன்ன சுமதி அம்பாவைச் குளிப்பாட்டச் சென்றாள். "கேடு கெட்டவளே நான் ராஜா, நீ ராணி! ஏன் இப்படிப் புரியாம பேசுற" என்றவர் தமது கனவுக்குத் தடை போட்டபடி ஷேவிங் செட்டைத் தேடிப் போனார்.

அம்பா புத்தகப் பையை எடுத்துக் கொண்டாள். மாதேவ சைக்கிளை மிதித்தார். "ஏ பொண்ணே! உன்னைப் போல நாங்க சாதாரண மராட்டியர் இல்ல, சூரிய வம்சம்னு சொல்லுங்க. அப்போ அந்தத் தேவடியாப் பொண்ணுக்கு தலையில அடிச்சது போல இருக்கும்னு" அம்பா சொல்ல, "இன்னொரு தடவ அவ உன்னோட பேச்சுக்கு வந்தா கண்டிப்பா நான் வந்து சொல்றேன். இப்ப எனக்கு ஆபிசுக்கு டைம் ஆச்சு"என்று சமாதானம் செய்து பள்ளியின் வாசல் வரை விட்டு மீண்டும் பெடலை அழுத்தினார். ஆர். பி.டி. கல்லூரி மூலைக்குத் திரும்புகையில் பின் சக்கரம் பஞ்சர் ஆனது.

ஆபிசுக்குள் கால் வைத்தான். சக ஊழியரான வாக்மோரே, "காம்ளே! இப்ப என்ன நேரம்?ஷிப்டு டைம் தெரியாதா? மானேஜர் கூப்பிடுகிறார் போ" – என்றான், மாதேவ தனது மாமனார் கொடுத் திருந்த வாட்சைக் காட்டி "சரியான நேரந்தானே" என்றான். "பொண்ணுக்குக் கல்யாணம் செஞ்சு வைக்கிற வயசு வந்திருக்கு.

இன்னுமா இந்தப் பழைய வாட்சை கட்டினு அழறே" – என்று சொன்ன வாக்மோரே ஏதோ ஒரு பைலில் தலையைப் புதைத்தான்.

மேலாளர் என்று சொன்னதும் போஸ்ட் அண்ட் டெலிகிராப் டிவிசன் மானேஜரான புணேகரின் முகம் அவன் நினைவுக்கு வந்தது. டிபார்ட்மெண்டிலேயே கட்டுப்பாடு மிக்கவர். தவளையைப் போன்ற நாக்கு. மேல்சாதி என்ற தோரணை. பழையபடி மாதேவ பயப்பட வில்லை. "மே ஐ கம் இன் சார்" என்று உள்ளே நுழைந்தவன். "குட்மார்னிங் சார்" என்றான். புணேகர் தலை நிமிர்ந்து மாதேவனைப் பார்த்தார். "என்னய்யா! உங்களுக்கு காமன்சென்ஸ் இருக்கா? நீங்க சரியான நேரத்துக்கு ஆபிசுக்கு வரலேனா நான் கழுதையைப் போல வேல செய்யனும். யாரு வேணும்னாலும் எப்போ வேணும்னாலும் வர இதென்ன மாட்டுத் தொட்டியா? உன்னோட இடத்துல வேறு யாராச்சும் இருந்திருந்தா டிஸ்மிஸ் பண்ணியிருப்பேன். நீங்க எஸ். சி. ஆச்சே. ஏதாவது செய்யப் போனா மேலே வந்து விழுவீங்க போய் வேலையைப் பாருய்யா" – என்றான். மாதேவ் இண்டர் படித்து இந்த டிபார்மெண்டில் ஆபரேட்டராகச் சேர்ந்தவன். எட்டு ஆண்டுகளில் ஜீனியர் என்ஜினியராகப் பதவி உயர்வு பெற்றிருந்தான். அவனோடு வேலைக்குச் சேர்ந்திருந்த பாட்டில், "காம்ளே உங்க சாதிக்காரங்க புண்ணியம் செஞ்சவங்க. நாம இரண்டும் பேரும் ஒண்ணா வேலைக்குச் சேர்ந்தோம். உனக்கு முதல்ல பிரமோஷன் கிடைச்சுடுச்சு. இந்த கடவுள் எங்கள ஏம்பா லிங்காயத்தா பொறக்க வைக்கனும் தேவடியா மவ" – என்று வயிற்றெரிச்சலைக் கடவுள் மீது கொட்டினான். "அய்யா காம்ளே! சரியாச் சொல்லணும்னா உங்கள உயர்த்தனும் என்கிற பேரில இந்த கவர்மெண்டு சமுதாயத்துல வேற்றுமையை விதைக்குது. நீங்க ஏழைங்க, உழைக்காம வயிறு நெறையாது சரிதான். எங்க லிங்காயத்து ஜாதியில உங்களவிட ஏழைங்க இருக்காங்க. உங்களுக்குக் கொடுக்கிறதைப் போல அவர்களுக்கும் அரசாங்கம் ஏன் சலுகை தரக்கூடாது?" – என்று பேசிய படேலின் வார்த்தைகள் மாதேவாவுக்குக் கோபத்தை உண்டாக்கியது. அதை வெளியே காட்டாமல், "படேல்! நீங்க சொல்றது சரிதான். ஆனா என்னோட கேள்வி ஒண்ணு இருக்குது. உங்க ஜாதிக்காரங்க எங்களைப் போல செத்தமாடு, நாயிகள இழுத்தாங்களா? நூறு நூறு வருஷமா மேல்தட்டு ஜனங்க கழிச்ச மலத்தத் தலையில சொமந்தோம். உங்க ஜனங்க அப்படிச் செய்வாங்களா? உங்க சாதிக்காரங்களை ஓட்டலுக்கு வெளியே ஒக்கார வெச்சி டீ தருவாங்களா? அதுவும் போவட்டும். இப்ப எங்க

சாதிக்காரங்களும் படிச்சிருக்காங்க. ஆபிசர், எம்.எல்.ஏ., எம்.பி. மந்திரி என இருக்காங்க. அட்லீஸ்ட் உங்க ஏழைங்க அவர்களுக்குப் பொண்ணு குடுத்து முன்னால நின்று கல்யாணம் செஞ்சி வைப் பாங்களா? குறைந்த பட்சம் மனுஷன மனுஷனை மதிக்கிற யோக்யத இல்லே, சமத்துவத்தப் பற்றிப் பேச என்ன உரிமை இருக்கு சொல்லு!" – என்று வெறுப்புடனும் கிண்டலுமாகப் பேசினான் மாதேவ.

அன்று முதல் பாடீல் தூரமானான். ஆயினும் புணேகர் மட்டும் இவன் லேட்டாக வந்த சமயங்களில் சாதியைப் பற்றியே பேசினான். புணேகரின் மிரட்டலை அடிமைகள் போல் கேட்டுக் கொள்ளணும். இந்த அலுவலர்கள் தன்னை மட்டும் ஏன் சகித்துக் கொள்வதில்லை. கீழ்ச்சாதிக்காரனான நான் உயர்ந்த பதவியை வகிக்கக் கூடாதா? நூற்றுக்கு நூறு இந்த பார்ப்பனங்க உயர்ந்த வேலையில இருக்கிறப்ப தன்னைப் பார்த்துப் பாடீல் இப்படி கேட்கிறானே; சமத்துவம் பேசுறானே. தன்னிடமுள்ள அம்பது ஏக்கர் நெலத்த இல்லாதவர் களுக்குப் பாடீல் பிரிச்சுக் கொடுக்கட்டுமே. இது போன்ற கோப தாபங்களை மேல் தட்டு வர்க்கம் மீது கொண்டிருந்தான் மாதேவ. இன்று புணேகர் தனது சேம்பருக்கு அழைத்துத் திட்டியபோது மாதேவ வேறு யோசனையில் இருந்தான். "தேவடியா மவனே! நான் மகார் இல்லேடா! சூரிய வம்சத்து க்ஷத்திரியன்" – என்று மார்பில் உதைத்துச் சொல்லும் அளவுக்குக் கோபம் இருந்தும், 'இல்லீங்க சார்! இன்னிக்கிக் கொஞ்சம் லேட்டாயிடிச்சி. நாளையில இருந்து சரியா வந்துடுவேன்." – என்று சொல்லி, புணேகரின் அறையை விட்டு வெளியேறினான்.

மாதேவாவுக்குப் பழைய நினைவுகள். அரசனைப் பற்றிய கனவு அவன் நினைவுக்கு வர, சிரித்துக் கொண்டான். "ஏண்டா காம்ளே! நீயாக சிரிக்சுக்குற?" – சக ஊழியன் கேட்டான். "உம்...! ஒண்ணு மில்லே விடு... சும்மா சிரிச்சேன்..." அரை கப் டீ குடிச்சிட்டு வரலாமென கோல்கர் அழைத்தான். "அப்படினா சீக்கிரமா போய் வந்துடுவோம். இல்லேனா இந்தக் கூரையே தலமேல விழுந்தது போல கஸ்டமர்ஸ் குதிப்பாங்க", என்று சொல்லிய மாதேவ் புறப்பட எழுந்தான். டீ குடித்துவிட்டுத் திரும்பும் போது போஸ்ட் அண்ட் டெலிகிராப் டிபார்ட்மெண்டின் எஸ்.சி., எஸ்.டி. எம்ப்ளாயிஸ் அசோசியேஷன் கூட்டம் பற்றிய பேச்சு எழுந்தது. மாதேவுக்கு இதில் விருப்பம் இருக்கவில்லை. அவனது நண்பனான நேமாடே மட்டும் பெரிய அளவில் யூனியனை ஒன்றிணைக்க வேண்டும் எனப் பேசி,

"அப்போது இந்த புணேகர் இப்படி குதிக்கிறானா பார்க்கலாம்" என்றான். கோல்கரும் இப்பேச்சுக்குத் தலையாட்டினான். அமைதியாக இருந்த மாதேவ, "அசோசியேஷன்ல இருந்து ராஜினாமா செய்றேன்" என்றான். அவர்கள் இவனது பேச்சை நம்பவில்லை. மாதேவாவே தொடர்ந்து, "உங்கிட்ட சொல்ல நெனச்சேன். சமயம் வாய்க்கல. இப்ப ரெண்டு பேருமே இருக்கிறதாலே சொல்லிட்டேன்" என்று உறுதியான குரலில் பேசினான்.

"பாபா சாஹேப் சொன்னதா அர்கனைஸ் பண்ணினே, இப்ப நீ ராஜினாமானு சொல்றியே. என்னால நம்ப முடியல" – என்று கோல்கார் சொல்ல, "அப்ப நான் மகார் ஜாதின்னு நெனச்சிருந்தேன். உண்மையைச் சொல்லட்டுமா? நான் எஸ்.சி. இல்ல. இல்லவே இல்லை..." என்றான் மாதேவ்.

'இல்லேடா காம்ளே! ரிசர்வேஷன்ஸ் படிச்சு வேலையும் வாங்கிக் கொண்டு....' இப்ப நான் அப்படி இல்லேனு பேசுறது வியப்பா இருக்குது" என்றான் கோல்கார்.

அடுத்தநாளே மாதேவாவின் சாதியைப் பற்றி பேச்சு வந்தது. "மேரோ! காம்ளே எங்க ஜாதி இல்லியாம். மராட்டியனாம்" என்றான் கோல்கார்.

"இதென்ன புதுசா இருக்கு! சேரியிலே பிறந்து வளர்ந்தான். அவனோட ஜாதியில கல்யாணம் செய்து கொண்டு, இப்போ மராட்டியனு சொன்னா யார்டா நம்பப் போறாங்க. பைத்தியம் பிடிச்சிருக்கா அவனுக்கு. பொய் சர்டிபிகேட் குடுத்து வேலைக்குச் சேர்ந்ததாச் சொல்லி ஜெயிலுக்கு அனுப்பிடுவாங்க. நீயாவது அவனுக்கு எடுத்துச் சொல்லு" – என்றான் மோரே.

தனது தலித் நண்பர்களிடம் பழகுவதை மாதேவ் குறைத்துக் கொண்டான். மோரே கண்டும் காணாதவாறு போனாலும் இவனாகவே அவன் எதிரே போய் மேல் விழுந்து பேசலானான். "இங்கே பாரு காம்ளே! ஒண்ணு உங்க சர்நேமே மாத்திக்கங்க, இல்லேனா ஜாதிப்பேரா மாத்திக்கங்க" என்று இலவசமான யோசனை வழங்கிச் சிரித்தான் குல்கர்னி. இந்த யோசனை சரியெனப் பட்டது மாதேவாவுக்கு. நேராக ஆர்.பி. டி. கல்லூரியில் மராட்டி புரொபசரிடம் போய் சிவாஜி மற்றும் ஷாகு மன்னர்களின் சர்நேம் பற்றி விசாரித்தான். அவருக்குத் தெரியவில்லை. மறுநாள் வரையில் காத்திருக்குமாறு புரொபசர்

சொன்னதைக் காதில் போட்டுக் கொள்ளாமல் வரலாற்று ஆசிரியரிடம் போய்க் கேட்டான். கர்நாடக யூனிவர்சிடியில் மராட்டிய சரித்திரம் போதிக்கும் ஷெட்டியிடம் கேட்டுப் பார்க்குமாறு சொல்லி அனுப்பினார். மாதேவாவுக்கு வியப்பாக இருந்தது. இவர் மராட்டிய சரித்திரம் படிக்கவில்லையா? சுத்த மராட்டிய இனத்தவரான இவர் சிவாஜி படம் வைத்திருக்கிறார். சிவாஜி ஜெயந்தியை ஓ... ஹோவென கொண்டாடி, "ஜெய்! சிவாஜி மஹாராஜ்" என்று கோஷம் போடுகிறார். சிவாஜியின் குலப்பெயர் தெரியலியா?"

பெயர் மாற்றம் செய்து கொள்ளுமாறு இலவச யோசனை சொன்ன குல்கர்னியிடமே மீண்டும் சென்றான். "இதுல என்ன இருக்கு காம்ளே! பீம்ராவ் அம்பேத்கார் பிறந்தது அம்பே வாடி. அதனாலேயே அவருடைய மாஸ்டர் அம்பேத்கார்னு பேரு வெச்சார். உனது ஊர் குருந்தவாட, எனவே குருந்தவாடகர்னு சர்நேம் வெச்சிக் கங்க"என்று ஆலோசனை வழங்கிக் கேலியாகச் சிரித்தார்.

அன்று மாலை தனது மகளுக்குப் பாடம் சொல்லிக் கொடுக்கும் போது புத்தகங்களின் மேல், 'அம்பா பாயி மாதேவ் காம்ளே' என்று எழுதி இருந்ததைப் பார்த்தவுடன் குல்கர்னி சொன்னது நினைவுக்கு வந்தது. "அம்பா, இனிமே இப்படி எழுதக் கூடாது" – என்று சொல்லியவர் அப்பெயரை அழித்துவிட்டு, எல்லாப் புத்தகங்களின் மீதும் 'அம்பா பாய் மாதவராவ் காயக்வாட் குருந்தவாடகர்' என்று தம் கைப்பட எழுதினார்.

"உங்களுக்கு தல பிசகி இருக்கு. பள்ளிக் கூடத்துல சர்டிபி கேட்டுல காம்ளேனு இருக்கு. குருந்தவாடகர்னு பேரு மாற்றி என்ன செய்யப் போறீங்க?" – என்று கிண்டலாகக் கேட்டாள் மனைவி சுமதி. "ஏ பொண்ணே! சும்மா கிட, சேரி ஆணுங்க மட்டும்தான் காம்ளேனு பேரு வெச்சுப்பாங்க. குருந்தவாடகர்னு சொன்னாலே அதன் கௌரவமே வேறு, உனக்கென்ன தெரியும்னு" மனைவியை அடக்கினான்.

"இனிமேல உங்கள குருந்தவாடகர் அல்லது காயக்வாட் என்றா கூப்பிடுவாங்க?" – என்று சுமதி கேட்டாள்.

"கூப்பிடாம என்ன? குருந்தவாடகர் என்று கூப்பிட்டா மட்டுமே திரும்பிப் பார்ப்பேன். இல்லேனா எதுவுமே காதுல விழாத மாதிரி இருந்திடுவேன்னு" தனது புத்திசாலித் தனத்தை மனைவியிடம் காட்டினான் மாதேவ.

“இவ்வளவு மூளைய உபயோகிப்பது சரியா, எங்க ஊர்ல ஒணமுகளினு (காஞ்சகுண்டி) ஒருத்தன் இருந்தான். உங்க நெலம அவனப் போல ஆகப் போறது” – என்று சுமதி சொல்லி முடிப்பதற்குள், “என்ன ஆச்சு அந்த பணக்காரனுக்கு?” என்று கேட்டான் மாதேவ. உங்கள போலவே அவனுக்கும் புத்தி தடுமாறிப் பேரச்சு, பெயரை மாத்திக் கொள்ள அலைஞ்சான். பணமும் செலவு செஞ்சான். ஆனாலும் புதுப் பெயருல அவன யாருமே கூப்பிடல” எனறு அவளது ஊரில் நடந்த உண்மைக் கதையைச் சொன்னாள்.

அந்தக் கதையைக் கேட்ட மாதேவ சற்று வேதனைப் பட்டான். “உங்க ஊர்க்காரனைப் போல நான் ஒன்னும் விருந்து வெக்க மாட்டேன். இப்ப கோர்ட் கச்சேரி இருக்கு, அபிடெவிட் செய்து என் பேரை மாத்திக்குவேன்” – என்றான் சுமதியிடம் “குருந்தவாடகர்’னு தன் பெயரை மாற்றிக் கொள்ளுமாறு யோசனை சொன்ன குல்கர்னியைக் கேண்டினுக்கு அழைத்துக் கொண்டு போய் ஜாமுன், பூரிகிழங்கு, தேநீர் என வாங்கிக் கொடுத்தான். சாப்பிட்டதும் வாயைத் துடைத்துக் கொண்ட குல்கர்னி, “காம்ளே...,ஒ–ஐ ஆம் சாரி–மிஸ்டர் குருந்தவாடகர்..நீங்க என்னதான் சொல்லுங்க. உங்க அப்பியரன்ஸ் கீழ் ஜாதிக்காரனைப் போல தெரியல. அந்த கோல்கர் இருக்கிறானே. அவனோட பேச்சு நடத்த எல்லாமே அவங்கள போலவே இருக்கு” – என்றான். மாதேவ மகிழ்ந்து போனான்.

மாதேவாவின் இந்தச் செயல் பைத்தியக்காரத் தனமாகவே பட்டது சுமதிக்கு. ஆனால் சில வேளைகளில் அவளது உள்ளுணர்வு உறுத்திக் கொண்டுதான் இருந்தது. விமலா, துளசி ஆகியோரின் வம்புக்குப் போகாமல் இருந்திருந்தால் தனது மாதேவ பழைய மாதேவாவாகவே இருந்திருப்பான். தனது பிறவி ரகசியத்தைக் காண்டோபனிடமிருந்து கட்டாயப்படுத்தி மாதேவ தெரிந்து கொண்ட போது, சுமதி புல்லரித்துப் போயிருந்தாள். அது கனவா என்று தன்னையே கிள்ளியும் பார்த்துக் கொண்டான். மாதேவாவுக்குத் தான் எண்ணியதை விடப் பெரிய புதையல் கிடைத்ததைப் போன்ற மகிழ்ச்சி இருந்தாலும் தனக்கு மட்டும் அச்செய்தி விழுங்க முடியாத வலியாக இருந்தது. காண்டோபா தாத்தா சுருட்டுப் புகைத்துக் கொண்டு சொன்ன கதை வெறும் கதையாக இருக்கவில்லை. சரித்திர மாயிருந்தது.

சுமதி தியானத்துள் மூழ்கினாள்.

கன்னடமுலம் : சிவருத்ர கொள்ளோள்கர்

தமிழில் : இறையடியான்.

# ஈ. கொடூரம்

பொழுது விடியும்னு காத்திருந்த வரகதசரதன் வெய்யில் பட்டவுடன் காலை இழுத்தபடியே நடந்து மரக்கட்டை மேல ஒக்கார்ந்து, அந்தப் பக்கமா வந்து போன பசங்கள பார்த்தவாறு இருந்தான். இவனோட பேச்சைக் கேட்பதற்கு நெருக்கமான பிள்ளைங்க யாருமே அங்குக் கண்ணுக்குப் படல. தினந்தோறும் இந்தக் காலை வேளையில அவங்க எங்கிருப்பானுங்கென தசரதனுக்குத் தெரியும். ஆனா இன்று அவனுக்கு மனக்கிலேசமா இருந்துச்சு, அதனால அங்கொரு கண்ணும் இங்கொரு கண்ணுமா மாறி மாறிப் பாத்துக் கொண்டிருந்தான்.

கடைத் தெருவுக்குப் பக்கத்தில் இருந்த கள்ளுக்கடை வாசலில் பெரிய தட்டுக்களை ஏந்தியபடி பையனுங்க நின்னுகிட்டு இருந்தாங்க. குதிரைகள் மீது எடுத்து வந்த கள் நிரம்பிய தோல் குடுவைகளை பனையேறும் எல்லப்பா இறக்கினு இருந்தான். தோல் குடுவைகளில் கள்ளு ஊற்றும் முன்பாகத் தானம் கொடுப்பத அவங்க சம்பிரதாயமாகக் கொண்டிருந்தாங்க.

உணவைத் தானமாகக் கொடுக்கணும். இது ஒவ்வொரு நாளின் கடமை என்பதில் தலித்துக்கள் நம்பிக்கை கொண்டிருந்தனர். பெத்தவங்க தங்களோட வாரிசுகளுக்கு விட்டுச் சென்றுள்ள யதார்த்த மான சொத்து இது. இதனால்தான் தலித்துக்களின் பிள்ளைங்க பொழுது விடிஞ்சுதும் கள்ளு சுமக்கும் தோல்குடுவையை நினைப்பது வழக்கமாகி விட்டது. வழக்கமாகப் பாதிக்கள்ளு குடிப்பாங்க, மீதியை வீட்டுக்கு எடுத்து வரும் பசங்க இன்னிக்கு முழுவதுமா குடிச்சிட்டுக் குடுவைகளைக் கக்கத்தில் வைத்தபடி வந்து கொண்டிருந்தாங்க.

“கிழவிக்கு ஆடை நெனப்பு எழுந்ததுனா மகளுக்குக் கள்ள புருசன் நெனப்பு வந்தது போலாச்சு, யாருக்கு என்ன ஆனா இதுங் களுக்கு என்னவாம்? என்ன சொன்னாலும் தெரிஞ்சுக்காத பசங்க ஆச்சே! பெரியவங்க பெரியவங்கனு சொல்லிச் சொல்லி, பொறுக்கித் தின்னும் குண்டுக் கழுதையா மூத்தவங்களே இருக்கிறப்ப சிறுசுங்க கதை என்ன?” – என்று மனதுள் எண்ணியபடியே ஒரு பையனை

அழைத்துக் கொண்டு சுடுகாட்டுப் பக்கமா நடையைக் கட்டினான் தசரதன்.

ஏரிக்குப் பக்கத்தில் இருந்த கள்ளுக்கடை மூடி பூட்டுக்கு சீல் வெச்சிருந்தாங்க, எதுக்கு இப்படி? ஊருக்குள்ளாற ஏதாச்சும் கலாட்டாவா? கன்னக்கோலு வெச்சிருக்கணும் என்று எண்ணியவன் தொடர்ந்து, நேற்றிலிருந்துதான் மூடியிருக்கணும். நம்ம பசங்க யாரும் குடிச்சிருக்க மாட்டானுக. எதுக்கும் சீக்கிரம் பேசியாகணும்னு நினைத்துக் கொண்டவன் பையனுடன் பேசியபடியே காலை இழுத்துக் கொண்டு நடந்தான்.

வேலைக்காரங்கள நெருங்கினான். ஒருவன் மட்டும் நின்றிருக்க இரண்டொருவர் கால்களுக்கு இடையே முகத்தை புதைச்சபடி உட்காந்திருந்தாங்க, மத்தவங்க முழுங்கால்களை மடிச்சித் தூங்கியதப் போல காணப்பட்டனர்.

பகீரப்பாவின் பக்கமாக வந்தான். அவனைக் கட்டிப்போட்டு நிற்க வெச்சிருந்தாங்க. கால்கள் வீங்கியதைப் போல் இருந்துச்சு. முழுங் காலில் துணியைக் கட்டி கவைக் கோலோடு பிணைச்சி இருந்தாங்க. முறிஞ்ச காலு ஒண்ணா இணையக் சுடாதென வேறொரு கட்டையைக் காலுக்கும் கைக்கும் குறுக்கே வச்சி ஊர்ப்பக்கமா முதுகும், சுடுகாட்டுப் பக்கமா முகமுமாக நிற்க வெச்சிருந்தாங்க.

தசரதனைப் பார்த்த பகீரப்பா 'ஹோ' என அழுது, சித்தப்பா சாவறண்டா... நா சாவுறேனே... என்று மூச்சுவிடாம சொன்னதையே மீண்டும் மீண்டும் சொல்லியபடி அரற்றினான். அவனைப் பரிதாபமாகப் பார்த்த தசரதன் காலுக்குக் கட்டியிருந்த பட்டியை அவிழ்த்து ஒக்காரும்படியா சைகை செஞ்சான். பகீரப்பாவோ பாம்புகள பாத்தது போல நடுங்கினான்.

"வேணாம் சித்தப்பா வேணாம். ஒரு அடி எடுத்து வெச்சாலும் அஞ்சு ரூபா அபராதம்னு சொல்லி இருக்காக."

"அப்படினு யார்டா சொன்னது? மண்ணுல ஒரு மரம் துளிர்க் கலனு சொன்ன ஆச்சு."

பகீரப்பா கிட்ட எந்த பதிலும் இல்லே. தசரதன் அவனது கண்ணீரைத் துடைச்சி சமாதானம் செஞ்சான்.

தலையைத் தொங்கப் போட்டு ஒக்கார்ந்திருந்தா அனுமந்தனும் எனமப்பாவும் தசரதன் பக்கமாக வந்து நின்னானுங்க. கக்கூசுக்குப் போயிருந்த சூரியகாந்தன் தண்ணி இல்லாம கல்லால தேய்ச்சிகினு வந்தான். அவனைப் பார்த்த தரசதன், “ஏண்டா! இதெல்லாம் என்னடாணு” ...கேட்டான்.

“நாங்க இல்ல... செஞ்சது பூரா அவங்களே” .. வயதில் சிறியவர்களான மூணு பேருமா சொன்னாங்க.

அனுமந்தனுக்கும் எமனப்பாவுக்கும் இன்னும் போதை தெளியல. தூக்கமும் இல்லாம குடிச்சிருந்ததால கண்ணுங்க செவந்து பீள கட்டியிருந்துச்சி. சூரியகாந்தனும் ருசி பார்த்தவனே, ஆனாலும் நிதானமாகக் காணப்பட்டான். கண்கள் மட்டும் சிவந்திருந்தன. கிழக்கே வானமும் சிவந்து கிடந்தது.

“என்னடா? இந்த வேளையில நீங்க குடிச்சீங்களா?” தசரதன் கேட்டான்.

“இல்ல பெரியப்பா.. கள்ளு குடிச்சாங்களாம்”

“எல்லோரும் குடிச்சு விழுந்தாங்களா?”

“ஹூம்.. பொம்பளைங்க போனதும் இதுங்களுக்குக் கொண்டாட்டமா போச்சு. கள்ளுக் கடைக்கும் போனாங்க... மூடி இருக்கவே திரும்பி வந்தாங்க. பூக்காரங்களும் மத்தவங்களும் அந்தப் பக்கமா போனாங்க...”

“சித்தப்பா... நான் சாவுறேன்.... அப்பப்ப... நான் சாவுறேன்... ஏதாச்சும் செஞ்சு பொழைக்க வையுங்க” னு சூரியகாந்தன் பதில் உரைத்தான்.

“அவங்க எதுக்கு நிக்கணும் வயிறு காஞ்சவங்க ஏதாச்சும் சாப்பிடணுமே...’

சிறிது நேரம் மௌனமாகவே கழிந்தது. வரக தசரதனே மௌனத்தைக் கலைத்து, “அந்த நேரத்துல கள்ளு எங்கே கிடைச்சுது இவன்களுக்கு” எனக் கேட்டான்.

“அந்தக் குயவன் கல்லப்பா வூட்லே கள்ளு எறக் குறாங்களே...?’ என்று சூரியகாந்தன் தசரதனுக்குப் பொறி தட்டியது...

“குயவனான கல்லப்பா மகா குடிகாரன். அவனது பொணத்த இந்தச் சுடுகாட்ல பொதைச்சாங்க. ரோடு போடுற சமயத்துல எல்லா குழிகள வெட்டினாங்க. கல்லப்பா கல்லறைய வெட்டினவங்க ஜுரத்தால படுத்தானுக. மம்முட்டியும் கடப்பாறையும் முறிஞ்சு போனது. அதனால அந்தக் கல்லறைய மட்டும் அப்படியே விட்டு வெச்சு ஒட்டினாப் போல சாலைய அமைச்சாங்களாம். வடகேரி ஹீலகே பாளத்திலிருந்து முத்தேன ஹள்ளிக்கு அவ்வழியே வந்த கள்ளு வண்டிகள் குப்புற விழுந்தன. மாடு, குதிரை, ஒட்டகங்களில் எடுத்து வந்தாலும் அந்தக் கல்லறையத் தாண்டி அதுங்களா போக முடியாதாம். இதனால கொஞ்சம் கள்ளு எடுத்து அந்தக் கல்லு மேல தெளிச்சப்புறம் பரிகாரம் கெடச்சுதாம். அன்று முதல் கள்ளு ஊற்றுவது வழக்கமாகி யுள்ளது. இத எப்போதிருந்து ஆரம்பமானதுனு யாருக்குத் தெரியும்?’ என்று சொல்லிய கதை நினைவுக்கு வந்தது. அந்தக் கல்லின் மீது கள்ளு சொரிந்து சொரிந்து அந்தக் கல்லும் இந்த ஜனங்க மாதிரி கருப்பாகி கிடக்கு.

“உம்... அப்படியா.. அப்புறமா...? என்று கேட்டான் தசரதன்.

பிரக்ஞையற்று மண்ணில் புரண்டிருந்த குடிகாரங்கள எழுப்பினாலும் எழமுடியாத நிலையில் இருந்தாங்க. அவர்கள் போதை தெளிஞ்சு எழுகிற வரைக்கும் தசரதன் காத்துக் கிடக்க வேண்டி இருந்ததாலே அங்கேயே உட்கார்ந்து கொண்டான்.

ராத்திரியானதால் நடுங்கியபடியே இருந்த சூரியகாந்தன் பக்கத்தில் படுத்தான். மேற்கொண்டு செய்வதறியாமலிருந்தவன் அனுமந்தனின் முகத்தைப் பார்க்க, அவன் பேச முற்பட்டான். வட்டாரக் கதைகளைச் சொல்வதில் கெட்டிக்காரனான அனுமந்தன் சுவாரஸ்யமாக நேற்று நடந்ததைப் பயத்தோடு சொல்லலானான்: “என்னதான் சொல்லுங்க சித்தப்பா.... அது.. வரைக்கும் சில்லுன்னு ஆயிடுச்சி... அமாவாசை இருட்டு வேற... சுற்றிலும் எந்தவொரு சின்ன கிராமமும் கண்ணுக்குப் படலே, முள்ளும் புதருமா இருந்துச்சி... புழுவும் பூச்சியும் நொய்... ஜொய்னு சப்தம் போட்டுச்சு... சின்ன சின்ன சலசலப்பு வந்தாலும் இதயம் படபடனு வெடவெடத்தது. ஏன்னா பக்கத்துல சுடுகாடு வேறு...”

அந்த சமயத்துல கேவிக் கேவி அழுவுற சத்தம் கேட்டுது. உடனே பிசாசு பயம்... எங்களுக்கோ கையும்... காலும்... மரத்து போச்சு

சில்லுனு.... ஒண்ணுக்கு வந்திடுச்சு.... ட்ராயருக்கு உள்ளேயும் நனைஞ்சு போயிருக்கும்.. அத விடு... தூக்கம் ஒருபுறம்... கட்டியிருந்த வேஷ்டிய அவிழ்த்து, போர்த்திக் கொண்டோம்... துக்கம் தொண்டைய அடைக்க விழுந்து கெடந்தோம்...

அழுவுற சப்தம் அதிகமாச்சு... பிறகு அழுவுற சப்தம் ரொம்பவும் பக்கத்துல கேட்ட மாதிரியாச்சு... படுத்தவாறே, 'இங்கேயே சப்தம் வருதேணு' எமனாப்ப சொன்னான். 'சும்மா விழுந்துகிட' னு சொன்னேன்.... அழுவுற சப்தம் இன்னும் அதிகமாச்சு.

இதைச் சொல்லிக் கொண்டிருந்த சூரியகாந்தனுக்கு மட்டுமின்றி மூத்தவனான தசரதனுக்கும் பயம் வரத் தொடங்கியது. 'இது நாள் வரைக்கும் தான் பார்க்காதது.... கேட்காதது... எதையோ இவன் சொல்றான்'... என்றெண்ணிய எமனப்பா திறந்த வாயை மூடாமல் கேட்டுக் கொண்டிருந்தான். தசரதன் அழைத்து வந்த பையன் பயந்து போய் விட்டிருந்தான். அனுமந்தன் மேலே சொன்னான்:

அழுவுற சப்தம் அதிகமாகப் போர்வையை விலக்கிப் பார்த்தால்... கண்ணு முன்னால் பேய் வந்து நின்ன மாதிரி தோணுச்சி... அப்புறமா....

"என்னோட கையும் காலும் மரத்து போச்சு. நான் சாவுறண்டா...' என்னும் சப்தம் கேட்டுச்சு.

சடக்கென தலைமேல இருந்த போர்வையை விலக்கி பார்க்குறேன்... பகீரப்ப மாமா அழுதுனு நிற்கிறான்.

பிறகு நாங்க போயி கை கால்ல தேய்ச்சு விட்டோம். கொஞ்ச நேரம் அவாயி ('அவாயி' என்பது ஒருவகை கிராமிய கூத்து.) தேவதையைப் பிடிச்சுக் கொண்டத போல நின்னோம்... பிறகு ஒருவர் மொகத்த ஒருவர் பார்த்துக் கொண்டோம். யாருடைய முகமும் சரியாத் தெரியல... நாங்க மூணு பேரு மட்டுமே இருப்பது உறுதியாச்சு... மத்தவங்க கள்ளும் கையுமா நெருப்பு பக்கத்துல தூக்க கலக்கத்துல இருந்தானுக... வேறு சிலர் சுருண்டு கெடந்தாங்க... அப்போ சித்தப்பாவ பார்த்து நான் சப்தம் போட்டேன்;

"சித்தப்பா! அமாவாச இருட்டு... யாருக்கும் தெரியாது. அந்தக் கட்டைய குடு. நான் புடிச்சி கொண்டு நிற்கிறேன். 'நீ கொஞ்ச நேரம் உட்காருனு அழுத்தமா சொன்னேன்... அவ கேட்டிருந்தா தானே"

“இத பாரு சித்தப்பா விடியுற சமயத்துல உங் கையில குடத்–திடறேன். நீயே பிடிச்சு நின்னுக்கோனு கிளிப்புள்ளக்கிட்ட சொல்றதப் போலச் சொன்னேன்..கேக்கல...!

“இல்ல தேவதையைப் போன்ற பொண்ணு”

“அவளநான் ஒண்ணும் செய்யமாட்டேன் – னு சொல்லி அழுதான். என்ன செய்யது... சொல்லு... பிடிச்சினு நில்லுனு சொன்னாலும் நாங்களும் எத்தன நேரத்துக்கு நிக்க முடியும்?... அதோட பசிச்ச நாயி போல வயிறு?....” என்று சொல்லிக் கொண்டிருந்த சூரியகாந்தன் ஒரு கணம் எமனப்பனை ஓரக் கண்ணால் பார்த்தான். எச்சிலை விழுங்கி சிரிச்சபடியே மேலே தொடர்ந்தான்:

இடுப்பு முறியுற மாதிரி வலிக்குதுனு சொன்னான். இடுப்பைப் பிடிச்சு விட்டோம்.

ஏதாச்சும் சப்போர்டு இருந்தா நிமிர்ந்து நிற்பான். அங்குக் கட்டை கிட்டை எதுவுமில்லியே. மரம் இருந்திச்சு... வெட்டுறதுக்குக் கோடாலி இல்லே.

வேறு என்ன செய்யுறது?... வேப்ப மரம் அங்கு இருந்துச்சி... கொம்பு வெட்டினு வான்னு சொன்னோம்... பிறகு எமனப்பனே.. டேய்! அந்த மரத்து மேல குயவனான கல்லப்பா பேயாக ஒக்காந்திருக் காண்டா என்று சொல்ல யாருக்கும் முன்னால போக முடியல. நெருப்பு போட்டு குளிர் சாய்ஞ்சினு இருந்தவங்க கிட்ட போனோம். அங்க தூங்கியபடி இருந்தாங்க. மல்லப்பாவும், பாபண்ணாவும் பேசிக் கிட்டிருந்தாங்க. அவங்க கிட்ட இப்பாடி இப்பாடி ஆச்சுனு சொன்னோம். அப்போது மல்லப்பா...

“போங்கடா டோய்! அதுல எப்டிடா பேய் வரும்.... நானே போயி எடுத்துனு வருவேன்... ஆனா என்ன செய்யறது... என்னோட கை ஒண்ணு விளங்காம இருக்கே” – என்றான்.

தசரதனின் வயிற்றில் பழுத்த கம்பியால் யாரோ சூடு இழுத்ததைப் போலாயிற்று. கை சுமக்கிறதுன்னு மூணாவது மனுஷாள் சொன்னது இப்போது தசரதனின் நினைவுக்கு வந்தது. என்னதான் தப்பு செஞ்சிருந்தாலும் தனது மகனாச்சே? சட்டென எழுந்து நின்று இடைமறித்து கேட்டான்...

“அவன் எங்கிருக்கிறான்?”

"தூக்கம் மயக்கம். இப்ப படுத்துனு இருக்கான்" - என்றான் எமனப்பா.

எல்லோரும் எழுந்து மல்லப்பாவிடம் வந்தனர். இரண்டு கைகளையும் திறந்தபடியே வைத்துக் கொண்டு படுத்திருந்தான். கைகளில் எழுந்துள்ள கொப்பளங்களைப் பார்த்தான். எங்கே அவன் விழித்துக் கொள்வானோ என்று வாயைப் பொத்திக் கொண்டு அழுதான். சிறிது நேரத்துக்கப்பால் வேறு இடம் போய் உட்கார்ந்தனர்.

வேறு ஊர்களுக்குப் பாலும் தயிரும் விற்க வேண்டி விடிந்ததும் மக்கள் நடமாட்டம் தொடங்கியது. நின்று நின்று பார்த்தபடியே தங்களுக்குள் ஏதேதோ பேசியபடி சென்றார்கள்.

அனுமந்தன் மீண்டும் சொல்லலானான்.

"நடங்கடா.. நான் அங்கு நிக்றேன். நீங்க மரமேறி கிளையை வெட்டுங்கனு சொல்லி மல்லப்பா முன்னால போனான்."

"மரம் தானே.... ஏறலாம்னு.... பெரிய பெரிய கிளைகள் அஞ்சாறு வெட்டி ஊன்றினோம். கொஞ்சம் ஆயாசமாச்சு. சிறுநேரம் நிமிர்ந்துன்னு நின்னான்.

நாங்க அங்கேயே நெருப்பு போட்டுனு ஒக்கார்ந்தோம். களைப்பு ஒருபக்கம். மல்லப்பாவோ...

"மனிகெரே போயி அப்பாவைப் பார்த்துட்டு வர்றேன்" - என்று சொல்ல

"டேய்.... வேணாம்.. திட்டுவாரு.. ஆமா.. சொல்லிட்டேன்" என்றான் பாபண்ணா.

"மூத்திரம் வருது, போணும்னு"...சொல்லி பின் பக்கமா போனாங்க.

எங்களுக்கும் கொட்டாவி வந்தது.... "ஒரு கதை சொல்றேன் கேளுங்க" னு சொன்னான்.

இராஜா கதை இருக்குதே...

"ராஜாவோட மனைவி ஆனை கழுவுற மாவுத்தனோட தொடர்பு வெச்சிருந்தா.. மாவுத்தன் ரொம்ப ரொம்ப நல்லாப் பாடுவான். ஒரு தபா ராணி லேட்டா வந்தப்போ மாவுத்தன் அடிக்க ராஜா

அக்காட்சியைப் பார்த்துட்டான்... சபை நடுவில் பூவு கொண்டு அடிக்க அவள் மூர்ச்சையாகி விழுந்தாள்."

என்று சொல்லிக் கொண்டிருக்கும் போது தசரதனோட விஷயம் கொஞ்ச நேரம் திசை மாறியது. அதன்பின் பிரக்ஞை வர அனுமந்தன் பழையதை நினைவுக்குக் கொண்டு வந்தான்.

"சித்தப்பா! அதோ தூரமா இருக்குற சுடுகாட்டுல தீக்குச்சி உராசிய மாதிரி வெளிச்சம் தெரியுதே..."

"டோய்! கொள்ளிப் பிசாசு ஆடுற மாதிரி தெரியுதேடா"... என்று எமனப்பா சொல்ல, பாவண்ணா, "ஆமா... அங்கு அப்படித்தாந் தெரியுது"என்றான்.

மீண்டும் நெருங்கி உட்கார்ந்தோம். எரிஞ்ச நெருப்பு எங்க பக்கமே வருதே.. நெஞ்சு படபடனு துடிச்சுது.

அப்புறமா கொஞ்ச தூரத்துல நின்னோம். கொள்ளி அணைஞ்சு போச்சு. அப்படியே மாயமான காணாமப் போச்சு.

"டேய் எழுந்திரு. இல்லேனா நீ தூங்கிடுவே...

"குசல கல்லப்பனின் கள்ளு வந்துச்சு எழுந்திரு"

அப்போது எங்களுக்குக் குரலின் அடையாளம் தெரிஞ்சது. அந்த குரலு நபீது.. அவங்க கல்லப்பா கல்லறைக்குக் கள்ளு போடற துக்கு நின்னாங்கனு தெரிஞ்சுது, வயித்துல பசி. குடிக்கலாம்னா யார் ஜோபியிலும் காசு இல்ல...

வண்டிக்காரங்கிட்டக் கேட்டோம்...

"இதென்னா ஓசியில கிடைக்குமா.." என்றான்.

"அப்புறமா குடுத்துடுறோம்"....

"வயித்துல பசி... சாப்பிட்டு மூணு நாளு ஆச்சுனு கூத் தடிக்கிறிங்களா?" – ணு நபீ கேட்டான்.

பிறகு, "ம்... அப்படியே இருக்கட்டும். எப்பவாச்சும் குடுங்கோ... ஆன ஈளகெரேர எல்லப்பனோட முன்னால குடுத்திடாதிங்க", என்று சொல்லி குதிரை மீதிருந்த குடத்தை இறக்கி வாயை அவிழ்த்து ஊத்தியது ஊத்தியதுதான்... நாங்க குடிச்சது குடிச்சதுதான்.

குடிச்சோம்... குடிச்சோம்.. குடிச்சதுக்குக் கணக்கே இல்லே... போட்டது போட்டதுதான்... போங்க...

"பகீரப்பாவுக்கும் கொஞ்சம் எடுத்து வந்து ஊத்தினோம். மூச்சு முட்டுற வரைக்கும் குடிச்சித் தீர்த்தோம்.. அப்புறமா பேஞ்சது... பேஞ்சது தான்..."

"அப்படீனா எல்லப்பா தலமேல தொப்பி போட்டிங்கனு சொல்லுங்க" தசரதன் கேட்க.

"அவன் ஒருத்தன் எதுக்கு... ரெண்டு பேருமேல போட்டாப்புல"... என்று கிண்டலடித்தான் பாபண்ணா.

"சித்தப்பா! பிறகு பாருங்க... நீங்க என்னதா சொல்லுங்க... பேச்சை முன்னெடுத்துச் சென்றான் அனுமந்தன்.

"வயித்துல இருந்த பேச்சு ஒவ்வொண்ணா வெளியில விழுந்துச்சு பாருங்க. அந்த வாத்தியாரு செஞ்ச கஷ்டத்த நினைவுக்குக் கொண்டு வந்தோம்...."

"இது அந்த கல்லப்பா செஞ்ச வேலையா இருக்கும். அவன் பார்த்தது நெசம்தா! அந்தப் பேச்சு இங்கு எதுக்கு எடுக்கணும்?"

"தேவடியா பய! அவனொரு குஸ்திகாரன் ஆச்சே"

"ஒரு தடவ கூட அவன யாருமே ஜெயிச்சதில்லே. அடிப்பான் பாருங்க.... அரிவாளுக்கு தையல் போடுறாப்பல இருக்கும் அவனது பிடி..."

"எல்லாமே தலை பிடிக்கிற வேலையாச்சு" ..என்றான்.

"கல்லப்பாவ எல்லோருமா சேர்ந்து காறித் துப்பினாங்க... திட்டினாங்க... ஆனா மல்லப்பன் மட்டும் மெச்சினனு மெச்சினதே' - ணு முணுமுணுக்க.

"...மல்யுத்த கோதாவுல அவ்வளவு நேரமும் கம்முனு இருந்தானே. வேறொருத்தனா இருந்தா கைய சுட்டுனு இருப்பாங்களா?"

"மத்தவங்க எதுக்கு? கல்லப்பனா இருந்திருந்தா ஊருக்-குளாறலே ஒதச்சிருப்பா..."

"அப்புறமா இப்படி பேசிக்கிட்டே மறைச்சு வெச்சாங்க"... என்று சொல்லிய அனுமந்தன் நீண்டதொரு மௌனம் சாதித்தான். இடையே புகுந்த எமனப்பா வாய் திறந்தான்:

"நபி சாஹேப் கிட்ட கோடாரி இருந்துச்சு. மரத்துக் கிளைய ஒடிச்சு கவைக் கோல்ல கொண்டு கட்டி நிக்க வெச்சோம் பகீரப்பாவ."

கன்னடமூலம்: அரவிந்த மாளகத்தி

தமிழில்: இறையடியான்

## 2. கவிதை

# அங்கயே ஒக்காந்திருக்காங்க

ஏதோ ஒரு ஊரு
ஊருல மழயில்ல
பூட்டு சத்தம் குண்டுசத்தம்
கத்தி தீட்டற சத்தம்
ஊருல மழயில்ல

மழராஜா கோபத்துல தேசாந்தரம் போனதால
அழகே போயிடுச்சே
சிரிச்சிருக்கும் மல்லிகைப்பூ மூஞ்சியில களகொறஞ்சி
அழகே போயிடுச்சே

ஏழையுடைய மாடு ஒன்னு சாணியே போடாம
தரையைக் கூட மெழுகலையே
கல்யாண மேடையில நகைக்காக சண்டைவந்து
மனையிலயே ஒக்காரலையே

சோறு தராம போன ஏராளமான சாமிங்க
பாழுங் கொளத்துல போய் உழுந்துதுங்க
சோத்துக்கு வழிபண்ணாத தொரமாருங்க தர்பாரு நிக்கல
ஏழைங்க வாய்லயும் வயித்துலயும் அடிச்சிருக்கறாங்க

வயித்துக்கு இல்லாத ஜனங்க தலமேல ஏறி
ஆட்டம் போடுதுங்க எமபானம்
யாராவது திருடுனாங்களா பதிலத்தான் சொன்னாங்களா
வெட்டவெளியில நடக்குதுடா வாய்வீச்சு

சுத்தம்முத்தும் பச்சமழ
வளக்கறாங்க நெருப்புப்பயறு
கருப்பு ஜனங்க தலைக்குமேல
வெள்ள வெள்ளயா பானை

## தமிழவன்

பாதாள ஆழத்துல
நம்பிக்கையென்னும் சங்கிலிக்குள்ள
பொறளுதய்யா துடிக்குதுய்யா
மக்கள் கூட்டம்

இந்த வாழ்க்கையோட வாசல
வந்து பெருக்குய்யா மழராஜா
ஆகாயத்தக் கிழிச்சிக்கிட்டு வாடா
சந்தோஷம் அன்புங்கற வெளிச்சத்த காட்டுடா
சுத்தி இருக்கற வேலிய
புடுங்கி வீசுடா மழராஜா
ஐயோ, ஐயோ மழராஜா
நெஞ்சுச் சமுத்திரமே வத்தினாலும்
ஏழைங்க கண்ணுல தண்ணியில்ல
பெய்யப்பா பெய்யப்பா மழராஜா

**வசனம்**

ஜனங்க அக்கம்பக்கம் பாக்கறாங்க
மானத்த பாக்கறாங்க
ஏழைங்க வீட்டுப் பண்டபாத்திரம்
அண்டா குண்டான் வாணலி எல்லாம்
மொதலாளி மாருங்க வீட்டுக்குப்போயி
ராத்திரி பகல் கணக்கில்ல
உயிருக்கு கேரண்டி இல்ல
மோசக்காரங்க வீட்ட சுத்தி
ஜமீன்தாருங்க வீட்ட சுத்தி
கும்மிருட்டு வேளையில
எங்க பாத்தாலும் கருப்பு ஜனங்க
மோளம் அடிச்சிக்கிட்டு பாட்டுப் பாடறாங்க
மழவராம இருந்தாதான் நல்லதுன்னு
சொல்லிச் சொல்லி ஆடறாங்க

**பாட்டு**

பெய்யப்பா பெய்யப்பா மழராஜா
தோட்டத்துக்குத் தண்ணி இல்ல - சாமந்தித்
தோட்டத்துக்குத் தண்ணி இல்ல

தெருக் குழாய்ல தண்ணி இல்ல
குழாய்க்கே குடிக்கறதுக்குத் தண்ணி இல்ல
வா வா மழராஜா
வந்து பெய்யப்பா மழராஜா

**வசனம்**

அண்டா குண்டா எடுத்துக்கிட்டு
சோத்தயும் தண்ணியயும் தேடிக்கிட்டு
தெருத்தெருவா சுத்தறாங்க
மாரியாத்தா கோயில்வாசல்ல ஒக்காரராங்க
சந்துமொனயில நிக்கறாங்க
ஓடிவந்து அவுங்கள அடயாளம் கண்டுபுடிச்சி
கழுத்தபுடிச்சி நிறுத்தப் பாப்பாங்க
பொம்பளயா இருந்தா மடிய அவுத்து பாப்பாங்க
ஆம்பளயா இருந்தா பைக்குள்ள
கோமணத்துக்குள்ள தேடுவாங்க
அப்புறமா கொஞ்சம்பேர உடுவாங்க
எங்கெங்கும் அவுங்கதான் அவுங்க மொகம்தான்

−2−

வசனம்:

ஒருநாள் அடியோ அடின்னு மழ அடிக்குது
கதவு நாத்தாங்கி சந்துல மின்னல் மின்னுது
இடிசத்தம் கேக்குது
ஒருத்தவங்க பேச்சு இன்னொருத்தவங்களுக்குக் கேக்கல
மழ அதிகமாகி தெருவுல ஆள் ஓயரத்துக்குத் தண்ணி ஓடுது
ஊட்டுக்குள்ள வெள்ளம் பூந்துடிச்சி
நான் முழுக்க நனஞ்சிட்டேன்
வெள்ளம் கொஞ்சம்கொஞ்சமா வடிஞ்சப்பறம்
கதவ யாரோ படபடன்னு அடிக்க ஆரம்பிச்சாங்க
அதுவும்கூடவே ஜன்னல் கதவுங்களும்
வீட்டுல இருந்த கொஞ்சநஞ்சம் வெண்கல சாமான்களும்
டபடபன்னு உருளுற சத்தம்

இரும்பு பூட்சு சத்தம்
பளார்ன்னு அடிக்கற சத்தம்
மழத்தண்ணி என் தண்ணி
நான் தரயோட தரயா ஒக்காந்துக்கிட்டேன்
நாலஞ்சிபேரு மழயில நாசமான
ஊடுங்க பக்கமா வந்தாங்க
ஒவ்வொருத்தங்களுக்கும் மூணு மூணு கண்ணு
செவப்பு வெள்ள பச்ச பளபளன்னு எரியுது
வந்தவங்க ஒக்காந்திருக்கறவங்க கையபுடிச்சி
குலுக்கிக் குலுக்கி தேங்க்ஸ்ன்னு சொன்னாங்க
அடயாளம் தெரியாத ஆளுங்க
ஒண்ணும் வெளங்காம தெகச்சிப்போனேன்

பாட்டு

அஞ்சிவருஷத்துக்கு முன்னால வூட்டுக்கு வந்தவங்க
நோட்டுங்க கொடுத்தாங்க இல்லயா?
கொடுத்த கடன திருப்பித் தரலைன்னா
கைகால முறிப்பாங்க இல்லயா?
சொல்பேச்ச கேக்காத ஜனங்க தூக்குல தொங்க
பாம்பென்னும் கயித்த கொண்டாந்தவங்க
மந்திரிமாரு கூட தந்திரவேலை செய்றவங்க
ஆபத்தான கூட்டாளிங்க இல்லயா?

மகாத்மா காந்திக்கு வாரிசுதாரருங்க
ராமநாமம் ஜெபித்தபடி வந்தாங்க
கதர் குல்லாய்க்குள்ளயும் தோல்பையிலயும் வச்சி
ஏழபாழங்க தலைங்கள் கொண்டாந்தாங்க

வசனம்

கொம்புன்னு கையோட கூப்டாங்க
நான் எழுந்திருக்கல தலயயும் அசைக்கல
அவுங்க கோபம் தலைக்கேறிடிச்சி
எழுந்து நடடான்னு
காதபுடிச்சி கிள்ளி பூமியே நடுங்கற மாதிரி
சத்தம் போட்டாங்க
சுத்தி இருக்கறதெல்லாம் முழுகனமாதிரி ஆயிடுச்சி

வெள்ளத்தாள் பேப்பருங்கள்ள
இதயே கொட்டகொட்டயான எழுத்துல
பாத்த மாதிரி இருந்திச்சி
கடகடன்னு நடுங்கி தரயோட தரயா
அமுங்கனமாதிரி ஆயிட்டேன்
கையிலிருந்த சிகரெட்டால சுட்டுசுட்டு
என்மேல கோப அடயாளம் போட்டாங்க
கால் செருப்ப வாய்ல நொழச்சி
நக்கறத கத்துக்கோ ன்னு சொன்னாங்க
உங்கள முன்னேத்தறதுக்குத்தான்டா நாங்க பொறந்திருக்கம்னு
எகிறி எகிறி என் தலயில ஒதைச்சாங்க
அவுங்க காலயே கெட்டியா புடிச்சிட்டிருந்த நான்
அவுங்களயே உத்துப்பாத்தேன்
இந்தப்பக்கத்திலிருந்து அந்தப்பக்கம்
அந்தப்பக்கத்திலிருந்து இந்தப்பக்கம்
பந்து மாதிரி பொறட்டி அடிச்சாங்க

இவனுங்க இப்படி செஞ்சா வழிக்கு வரமாட்டாங்கன்னு
உள்ளேயிருந்து வெளியே இழுத்தாங்தாங்க
நாகப்பாம்பு மலப்பாம்பு மாதிரி
சுருண்டு சுருண்டு தண்ணி ஓடுது
என் ஓடம்பிலிருந்து ரத்தம் ஒழுவுது
தண்ணியோட தண்ணியா கலக்குது
வர்ணமே மாறிப்போவுது
அந்தப் பக்கமா தெருவுல ஆடற பசங்க பாட்டு கேக்குது.

பாட்டு

வாங்கடா வாங்கடா பசங்களா
வாங்கடா ஆடலாம் தண்ணியில
கூட்டாளிங்கள்ளாம் சேரலாம்
தவளை ஓடு ஆடலாம்
கையால கெணறு தோண்டலாம்
தண்ணி வந்திருக்கு பாக்கலாம்
வாங்கடா வாங்கடா பசங்களா
வாங்கடா ஆடலாம் தண்ணியில

என்னடா இது ஆர்ப்பாட்டம்
என்னடா இது போராட்டம்

வசனம்

பாட்டுப் பாடிக்கிட்டே பசங்கள்ளாம்
குதியாட்டம் போட்டிருந்தாங்க
ஆர்டர் பண்ற ஐயாமாருங்கபோல
என்ன அடிச்சி இழுத்தும்போனவங்க
மந்திரம் சொல்ற ஐயர் மாதிரி
என்னென்னெமோ முணுமுணுத்தாங்க

ரகுபதி ராகவ ராஜாராம்
பதீத பாவன சீத்தாராம்
சப்கோ சன்மதி தேபகவான்
ஈஸ்வர அல்லா தேராநாம்

பக்தி அதிகமான மாதிரி
ஏதேதோ சொன்னாங்க
நான் கொஞ்சம் துணிச்சல வரவழச்சிக்கிட்டு
ஐயா ஏழபாழங்க மேல கரண
கடவுள்மேல பக்தி
ரெண்டுமே இல்லாத உங்கள மாதிரி ஆளுங்க

இந்த மாதிரி கொல பண்ணாதீங்க
என்ன உட்டுடுங்கன்னு சொன்னேன்
அவுங்களுக்கு கோபம் உச்சந்தலைக்கு ஏறி
ஏண்டா பரதேசிப் பயலே
வயித்துக்கு கூழில்ல
சூத்த மூட துணியில்ல
எவ்வளவுடா கொழுப்பு ஒனக்கு
எங்க எச்சிசோத்த தின்ற பசங்க நீங்க
உங்களால நாங்களா
எங்களால நீங்களாடான்னு
அடிஅடின்னு அடிச்சாங்க
பூட்சுகால வாய்க்குள்ள நொழச்சாங்க
நம்மள கொன்னு கூறு போட்டுடுவாங்கன்னு தோணிச்சி
என் ரெண்டு கையையும் காலயும்

இருபது விரலு ஆயிரம் முடியயும்
மூக்கு வாய் முப்பத்திரெண்டு பல்லுங்களும்
காத்துல அந்தரத்துல ஆடறமாதிரி இருந்திச்சி
ஒடம்புல இருக்கற எலும்புகளயெல்லாம்
பூட்சுக்காலு மெரிச்சி பொடிப்பொடியா ஆவுது
எனக்குக் கோபம் வந்திச்சி
படிச்சது கேட்டது எல்லாம் மறந்துபோவ
ஒண்ணே ஒண்ணுமட்டும் மனசில தங்கிச்சி
ஒழிக ஒழிக
திடீர்னு அவுங்க முன்னால கத்தினேன்
அவுங்க அடப்பாவி மொவனேன்னு சொல்லிகிட்டே
நீளமா இருக்கற டொய்ன் நூலு எடுத்து
ரெண்டு ஒதடுங்களயும் ஒன்னா சேத்து தச்சிட்டாங்க
வாய்க்குப் பூட்டுப் போட்டுட்டாங்க

பாட்டு

சதையபுடிச்சி திருவறாங்க
தலையிலயே அடிக்கறாங்க
வார்த்தைவராத தொண்டையிலயும்
தையல் போட்ட ஒதடுங்களுக்குள்ள
அமுத்தி அமுத்தி துருத்தறாங்க
சோத்துப் பருக்கைய
பொறந்த மேனியா ஆக்கறதுக்கு
கோபத்தோட துணியப்புடிச்சி
தரதரன்னு இழுக்கறாங்க
இருட்டுக்குள்ள கொள்ளிவாய்ப்பிசாசு
கைகளிலே வெள்ளிக்கத்தி
சுத்தி நின்னு ஆடறாங்க

வசனம்

காடு கல்லு மரம் மலை எல்லாம் தாண்டியபிறகு
ஒரு பெரிய மைதானத்துக்கு இழுத்தாங்தாங்க
அந்த மைதானத்த சுத்தியும் பலவிதமா பல தோட்டங்க
குனிஞ்சி வளஞ்சி சிரிச்சிகிட்டு நிக்குதுங்க

பாட்டு

அவுங்க கத்தித் தோட்டத்துக்குப் போனாங்க - அங்க
தங்கக் கத்திய எடுத்தாங்க
குத்துவாள் தோட்டத்துக்குப் போனாங்க - அங்க
வெள்ளிக் குத்துவாள் தந்தாங்க
மண்ணெண்ணெய் கெணறுங்க - அங்க
துப்பாக்கிய வளத்து வச்சிருக்காங்க
பெரியபெரிய மரங்கள் - அங்க
சின்னகுண்டு உதிர்ந்து கெடக்குது

வசனம்

தங்கக் கத்தியால என் தலய மழிச்சி
மொட்ட அடிச்சாங்க
ரத்தம் ஒழுவற நெத்தியில மந்திரத்த சொன்னபடி
மூணுநாமம் போடறாங்க

தூக்குல போடற மாதிரி வெள்ளி நூல்
பூணூல போல கழுத்துல போடறாங்க
என்னக் கீழ படுக்கவச்சி
தங்கக் கத்தியால மார்மேல இருக்கற
முடியயெல்லாம் மழிச்சி
வெள்ளிக் குத்துவாளால
நடு இதயத்துல ஓட்ட போடறாங்க
ரத்தம் குபுகுபுன்னு வழியும்போது
ஒரு செடிய கொண்டாந்து அங்க நட்டுட்டாங்க
அந்த செடி என் உடம்பு பூரா வேர்விட்டு வளருது
அது வளந்து கௌபரப்பி பூவிட்டுக் காய்காய்ச்சி
பழுக்கற சமயத்துல என் உயிரே போய்டிச்சி

பாட்டு

வாட்ட சாட்டமா வளந்த செம்மறி ஆடு நானு
காலு பின்னால
வாட்டசாட்டம் போன செம்மறி ஆடு நானு
கண்ணு நெத்திமேல
இருட்டுக்குள்ள மறைமுகமா
என் நடமாட்டம்

அடையாளம் தெரியலையா
என் மொதலாளியே

வசனம்

ஒருநாளு, நான் பொய் சொன்னேன்
கண்ணில்ல காலில்ல உடம்பில்ல உயிரில்ல
அதே மைதானம் அதே மரம்
அதே ஆளுங்க சேந்து நிக்கறாங்க
நட்ட நடு வீதியில ஒரு ஸ்டேஜ் போட்டிருக்காங்க
அதும்மேல பெரிய பெரிய ஆளுங்க
சிரிச்சபடி ஒக்காந்திருக்காங்க
சுத்துமுத்தும் ஜனங்களெல்லாம் இருக்கறாங்க
கந்தத் துணி கட்டிக்கினு
பாட்டு பாடிட்டிருக்காங்க
தாளம் போட்டு மோளம் கொட்டி
குதியாளம் போடறாங்க

பாட்டு

இவுரு சேவை ரொம்ப பெரிசு
விழா எடுத்துக் கொண்டாடுங்க
இவுரு தியாகம் ரொம்ப பெரிசு
ஸ்டேஜ் மேல் கூப்டாங்க
இவுரு காரு சொக்கத் தங்கம்
சந்தன மாலைய போடுங்க
இவுரு பங்களா ரொம்ப பெரிசு
சீட்டுல தூசிய தொடையுங்க
இவுரு சட்டைப்பை ரொம்ப பெரிசு
பக்தி பஜன செய்யுங்க
இவுரு பொண்ணு பெரிய பொண்ணு
மாமா கடவுளேன்னு சொல்லுங்க
இவுரு ஒடம்பு ரொம்ப பெரிசு
தூக்கி வச்சிக்கிட்டு ஆடுங்க
மேலே ஒக்காந்திருக்கற எங்க ஐயாமாருங்க
பாதத்துக்கு கோவிந்தா
அவுங்க பொண்டாட்டிமாருங்க
பாதத்துக்கு கோவிந்தா
புள்ளைங்க பாதத்துக்கு கோவிந்தா

அவுங்க தாத்தாமாருங்க பாதத்துக்கு கோவிந்தா
முத்தாத்தாமாருங்க பாதத்துக்கு கோவிந்தா

வசனம்

இப்படியாக இவுங்க ஆடிட்டிருக்கறப்போ
மேல இருக்கறவங்க இவுங்கள
ஆனந்தத்தோட எட்டி எட்டி பாக்கறாங்க
இவுங்களுடைய பய பக்திய கண்டு
மனசுக்குள்ளே மெச்சிக்கிறாங்க
நானு அட என்னடா இதுன்னு நெனச்சிகிட்டு
ஸ்டேஜ் பக்கமா போனேன்

அங்க பெரிய பெரிய மனுசனுங்க பின்னால
மறைவா யாரோ ஒக்காந்திருந்தாங்க
அவுங்க பாத்ததுமே எனக்கு
பயம் பரவிடுச்சி அதிர்ச்சியில ஒறைஞ்சிப் போனேன்
அங்கயே பேயடிச்சாப்பல நின்னுட்டேன்

பாட்டு

அங்கயே ஒக்காந்திருக்காங்க- அவுங்க
அங்கயே ஒக்காந்திருக்காங்க
வேப்ப எலையை விரிச்சி வச்சிருக்காங்க
வேப்ப எலையையே உடுத்தியிருக்காங்க
பழைய இரும்புத்துண்ட காய்ச்சி
ஒடம்புல சூடு போடறவங்க
சைஸ்கல்ல தூக்க வக்கறவங்க
புளிய மரத்துல கட்டறவங்க
அங்கயே ஒக்காந்திருக்காங்க - அவுங்க
அங்கயே ஒக்காந்திருக்காங்க

எலுமிச்சம்பழத்த வச்சிருக்காங்க
அத்திக்காய வச்சிருக்காங்க
எலும்புங்கள பையில போட்டிருக்காங்க
மீசய மறச்சிகிட்டு சிரிக்கறாங்க
பெரிய மனுசங்க பின்னால இருக்கறாங்க
அங்கயே ஒக்காந்திருக்காங்க - அவுங்க
அங்கயே ஒக்காந்திருக்காங்க!

கன்னடமூலம்: சித்தலிங்கய்யா
தமிழில்: பாவண்ணன்

# 3. சிறுகதை

## அ. அமாச

அமாச என்பது அவன் பெயர். கருப்பாய் இருந்ததாலோ அல்லது அமாவாசையன்று பிறந்ததாலோ அவன் பெயர் அமாச என்று நிலைத்து விட்டது. அவன் அம்மாவும் அப்பாவும் உயிருடன் இருந்தாலாவது அமாச என்ற பெயர் எப்படி வந்தது என்று கேட்கலாம். ஆனால் அவன் பிறந்து எழுந்து நடமாடுகிற வயதுக்குள்ள பல காரணங்களால் கடவுளிடம் போய்ச் சேர்ந்து விட்டார்கள். இப்போது அமாச என்றால் மாரியம்மன் கோயில், மாரியம்மன் கோயில் என்றால் அமாச என்று சொல்கிற அளவுக்கு வாழ்ந்து வந்தான். கோயிலில் இருக்கிறான் என்றதுமே கதியில்லாதவன் என்று பொருளில்லை. அமாச போன்ற எத்தனையோ பேர்களுக்கு மாரியம்மன் கோயில் புகலிடமாக இருந்து வந்திருக்கிறது. கோடைக்காலத்தில் புழுக்கம் தாளாமல் திருவிழாவுக்கு வருகிறமாதிரி மக்கள் அனைவரும் திரண்டு வந்துவிடுவார்கள். அங்கு அமாசயைத் தவிர வேறு ஒரு ஆளும் உண்டு. கை, கால், உடல், தலையெங்கும் முளைத்த முடியனைத்தும் வெளுத்துக் கிடந்தது. உட்கார்ந்த இடத்திலிருந்து அவன் எழுந்ததை இதுவரை யாரும் பார்த்ததில்லை. கோயில் மூலையில் ஒருபக்கமாக ஒரு கருப்புக் கம்பளி எந்தக் காலத்தைச் சேர்ந்தது என்று கண்டுபிடிக்க இயலாத அளவுக்கு பழசாகிக் கிடந்தது. ஆனால் அவன் மட்டும் காலை நீட்டியோ, பக்கத்தில் இருந்த தூணில் சாய்ந்தோ அல்லது கைகளை பின்பக்கமாய் ஊன்றிய நிலையிலோ உட்கார்ந்தே இருப்பான். இத்தகு மூன்று நான்கு நிலைகளை விட்டால் வேறு உட்காரும் முறை தெரியாது என்பது போல இருந்தது. அப்படி உட்காரும் போதெல்லாம் அரைக்கண்ணை மூடிய நிலையில் உட்கார்வது அந்தக்காலத்தி லிருந்து வரும் பழக்கமாகி விட்டது. அவன் உட்கார்ந்திருக்கும் நிலையைப் பார்த்தால், எதையோ ஆழ்ந்து யோசிப்பதைப் போலத் தோன்றும். அவன் முகத்தில் இருந்த சுருக்கங்களே அப்படி நினைக்கத் தூண்டும். சுருக்கம் விழுந்த முகத்துக்குப் பொருந்துகிற மாதிரி

நெஞ்சுவரை தாழ்ந்து பொலிந்த வெண்தாடியும் கூட நினைக்கத் தூண்டும் காரணமாகும். மொத்தத்தில் அவன் உட்கார்ந்த நிலையைப் பார்ப்பதற்கு ஏதோ தியான நிலையில் இருப்பதைப் போலத் தோன்றும். அவனுக்கருகில் ஆள் உயர மூங்கில் தடியொன்று எப்போதும் இருக்கும். அவன் அங்குமிங்கும் நடமாட அமாச துணையிருப்பதால, அம் மூங்கில் தடியின் பயன்பாடு இப்போது அவ்வளவாக இல்லை. ஆனால் கோழி, ஆடு, போல ஏதாவதொன்று அருகில் நெருங்கினால் அதட்டுவதற்காக அடிக்கடி தேவைப்பட்டது. இவ்வளவு சொல்லிவிட்டு அவன் பெயரைச் சொல்வதே தப்பு. சின்னப் பிள்ளைகள் முதல் பெரியவர் வரை அவனை 'ஆட்டுக்காரத் தாத்தா, ஆட்டுக்காரத் தாத்தா' என்று அழைத்தார்கள்? அவனுடைய இயற்பெயர் என்ன? எனக்கும் அந்தக் கேள்வி வர வேண்டாம். உங்களுக்கும் வேண்டாம். கருத்துத் தெரிந்த காலத்தில் இருந்து அவன் கால்கள் நடமாட்டத்தை நிறுத்திக் கொண்ட காலம் வரைக்கும் ஊரைச்சேர்ந்த கௌடருக்குச் சொந்தமான ஆடுகளை மேய்த்துக் கொண்டு இருந்தான் என்கிற ஒரு சங்கதி மட்டும்தான் தெரியும். இப்போதுகூட அரைக்கண்ணை மூடிக் கொண்டு உட்கார்ந்திருக்கிற சமயங்களில் ஆடுகளை எண்ணுவது போல ஒன்று, இரண்டு, மூன்று என்று விரல்களை விடுவதும், மடக்குவதுமாக இருப்பான். ஒரே நாளில் ஆறேழு முறைகள் இப்படி நடந்துவிடும். எந்த நாளும் இந்தச் செய்கை நடக்காமல் இருந்த தில்லை. ஆட்டுக்காரத் தாத்தாவின் முன்னிலையில் அமாச வளரத் தொடங்கினான். இப்போது அவனுக்கு வயது பத்தோ அல்லது பதினொன்றோ நடந்து கொண்டிருந்தது. ஆட்டுக்காரத் தாத்தா 'அமாச' என்று குரல் கொடுக்கும்போது 'ம்' என்று பதில் கொடுப்பது அவனுடைய பகல் வேலையாக இருந்தது.

ஊருக்குள் இருள் இறங்கத் தொடங்கும் வேளையானதுமே அமாசயும் ஆட்டுக்காரத்தாத்தாவும் மடத்தில் மணி அடிக்கிற தருணத்துக்காகக் காத்திருப்பார்கள். மடத்தில் மணி அடித்ததும் ஆட்டுக்காரத் தாத்தாவின் முடிச்சில் இருக்கும் தட்டையும், தம்ளரையும் எடுத்துக் கொண்டு வேகவேகமாக ஓடுவான். அதற்குள் இருள் முழுக்க கவிந்துவிடும். அதனால் அமாச ஓடுவது கண்ணுக்கு தெரிவதில்லை. ஆழ்ந்து உற்றுப் பார்த்தால் மட்டுமே அவன் ஓடும் ஓட்டத்தில் இருள் குலுங்குவது தெரியும். போனவன் எப்போது திரும்ப வந்தான் என்பதும் கூட யாருக்கும் தெரியாது. 'ஐயா' என்று அவன் குரல் கேட்டதும் இருளைக் கிழித்தபடி உற்றுப் பார்க்கும்போதுதான் அவன் வந்து

நிற்பது தெரியும். அப்போது ஆட்டுக்காரத் தாத்தா படுத்திருந்தால் எழுந்து உட்கார்வான். வழக்கம் போல அந்த இருட்டிலேயே மத்திலிருந்து வாங்கி வந்த களியைத்தின்று விட்டுத் தூங்கி விடுவான். அந்த நேரத்துக்குள்ளேயே ஊர் அடங்கி விட்டிருக்கும். ஆங்காங்கே சில நாய்கள் குரைப்பதும், கோட்டான்கள் அலறுவதும் மட்டும் கேட்டபடி இருக்கும். தூக்கம் வராத ஆட்டுக்காரத்தாத்தா கண்ணைத் திறந்து பார்ப்பான். அல்லது விழித்திருக்கும் நேரம் வரைக்கும் தனக்குள்ளேயே ஏதாவது பேசிக் கொண்டிருப்பான். கடைசியாக அமாச, அமாச என்று இரண்டு மூன்று முறைகள் கூப்பிட்டுப் பார்த்து விட்டுப் பதில் வராததால் படுத்துத் தூங்கி விடுவான்.

அக்கம் பக்கத்தில் இருக்கற கிராமங்களிலெல்லாம் ஆண்டுக் கொரு முறை வருவது போலவே அந்த ஊரிலும் மாரியம்மன் திருவிழா வரும். அந்த நேரத்தில் மட்டும்தான் ஆட்டுக்காரத் தாத்தா தன் இடத்தை வேறு இடத்துக்கு மாற்ற வேண்டி வரும். அப்போது கோயிலை சுத்தப்படுத்தி வர்ணமடித்துப் பளிச்சென்று தெரிகிறமாதிரி செய்வார்கள். இந்த முறையும் சுண்ணாம்படித்து செம்மண்பட்டை பூசுகிற வேலையும் முடிந்து விட்டது! அந்தப் புதிய வர்ணத்தின் மீது விழுந்த இளம் வெயிலால் அதன் அதன் பொலிவு பலமடங்காகியது. ஆட்டுக்காரத் தாத்தா வழக்கமாய் உட்காரும் இடத்தைக் கூட சுத்தம் செய்து வர்ணம் பூசியிருந்தார்கள். கோயில் முற்றத்தைச் சுற்றி அந்தப்பக்கமும், இந்தப்பக்கமும் ஏழெட்டு ஆட்கள் நடமாடிக் கொண்டிருந்தார்கள். ஆங்காங்கே ஆட்கள் தீப்பந்தம் தயாரிப்பது, வர்ணத் தாள்களை வெட்டி ஓட்டிக் கோயிலை அழகுப் படுத்துவது போன்ற வேலைகளில் ஈடுபட்டிருந்தார்கள். அநேகமாக அங்கமர்ந்தவர்கள் அனைவருமே புத்தம் புதுசான வெள்ளைத்துணி அணிந்து கொண்டிருந்ததால் கோயிலே வெள்ளை வெளேர் என்றிருந்தது. அங்கே இருந்த பாயெண்ணன் என்பவன் பிரெஞ்ச் மீசை வளர்த்துக் கொண்டு கருப்பாய் குள்ளமாய் இருந்தான். அவனுடைய கருநிறம் மேலும் தூக்கலாகத் தெரிந்தது. அவன் வாய் திறக்காமல் இருந்தாலும் கூட அவனுடைய பழுப்புப் பற்கள் கூட வெள்ளைத் துணியின் காரணமாக மின்னிக் கொண்டிருந்தன. அவன் கையில் ஒரு... இருந்தது. பாயெண்ணன் வேகவேகமாக நடந்து வந்து ஆட்டுக்காரத் தாத்தாவின் அருகில் வந்து, ‘ஐயா’ என்று சத்தம் போட்டுக் கூவினான். இரண்டு மூன்று முறையாவது கூப்பிட்டுப் பேசினால்தான் ஆட்டுக்காரத் தாத்தா ‘ம்’ என்று குரல் கொடுப்பது வழக்கம் என்பதால் எல்லோரும்

பேசத் தொடங்கும்போதே சத்தம் போட்டுப் பேசத் தொடங்குவார்கள். பாயெண்ணாவின் குரல் கேட்டு ஆட்டுக்காரத் தாத்தா மெல்லக் கண்திறந்து பார்த்தான். தன் முன்னால் வெள்ளையணிந்து ஓடும் ஆகிருதிகளைப் பார்த்த வண்ணம் இருந்தான். அப்படிப் பார்த்துக் கொண்டிருக்கும் போது, அவனுக்கு தன் பழைய வாழ்பனுவங் களெல்லாம் நினைவுக்கு வந்தன. மாரியம்மன் திருவிழா என்றால் புலியாட்டம் தான் நினைவுக்கு வந்தது. சின்னவயதில் அவன் இல்லாமல் புலியாட்டம் நடந்ததில்லை. புலி கண்முன்னால் ஆடத் தொடங்கியது. பெரிய கௌடர் உயிரோடிருந்த காலம் அது. ஆட்டுக் காரத் தாத்தா அமாசயைப் போலச் சின்னப்பையனாக இருந்த காலம் அது. கிழவனின் ஆட்டத்தைக் கண்டு பெரிய கௌடர் மனம் பறி கொடுத்து விட்டார். வேட்டி துண்டு பரிசுக் கொடுத்து, “நீ இருக்கிற காலம் வரைக்கும் நம் பண்ணையிலேயே இருந்து கொள். சாப்பிட சாப்பாடு, கட்டிக்க துணி கெடைக்கும். இருக்கற ஆடுங்கள நீ பார்த்துக்கோ போதும்” என்றார். அவன் முகத்திலிருந்த சுருக்கங்கள் வர்ணத்தாலோ அல்லது அங்கே கூடியிருந்த மக்கள் அணிந்து கொண்டிருந்த வெள்ளைத் துணிகளாலோ விரியத் தொடங்கின. இன்னும் ஒருமுறை சத்தமான குரலில் ‘ஐயா’ என்று கூப்பிட்டான் பாயெண்ணன். ஆட்டுக்காரத் தாத்தா கழுத்தைக் திருப்பிப் பார்த்தான். பாயெண்ணன் வந்து நிற்பது தெரிந்தது. ‘ஆட்டுக்காரத் தாத்தா ஒரு கையால் கைத்தடியைப் பற்றிக் கொண்டு மறுகையை ஆதரவுக்காக பாயெண்ணனின் பக்கம் நீட்டினான். நீட்டிய கையைப் பற்றினான் பாயெண்ணன். பலம் கொண்ட மட்டும் ஊன்றி மேலெழுந்த கிழவன் கைத்தடிகள் உதவியால் கோயிலின் வேறு பகுதிக்குச் சென்றான். அங்கே விரிக்கப்பட்டிருந்த கம்பளியை இரண்டு மூன்றுமுறை உதறி, ஆட்டுக்காரத்தாத்தா உட்கார்ந்திருந்த இடத்துக்கு எடுத்து வந்து விரித்தான். உதறிய உதறலில் கம்பளியில் இருந்த அழுக்கும், தூசியும் மேலேழுந்து காலை வெளிச்சத்தில் நீந்தத் தொடங்கின. ஏற்கெனவே கம்பளியை விடுத்திருந்த இடத்தில் விரல் உயரத்துக்கு கரிய அழுக்கு படிந்திருந்தது. அதன் மீதும் சூரிய வெளிச்சம் பட்டதால், அதையும் வெண்ணிறம் பற்றிக் கொண்டிருக்க வேண்டும்’ என்று தோன்றியது.

அந்தப் பக்கம் விளையாடுவதற்காக (எங்கோ) போயிருந்த அமாச நண்பகல் வேளைக்குப் பிறகே கோயிலுக்கு வந்தான். வந்து பார்த்தால், ஒரே பார்வையில் கண்ணுக்கு நிறைவூட்டும் வண்ணம் என்னென்னமோ மாற்றங்கள் நிகழ்ந்து விட்டிருந்தன. ஈரச் சுண்ணாம்பு

மற்றும் ஈரச் செங்குழம்பின் வாசனை அடுத்தடுத்து மூக்கைத் துளைத்தது. இந்த மூலையிலிருந்து அந்த மூலைக்கு இடம் மாற்றப் பட்ட ஆட்டுக்காரத் தாத்தா பழைய நிலையில் உட்கார்ந்திருந்தான். முற்றத்தில் சிலபேர் வட்டமாகக் கூடி நின்று எதையோ எட்டி எட்டிப் பார்த்துக் கொண்டிருந்தனர். கும்பலின் நடுவே ஒருவன் என்னமோ செய்து கொண்டிருந்தான். சட்டென அந்த இடத்துக்குத் தாவிச் சென்ற அமாச எட்டிப் பார்த்தான். வண்ண வண்ணக் காகிதங்களில் செய்யப்பட்ட பலவகையான கிரீடங்கள் அங்கே குவித்து வைக்கப் பட்டிருந்தன. அவை அனைத்தும் பார்க்க அழகாக இருந்தன. சுற்றி நின்று கொண்டிருந்தவர்கள் அவற்றைப் பார்த்ததும் அப்படி இருக்க வேண்டும், இப்படி இருக்க வேண்டும். ஆ அப்படி, ஆ இப்படி என்றெல்லாம் ஆளுக்காள் பேசினார்கள். பார்த்துப் பார்த்துக் கண் குளிர்ந்த அமாச அங்கிருந்து நகர்ந்து ஆட்டுக்காரத் தாத்தாவின் பக்கத்தில் வந்து நின்றான். எதிரே முற்றத்தில் சுவரையொட்டியபடி, பெரிய பெரிய சிவப்பு மற்றும் வெள்ளை வர்ணத்தில் அமைந்த கடவுள்களின் குடைகள் மற்றும் சாமரங்களை வெளியே எடுத்து வெயிலில் உலரும் பொருட்டு வரிசையாக நிறுத்தியிருந்தார்கள். அவற்றுக்கு அருகில் இருந்த மூலையில் வானத்தை எட்டிப் பிடித்து விடுவது போல நிமிர்ந்து நின்ற தென்னைமரங்கள் அசைந்தபடி இருந்தன. அதன் மீது பார்வையை திருப்பிய அமாச எட்டிய தொலைவு மட்டும் பார்வையை ஓட்டினான். ஆறேழு பெரிய குலைகளின் பாரத்தோடு மரம் அசைந்தது. மெல்ல மெல்லப் பார்வையை கீழே இறக்கி வரும்போது மரத்தின் மீதும் யாரோ வர்ணம் பூசியிருப்பது தெரிந்தது. அதைக் கண்ட அமாச ஆட்டுக்காரத் தாத்தாவின் பக்கமாய் மேலும் நெருங்கி ‘தாத்தா’ என்று அழைக்க, கிழம் ‘என்ன’ என்பது போலத் திரும்ப, ‘பாரு தாத்தா உன் மரத்துக்கு யாரோ சுண்ணாம்பு அடிச்சிருக்காங்க என்றான். பார்ப்பதற்காகத் திரும்பிய தாத்தாவின் கண்களுக்கு ஏதோ புலப்படுகிற மாதிரி தொடங்கி, அப்புறம் எதுவும் தெரியாமல் புகை கவிந்ததைப் போல இருந்தது. அவன் கண்ட தெய்வம் யாரோ கறுப்பு (மந்திரம்) செய்து சுடுகாட்டில் தேங்காயைப் புதைத்து வைத்ததும், அது கன்றாக முளைவிட்டுப் பூமியைப் பிளந்து கொண்டு வளர்ந்ததும், அதைப் பிடுங்கி வந்து தன்னுடையதாக இருக்கட்டும் என எண்ணி அம்மன் கோயில் மூலையில் நட்டதும், அது தன் கண்ணெதிரிலேயே வளர்ந்து கீற்று விட்டு, கீற்றுகள் உதிர்ந்த வடுக்கள் மரம் முழுக்கப் பெருகப்பெருக மரம் வானை நோக்க வளர்ந்ததும் தாம்.

திருவிழா என்று பொழுது சாயும் சமயத்தில் வெளியூர்களில் இருந்து உறவுக்காரர்கள் ஒவ்வொருவராக வந்து இறங்குவது அதிகரிக்கத் தொடங்கியது. வந்தவர்கள் வழக்கம்போல அம்மனின் பக்கம் திரும்பி வணங்கிய பிற்பாடு மற்ற காரியங்களைச் செய்யத் தொடங்கினர். சிலர் அங்கேயே உட்காா்ந்து எல்லாவற்றையும் மறந்து சட்டம் பேசிக் கொண்டு பொழுதைக் கழித்தனர். அவரவர்கள் ஊரில் நடந்த பழைய சண்டை சச்சரவுகளையெல்லாம் நினைவுக்குக் கொண்டு வந்து எப்படி நடந்தது, என்ன விஷயம் என்று விரித் துரைப்பதே அவர்கள் வாயில் முக்கிய சங்கதியாக இருந்தது. அதே நேரத்தில் வெளியே சோளத்தட்டைகளைக் கூட்டி நெருப்பு வைத்துத் தப்பட்டைக்குச் சூடேற்றிக் கொண்டிருந்தான் பாயெண்ணன். அவனைச் சுற்றி வானர சேனையைப் போல சின்னப் பிள்ளைகள் நின்றிருந்தார்கள். அக்கும்பலில் அமாசயும் ஒருவனாக இருந்தான். தப்பட்டையை மார்போடு அணைத்து பட் பட் என்று அடித்துச் சரிபார்த்து விட்டு டண்டணக்க, டண்டணக்க என்று அடிக்கத் தொடங்கியதும், தப்பட்டைச் சத்தம் ஊர்முழுக்க ஒலிக்க ஆரம்பித்தது. சுற்றி நின்றிருந்த சின்னப் பிள்ளைகள் சும்மா இருக்காமல் ஆடத் தொடங்கினார்கள். அதைக் கண்டு பாயெண்ணனுக்கும் உற்சாகம் பொங்கியது. டண்டணக்க டண்டணக்க என்று அடித்தபடி அவனும் ஆடத் தொடங்கினான்.

மெல்ல மெல்ல சிறுவர்களுக்கு ஓசைக்குத் தகுந்தபடி காலடி எடுத்து வைக்கும் இசைவு கூடிவந்து விட்டது. போகிறவர்களும் வருகிறவர்களும் சேர்ந்து ஒருவர் மேல் ஒருவர் முண்டியடித்துக் கொண்டு வரத் தொடங்கினார்கள். அமாசைக்கு யார் சொல்லிக் கொடுத்தார்களோ, என்னமோ தெரியவில்லை, எல்லாரையும் விட நன்றாக அடிவைத்து ஆடினான். எல்லோரும் ஆச்சரியத்தோடு ‘அடேய்ங்கப்பா’ என்று நினைத்தபடி அமாசயையே பார்த்தபடி இருந்தார்கள். அதற்குள் பெண்கள் கூட கூச்சத்தைத் துறந்து சுற்றி வந்து பார்க்கச் சேர்ந்து விட்டார்கள். பங்காரி என்பவளுக்கு அமாச மீது வைத்த கண்ணை எடுப்பதற்கே இயலவில்லை. அமாசையைப் பார்க்க பார்க்கத் தன் வயிற்றில் அவனைப் போலவே ஒரு குழந்தையைச் சுமந்து பெற்றெடுக்க வேண்டும் என்பது போன்ற ஆசை மூண்டது. அவளுக்குத் திருமணமாகி ஆறேழு ஆண்டுகள் ஓடிவிட்டிருந்தாலும் குழந்தைப் பேறில்லாமல் இருந்தாள். யாராரோ பேசுகிற பேச்சை யெல்லாம் கேட்கும் போது, அவளுக்குக் கெட்ட கோபம் வரும். அந்த

வேகத்தில் நான்கைந்து பேர்களுடன் இருந்து பார்த்து விட்டாள். ஆனாலும் எந்த பலனும் இல்லை. பாபா, கீபா என்று போய்ப்பார்க்கும் வசதியில்லாத ஏழை அவள். அவள் இருக்கும் வட்டாரத்தில் பெண்கள் முப்பதை நெருங்கும் போதே மூப்படைந்ததைப் போல் பொலிவிழுந்து நிற்கையில் அவள் மட்டும் இன்னொரு திருமணம் செய்து கொள்ளலாம் என்பது போல இருந்தாள். அவளைப் பார்க்கிறவர்களுக்கு அரைக் கணமாவது அவள் மீது ஆசை எழுகிறவண்ணம் இருந்தாள் அவள். எல்லாம் இருந்தும் கூட, எந்தப் பலனும் உண்டாகிற வண்ணம் இல்லை. அவளும் தன் நடவடிக்கைகளில் அதிக நாட்கள் தொடர்ந்து ஈடுபடவில்லை. இரவானதும் அவள் வீட்டுக் கூரை மீது ஒவ்வொரு கல்லாக வந்து விழத் தொடங்கியது. அவள் கணவன் அவளுடைய முதுகு வீங்கிப் போகிற அளவுக்கு அடித்து உதைத்துவிட்டு, தலையில் அடித்துக் கொண்டபடி வெளியே தலைகாட்டாமல் உட்கார்ந்திருந் தான். அப்புறம் மெல்ல மெல்லக் கற்கள் விழுவது நின்றது. இப்போது எல்லாமே மறந்து போகிற அளவுக்கு ஆகிவிட்டது. அவள் கண் களுக்குள் அமாச சுழன்று சுழன்று ஆடிக் கொண்டிருந்தான்.

மேற்கண்ட சம்பவங்கள் எல்லாம் நடந்து கொண்டிருக்கும் போதே இரண்டு பண்ணையார்கள் நன்றாகக் கொழுப்பேறிய இரண்டு ஆட்டுக் குட்டிகளை இழுத்து வந்தார்கள். உடனே அங்கிருந்த வட்டம் இரண்டாகப் பிரிந்தது. சின்னப் பிள்ளைகள் அங்கும் இங்குமாகச் சிதறி நின்றார்கள். ஆடுகளும் தப்பட்டைச் சத்தத்துக்கு அதிர்ந்து பயம்கொண்டு ஓடப் பார்த்தன. ஆடுகளைப் பிடித்துக் கொண்டிருந்தவர்கள் தடுமாறிய போது மேலும் இருவர் துணைக்குச் சேர்ந்து உறுதியாக இழுத்துப்பிடித்து அம்மன் கோயில் முன்னே இழுத்து வந்து நிறுத்தினார்கள். வெளியே மிகுந்த ஆரவாரத்துடன் தப்பட்டைச் சத்தம் எழுந்தது. ஆடுகள் அசையாமல் கொள்ளாமல் கண்களை மட்டும் அப்புறமும் இப்புறமும் சுழற்றிப் பார்த்தன. எதிரில் கோயில் வாசல் திறந்திருந்தது. வெள்ளிச்சிலை பளபளத்தது. கோயிலில் உட்புறத்திலிருந்து ஊதுவத்திப்புகை மிதந்தபடி வெளியே வந்தது. இடுப்புக்குக் கீழே முட்டிக்கால் வரைக்கும் துணியைச் சுற்றிக் கொண்டிருந்த ஒருவன் உள்ளேயிருந்து தீர்த்தம், பூ எல்லா வற்றையும் கொண்டு வந்து, ஆடுகளின் முன்னால் நின்று, கண்களை மூடி உதடுகளை அசைத்து ஏதோ முணுமுணுக்கத் தொடங்கினான். அவன் கரிய உடலில் நரம்புகள் வேகமாகப் புடைத்தன. அவன் முணுமுணுப்புக்கு ஏற்ற வகையில் நரம்பின் புடைப்புகள் ஏறித்

தாழ்ந்தன. பிறகு அவன் பூமாலையை இரண்டு துண்டுகளாக்கி ஆடுகளின் கழுத்தில் போட்டான். அதற்குப்பிறகு கொஞ்சம் பூவை எடுத்து இரண்டு ஆடுகளின் நெற்றியிலும் வைத்து தீர்த்தத்தை உடல் முழுக்கத் தெளித்து, கைகுவித்து வணங்கி, "ஏதாவது தப்பு இருந்தா முழுங்கிக்கோ தாயே, சம்மதம் கொடு" என்றான். அவன் குரல் அம்மன் கோயில் முழுக்க எதிரொலித்தது. தொலைவில் நிகழ்ந்து கொண்டிருந்த ஆர்ப்பாட்டத்தை விட்டால் அம்மன் கோயில் வளாகத்துக்குள் மூச்சே நின்றுவிட்டதைப் போல எல்லாரும் நின்றிருந்தார்கள். அவர்கள் அசைவின்றி நிற்பதும் ஆடுகள் கண்களை மட்டும் சுழற்றுவதும் சிறிது நேரம் நடந்தது. அதற்கப்புறம் ஆடுகள் தலைகளையும் உடலையும் உதறத் தொடங்கி, ஆடுகளைப் பிடித்துக் கொண்டிருந் தவர்கள் அவற்றை தாறுமாறாக இழுத்துக் கொண்டு வெளியே நடந்தார்கள். தப்பட்டைச் சத்தம் அங்கே எழுந்த எல்லா ஆரவாரங் களையும் விழுங்கத் தொடங்கியது. நடக்கத் தொடங்கியவர்களோடு சில சிறுவர்களும் அமாசயும் சேர்ந்து நடக்கத் தொடங்கினார்கள். பெரியவர்கள் மிரட்டினாலும் கூட காதில் வாங்காமல் பின் தொடர்ந்தார்கள். கூட்டம் கடைசியாய் ஓர் இடத்துக்கு வந்து சேர்ந்தது. அங்கே அருகில் கத்தியோடு ஒரு ஆள் தயாராக நின்று கொண்டிருந்தான். எல்லோரின் கவனமும் ஒரே இடத்தில் பதிந்து கிடந்ததில், வெகு தொலைவில் திட்டு திட்டாக இருந்த சின்னப் பிள்ளைகள் நெருங்கி வந்து சேர்ந்த விஷயம் அங்கிருந்தவர்களுக்கு மறந்தே போய்விட்டது. இருவர் ஆடுகளின் முன்னங்கால்களையும் பின்னங் கால்களையும் சேர்த்துக் கட்டினர் ஒவ்வொன்றாக உறுதியாகப்பிடித்த படி இழுத்துவந்து பலி பீடத்தில் தலையை வைத்ததும், கத்தியை வைத்துக் கொண்டிருந்தவன் ஒரே வெட்டில் இரண்டு துண் களாகும்படி ஓங்கி வெட்டினான். துண்டாகி விழுந்த தலையின் வாய்க்குள் ஒருவன் தண்ணீர் ஊற்றினான். ஒன்றிரண்டுமுறை வாய் திறந்து திறந்து மூடியது. இன்னொரு பக்கத்தில் தலையற்ற முண்டம் துடிக்கத் தொடங்கியது. கண்கள் மேலேறிச் செருகிய நிலையில் தலை சீக்கிரத்தில் அடங்கியது. துடிக்கும் உடலிலிருந்து வெளியேறிப் பீச்சியடித்த ரத்தம் தரையெங்கும் சிதறி செந்நிறமானது. யாரோ ஒரு சிறுவன் ஓடிச் சென்று ஆடுகளின் கழுத்தில் கட்டப்பட்ட ரத்தம் ஒழுகக் கிடக்கிற பூவைக் கொண்டு வந்தான். சும்மா இருக்காமல் அதை அமாசையின் கழுத்தில் போட்டுவிட்டு 'ஆடு' என்றான். கழுத்தைச் சுற்றி திடுமென விழுந்த மாலையால் அதிர்ச்சி கொண்ட அமாசயின்

கழுத்திலிருந்தும் ரத்தம் ஒழுகத் தொடங்கியது. அச்சம் கொண்ட அமாச அங்கிருந்து தப்பி ஓடித் தலைமறைவானான். அவனைப் போலவே ஒன்றிரண்டு பேர்கள் செய்தார்கள். படுத்திருந்தாலும் எவ்வளவோ நேரம் வரைக்கும் இதுவே அமாசயின் கண்களைக் கட்டியது. அதற்குள்ளாகவே அவன் அச்சத்தில் அடித்துப் பிடித்துக் கொண்டு எத்தனையோ முறைகள் எழுந்து உட்கார்ந்தான். அன்று இரவு முழுக்க விளக்கு ஏற்றினார்கள். வெளியூர்க்காரர்கள் பலரும் வெள்ளைப் போர்வைப் போத்திக் கொண்டு அம்மன் கோயில் முழுக்கப் படுத்துக் கிடந்தார்கள். எல்லாம் சேர்ந்து அம்மன் கோயிலே வெள்ளைக் கோலம் பூண்டது போல இருந்தது.

அன்று இரவு ரயில்வே கேங்க்மேன் சித்தப்பா ஓவராக வயிற்றுக்குள் 'பரமாத்மா'வை ஊற்றிக் கொண்டு வந்திருந்தான். அவனுடைய தப்பில்லையெனினும் அது அவனை இரவு முழுக்க ஆட்டிப் படைக்கத் தொடங்கியது. அவனுக்கோ கண்ணை மூடினால் பிரளயம் போல இருந்தது. ஆகவே, அவன் கண்களை மூடாமல், நடைபாதையில் ஊன்றுகோலை வைத்துக் கொண்டு, கண் போன போக்கில் நடந்தான். அப்படி நடந்து கொண்டிருக்கும் போது எரியும் விளக்குக் கம்பத்தைப் பார்த்ததும் அவனுக்கு ரோஷம் பொத்துக் கொண்டு வந்தது. தன் கையில் வைத்திருந்த கோலாலேயே அக்கம்பத்தை அடித்தான். அவன் எழுப்பிய சத்தம் ஊரையே எழுப்புகிற மாதிரி இருந்தது. அத்தோடு நிற்காமல், ஹாஹா் என்று சீற்றத்தோடு அக்கம்பத்திலேயே அரசியல்வாதிகளையும், காண்ட்ராக்டர் களையும், ரயில்வே அதிகாரிகளையும், கந்து வட்டிக்கு கடன் கொடுக்கிற மாதப்பனையும் கண்டு 'தூ, தேவடியா மொவனே. வெள்ளச் சட்ட போட்டுக்கினு ஊர்ல போக்கியன் மாதிரி நடக்கறியா நீ? என்னப் பார்த்தா மூக்க மூடிக்கிறயா நீ? நாங்க பரதேசிங்கப்பா.. எங்க எடம் கெடைக்குதோ அங்கயே தெருவுல உழுந்து கெடக் குறவங்க, என்றபடி பெருங்குரலெடுத்து அழத்தொடங்கினான். பிறகு சிறிது நேரத்துக்கப்புறம் குரலை உயர்த்திக் கொண்டான். "உங்க கார எங்கமேல உட வேண்டாம்பா. என் பேச்ச கேட்டுச் சிரிக்கறானுங்க பாருய்யா.. சிரிப்பா சிரி.. நீ சிரிக்கிற காலம் இப்ப. சிரி. சிரி.. நல்லா சிரிச்சிக்கடா மொவனே... ஏழைங்கள முன்னேத்தறவன் நீ.. சிரிச்சிக்கடா மொவனே.. கம்யூனிசம் வரணும். அப்ப நீ சிரிக்கறது நிக்கணும். அது வரைக்கும் நீ சிரிச்சிட்டுத்தான் இருப்பே. சிரிப்பா சிரி.." அல்லோலகல்லோலம் எழுப்பியபடி, அவனுடைய குரலும்

சிரிப்பும் தெரு முழுக்க எழுந்தும், விழுந்தும் அடர்ந்த அந்த இருட்டுக்குள் தத்தளிக்கத் தொடங்கின. அக்குரலையும் சிரிப்பையும் கேட்டு தூக்கம் வராமல் படுத்திருந்த அமாச பயத்தில் நடுங்கி எழுந்து உட்கார்ந்தான். இப்படியே வெகுநேரம் நடந்தபிறகு கடைசியில் சித்தப்பாவின் உடலில் நிசா குறைந்ததும் அவன் குரலும் சிரிப்பும் அடங்கின.

மறுநாள் விடிந்தது. ஊரே கொட்டாவி விட்டபடி அன்றைய பொழுதைக் கழித்தது. எந்த வீட்டுத் திண்ணையில் பார்த்தாலும் யாராவது படுத்துக் கிடந்தார்கள். இன்னும்பலர் எழுந்திருக்கவே இல்லை. எடுத்துக்காட்டாக, சித்தப்பாவைச் சொல்லலாம். மதியத்துக்கு மேல் புலிவேஷம் போட்டிருந்த கூட்டத்தினர் எழுந்து உட்காரத் தொடங்கினர். கௌடர் வீட்டில் வேலை செய்து கொண்டிருந்த ஆள் வந்து, “கௌடரு ஊட்டுக்குத் தேங்கா வேணுமாம்” என்று ஆட்டுக்காரத் தாத்தாவிடம் கேட்க, கிழவன் “பறிச்சிக்கோ” என்றதும் நொடி நேரத்தில் மரத்தின் மீதேறி காய்களைப் பறித்துக் கொண்டு சென்றான். இன்னொரு பக்கத்தில் வீடுகளுக்குள் பெண்கள் அழகாகத் தலை வாரிக் கொண்டு பூமுடித்துக் கொண்டு உள்ளுக்கும் வெளிக்குமாக நடமாடிக் கொண்டிருந்தார்கள். இளம் வயசுப் பையன்கள் பேசும் கேலிப் பேச்சைக் கேட்டுக் கோபம் கொள்ளும் பெண்கள் ஏசினார்கள். அம்மன் கோயிலில் புலி வேஷக்காரனின் தப்பட்டைச் சத்தம் எல்லாரையும் ஓர் இடத்தை நோக்கி இழுத்தது. எல்லாரும் வரப் போகும் புலிக்காகக் காத்திருந்தார்கள். சட்டெனப் புலிக் கூண்டின் கதவு திறந்தது. எல்லாரின் கண்களும் புலிக் கூண்டின் வாசலில் பதிந்தது. எலுமிச்சம்பழத்தை வாயில் கவ்விக் கொண்டு பெரிய புலியொன்று கூண்டிலிருந்து வெளியே குதித்தது. உடனே சுற்றி நின்றிருந்த கூட்டம் நாலாப்புறமும் சிதறி நகர்ந்து வட்டமாகக் கூடினார்கள். அதற்குப்பின்னர் நாலைந்து பெரிய புலிகள், கழுதைப் புலி, எல்லோருக்கும் சிரிப்பு மூட்டும் கோமாளிபுலியும் ஒருவரையடுத்து ஒருவராக வரத் தொடங்கினார்கள். அக்கூட்டத்தில் ஒரு சின்னப் புலியும் இருந்தது. எல்லாரும் வந்த பிறகு, வரிசையாக அம்மனின் முன்னால் நின்று வணங்கி தீர்த்தம் வாங்கிக் கொண்டார்கள். பிறகு அங்கிருந்தபடியே ஆட்டம் தொடங்கியது. கழுதைப்புலி எல்லாரையும் விடவும் வெகு அழகாக ஆடிவந்தது. அவனுக்கு அந்த வேஷம் மிகவும் அழகாகப் பொருந்தி வந்தது. ஆட்டை வெட்டுவதற்காக ஆக்ரோஷத்துடன் கத்தியைப் பிடுங்கிக் கொண்டு நின்றிருந்

தானல்லவா, அவன்தான் இவன். தப்பட்டை ஒலிக்குத் தக்கபடி அடியெடுத்து வந்ததைப் பார்த்து, உண்மையான புலி என்று எண்ணிக் கொண்டு சுற்றியும் நின்றிருந்தவர்கள் பின்வாங்கத் தொடங்கினார்கள். தெருவில் இறங்கி ஆடிக் கொண்டு வரும்போது பெண்களும் பிள்ளைகளும் உயிரைக் கையால் பற்றிக் கொண்டு பார்த்துக் கொண்டிருந்தார்கள். ஆடுபவர்கள் அவர்கள் பக்கம் திரும்பும்போது சட்டென உள்ளே ஓடி ஒதுங்கிக் கதவைச் சாத்திக் கொண்டார்கள். சின்னப் பிள்ளைகள் அனைவரும் மிகவும் தொலைவான எல்லை யிலேயே நின்று பார்த்தார்கள். அப்படியே ஆட்டம் ஒக்கலிகர் குடியிருக்கும் பகுதிக்கும் வந்தது. சாவடி முன்னால் ஆட்டம் நடந்தது. ஆட்டத்திற்கு கௌடர், கணக்குப் பிள்ளை போன்ற மேல்சாதிக்காரர்கள் வசதிக்குத் தக்கபடி வேஷக்காரர்களுக்கு வெகுமதி கொடுத்துப் பாராட்டிச் சொன்னார்கள். ஊர்மீது இருள் கவிந்து ஆட்டமனைத்தும் முடிந்திருந்த போதும் ஊர்க்காரர்கள் தூங்குவதற்காக கண்களை மூடினாலும், மனைவி மார்களின் துணிகளைக் களைந்து பார்க்கும்போதும் புலியாட்டத்துக் காக இசைக்கப்பட்ட தப்பட்டைகளின் டண்டணக்க டண்டணக்க சத்தம் காதுக்குள் ஒலித்துக் கொண்டே இருந்தது.

படுத்தும் தூக்கம் வராததால் கௌடர் சும்மா நடந்துவிட்டு வரலாம் என எழுந்து வெளியே வந்தார். அவர் கழனியில் வேலை செய்கிற படியாளும் தூக்கம் வராமல் உட்கார்ந்திருந்ததால், அவனும் எழுந்து உட்கார்ந்தான். கௌடர் பீடியை வாய்க்குள் செருகிக் கொண்டு பற்றவைப்பதற்காகத் தீக்குச்சியை வத்திப்பெட்டியில் உராய வைத்ததும் எழுந்த வெளிச்சத்தில் அவர்களின் முகங்கள் சிவந்தன. புகையை இழுத்து ஆனந்தம் கொண்ட கௌடர், படியாளின் பக்கம் திரும்பி "குட்டிப்புலி வேஷம் போட்டு வந்து ஆடுனானே ஒரு பையன், யார் ஊட்டுப் பையன் அவன்?" என்று கேட்டார். படியாள், "அமாச சாமி" என்றான். "அமாசன்னா?" என்று இழுத்தார் கௌடர். அதற்குப் படியாள், "அதான் சாமி, அந்த ஆட்டுக்கார தாத்தாவோடு ஒரு அனாதைப் பையன் இருக்கறானே. அவன்தான் சாமி" என்றான். கௌடர் ஆச்சரியம் கொண்டார். இவ்ளோ சீக்கிரம் வளர்ந்-துட்டானா?" என்றார். கௌடரின் கண்களின் முன்னால் புலிவேஷம் போட்ட அமாச அழகாக அடிவைத்து ஆடியபடி வந்தான்.

**கன்னடமூலம்: தேவனூரு மகாதேவ**

**மொழிபெயர்ப்பாளர் : பாவண்ணன்**

## ஆ. பம்பரம்

மலக்குழியில் தன் பம்பரம் விழுந்து விட்டதையெண்ணி வருத்தத்துடன் கண்களில் கண்ணீர் தளும்பச் சுவர் ஓரமாய் வெகு நேரம் நின்றிருந்தான் செலுவன். கிழிந்து போன பாட்டியின் புடவையி லிருந்து கிழிந்த துண்டுகளை இணைத்துக் கயிறாக்கிக் கொடுத்திருந்தார் தாத்தா. அதைப் பயன்படுத்திப் பம்பரம் விட்டு, அது எழுப்பும் ஒலியின் ஆனந்தத்தால் மனம் பறிகொடுத்து, தானே ஒலியாக எண்ணி மகிழ்ச்சியில் மிதந்தான். செலுவனின் துரதிருஷ்டமோ அல்லது அவன் தந்தையின் தலையெழுத்தோ அல்லது அந்த சேரி ஜனங்களின் துரதிருஷ்டமோ, காவி நிறமும் பச்சை நிறமும் கலந்த செலுவனின் அழகான பம்பரமானது, ஒரு கல்யாண சந்தர்ப்பத்தில் பின்கட்டில் தோண்டப்பட்ட ஒரு மலக்குழியில் போய் விழுந்து விட்டது.

வருத்தம் மேலிட பின்கட்டுக்கு வந்தான் செலுவன். புதிய தளிர்களால் பசுமை அடர்ந்த மரத்தின் மேல் ஏறி அமர்ந்தான். சேரியின் மொத்தப் பரப்பும் அவன் கண்ணுக்குத் தெரிந்தது. மரத்தில் பூக்களுக்கு முத்தமிடுவது போல மொய்த்துக் கொண்டிருந்த சின்னச்சின்ன புழுக்களையே உற்றுப் பார்த்தபடி கிளைகளின் நடுவே உட்கார்ந்திருந்தான். ஆனாலும் அவன் மனம் மீண்டும் மீண்டும் பம்பரத்தின் மீதே குவிந்தது. ஏதாவது செய்து அதை வெளியே எடுக்க வேண்டும். மீண்டும் புதுசாகப் பம்பரம் வாங்குவது என்பது சாத்தியமே இல்லை. அப்படிப்பட்ட பம்பரம் இனிமேல் கிடைக்கவும் கிடைக்காது. பம்பரம் என்றாலே அப்பாவுக்கு ஏன்தான் கோபமோ என நினைத்துத் துக்கமுற்றான். பின்கட்டில் குவிந்து வைக்கப்பட்டிருந்த குப்பைக் குவியல்களிலிருந்தும் முட்புதர்களிலிருந்தும் திடுமென நாய்கள் கோபத்துடன் குரைத்தபடி ஒரு பன்றியைத் துரத்திக் கொண்டு வருவதைப் பார்த்தான். நாய்கள் குரைக்கிற சத்தத்தோடு அப்பன்றியின் சத்தமும் கேட்டது. நாய்களால் துரத்தப்பட்டு ஓடி வந்த பன்றி, நாய்கள் தன்னைக் கடிக்கிற அளவுக்கு நெருங்கி விட்டதை

உணர்ந்து ஊளையிட்டபடி ஓடிவந்து அந்த மலக்குழியில் விழுந்து விட்டது. எதுவும் செய்ய வழியற்றவனான செலுவன், "ஐயோ, பன்னி பீக்குழியில விழுந்திட்டது" என்று சத்தமிட்டபடி மரத்திலிருந்து இறங்கினான். வீட்டிலிருந்த தன் அம்மாவிடம் "அம்மா, அம்மா பின்னால இருக்கற நம்ம பீக்குழில யாருதோ ஒரு பன்னி வந்து விழுந்திட்டுதும்மா" என்றான். "பாழாப்போன பன்னிக்கு விழுந்து சாகறதுக்கு நம்ம வீட்டு பீக்குழிதான் செடைச்சிதா, யாருதுடா அது?' என்று சத்தமிட்டபடி வெளியே வந்து பார்த்தாள். உடனே அவன் மனம் சலிப்புற்றது. "இந்தப் பாழாப் போன பீக்குழிய மூடறதுக்கு இந்த ஆளுக்குக் கையாலாகல" என்று புருஷனை நொந்தபடி "செலுவா, ஓடிப்போய் ஓட்டல்லேர்ந்து உங்கப்பவை கூப்ட்டுக்னு வா, ஏதாவது செஞ்சி வெளிய எடுத்துப் போடட்டும்" என்று சொல்லி விட்டு, "வெளியே யார்ட்டயும் சொல்லிட கில்லிடப் போறே. விஷயம் தெரிஞ்சா வீணா சண்டையாவும். ஜாக்கிரதை" என்றும் சொல்லி அனுப்பினாள்.

தனது பம்பரத்துக்கு நேர்ந்த கதியை நினைத்து வருந்தினான் செலுவன். எந்த வகையிலும் அப்பம்பரத்தை இனி மேலே எடுப்பதோ அல்லது அதை வைத்துக்கொண்டு ஆடுவதோ முடியாத காரியம்தான் என்று நினைத்து வருத்தத்தில் ஆழ்ந்தான் அவன். வீட்டில் இருப்பவர்கள் எங்கேயாவது வெளியே போகும்போது மலக்குழியின் மேல் வைத்து மூடப்பட்டிருக்கிற தென்னை ஓலைகளை நகர்த்தி விட்டு ஏதாவது ஒரு நீளமான குச்சி மூலம் பம்பரத்தை எடுத்துவிட வேண்டும் என்று திட்டமிட்டிருந்தான். அந்த ஆசை இப்போது நொறுங்கி விட்டது. அந்தப் பன்றி மலக்குழியில் விழுந்த வேகத்திலும், கால்களை வைத்துப் புரளும் வேகத்திலும் பம்பரம் விழுந்த அடை யாளமே கரைந்து போய் இருக்கும் என்று தோன்றியது. ஒருவேளை பன்றியைத் தூக்கும்போது யாருடைய கைக்காவது பம்பரம் கிடைத்தாலும் கூட, அப்பா இருப்பதால் தன் கைக்கு வராது என்று தோன்றியது. இப்படியே யோசித்த வண்ணம் ஓட்டலுக்கு வந்து கல்லாவில் உட்கார்ந்திருக்கும் தன் அப்பாவைப் பார்த்தான். தன் தாத்தா குஞ்சாரய்யனின் அருகில் மெல்ல வந்து பன்றி விழுந் திருக்கும் செய்தியைத் தெரிவித்தான். குஞ்சாரய்யன் அதிர்ச்சியுற்று செலுவனைப் பார்த்தான். பிறகு போண்டா வெந்து கொண்டிருந்த வாணலியில் மாவை உருட்டிப் போட்டபடி, "டேய்.. உண்மையச் செல்லுடா.. சும்மா வெளயாடாத. அது எப்படிடா அதுக்குள்ளாற விழுந்திச்சி? ரொம்ப பெரிசா, சின்னதாடா?" என்றான். "சீக்கிரம் வா..

இங்கேயே உட்காந்துக்கிட்டிருந்தா அப்புறம் அதோகதிதான்'' என்று அலுத்துக்கொண்டான் செலுவன். வேகமாக வந்து ஏதாவது செய்து பன்றியைத் தூக்கினால் பம்பரம் கிடைத்தாலும் கிடைக்கக் கூடும் என்று ஊகித்தான். "இருடா, இன்னும் கொஞ்சம் போண்டா போட்டுட்டு வரேன்'' என்றான் குஞ்சாரய்யன். கோபமாக வெளியேறிய செலுவன் வேகமாக வந்து மரத்தடியில் உட்கார்ந்து செத்துக் கொண்டிருக்கிற பன்றியைக் கற்பனை செய்தபடியும், முறுக்கு மீசைக்காரரான அப்பாவுக்கு அந்தப் பன்றியின் விஷயம் தெரியவந்தால் என்ன ஆகுமோ என்று யோசித்தபடியும் தனது பம்பரத்தின் கதி இப்படியாகி விட்டதே என்று நொந்தபடியும் வானத்தைப் பார்த்துக் கொண்டிருந் தான்.

செலுவனின் தாத்தா குஞ்சாரய்யன் போண்டா சுடும் வேலை களையெல்லாம் முடித்து விட்டுத்தான் வரவேண்டியிருந்தது. அவரசத்தில் வெந்தது பாதி வேகாதது பாதியென்று எடுத்துப் போட்டு விட்டு, அடுத்தமுறை மாவை உருட்டிப் போடும்போது கையைச் சுட்டுக் கொண்டபடி மலக்குழியில் விழுந்திருக்கும் பன்றியின் காட்சியை மனசுக்குள் நினைத்துக் கொண்டான். கடந்தமுறை ஊரெல்லாம் எங்கெங்கோ திரிந்துவிட்டு வந்த திப்பேகௌடாவின் எருமை மேய்ந்த வாக்கிலே வந்து இதே மலக்குழியில் விழுந்தபோது படாதபாடுபட்டு மேலே தூக்கியதும் அப்போது உருவான துர்நாற்றமும் அசிங்கமும் அருவருப்பும் ஞாபகத்திற்கு வந்தன. அந்த மலக் குழியை மூடவேண்டு மெனப் பலமுறை நினைத்துக் கொண்டாலும், அவனுடைய மூத்த மகன் சிக்கண்ணனால் அத்திட்டங்களில் எதுவுமே கைகூடாமல் தோல்வியுற்றது. இப்படிப் பலபுகார்கள் அந்த மலக்குழி தொடர்பாக எழுந்தன. திப்பே கௌடாவின் எருமை அந்த மலக்குழிக்குள் விழுந்தபோது பத்து ஆள்கள் வந்து கயிறு கட்டி ஒரு பெரிய பாறையை இழுப்பது போல இழுத்தபோது, இந்த மலக்குழியின் அகலம் இரண்டு மடங்காகிப் பெரிய குழியாகி விட்டது. ஒருநாள் முழுக்க அந்த எருமை குழியிலேயே இருந்ததால் வெளியேற்றிய சிறிது நேரத்திற்குள்ளேயே இறந்து விட்டது. அதை மேலே தூக்கும் முயற்சியில், இசகுபிசகாக உருவான இம்சைகளால்தான் அது மரணம் அடைய வேண்டியதாயிற்று. அதன் மரணத்திற்கு நஷ்ட ஈடாகப் பணம் வேண்டுமென்று திப்பே கௌடா கேட்டபோது ஒரு ரௌடியைப் போலப் பேசினான் சிக்கண்ணன்.'' "ஆடு வரும், மாடு வரும், அதுங்களயெல்லாம் உள்ளே இழுத்துக்கோன்னு நாங்க

என்ன பீக்குழிக்கு சொல்லியாக் கொடுத்திருக்கோம்? உங்க எரும மாட்டுக்கு புத்தி இருந்தா இதுக்குள்ள வந்து விழுமா? நல்லா இருக்குது நீங்க சொல்றது. ஏதோ, எங்க வசதிக்கு பீக்குழி தோண்டி வச்சா, அதுல வந்து விழுந்து செத்துடுச்சி. அதுக்கு நாங்க என்ன செய்ய முடியும்?" என்றான்.

எந்த நஷ்ட ஈடும் தரமுடியாது என்று கோபத்தோடு சொல்லி அனுப்பிவிட்டான். அதிலிருந்து இந்த மலக்குழிக்கு ஒரு பெரிய சரித்திரமே உருவாகிவிட்டது. ஊர்க்காரர்கள் அனைவரும், அந்த மலக்குழியின் மேல் ஏதாவது ஒரு பெரிய தகட்டால் மூடி செய்து மூடும்படியும், குறைந்தபட்சம் கற்களாலான படிக்கட்டுக்களாவது வைக்கும் படியும் ஆலோசனை சொன்னார்கள். ஆனால் எதுவுமே செய்யவில்லை. எருமை விழுந்தபிறகு குழியின் அகலம் அதிகமாகி விட்டது. ஓரங்களில் மண் சரிந்து பாழாயிற்று. அகலம் கூடிவிட்டால், அந்த அளவுக்குத் தகடோ அல்லது கல்லோ வாங்கி மூட சிக் கண்ணனால் முடியவில்லை. சுலபமாகக் கிடைக்கக் கூடிய தென்னை ஓலைகளைத் தான் வாங்கி மூடி வைத்திருந்தான். இப்படி மூடி வைத்ததுதான் ஊரெங்கும் எழுந்து பரவிய பல கிண்டல்களுக்கும் எதிர்பாராத விபத்துகளுக்கும் காரணமாயிற்று.

எருமை இறந்தபிறகு, 'சேரியைச் சேர்ந்த மயாலக்கண்ணன் வந்து பார்த்து, சுடுநீரால் அதை நன்றாகக் கழுவிச் சுத்தப்படுத்தி விட்டு அறுத்துக் கூறு போட்டு எடுத்துக் கொண்டு போன சங்கதியைக் கேட்டு திப்பே கௌடாவின் தலை சுற்றியது. "மாட்டுக்கறி தின்னணுமின்னே அந்த சேரிக்காரங்க என் எருமையை வேணும்ன்னே குழில தள்ளி சாகடிச்சிருக்காங்க" என்று ஊர் முழுக்க பேச்சாகி விட்டது. ஆனாலும் எருமைமாட்டுக் கறியின் கூறுகள் ஏற்கனவே பலர்க்கும் பங்கிட்டுப் தரப்பட்டிருந்ததால் யாரும் அதிக அளவு அதைப் பற்றிக் கவலைப் படவில்லை.

நகரத்திற்குச் சென்று படித்துவிட்டு வந்த போக்கிரி இளைஞர்கள் சிலர் 'சிக்கண்ணன் வீட்டுப் பீக்குழி எருமாட்டப் புடிக்கிற குழிடா டேய்" என்று பலநாட்கள் தொடர்ந்து கேலி செய்து வந்தாலும் சிக்கண்ணன் அதைப் பெரிசாக எடுத்துக் கொள்ளவில்லை. போண்டா சுட்டுக் கொண்டே இவற்றையெல்லாம் நினைத்துக் கொண்டவனுக்கு, போண்டாக்கள் கொதிக்கும் வாணலியே மலக்குழிபோலத் தோன்றியதால் வாந்தி வருவது போல இருந்தது. "சீ இந்த எண்ணெயெ சரியில்ல.

உருட்டிப் போட்டு எவ்வளவு நேரமாச்சி இன்னும் வேகலயே" என்று எண்ணிக் கொண்டே நெருப்பைக் கூட்டினான். வெந்தபிறகு தன் மகன் சிக்கண்ணனிடம் சென்று இந்த விஷயத்தை ரகசியமாய்ச் சொல்லி விட்டு வந்தான்.

தன் தாத்தாவிடம் பம்பரத்தைப் பற்றிச் சொல்ல வேண்டும் என்று எண்ணிய செலுவன் பிற்பாடு வேண்டாம் என்று சொல்லிக் கொண்டான். குஞ்சாரய்யன் குழியை மூடி இருந்த தென்னங் கீற்றுக்களை மெல்ல நகர்த்திவிட்டுப் பார்த்தான். வேகமாய் தாவி குழியிலிருந்து தப்பித்து விட முயற்சி செய்து தோற்று, மீண்டும் குழியிலேயே விழுந்து கத்தியது பன்றி. எகிறி விழுந்ததால் அக்கம் பக்கம் சிதறிய மலத்தின் ஒரு துளி, ஈயைப் போல பறந்து வந்து குஞ்சாரய்யனின் மூக்கில் ஒட்டிக் கொண்டது. பொறுமைசாலியான குஞ்சாரய்யனுக்கு அவமானத்தின் காரணமாகக் கோபம் வந்தது. சொர்க்கத்தில் தர்மராயன் தன் சுண்டு விரலால் அழுத்தியபோது உண்டானதைப் போலத் தனக்கும் ஆகிவிட்டதே என்று நினைத்து, ஒரு இலையால் மூக்கை வழித்துச் சுத்தப்பட்டுத்திக் கொண்டான். "உள்ளேய விழுந்து சாவட்டும்" என்று திட்டியபடி, இந்த விவகாரத்தை யெல்லாம் மகனே கவனித்துக் கொள்ளட்டும் என்று ஓட்டலுக்குத் திரும்பி வந்தான்.

நிராசையுற்ற செலுவன் தனது பரம்பரம் இனி எப்போதும் தன் கைக்குக் கிடைக்கப் போவதில்லையோ என்று நினைத்தான். தன்னுணர்வு இல்லாமலேயே பம்பரச் சாட்டையை விரல்களுக் கிடையே சுற்றிச் சுற்றி விடுவித்தபடி கண்ணீர் சிந்தினான். பன்றி, மலக்குழி மற்றும் ஊர் நடவடிக்கைகள் எல்லாமே விஷ்ணுவின் வராக அவதாரத்தைப் பற்றி ஹரிகதை சொல்லும் பண்டாரம் விவரித்தபடி நடப்பதைக் கண்டு பயம் மற்றும் துயரத்தால் மனசுக் குள்ளேயே வருந்தினான். குழிக்குள் விழுந்த பன்றியானது பம்பரம் விழுந்ததற்கான எந்த அடையாளமும் இல்லாமலாக்கி விட்டது. அந்தப் பம்பரம் தரையில் ரீங்காரமிட்டுச் சுழலும்போது தெருவில் இருக்கிற மற்றப் பிள்ளைகள் அந்தப் பம்பரத்தின் வனப்பையும் சுற்றும் நேர்த்தியையும் கண்டு வயிற்றெரிச்சல் கொண்டபோது, உள்ளுக்குள் ஆனந்தப்பட்டதெல்லாம் இனி நடக்காது என்று நினைத்த போது தன் தந்தையை எண்ணி செலுவன் கோபம் கொண்டான்.

“எதுக்காகத்தான் இன்னும் சாகாம இருக்குதோ, என் பம்பரத்தையெல்லாம் இப்படியே செய்றாரு. அன்னைக்கு அப்பத்தான் மூணு பம்பரங்கள கோடாலியாலேயே வெட்டித் துண்டு துண்டா பொளந்துட்டாரு. இன்னொரு பம்பரத்த கண்ணுக்கே தெரியாத அளவுக்கு எங்கயோ தூக்கிப் போட்டுட்டாரு” என்று எண்ணினான். இன்று பார்க்க நேர்ந்தால் “என்னடா இது பம்பர ஆட்டம், இன்னொரு தரம் உன் கையில பம்பரத்தப் பார்த்தா, உன்னயே வெட்டிப் பொளந்து போட்டுருவேன்” என்று சொல்லக் கூடும். இப்படியெல்லாம் யோசித்த வண்ணம் ரத்தின் மேல் மீண்டும் ஏறி உட்கார்ந்தான். மலக்குழியையே பார்த்தபடி இருந்தான். மற்றவர்களுடைய கோழிகளும் ஆடுகளும் வந்து அதற்குள் விழுந்துஇறந்து போனபோது உருவான சண்டை களில் அவர்களோடு ஆக்ரோஷமாக அப்பா சண்டையிட்டதும் கத்தியைக் காட்டி மிரட்டியதும் ஞாபகம் வந்தது. கிறுகிறுவெனப் பம்பரம் சுற்றும்போது அவன் மனமும் உடம்பும் கூடச் சுற்றி மயக்க முறும். இதற்கிடையில் அமைதியிழந்து பரப்பரப்புக்குள்ளான காட்சிகள் மனதிலெழுந்து தலை சுற்றியது.

சிக்கண்ணன் தன் வீட்டின் பின்புறத்தில் தோண்டிய மலக் குழிதான் ஊரிலேயே முதலாவதாகத் தோண்டப்பட்ட குழியாகும். புதிய வழிமுறையாக அது அமைந்தது. தன் தம்பி சாந்தராஜனின் திருமணத்திற்கு மைசூரிலிருந்து பெண் எடுத்தபோது, பெண் வீட்டுக்காரர்களும், அவர்களைச் சேர்ந்த பெண்களும் மலஜலம் கழிப்பதற்கு வசதியாக இருக்குமென்று எண்ணி உருவாக்கிய அந்த ஏற்பாடு, கல்யாணத்தன்றே ஏமாற்றத்துக் குள்ளாக்கி விட்டது. நல்ல விருந்து சாப்பாட்டுக்குப் பிறகு அந்த மலக்குழிக்கு வந்துபோன பெண்களால், அந்தக் குழியே நிரம்பி விட்டது. முன்பக்கம் நாகரிக கக்கூஸைப் போலவே கட்டி இருந்தாலும், மலம் ஓடிச் சென்று சேர டிரைனேஜ் ஏற்பாட்டுக்குப் பதிலாக, பின்பக்கத்தில் ஒன்றரை ஆள் உயரத்திற்கு ஒரு பெரிய பள்ளம் தோண்டி, அதற்குள் எல்லா மலமும்வந்து விழுகிற மாதிரி ஏற்பாடு செய்திருந்தான். திருமணத்துக்கு மறுநாளே அந்தக் குழி நிரம்பி விட, அதன் துர்நாற்றம் நாற்புறமும் எழுந்து பரவி, கல்யாணத் திடலெங்கும் படர்ந்து, எல்லோருடைய சகிப்புத் தன்மைக்கும் சோதனை உண்டாக்கியது. மணமகள் வீட்டைச் சேர்ந்தவர்களில் யாரோ ஒருவன் யாரோ ஒருத்தியோடு உறவு கொள்ளும் உத்தேசத்தில் அன்றைய இரவு பின்கட்டுக்குச் சென்று, தன்னுணர்வின்றி குழிக்கருகே கால் வைத்தால், சறுக்கி விழுந்து

எழுந்தான். கால் முழுக்க மலம். செய்தி அறிந்தவர்கள் அவனுக்குக் கழுவுவதற்காகத் தண்ணீர் கொண்டுவந்து தந்தார்கள். பிற்பாடு எல்லார்க்கும் அது நினைத்து நினைத்துச் சிரிக்கவல்ல சங்கதியாகி விட்டது. அப்பொழுது அவனே முன்வந்து, "இந்த கூறுகெட்ட கிராமத்துல பொண்ணு குடுக்க வேணாமின்னு ஆயிரத்தெட்டுதரம் என் மாமனார்ட்ட படிச்சி படிச்சி சொன்னேன். ஆனா அந்த அற்பன் என் பேச்ச கேக்கல, ஏதோ ஒரு பேய் அந்த பள்ளத்துக்கு இழுத்துக்கிட்டுப் போய் அதுக்குள்ள என்னத் தள்ளறதுக்கு முயற்சி பண்ணிச்சி. திடீர்னு தப்பிச்சி ஓடியாந்துட்டேன். தூ.. தூ.. ஒரே துர்நாற்றம். பாழாப்போன இந்த பட்டிக்காட்டுல என்னத்த தின்னுவானுங்களோ, தெரியலப்பா. இப்படி பேய் பிசாசு நடமாடற வீட்டுக்கு பெண்ண குடுத்திருக்கக் கூடாது" என்று அவமானம் தாங்க இயலாமல் மாப்பிள்ளை வீட்டுக் காரர்களைப் பார்த்துக் கன்னா பின்னாவென்று திட்டத் தொடங்கினான். அதே நேரத்தில் குடிப்பதிலே அந்த ஊருக்கே சேம்பியனாக இருந்தவன் வந்து, பேசியதையெல்லாம் கேட்டுவிட்டுக் கோபம் கொண்டு அவனோடு சண்டைக்குப் போனான். வாய்ச்சண்டை அடிதடி சண்டையாக மாறும் முன்பு மாப்பிள்ளையே வந்து இருவரையும் சமாதானப்படுத்திக் கைகூப்பிக் கேட்டுக் கொண்ட பிறகு பிரச்சனை தீர்ந்தது. சேரிச் சரித்திரத்தின் ஒவ்வொரு பக்கத்தையும் அந்த மலக்குழி திறந்து வைப்பது போல குஞ்சாரய்யனுக்குத் தோன்றியது. சிக்கண்ணனுக்கு அந்த விஷயத்தைத் தெரியப்படுத்திய பிறகு நடக்கப் போவதைப் பார்க்கக் காத்திருந்தான். வீட்டில் இருந்த பெண்கள் இதெல்லாம் ஏதோ ஒரு கேடுகாலத்திற்குத்தான் வழி என்று நினைக்கத் தொடங்கினார்கள். செலுவனின் அம்மா பயந்துபோய் மகனை அருகில் அழைத்தாள். ஹரிகதையில் சொல்லப்பட்ட கதை அவளுக்கும் ஞாபகம் வந்தது. "ஐயோ கடவுளே சாமி பன்னியா அவதரிச்சதுன்னு சொன்னாங்க இல்ல, ராட்சசன சாகடிக்கறதுக்கு பன்னி உருவம் எடுத்து வந்து குழியில விழுந்திடுச்சு.." என்று தெளிவின்றி சொல்லிக் கொண்டாள். டேய் செலுவா.... வாடா.... இங்க வாடா... உன் வாய்ல என் ரத்தத்த ஊத்த... எங்கடா இருக்கே" என்று சத்தம் போட்டுக் கூவினாள். என்றைக்கும் இல்லாத வகையில் இன்றைக்கு ஏன் அம்மா இப்படி திட்டுகிறாள் என்று எண்ணியபடி வீட்டுக்குள் வந்த செலுவன் "என்னம்மா?" என்று நின்றான். மலக்குழியில் இருந்து வீசிய துர்நாற்றம் மெல்ல மெல்ல வீட்டுக் குள்ளும் அடிக்கத் தொடங்கியது. "ஒரே துர்நாத்தம்" என்றபடி மூக்கை மூடிக் கொண்டான்.

செலுவனின் பம்பரம் கைக்குக் கிடைக்கக் கூடும் என்று நம்பிக்கை கொள்ள எந்த வழியும் இல்லாமல் போனதுதான் துரதிருஷ்டம். "அந்தக் குழிபக்கமே போவாத, போய் சிலேட்டு பல்பம் எடுத்து எழுது. போ. லீவா இருந்தா படிக்கக் கூடாதுன்னு எழுதியா இருக்குது." என்று சொல்வது அவனுக்குக் கேட்டது. ஓட்டலில் சிற்றுண்டிகளுக்காக அவனுடைய அம்மா என்னென்னமோ வேலை களைச் செய்ய வேண்டி இருந்தது. செலுவன் மெதுவாகத் தெருப் பக்கம் வந்தான். பன்றியை மேலே தூக்க அப்பா என்ன செய்வார். அப்படித் தூக்கும்போது தன் கண்ணில் பம்பரம் படும்வேளையில் என்ன செய்வார் என்று யோசித்தான்.... எதுவும் தோன்றவில்லை. இறுதியில் முகத்தை உம்மென்று வைத்துக் கொண்டு, "நான் பம்பரம் ஆடினா இவருக்கென்ன கஷ்டம்" என்று தனக்குள்ளேயே சொல்லிக் கொண்டான். காலையில் தெருவில் பம்பரம் ஆடிக்கொண்டு இருக்கும்போது கோல் எடுத்து வந்து படீர் என்று அடித்துவிட்டு, பம்பரத்தைப் பிடுங்கி அந்த மலக்குழியின் பக்கமே வீசினார் அப்பா. அப்பாவின் உருவமே ஒரு ராட்சசனின் முகம்போல மனதில் நினைத்துக் கொண்டான். அந்த வீட்டைச் சேர்ந்த அவனுடைய அம்மா, பாட்டி, அத்தைமார்கள் அனைவரும் பயங்கரமான ஏதோ ஒரு நோய்க்கு ஆளானவர்களைப் போல எண்ணிக் கொண்டான். அம்மாவின் வார்த்தையை மீறி ஓட்டலுக்கு வந்தான். அங்கே நிரந்தரமான வாடிக்கைக்காரனைப் போல அங்கே உட்கார்ந்திருந்த அப்பண்ணனோடு ஆலோசனை நடந்து கொண்டிருந்தது. பன்றியை மேலே தூக்குவதற்கு என்னென்ன பேசி முடிவெடுத்துள்ளார்கள் என்று தெரிந்து கொள்ளும் ஆர்வத்தால் அவன் அங்கு வந்து சேரும் முன்பேயே பெருமளவு பேசி முடித்திருந்தார்கள். அந்தக் குழியில் விழுந்திருக்கும் பன்றியை அபகரித்துக் கொள்வதே சரி என்று பேசிக் கொண்டார்கள். ஆனால் உள்ளே இருக்கும் பன்றியைக் கொல்வது சாத்தியமே இல்லை. பன்றியைப் போன்ற பிராணி சுலபமாக உயிர் விட்டு விடுவதில்லை. அப்படி ஏதாவது ரகசியமாய்ப் பிடித்துக் கொன்றுவிட வேண்டும் என்று முயற்சித்தால், ஊருக்கே அந்த ரகசியத்தைத் தெரியப் படுத்துகிற மாதிரி கூவிச் சத்தமெழுப்பி கடைசியில் அந்தப் பன்றிக்கு உடையவனுக்குத் தெரிந்து பிரச்சனை யாகும் என்று யோசித்தவர்கள் கடைசியில் சில முடிவுகளுக்கு வந்தார்கள்.

சாயங்காலம் வரைக்கும் பன்றியை அக்குழியிலேயே விட்டு வைப்பது என்றும் அலைந்து அலைந்து அது ஓய்ந்து சாகும் கட்டத்தை நெருங்கும்போது ஈட்டியால் குத்திச் சாகடித்து விடுவது என்றும், அப்படியும் சாகவில்லை என்றால் மலக்குழிக்குள்ளேயே இறங்கிக் கயிற்றால் கட்டி மேலே தூக்கி விடுவது என்றும் தீர்மானித்தார்கள். கடைசிக் கட்டத்தில் காதுகொடுத்துக் கேட்ட செலுவன் தம் பம்பரத்-தோடு பன்றியும் சாகப்போவதை கற்பனை செய்து பார்த்தான். அதை ஏன் சாகடிக்க வேண்டும் என்று அவனுக்குத் தெரியவில்லை. இந்த மாதிரியான திட்டம் எதுவும் சரியில்லை என்று தாத்தா சொன்னபோது, தாத்தா மட்டுமே சரியானவர் என்று தோன்றியது. எப்படியோ, ஓட்டலுக்கு வாடிக்கையாளர்கள் வந்தார்கள், சென்றார்கள். போண்டாக்கள் தின்றார்கள். டீ குடித்தார்கள். எதைஎதையோ பேசி இருந்துவிட்டு வெயிலைப்பற்றி பேசித் திட்டினார்கள். மழை இந்த வருஷமும் பெய்யாமல் பொய்த்து விட்டதே என்று நிராசைப் பட்டார்கள். ஓட்டலுக்கு வந்த ஒவ்வொருக்கும் 'தூ.... இதென்ன சிக்கண்ணா, இந்த மாதிரி வாசன வருது, ஏதாவது நாயி கீயி உங்க ஊட்டும் பின்னால செத்துத் கெடக்குதா? தூத்தூ... கெட்ட துர்நாத்தம், "வாய்ல டீய வைக்கவே முடியலப்பா" என்று சொன்னார்கள். அவர்களும் தத்தமக்குத் தோன்றியபடி பேசிவிட்டுச் சென்றார்கள். வெயில் அப்போதுதான் மெல்ல மெல்ல தாழத் தொடங்கியது.

தன் திட்டப்படி எல்லாவற்றையும் தயார் செய்து கொண்-டிருந்தார் அதாரி. இந்த வேலைக்காகவே கடையிலிருந்து ஒரு சின்ன பானையில் சாராயம் வாங்கிப் பின்கட்டில் வைத்திருந்தார். அதிக அளவில் குடித்து, போதை ஏறிய பிறகு வேலையைத் தொடங்குவதே சரி என்பது அவனுடைய வாதம். துர்நாற்றம் மிகுந்த மலக்குழியில் இருந்து பன்றியைத் தூக்குவது சிரமமான பணி என்றும், முழுப் போதையில் இருந்தால் எந்த துர்நாற்றத்தையும் பொருட்படுத்தாமல் வேலை செய்யலாம் என்றும் சொல்லி சிக்கண்ணனைச் சம்மதிக்க வைத்திருந்தான். எப்படியோ எல்லாம் தயாரானது. வீட்டில் இருந்த பெண்கள் இத்திட்டத்தைக் குறித்து அதிருப்தி தெரிவித்தாலும், அவர்களது பேச்சு எடுபடவில்லை. ரகசியமாகச் சீக்கிரம் வேலையை முடிக்க வேண்டும் என்று எண்ணி, இருவரும் குடிக்கத் தொடங் கினார்கள். இதையெல்லாம் திருட்டுத் தனமாகவே கவனித்துக் கொண்டிருந்த செலுவன் மனிதர்களின் மலக்குழியில் இவர்கள் எப்படி இறங்குவார்கள் என்று பார்க்கிற ஆசை தூண்ட,

காத்திருந்தான். அவர்கள் கைகளில் பம்பரம் கிடைக்கக் கூடுமா என்கிற எள்ளளவு ஆசை தூண்ட மறைவான இடத்தில் உட்கார்ந் தான். ஒரு சுற்று கடகடவென்று குடித்து முடித்த சிக்கண்ணன் மலக்குழிக்கு அருகில் வந்து ஓலைகளையெல்லாம் இழுத்துப் போட்டுப் பார்த்தான். குப்பென்று எழுந்த துர்நாற்றம் தாங்க இயலாத வனாகத் திரும்பி ஓடி வந்து மீண்டும் குடிக்கத் தொடங்கினான். பலமாக வீசிய காற்றோடு இணைந்த துர்நாற்றம் ஊரெங்கும் வீசியது. அதாரிக்குப் போதை ஏறியது. "இப்ப ஏதாவது வழி பண்ணி அதுங்கதைய முடிச்சிரலாம்" என்று பிதற்றினான். "அப்படிச் செய்யுடா அதாரி. பன்னி உயிரு கெட்டி. கடைசிவரைக்கும் உயிர வச்சிட்டிருக்கும். கழுத்தப் புடிச்சி மேலத் தூக்கிப் போடுடா" என்றான் சிக்கண்ணா. "நீ சொல்றதும் சரிதான் சிக்கண்ணா. ஒரு பெரிய சாக்குல அத உள்ளத் தள்ளி அப்புறமா கயிறு கட்டி மேல இழுத்துக் கலாம்" என்றான் அதாரி. "சரிடா அதாரி" என்று அதை ஒத்துக் கொண்டு மலக்குழிக்குள் இறங்குவதற்கான ஏற்பாடுகளைச் செய்தார்கள். மறைந்திருந்து பார்த்துக் கொண்டிருந்த செலுவன் அந்தப் பம்பரம் கிடைத்தாலும் கூட தூர எறிந்து விடுவார் என்று நினைத்துத் துயருக்குள்ளானான். தனக்கு நெருக்கமான யாரோ ஒருவர் இறந்து போனது போலக் கவலையுற்றான்.

தென்னை ஓலைகளையெல்லாம் அப்புறப்படுத்தினான் அதாரி. துர்நாற்றம் எழுந்தது. குடிபோதையில் இருந்த அவர்கள் அதைப் பொருட்படுத்தாமல் அந்தக் குழிக்குள் பன்றி எங்கே இருக்கிறதெனத் தேடினார்கள். "எந்தப் பக்கம் போச்சுப்பா... கண்ணுக்கே தெரியல" என்றான் அதாரி. "நல்லா பாருடா.... அங்க ஓரமா இருக்குத பாரு" என்றான் சிக்கண்ணன். பீயில மெதந்து மெதந்து அதுவும் பீமாதிரியே தெரியுது. அடையாளம் கண்டு புடிக்க முடியல" என்று துர்நாற்றத்தைச் சகித்துக் கொண்டபடி பார்த்தார்கள். இப்போது இருவரில் ஒருவர் உள்ளே இறங்குவதே சரி என்று தீர்மானித்தார்கள். இதற்கு நடுவில் சற்றே துணிந்தான் செலுவன். பம்பரம் ஏதாவது தெரிகிறதா என்று அருகில் வந்து எட்டிப்பார்த்தான். பம்பர ஆசையால் அந்தத் துர்- நாற்றத்தைச் சகித்துக்கொண்டு பார்த்தும்கூட எதுவும் தெரியவில்லை. கோபமுற்ற சிக்கண்ணன் "எதுக்குடா அப்படி குனிஞ்சி பாக்கற. போ அந்தப் பக்கம். அப்படி போய் நின்னுக்கிட்டு யாராவது பாக்கறாங்களா இல்லையான்னு பாரு" என்று காவல் காக்கிற வேலைக்கு அவனை நியமித்தான். செலுவனுக்கு அப்போதுதான் முழுத்துணிச்சல் வந்தது.

“சரி” என்று தலையசைத்தபடி. அவர்கள் பாட்டுக்கு பன்றியத் தேடுகிற வேலையில் இருக்கட்டும். தன்பாட்டுக்கு பம்பரத்தைத் தேடலாம் என்று எண்ணிச் சற்றே தள்ளி நின்று பம்பரத்தின் தலைக்காகக் காத்து நின்றான். விகாரம் கொண்ட பன்றி உடல் முழுக்க மலத்தைப் பூசிக்கொண்டு, ‘வராக அவதாரம்’ பூண்ட விஷ்ணுவை நினை-வூட்டுவது போல விழுந்து கிடந்தது. தன் சக்தியையெல்லாம் இழந்து அது சாகும் தறுவாயில் இருந்ததால், அவர்களுடைய திட்டம் சுலபமானது. ஆனால் இருவரில் ஒருவர் இறங்கியே தீரவேண்டு மெனத் தோன்றியதால், சிக்கண்ணனே இறங்கத் தீர்மானித்து, துர்நாற்றத்தைச் சகித்துக்கொண்டு இறங்கினான். முன்பு கௌடாவின் எருமை உள்ளே விழுந்து மண் சரிந்து அகன்றிருந்தால் ஆழம் குறைந்துதான் இருக்குமென்றும் கீழே தரை கெட்டியாக இருக்கு மென்றும் என்று நினைத்துக் கொண்டு மெல்லக் கால்வைத்து இறங்கும்போது துர்நாற்றத்தால் சற்றே நிதானம் குலைந்து வழுக்கி விட, அந்தப் பன்றியைப் போலவே அவனும் சறுக்கிக் கொண்டுபோய் குழிக்குள் விழுந்தான். இடுப்பு வரை மலத்தில் அழுந்தி விட்டது. விகாரமாக உடம்பெங்கும் மலத்தைப் பூசிக்கொண்ட பன்றியின் முன்பேயே போய் நின்றான். உயிர் பிரியும் தறுவாயில் இருந்த பன்றி பலவீனமாகக் குரலையெழுப்பியது. சறுக்கி விழுந்த சிக்கண்ணனின் அவஸ்தையைக் கண்டு மேலே நின்றிருந்த அதாரி சத்தமாய்ச் சிரித்தான். “என்ன சிக்கண்ணா இது. நீயும் பன்னி மாதிரியே போய் விழுந்துட்டியே” என்றான். சிக்கண்ணனுக்கு கோபம் தலைக் கேறியது. ஆனால் மலக்குழியில் தான் தற்சமயம் விழுந்து கிடப்பதால், இந்தக் தருணத்தில் கோபம் கொண்டால் எந்தவேலையும் ஆகப் போவதில்லை என நினைத்து, “சரிசரி அந்தச் சாக்குப்பையை முதல்ல குடு, அப்புறம் சிரிக்கலாம்” என்றான். அவசரமாய் சாக்கை எடுத்து, நீட்டியவண்ணம் சிரித்தபடி “இந்தா கயிறையும் புடிச்சிக்கோ” என்றான். ஏதோ வேடிக்கைச் சித்திரத்தைப் பார்ப்பது போல இதை யெல்லாம் வேடிக்கை பார்த்த செலுவன் குழப்பத்தோடு என்ன செய்வது என்று தெரியாமல் நின்றான். பொறுக்க முடியாத அந்தத் துர்நாற்றத்தாலும் கோபத்தாலும் அவமானத்தாலும் குடித்ததை எல்லாம் வாந்தி எடுத்துவிட்டான். போதை இறங்கியதால் ஏகப்பட்ட கோபஉணர்வுகள் மூளத்தொடங்கியது. உள்ளே விழுந்து கிடந்த பன்றி குண்டண்ணனுடையது என்று புரிந்தது. இதற்குள் தன் அப்பாவின் கதி இப்படி ஆகிவிட்டது என்று தன் தாத்தாவிடம் ஓடிச்சென்று

சொன்னான் செலுவன். சிக்கண்ணன் தந்தை குஞ்சாரய்யன் கோபத்தோடு வந்து "இப்படிச் செய்னு நான் சொன்னனாடா உனக்கு? மேலே நின்னுட்டு சொரட்டுக் கோலாலயோ, இல்ல குச்சியாலயோ, அதன் கழுத்துல சுருக்க மாட்டி இழுன்னு சொன்னேன். தூ கர்மம், கர்மம், யார் யாரோ பேண்ட பீக்கு நடுவுல விழுந்து கெடக்கறியேடா. என் கண்ணு முன்னாலேயே நரகத்துல உழுந்திருக்கியேடா.... என்னவாவது செஞ்சிக்கோ...: போடா.... உன் தலையெழுத்து" என்று தான் சொன்னபடி செய்யவில்லையே என்கிற கோபத்தில் திட்டத் தொடங்கினான் குஞ்சாரய்யன். சாக்குக்குள் பன்றியைத் தள்ளிக் கயிற்றால் கட்டினான். கோபத்தால் அவன் கண்கள் சிவந்தன. சலிப்புற்ற குஞ்சாரய்யன், தன் குடும்பம் மானமுள்ள வம்சத்தில் வந்ததாயிற்றே, அது இப்படி ஆகிவிட்டதே, மலம், சாராயம் எல்லாம் ஒன்று சேர்ந்து வீட்டின் பெருமையையே நாற அடித்து விட்டதே என்றெல்லாம் வருத்தப்பட்டான். வீட்டின் புனிதமே கெட்டுவிட்டது என்று நொந்து கொண்டான். கயிற்றை இறுக்கிக் கட்டிய பிறகு, "ம்" என்றான் சிக்கண்ணன். மேலே இருந்த அதாரி பன்றியை இழுத்துப் போட்டான். பிறகு "இந்தா இந்தக் கயிற்றை புடிச்சிக்கோ. அப்படியே மெதுவா மேலே வா. மறுபடியும் உழுந்து கிழுந்து வைக்காத. வா" என்று மீண்டும் சிரித்தான் அதாரி. சிக்கண்ணனின் போதையெல்லாம் இறங்கி விட்டது. அவமானத்துடன் மேலே வந்து இடுப்புவரை எல்லாம் ஒழுகிக் கொண்டிருப்பதைப் பார்த்து, கோபத்தோடு அப்பாவின் பக்கம் வந்தான். "என்ன சொன்னே நீ. கண்ணு முன்னாலேயே நரகத்துல உழுந்துட்டனா. தலையெழுத்து, கர்மம் ன்னு சொன்னதெல்லாம் நீதானா. யாரு எப்படி நரகத்தில் விழுந்தாங் கன்னு, பாத்தாச்சா" என்ற சிக்கண்ணன் அப்பாவின் மீது இருந்த கோபத்தால் பழைய ஏதோதோ விஷயங்களையெல்லாம் அச்சந் தர்ப்பத்தில் இழுத்துக் கொட்டினான். பாவம் குஞ்சாராய்யன். "ஐயோ.. போடா அந்தப் பக்கம். தொட்டுடாதடா" என்று சொல்லியும் கேட்காமல் அவன் சட்டைக்காலரை இழுத்து உன்னயே இந்த நரகத்துக்குள்ள தள்ளிடுவன் தெரியுதா" என்று வயது முதிர்ந்த தந்தையின் மீது சீறினான். செலுவனுக்குப் பம்பரம் வேண்டுமென்று தோன்றவில்லை. அழுகை முட்டியது. சட்டென சமய சந்தர்ப்பம் புரிந்த அதாரி. அதுவரை செய்ததெல்லாம் வீணாகி காரியம் அம்பலமாகி விடுமோ என்று, "விடுண்ணா, பாக்கறவங்க என்ன நெனைப்பாங்க. வயசானவரு மேலே கைய வச்சிட்டு. விடு விடு. அவர்தான் யாரைப்பார்த்துச்

சொல்லிட்டாரு? புள்ளன்னு நெனச்சித்தான சொன்னாரு. விடுவிடு என்று சிக்கண்ணனின் பிடியைத் தளர்த்தி வேறு பக்கத்தில் இழுத்து விட்டான். அப்படி வேகமாக இழுத்ததால், நிதானம் தப்பி கால் சுளுக்கிக் கொள்ள, “என்னடா அதாரி. நீயும் என்னப் புடிச்சி இழுத்துத் தள்ளறியா. உள்ள உழுந்ததும் நீயும் சிரித்தவன்தான. இப்ப என்னடான்னா, அவன் சொல்றதுதான் சரின்னு என்ன தள்ள வந்துட்டியா?” என்று கத்தினான். கத்தினால் கூட விடாமல் “வாண்ணா இந்தப்பக்கம் நெறய வேல கெடக்குது” என்றபடி இழுத்தான். மூன்றுபேரும் அந்த மலக்குழிக்கு அருகேயே மீண்டும் நின்றார்கள். சண்டையில் இருந்து சிக்கண்ணனை விடுவிக்க எண்ணிய அதாரி, அவனது இடுப்பில் கை கொடுத்து, “சும்மா வா இந்தப் பக்கம். வெறுப்பேத்திட்டு இருக்காத” என்றான். கோபத்தோடு “விடுடா தேவடியா மவனே” என்று வேகமாகத் தள்ளினான் சிக்கண்ணன். அந்தத் தள்ளலினால், போதையில இருந்தும் கூட எந்தப் பிடிமானமும் இல்லாத காரணத்தால் நேராகச் சென்று அதே மலக்குழிக்குள் பன்றியைப் போல விழுந்தான். குறுக்கு வாட்டத்தில் தவறி விழுந்துவிட்டதால் தலைமுதல் பாதம் வரை மலத்தைப் பூசிக் கொண்டான். அவமானம் தாங்காத அவன் எழுந்து நிற்க முயற்சி செய்து, அப்போதே மேலேறி வர முயற்சித்தான்.

எதிர்பாராமல் நடந்துவிட்ட இச்சம்பவத்தால் செலுவன் சிரித்துவிட்டான். எனினும் உடனடியாக மரத்துக்குப் பின்பக்கம் மறைவாக நின்று கொண்டான். வீட்டில் இருந்த பெண்கள் பார்க்கப் பொறுக்காமல் படரும் துர்நாற்றத்தில் இருந்து தப்பிக்கும் பொருட்டு வீட்டுக்குள் ஓடிவந்து கதவுகளையும், ஜன்னல்களையும் மூடிக் கொண்டார்கள். தந்தையும், மகனும் இப்போது சண்டையை விட்டு விட்டு, உள்ளே விழுந்த அதாரியை மேலே தூக்கினார்கள். மேலேறி வந்த அதாரி இருவரையும் உற்றுப் பார்த்துவிட்டுப் உடம்பு முழுக்கத் தண்ணீர் ஊற்றிக் கழுவிக் கொண்டான். பிறகு “அப்பா சிக்கண்ணா, உன்கூட சகவாசம் வச்சிகிட்டேன் பாரு, முதல்ல என்ன அடிக்கணும். சும்மா இருப்பான்னு சொன்னதுக்காக என்னயே குழியில தள்ளிட்டயே; ஒருவேள தலமோதி உடைஞ்சிருந்தா, நீ என்னப்பா செய்வே. தூ... தேவடியா மவனே இருக்கட்டும். இத இத்தோட விடமாட்டேன் நானு பாத்துக்கோ. உன் சகவாசத்துக்கு இன்னையோட பெரிய கும்பிடு” என்று சொல்லிவிட்டுப் புறப்பட்டுப் போனான்.

அந்தச் செய்தி ஊருக்கெல்லாம் தெரிந்து விட்டது. இந்தச் சம்பவத்தை வேறுவிதமான புனைந்து பொய்ச் பிரச்சாரம் செய்தான். அப்பாவும் மகனும் சேர்ந்து கொண்டு தன்னை அவமானப்படுத்தி விட்டார்கள் என்றான். அன்று இரவே பஞ்சாயத்து கூட, இந்தப் பிரச்சனையை விசாரிக்க ஏற்பாடு செய்துவிட்டான். சிக்கண்ணனின் வீட்டுப் பின்பக்கம் உள்ள மலக் குழியானது, இப்படிப் பற்பல விஷயங்களுக்குக் காரணமாக இருந்ததால் அவர்கள் அனைவரும் அதாரியுடன் விஷயத்தைக் கேள்விப்பட்டு, பஞ்சாயத்துக்குச் சேர்ந்தார்கள்.

இங்கே அந்தப் பன்றியைத் தூக்கியபிறகு, சுடுநீரால் கழுவிவிட்டு அறுத்து மறுநாள் சாதாரள்ளி கிராமத்துச் சந்தையில் விற்றுவிட வேண்டும் என்று இருவரும் கூடிப்போட்ட திட்டம் பாதியில் முறிந்து விட்டது. ஊரெங்கும் பரவிவிட்ட துர்நாற்றத்தின் காரணமாகவும், அதாரிக்கு நேர்ந்த அவமானத்தின் காரணமாகவும் எல்லார்க்கும் தெரிந்து விட்டது. இந்தப் பரபரப்புகளை எல்லாம் கண்டு சந்தோஷம் கொண்ட செலுவன், இப்படி ஏதாவது பஞ்சாயத்து நடந்து மலக் குழியை மூடிவிட வேண்டும் என்று தீர்ப்புத் தந்து மூடப்பட்டு விட்டால், பம்பரத்தை மலக்குழியில் அப்பா தூக்கிப் போட முடியாது என்று எண்ணிக் கொண்டான். சாயங்காலமாகப் பஞ்சாயத்துக் கட்டைக்கு வரவேண்டுமெனச் சொல்லி அனுப்பினார்கள். ஆனால் சிக்கண்ணன் மட்டும் அங்கே செல்லவில்லை. ஊரில் இருக்கிற போக்கிரி இளைஞர்கள் மட்டும் வேடிக்கையான இந்தப் புகாரைக் கேட்டுச் சிரித்துவிட்டுத் தம் உலகிற்குள் மூழ்கினார்கள். சிக்கண்ணின் தந்தை தன் மகன் செய்ததெல்லாம் தவறுதான் என்று மன்னிப்புக் கேட்டுக் கொண்டு, கேட்ட அளவு தண்டனைத் தொகையையும் கட்டியபின் 'தப்பாகிவிட்டது' என்று கும்பிட்டு விடுவதே நல்லது என எண்ணியிருந்தான். எல்லாரும் சேர்ந்து பேசி ஒரு முடிவுக்கு வருகிற நேரத்தில், எஜமான் குடுபய்யன் எழுந்து, "அதாரிய பீக்குழிக்குள்ள உன் மகன் தள்ளனது தப்பு. அப்புறம் அந்த குண்டண்ணன் வீட்டு பன்னிய வேணுமின்னு திட்டம் போட்டே உள்ள தள்ளிட்டு, சாதாரள்ளி சந்தையில அத அறுத்து வித்துடறதா ஏற்பாடெல்லாம் செஞ்-சிட்டிருந்திங்களாம். எல்லாத்தையும் அதாரி சொல்லிட்டான். இது மட்டும் இல்லாம, பீக்குழிக்குள்ள இறங்கி உடம்புல எல்லாம் பீயப் பூசிக்கிட்டு வந்து நமக்கு நாஸ்தா, டீ வேற கொடுத்திருக்கான். இது எல்லாம் சரியில்ல. அதெல்லாம்

உங்களுக்கே தெரியும். முன்னூர்த்தி யோரு ரூபாய் அபராதத்த கட்டிட்டு சபைய பார்த்து 'தப்பாய்டுச்சி' ன்னு சொல்லிக் கும்புட்டுக்கோ. அப்புறம் ஊரு சுத்தத்துக்கு அந்த அதாரி ஏதோ பூசை செய்யப் போறானாம். தனியா அதுக்கு நூறு ரூபாய் கொடுத்துடு'' என்று தீர்ப்புச் சொன்னான்.

இவை எல்லாவற்றையும் மறைவாக நின்று கேட்டுக் கொண்டிருந்த சிக்கண்ணன் வெளியே வந்து, ''எதுக்காகப்பா அபராதம் கட்டணும்? யாரு யார பீக்குழில தள்ளனாங்க? கொஞ்சம் நாக்க அடக்கிப் பேசுங்க. அதாரி ஒன்னும் எதுவும் தெரியாத கொழந்த இல்ல. தள்ளிட்டதும் உழறதுக்கு எங்க ரெண்டு பேருக்கு நடுவுல ஏதாவது பிரச்சன இருந்ததா....? நான் ஏதாவது கொடுக்கணுமா? இல்ல, அவன் ஏதாவது எனக்கு தரணுமா? சும்மா அதுவும் இதுவும் பேசி தகராறு செஞ்சிட்டு பஞ்சாயத்துல தீர்ப்பு சொல்லி அபராதம் வாங்கலாம்னு நெனைக்காதீங்க. அப்பா... என்ன மாதிரி ஆளு நீ. இவுங்களுக்குப் போய் எதுக்கு அபராதம் கட்டணும்? ஒரு பைசா கூட நான் கொடுக்க மாட்டேன்...'' என்று சத்தம் போட்டான். வாய்ச் சண்டை முற்றிக் கைச் சண்டை அளவுக்கு வளர்ந்து பஞ்சாயத்து பாதியிலேயே நின்று போனது. தன் தந்தையைப் பலவந்தமாக இழுத்துக் கொண்டு வீட்டுக்குத் திரும்பினான் சிக்கண்ணன்.

அன்றைய இரவு தன் அப்பாவே ஒரு பெரிய பிசாசு என்று எண்ணி, தூக்கம் வராமல் புரண்டான் செலுவன். இரவில் வெளியே குளிர்ந்த காற்று வீசுகிறது என்று தோன்றினாலும், வீட்டுக்குள் கெட்ட துர்நாற்றமான காற்று வீசிக் கொண்டிருப்பது போலத் தோன்றியது. குண்டண்ணனின் இயலாமையை எண்ணி வருந்தினான் செலுவன். வேறு எங்கிருந்தோ இங்கு வந்து குடியேறியவன் என்பதால் அவனுக்கு மற்றவர்கள் ஆதரவு எதுவும் இல்லை. அப்பா அவனுக்கு அநியாயம் இழைத்து விட்டதாய் எண்ணி மனம் வாடினான். முன்பு திப்பே கௌடாவின் எருமையைப் போலவே இந்தப் பன்றியும் குழியிலிருந்து மீட்டு எடுப்பதற்குள் இறந்து விட்டது. ஆழமான அந்த குழியில் விழுந்து, காலையில் இருந்து சாயங்காலம் வரை வெளியேற வழியின்றி அலைந்து அலைந்துச் சோர்ந்து, உயிரை விட்டுவிட்டது. அதைக் கொன்று அறுத்து விற்கவும் முடியாது. மலக்குழிக்குப் பக்கத்திலேயே ஆயிரக்கணக்கான ஈக்கள் அதன் இறந்த உடலின் மேல் மொய்த்துக் கிடந்தன. படுத்த வண்ணம் இவை

அனைத்தையும் நினைத்துப் பயந்த செலுவன், பன்றி மனித உருவில் பேயாக அலையத் தொடங்கினால் எப்படி இருக்கும் என்று எண்ணத் தொடங்கினான். அப்போது, அந்தப் பேய் தங்க நிறத்தில் ஒரு பம்பரத்தை ஒரு கையிலும், ஒரு கத்தியை இன்னொரு கையிலுமாகப் பிடித்துக் கொண்டு மெல்லத் தன் அப்பாவின் அருகில் சென்று என்னமோ செய்வது போன்ற சித்திரம் எழுந்தது பயந்துபோன செலுவன் பக்கத்தில் இருந்த பாட்டியைத் தழுவிக் கொண்டான். குப்பென்று துர்நாற்றம் வீசி மூக்கை அடைத்தது. தவிர்க்க முடியாத அந்த துர்நாற்றத்தின் இடையிலேயே அவள் தூங்கிக் கொண்டிருந்தாள். மனித உருவிலிருந்த அந்தப் பன்றி பேயானது வீட்டுக்குள் எங்கும் சுதந்தரமாய் நடமாடுவது போலவும் தூங்கிக் கொண்டிருந்த ஒவ்வொருவரின் தலையிலும் பம்பரத்தாலும் கத்தியாலும் ஓட்டை போட்டு அதில் மலத்தை நிரப்புவது போலவும் நினைத்தான். ஊரில் எல்லாருடைய வீடுகளிலும் புகுந்து தலைகளில் ஓட்டை போட்டு மலத்தை நிரப்பிவிட்டு கைதட்டி ஆரவாரம் செய்வது போலவும் தோன்றியது. அந்தப் பேய் தன் அருகே வருகிறது என ஏண்ணி, "பாட்டி பாட்டி" என்று கூவி, "ஒண்ணுக்கிருக்கணும் எழுந்திரு பாட்டி" என்றான். வீடு முழுக்க இருள் சூழ்ந்திருந்தது. அந்த இருட்டில் எதையும் அடையாளம் கண்டு கொள்ள இயலாமலும் அந்தப் பம்பரத்தால்தான், இவ்வளவு நடக்கிறது என எண்ணி மனசுக் குள்ளேயே தேம்பினான். பயத்தால் தன் கண்களை மேலும் இறுக்கமாக மூடிக் கொண்டான். அவன் அப்பா விகாரமாகக் குறட்டை விடுவது கேட்டது. பின்கட்டில் தூக்கம் கலைந்து காகமொன்று கரைவது கேட்டது. அந்தப் பன்றி இப்போது பன்றியின் வடிவில் ஊர்சுற்றக் கிளம்புகிறது போலும் என எண்ணிக் கொண்டான். பாட்டியின் புடவையிலேயே மெல்ல மெல்ல ஒன்றுக்கிருந்து விட்டுத் தூக்கத்திற்காகக் காத்திருந்தான். அந்தக் கூரை வீட்டின் உட்புற மெங்கும் அப்பாவின் அகன்ற பாதங்களின் நிழல் படிந்திருப்பது போல எண்ணித் தன் தந்தையைப் போல குரூரமான ஆள் வேறுயாரும் ஊரிலேயே இருக்க முடியாது என நினைத்துக் கொண்டு தூங்கினான்.

இவ்வளவு ஆனபிறகும் கூட, அனைத்தும் எதன் பின்னணியில் நடந்தது என்று சிக்கண்ணனுக்குப் புரியவில்லை. அதிகாலையில் எழுந்துவிட்ட குஞ்சாரய்யன் பீடி பற்றவைத்துக் கொண்டு கவலையுடன் இழுத்தபடி இருந்தான். முதல் நாள் இரவில் போலீஸ் புகார் கொடுக்க வேண்டும் என்று எழுந்த பேச்சின் காரணமாக, என்ன ஆகுமோ என்று

பயந்தான். காலையில் எழுந்ததுமே வழக்கம்போலப் பின்கட்டுக்குச் சென்று ஒன்றுக்கிருக்கும் போது பன்றியின் விகார உருவத்தைக் கண்டு மெதுவாக "அப்பா.... அந்தப் பன்றிய நாய்ங்கள்ளாம் சேர்ந்து தின்னுதுங்க" என்றான். "தூ.... காலங்கார்த்தால எழுந்ததுமே எந்த சேதி சொல்ல வந்திருக்கான் பாரு" என்று திட்டிய வண்ணம் பின்பக்கம் சென்று நாய்களை எல்லாம் அடித்து விரட்டினான். விகாரமாக விழுந்து கிடந்த பன்றியின் உடலைக் கண்டு, வேணாம்டா, இந்தக் குழிய மூடித் தொலைடான்னு எத்தன தரம் சொன்னாலும் என் பேச்சிக்கு என்ன மரியாத இருக்குது... பன்னிதான் விழுந்ததோ, ஆடுங்க விழுந்ததோ, கோழி, நாய், எருமமாடு என்னென்னமோ விழுந்ததோ.. ஐயோ, இந்தக் குழிக்குள்ள என்னென்ன விழுந்ததோ தெரியலை... எங்கெங்க அழுந்திக் கெடக்குதோ அதுவும் தெரியலை... எல்லாம் வந்து உழ இந்த எடம்தானா கெடைச்சிது.." என்று நெடுமூச்சு விட்டான், குஞ்சாரய்யன். இதற்கு முன் மகனுக்குச் சொன்ன எவ்வளவோ புத்திமதிகள் பொருளிழந்து போய்விட்டன. "இந்த நரகத்திலேருந்து தப்பிக்க யாரால முடியும். உலகமே ஒரு மாதிரின்னா, இவன் மட்டும வேற மாதிரியாச்சே. அந்தப் பீயில விழுந்த பன்னியத் தான் அவன் தின்னணும். மூணு காசில முடிக்க வேண்டிய காரியத்த முக்கா ரூபா செலவு செஞ்சி முடிப்பான். தூத்தூ... நரகம்டா சரி இது. இதுக்குள்ளாற ஒண்ணொண்ணா தள்ளிட்டு எப்படித்தான் அந்தக் கடவுள் பாத்துட்டிருக்கானோ.." என்று மனத்திற்குள்ளேயே தர்க்கம் செய்தபடி பிரச்சனையின் சுழியில் அகப்பட்டுக் கவலையுற்றான்.

அன்று இரவே ஊர் ஜனங்கள் சிக்கண்ணனின் ஓட்டலைப் பகிஷ்காரம் செய்தார்கள். "அவன் அந்தப் பீக்குழிலய உழுந்து எழுந்த ஆளு. அவன் கையால நாம இனிமே எதயும் வாங்கித் தின்னக் கூடாது. அவனையும் தொடக் கூடாது. அவனுக்கு நாமளும் எதுவும் தரக்கூடாது" என்று முடிவெடுத்தார்கள். மேலும் அவன் தீட்டுப் பட்டிருப்பதால் கோயில் பூசாரி வேலையிலிருந்து தள்ளி வைக்க வேண்டும் என்றும் சொன்னார்கள். எந்த சாமி விஷயத்திலும் அவனைச் சேர்த்துக் கொள்ளக் கூடாது என்றும், அந்த வீட்டுக் காரர்கள் யாருமே எந்தப் பொதுக் காரியத்திலும் ஈடுபடக் கூடாது என்றும் முடிவெடுத்தார்கள். இதை அடுத்து, திப்பே கௌடாவின் ஆதரவோடும் ஒத்தாசையோடும் ஒரு புகார் எழுதிக் கொண்டு அக்கூரு போலீஸ் ஸ்டேஷனில் கொடுத்துவிட்டு வந்தார்கள். இப்படியாக ஊருக்கே பெருத்த அவமானத்தின் சின்னமாகவும் அசிங்கமாகவும்

ஆகிவிட்டது. அந்த மலக்குழி இந்தச் சந்தடியில் பம்பரத்தையும் சாட்டையையும் ஞாபகப்படுத்திக் கொண்டாலும் அதைத் தேடிக் கண்டு பிடிக்கிற தைரியத்தை இழந்து விட்டிருந்தான். பன்றியின் விகாரமான உருவம் இரவு முழுக்கக் கண்ட கனவை ஞாபகப்படுத்திக் கொண்டே இருந்தது. அந்த ஊருக்கே, அந்த மலக்குழியானது ஒரு விசித்திரப் பண்பாட்டுப் பிரச்சனையாக மாறிவிட்டது. பேச்சு வாக்கில் பிரச்சனையின் வடிவம் மெல்ல மெல்ல மாறிப் பெரிதாக வளரத் தொடங்கியது. இந்த மலக்குழி இப்படிப் பல விஷயங்களை ஏற்கனவே கண்டிருந்தது. யார் யாருக்கோ திருட்டுத்தனமாகக் கர்ப்பமுற்ற பெண்கள் இளம் பிஞ்சுகளைக் கொண்டு வந்து இதே மலக்குழிக்குள் வீசியதும் உண்டு. இதெல்லாம் ஊரில யாருக்கும் தெரியாது. காற்று வீசிய போதெல்லாம் அழுகிய மலத்தின் துர்நாற்றத்தோடு பன்றியின் உடலிலிருந்து எழுந்த வாடையும் சேர்ந்து வீசியது. அழகாக விடிந்த காலைப் பொழுது அருவருப்பூட்டியது.

துர்நாற்றத்தால் எரிச்சலுற்ற சேரிக்காரர்கள் அனைவரும் சிக்கண்ணனோடு சண்டையிடுவதற்காகக் காத்திருந்தார்கள். பன்றியின் உடலைத் தின்பதற்காக நாய்கள் ஒன்றோடு ஒன்று மோதிக் கொண்டன. வீட்டுப் பெண்கள் தண்ணீர் பிடித்து வர வெளியே சென்றபோது தம் குடும்பத்தை ஊரில் இருந்து தள்ளி வைத்திருப்பது புரிந்தது. ஆண்கள் செய்கிற காரியங்களுக்கெல்லாம் பெண்கள் பலியாக வேண்டுமா என்று வாட்டம் கொண்டு அழுதனர். எதுவும் புரியாதவனாகப் பின்பக்கம் வந்து உட்கார்ந்தான் செலுவன். அங்கே தரையில் பம்பரம் ரீங்காரமிட்டுச் சுழல்வது போலத் தோன்றியது. இதற்குள் விடிந்து ரொம்ப நேரம் ஆகிவிட்டிருந்தது. சிக்கண்ணனையும் அதாரியையும் அக்கூரு போலீஸ் ஸ்டேஷனிலிருந்து வந்தவர்கள் திப்பே கௌடாவின் துணையோடு பிடித்துச் சென்றிருந்தார்கள். அதாரியின் மீது திப்பே கௌடாவுக்கு அப்படியொன்றும் சொல்லிக் கொள்கிற அளவுக்கு விசேஷமான வகையில் அன்பு எதுவும் இல்லாவிட்டாலும் கூட, போனமுறை இந்த மலக்குழியில் தனது எருமை விழுந்தபோது எல்லாரும் சேர்ந்து அதைக் கொன்று தின்று விட்டார்களே என்கிற கோபமும் வருத்தமும் இன்னும் இருந்ததாலேயே இந்தப் புகாரைத் துணையாக்கிக் கொண்டார். யாரும் இன்னும் ஸ்டேஷனிலிருந்து திரும்பி வரவில்லை.

மலக்குழியை உடனடியாக மூடவேண்டும் என்றும் அதனால் கிராமத்திற்கே கேடு என்றும் மக்களின் கால்நடைகளை அக்குழியில்

விழவைத்து பிறகு அவற்றைக் கொன்று இறைச்சியை விற்று மோசடி செய்கிறானென்றும் இதுவரை நடந்த எல்லாவற்றிற்குமாகச் சேர்த்து எல்லார்க்கும் நஷ்டஈடு கொடுக்க வேண்டுமென்றும் பல புகார்களை இட்டுக்கட்டி ஸ்டேஷனில் இப்படி ஒரு விசித்திரமான புகாரை இதுவரை யாரும் எதிர் கொண்டதில்லை. ரொம்பவும் வேடிக்கை யான புகார் இது என நினைத்த இன்ஸ்பெக்டரும், கான்ஸ்டபிள்களும் விழுந்து விழுந்து சிரித்தார்கள். இரண்டு அணிகள் சார்பாகவும் வந்தவர்களிடம் என்னென்னமோ கேட்டபிறகு திருப்பி அனுப்பி விட்டார்கள். நல்ல ஒரு முடிவு எடுப்பதாக வாக்குறுதி கொடுத்தார்கள். மலக்குழியால் உண்டான எல்லாவித அசம்பாவிதங்களுக்கும் இவனே காரணம் என்று எல்லாருமே நம்பினார்கள். இதனால் குஞ்சாரய்யனை வழக்குக்குச் சம்பந்தமற்றவனாக ஆக்கினர். சிரித்தபடியே வந்த இன்ஸ்பெக்டர் அதாரியைப் பார்த்து, "சிக்-கண்ணன்தான் உன்ன உள்ள தள்ளனானா?" என்று கேட்டார். அதாரி உடனே, "ஆமாம் சாமி" என்றான். "எப்படிய்யா விழுந்த?" என்றபோது முகம் சுருங்கிய அதாரி எதுவும் பேசாமல் மௌனமாக நின்றான். "அட, பேசுய்யா... உன்னத்தான் கேக்றன்" என்று சத்தம் போட்டபோது, "மல்லாந்து விழுந்தட்டன் சாமி" என்றான். அப்போது "அப்படின்னா அதுக்குள்ள உழுந்து அமுங்கிட்டன்னு சொல்லு" என்று கூறிவிட்டுப் பெரிதாகச் சிரித்தார்கள். கூடவே அருகில் நின்றிருந்த கான்ஸ்டபிள்களும் கைகொட்டிச் சிரித்தார்கள். பிறகு சிக்கண்ணன் பக்கம் திரும்பி, "நீயும் பீயில விழுந்து நீச்சல் அடிச்சியாடா?" என்று சிரிப்பை அடக்கிக் கொண்டு கேட்டார்கள். 'ஆமாம்' என்பது போலத் தலையை அசைத்தான் சிக்கண்ணன்.

எல்லா விசாரணைகளையும் முடித்தபிறகு தொண்டையைச் செருமிச் சரிப்படுத்திய இன்ஸ்பெக்டர், "இங்கே பாருங்கடா, எப்படியோ நீங்க ரெண்டு பேருமே அந்தப் பீக்குழில விழுந்து எழுந்த ஆளுங்கதான், இதுல சிக்கண்ணன் பக்கம்தான் தப்பு இருந்தாலும் அதாரி பக்கமும் கொஞ்சம் தப்பு இருக்குது. இதையெல்லாம் அப்பறமா பாத்துக்கலாம். தற்சமயத்துக்கு பீக்குழில ரெண்டு பேருமே உழுந்து எழுந்த ஆளுங்க தான்ங்கறதால நம்ம ஸ்டேஷன்லேயும் இதே மாதிரி ஒரு பிரச்சன இருக்குது. பாழாப்போன கிராமத்துப் போலீஸ் ஸ்டேஷன்ங்கறதால சிட்டிமாதிரி டிரைனேஜ் ஸிஸ்டம் எதுவும் இல்ல. சிக்கண்ணன் வீட்டுல இருக்கற மாதிரிதான் இங்கயும் இருக்குது! இப்ப அது ரொம்பி போச்சு. காலி செய்யுங்கடா. இங்க நாங்க யாருமே கக்கூஸ் பக்கமே

போக முடியாம ஆய்ப்போச்சுடா..'' என்று சொல்லிவிட்டு, "இந்த வேலையை செய்யலன்னா, கண்டிப்பா ஒவ்வொருத்தனையும் ஆறாறு மாசம் உள்ள வச்சிடுவேன்'' என்று அச்சுறுத்தினார். இப்படிப் பட்ட சங்கடத்தில் அகப்பட்டிருக்கக் கூடாது என்கிற முகபாவத்தில் சிக்கண்ணனும் அதாரியும் சேர்ந்து, "அதெல்லாம் முடியாது சாமி... இப்பவே அந்த நரகல் விழுந்து போதும் போதும்னாய்டுச்சி.. மறுபடியும் அதுல இறங்கி எழுந்திருக்க முடியாது சாமி'' என்றார்கள். கோபம் கொண்டு ரூல்தடியைச் சுழற்றிய இன்ஸ்பெக்டர், "தேடிவயா பசங்களா, கண்ட கண்ட பீயத்தின்னுட்டு கெடக்கற பசங்க நீங்க.. எதிர்த்துப் பேசறீங்களாடா? அந்தக் காலத்துல பீய தலைமேல தூக்கிப்போன பசங்கதான்டா? நீங்க. இப்ப என்ன ரொம்ப பெரிய மனுஷனுங்க ஆய்ட்டிங்களா? நான் சொன்னபடி செய்யலைன்னா சென்டரல் ஜெயில்ல போட்டிடுவேன். ஊர்ல இருக்கற கக்கூஸை யெல்லாம் கழுவ வச்சிடுவேன். இங்க என்னமோ கொஞ்சம்தான் இருக்குது. அங்க சென்ட்ரல் ஜெயில்ல கக்கூஸ் சுத்தம் செய்ய வேலையே செய்ய வச்சிடுவேன். இதயே சுத்தம் செஞ்சி இதய தின்னணும் , பாத்துக்கோ'' என்று கூவினார். இருவரும் தலை குனிந்து வேலையச் செய்வதற்கு ஒப்புக் கொண்டார்கள். இரண்டு பேருமே அந்த மலக்குழிக்குள் இறங்கினார்கள். ஒருவருக்கொருவர் பேசிக்கொள்ளாமல், ஒருவரையொருவர் பார்த்துக் கொள்ளாமல் மண்வெட்டி, தட்டோடு உள்ளே எறங்கி எல்லாவற்றையும் எடுத்துப் போட்டு முடித்தார்கள்.

இவர்கள் படும்பாட்டைக் கண்டு மனசுக்குள்ளேயே சிரித்துக் கொண்ட இன்ஸ்பெக்டர் சந்தோஷம் கொண்டார். கடைசியில் இருவருக்கும் புத்தி சொல்லி ஊருக்கு அனுப்பி வைத்தார். சிக்கண்ணனும் அதாரியும் எதுவும் பேசிக் கொள்ளாமல் வெளியேறி, ஆளுக்கொரு திசையில் பிரிந்து நடந்தார்கள். அவமானத்துக்குள்ளான சிக்கண்ணனுக்கு உடம்பின் ஒவ்வொரு மயிர்க்கண்ணிலும் கோபம் பற்றி எரிந்தது. ஊருக்கு வரும் வழியிலேயே இருந்த சாராயக் கடைக்குள் புகுந்து கண்டபடி குடிக்கத் தொடங்கினான். மறக்க நினைக்கிற காட்சிகளே மீண்டும் மீண்டும் மனசிலெழுந்து அலை மோதின. மேள சப்தத்தைப் போல தலையை இறுக்கத் தொடங்கியது. பகல் பொழுது முழுக்க ஸ்டேஷனிலேயே வைத்திருந்து அவர்களுக்கு இழைக்கப்பட்ட அவமானத்தையும், இம்சைகளையும் சகித்துக் கொள்ள முடியாத நிலையில் எதுவும் புரியாமல் மனம் கொதித்தது.

சாயங்காலமாகி மெல்ல இருள் கவியத் தொடங்கியது. வீடு நெருங்க நெருங்க மலக்குழியிலிருந்து எழுந்த துர்நாற்றமும், பன்றியின் வீச்சமும் வந்து தாக்கியது. தன் அப்பாவின் முகத்தைக் கண்டு பயந்தான் செலுவன். கட்டாயத்துக்காகப் படிப்பது போல உட்கார்ந் திருந்த செலுவன் அதே இடத்தில் தலை குனிந்து கொணடான். தான் பட்ட அவமானத்தோடும் கோபத்தோடும் ஊர்ப்பஞ்சாயத்து தன் குடும்பத்தைத் தள்ளி வைத்திருக்கிற விஷயமும் திப்பே கௌடாவே முன்நின்று புகார் எழுதிக் கொடுத்திருக்கிற விஷயமும் சேர்ந்து அவன் தலைக்குள் கொதிப்பேற்றியது. "எங்கடா உன் தாத்தாங்கற தேவடியா மொவன்? எனக்குப் பொறந்த என் அப்பன்காரன் எங்கடா? போய் கூப்ட்டுக்னு வாடா, போ" என்று நடுங்கியபடி உட்கார்ந்திருந்த மகனின் தோளைப் பற்றி இழுத்துத் தள்ளினான். அதே இடத்தில் செலுவன் ஒன்றுக்கிருந்து விட்டான். முதல்நாள் இரவு பாட்டியின் சேலையில் இதேபோல ஒன்றுக்கிருந்து கொண்டது நினைவுக்கு வந்து "எனக்குத் தெரியாது, எங்க போயிருக்கறாரோ" என்று அழத் தொடங்கினான். கோபம் தணியாத சிக்கண்ணன், "அவன் மட்டும் கைக்குக் கெடைக்கட்டும். கை, கால் இல்ல தொடய ஒடைக்காம விடமாட்டேன்" என்று கூவினான். செலுவனின் தாய் வீட்டு மூலையில் மாவு பிசைந்து கொண்டிருந்தாள். சத்தம் கேட்டு ஓடிவந்து புருஷனின் கோலத்தைக் கண்டு தொடை நடுங்கியவளாக "ஐயோ கடவுளே... ஊருக்காரங்கள்ளாம் ஒண்ணா சேர்ந்து செஞ்ச காரியத்துக்கு என்ன செய்ய முடியும்? உன்ன கெஞ்சிக் கேட்டுக்கறேன் சும்மா இரு. பேசிப்பேசி சண்டைய பெரிசாக்க வேணாம். ஏதாவது ஒண்ணு ஆச்சினா, யாரு இருக்கா நமக்கு?" என்றாள். மனைவியின் வார்த்தைகளை அவன் மதிக்கவில்லை. "போடி தேவடியா... இங்கேருந்து ஒழுங்கா உள்ள போ" என்று தள்ளினான். அவன் வார்த்தையைப் பொருட்படுத்தாமல் அவனுடைய கால்களைக் கட்டிக் கொள்வதற்கு முன்னால் நகர்ந்தபோது, "எனக்கே புத்தி சொல்ல வரியா நீ" என்று அவளைத்தள்ளி முதுகில் சரமாரியாய்க் குத்தினான். வேகமாக அழுத வண்ணம் தெருப்பக்கம் ஓடி வந்தான் செலுவன். "ஓடியாங்க.. எங்க அம்மாவ அடிச்சி சாகடிக்கறாரு எங்கப்பா" என்று கூவினான். சிக்கண்ணன் மீது இப்போது யாருக்கும் எந்தவிதமான பரிவும் இல்லை. சேரிமுழுக்க மலக்குழியின் துர்நாற்றம் பரவி விட்டதாலும் அவன் மீதிருந்த கோபத்தாலும் பஞ்சாயத்து அவன் குடும்பத்தைத் தள்ளி வைத்திருக்கும் முடிவாலும் உதவிக்கு யாரும்

வரவில்லை. யார் யாரையோ வாய்க்கு வந்தபடி திட்டிய சிக்கண்ணன் அடிப்பதற்குக் குச்சிக்காக அங்குமிங்கும் தேடினான். அவன் உலக்கையை எடுத்து வருவதற்காகப் போனபோது, அவன் கோபத்துக்காளான அவனுடைய மனைவி பின்வாசல் வழியாக ஓடிச் சென்றாள். கைக்கு யாரும் கிடைக்காத ஆத்திரத்தில் சேரிக்காரர்கள் அனைவரையும் ஒட்டுமொத்தமாக முன்வைத்து வண்டை வண்டையாய்த் திட்டத் தொடங்கினான். மூலையில் இருந்த தண்ணீர்ப் பானையை உலக்கையாலேயே அடித்து நொறுக்கினான். தரையெல்லாம் தண்ணீர் வழிந்தது. வரிசையாக அடுக்கப்பட்டிருந்த எல்லாப் பானைகளையும் நொறுக்கித் தூள் தூளாக்கினான். அடுப்பில் இருந்த பாத்திரத்தில் மாவு தீய்ந்து கொண்டிருந்தது. அந்தத் தீய்ந்த மணமே சிக்கண்ணாவின் கோபத்துக்கும் சாட்சி என்பதுபோல பரவியிருந்தது. பானைகள் எல்லாம் பொடிப்பொடியாகிச் சிதறி இருந்தன. அவற்றில் நிரப்பப்பட்டிருந்த பலவகையான தானியங்களும் கேழ்வரகும் சோளமும் கொஞ்சம் அரிசியும் நெல்லும் சின்னச் சின்ன துணி முடிச்சுகளும் அறையெங்கும் சிதறி இருந்தன. சேரிக்காரர்கள் யாருமே இதுபற்றிக் கவலைப்படவில்லை. அம்மா எந்தப் பக்கம் போனாளோ என்று தெரியாமல் நடுவீதியில் நின்று அழுது கொண்டிருந்தான் செலுவன். ஆபத்தை உணர்ந்தோ உணராமலோ குஞ்சாரய்யன் அந்தப் பக்கம் தென்படவே இல்லை. ஊரில் புலியைப் போல நடமாடிக் கொண்டிருந்தவனை சில சில்லறை ஆள்கள் சேர்ந்து பஞ்சாயத்தில் அவமானப் படுத்திவிட்டதை எண்ணி, அவன் மனம் பொருமியது. யாரை என்று குறிப்பிடாமல் பொத்தாம் பொதுவில் வாய்க்கு வந்தபடி திட்டினான். யாராவது ஒருவரின் பெயரைச் சொல்லி! அவன் வாயிலிருந்து ஒரு வார்த்தை வந்தால் போதும், அவனை அடித்துத் துவைத்து விடுவதற்கு எல்லாருமே அவரவர்கள் வீட்டில் உட்கார்ந்திருந்தார்கள். மனைவியின் வார்த்தைகள் மூலம் இந்த அபாயத்தை உணர்ந்ததாலோ என்னமோ, சேரிக்குள் யார் பெயரையும் குறிப்பிடாமல் தன் போகத்தையும் வேதனையையும் பல தலைமுறைகளாகக் காப்பாற்றிக் கொண்டு வந்த பானைகள் மீது காட்டினான். ஒவ்வொரு பொருளும் அந்த வீட்டையும் சேரியையும், ஊரையும் சார்ந்த ஒவ்வொரு ஆணாகவும் பெண்ணாகவும் குழந்தை யாகவும் எண்ணி ஆத்திரம் அடங்கும் மட்டும் அடித்து நொறுக்கினான். எல்லாம் பொடிப்பொடியானது. உடைபடும் சத்தம் பீதிக்கும் கோபத்துக்கும் இயலாமைக்கும் பலியானவரின் சத்தம் போல இருந்தது. சிக்-

கண்ணனின் கோபம் மெல்ல மெல்ல ஏறிக் கொண்டிருப்பதைக் கீழே விழுந்து கிடக்கிற தானியம் ஒவ்வொன்றும் பார்த்து பயந்து உருள் வதைப் போல இருந்தது. அந்த இருட்டில் எங்கும் செல்ல இயலாத செலுவன் அங்கேயே நின்று நடுங்கினான். “எந்தத் தேவடியா மொவனா இருந்தாலும் நேர்ல வாங்கடா, உன் பொண்டாட்டிய நான்...” என்று கூச்சலிட்டபடி அறைக்குள் மிச்சமிருந்தபெரிய பானையொன்றை உடைத்தான். பெரிய சத்தத்துடன் அப்பானை உடைந்து, அதற்குள் வைக்கப்பட்டிருந்த கேழ்வரகு எல்லாம் சிதறியது. வெளியேயிருந்து ஜன்னல் வழியாக எல்லாவற்றையும் பார்த்தான் செலுவன். இதை அனைத்தையும் கண்கொட்டாமல் பார்த்துக் கொண்டிருந்தவன், “அதோ.. அங்க ஒரு பம்பரம்... அம்மா அங்கதான் வச்சிருந்தா” என்று சொல்லிக் கண்களை அகலமாய்த் திறந்தான். பம்பரத்தையே வைத்த கண் வாங்காமல் பார்த்தான். எப்போதோ ஒருமுறை, அப்பாவின் கைக்கு பம்பரம் அகப்படாதபடி அம்மாவிடம் கொடுத்து மறைத்து வைக்கச் சொல்லி இருந்தான். பிறகு அது மறந்தே போய்விட்டது. அந்தப் பெரிய பானையை உலக்கையால் உடைத்தபோது கேழ்வரகு எங்கும் சிதறியது. அப்பாவின் கண்ணில் பம்பரம் பட்டுவிட்டால் அதோகதிதான் என்று நினைத்த போது, சிக்கண்ணன் அங்கிருந்து கிளம்பி அடுப்பங்கரைப் பக்கம் சென்றான். அடுப்பில் வெந்து தீய்ந்து கொண்டிருந்த பாலைக் கண்டதுமே, “யாருக்குன்னு வச்சிருக்க இத. இதவிட அந்தப் பீயயே தின்னட்டும்” என்று முனகியபடி அந்தப் பாத்திரத்தை அப்படியே தூக்கிக் கொண்டு பின்பக்கம் சென்று மலக்குழியில் வீசி எறிந்தான். காறித்துப்பி விட்டு, “தேவடியா பசங்களா.. உங்க பொண்டாட்டிக் களிட்டல்லாம் நா போறேன்டா” என்று ஆரம்பித்து வண்டை வண்டையாய்த் திட்டியபடி தெருவுக்கு ஓடிவந்தான். சுற்று முற்றும் நிற்கக் கூடிய ஆண்களையெல்லாம் பாத்துவிட்டு பைத்தியக் காரனைப்போல வீட்டுவாசலில் நின்று கத்தினான். பானையில் இருந்து வெளியே வந்து விழுந்த அந்தப் பம்பரத்தைக் கணநேரத்தில் உள்ளே புகுந்து எடுத்துக் கொண்டு பின்வாசல் வழியாக வெளியேறி இருட்டில் நின்று கொண்டு கடும் கோபத்தோடு தன் அப்பா சிக் கண்ணன் வீசி எறியும் தொலைவுக்கு வீசி எறிந்துவிட்டு அப்படியே உறைந்து நின்றான். அந்த இருட்டில் மூலையில் நின்று அழுது கொண்டிருந்த அவன் அம்மா அவனை இழுத்து அணைத்துக் கொண்டாள். சூடான கண்ணீர் திரண்ட அம்மாவின் கன்னங்களைத்

தொட்டு, "அழாதம்மா" என்று அமைதிப்படுத்தும் போது அவனுக்கே அழுகை முட்டியது. இந்த இருட்டுக்குள்ளேயே இருவரும் உட்கார்ந்தார்கள். தெருவில் இடிஇடிப்பதைப் போல சிக்கண்ணன் இன்னும் கூவிக் கொண்டிருந்தான். திடுமென யாரோ ஒருவரோடு அவன் சண்டைக்கு இறங்குவதும் கேட்டது. அந்தச் சேரியின் அசுத்தம், அந்த மலக்குழி, இறந்துபோன பன்றி, பம்பரம், போலீஸ் ஸ்டேஷன், விழுந்து இறந்த எவ்வளவோ பிராணிகளும் ஒன்றொன்றாக வெளியே வந்து பேய்வடிவில் அலைந்து மனிதர்களின் மூளைப் பகுதியைப் பிளந்து குழியாக்கிவிட்டு, அதில் மலத்தைப் போட்டு நிரப்புவதைப் போல இருந்தது. இருட்டில் தன் தாயை இறுக்கித் தழுவிக் கொண்ட செலுவன் "அம்மா என்ன உன் வயித்துக்குள்ள சேத்துக்கம்மா" என்றான். செலுவனின் தாய் கண்ணீர் சிந்தினாள். சேரி முழுக்க அவன் சத்தம் முழங்கிக் கொண்டிருந்தது.

கன்னடமூலம் : மொகள்ளி கணேஷ்
தமிழில் : பாவண்ணன்

# 4. குறுநாவல்

## அ. உடலாழம்

### ஒன்று

சுவருங்க எல்லாம் மண்ணுக்குள்ள புதைஞ்சிருக்க கொஞ்சம் ஓடுங்களும் கொஞ்சம் வைக்கோலும் தென்னங்கீத்துங்களும் மட்டும் அரையும் குறையுமா மூஞ்சிய காட்டிக்குனு சாக்கவ்வாவின் நாலு தூண் கொண்ட குடிசை நின்னிட்டிருந்திச்சி. மூக்கு நுனியில ஏறின கோபத்தோடு குடிசைக்குள்ள உக்காந்திருந்தா சாக்கவ்வா. உக்காந்திருந்தாலும் சாய்மானத்திற்கு தரையில் கைய ஊனிட்டு இருந்தா. எலும்புக்கும் தோலுக்குமான புடிமானம் அத்துப் போனதால சாக்கவ்வா உடம்புத்தோல் தளர்ந்து சுருங்கித் தனியா ஆடிட்டிருந்திச்சி. அவளுக்கு உற்ற துணையா இருந்த கைத்தடி அனாதை போல முன்னால விழுந்து கெடந்தது. சாக்கவ்வா இருக்கதப் பத்திக் கவலைப்படாம அந்தக் கோல் மேல் கும்பல் கும்பலா ஈ வந்து மொச்சிக்கிட்டிருந்திச்சி.

அவளுக்குப் பிரியமான கோழியொன்று நேத்திலேருந்து குடிசைக்கு திரும்பி வரலைங்கறதுதான் முக்கியமான காரணம். அது சாமிக்காக நேர்ந்துவிட்ட கோழிங்கறதால அபசகுனமா நெனைக்கற அளவுக்கு எதுவும் இல்ல. “ராத்திரி பூரா எங்கயாச்சிம் ஒக்காந்து கெடந்துட்டு இப்ப இல்லன்னாலும் இன்னும் கொஞ்ச நேரம் கழிச் சாவது வந்துடும்”ன்னு ஒரு நம்பிக்கை நேத்து முழுக்க அவளுக் கிருந்திச்சி. தன் குல தெய்வம் தன்ன ரொம்பத்தான் சோதிக்குதோன்னு நெனச்சா. அப்ப சாக்கவ்வாவின் கோபமும் அதிகமாச்சி. கையாலாகாத கிழவியான தான் மட்டும் புலம்பித் துடிச்சாலும் கூட தன் புள்ளைங்களோ, பேரப் புள்ளைங்களோ மருமகளுங்களோ இதப்பத்திக் கொஞ்சமும் கவலைப்படாம இருக்கறதப் பாத்து மனசுக்குள்ள ரோஷம் பொங்கிச்சி. ராத்திரியே தட்டுத் தடுமாறி எழுந்து போயி, “கூக்.கூக்..”னு சத்தம் கொடுத்தபடி தெரு முழுக்கத் திரிஞ்சி பாத்துட்டு ஊரே தூக்கத்துல

முழுகனப்பறம்தான் வீட்டுக்கு திரும்பி வந்து ‘உஸ்’னு மூச்சு வாங்கன படி கால்நீட்டி உக்காந்தா. யாருமே ஏன் என்னன்னு ஒரு வார்த்த கேக்கல. அவ இருந்த நிலையப் பாத்து ஐயோ பாவம்ன்னு நெனச்சு நித்திரைக் கன்னி வந்து, சாக்கவ்வா கண்ணுங்களத் தடவி மூட வச்சிட்டு மாயமா மறைஞ்சிப் போய்ட்டா.

ஊரு எழுந்திருக்கறதுக்கு முன்னாலயே முழிச்சிகிட்ட சாக்கவ்வா அப்பவும் கோழி திரும்ப வராததப் பாத்து மனசு துடிச்சிப் போய்ட்டா. எந்த மாயத்திலயாவுது கோழி ராத்திரியே வந்தாலும் வந்திருக் கலாம்ன்னு நெனச்சி கண்ணுக்கு வெளிச்சம் புலப்படற தூரம் வரைக்கும் உத்துப் பார்த்தா. எதுவும் தெரியாததால குடிசைக் குள்ளயே “பா..பா...பா..”ன்னு கூப்புட்டு கிட்டே நடந்தா. குடிசைக் குள்ள சோத்துக்கை பக்கமா மூலையில படுத்திருந்த மூத்த புள்ள காளண்ணன் அம்மாக்காரியோட சத்தத்துல தூக்கம் கலைஞ்சத தாங்க முடியாம ‘இன்னம் பொழுது விடியலைம்மா போய் படுத்துக்கோ”ன்னு சொன்னான். சாக்கவ்வாவுக்கு சும்மா கெடந்த ஓடம்பு நரம்புகளெல்லாம் முறுக்கேறன மாதிரி ஆயிடுச்சி ‘என்னடா சொன்ன மவனே, இன்னும் பொழுது விடியலையா, பொழுது விடிஞ்சி சூரியன் மூஞ்சில குத்தனாலும் நீ எந்திருக்காததால தான்டா என் ஊடே பாழாய்டுச்சி...’ என்று சொன்ன வண்ணம் நெற்றியில் அடித்துக் கொண்டாள்.

மேற்கொண்டு ஏதேனும் பேசினால் வெறுமனே பேச்சுதான் வளரும் என்று நினைத்த காளண்ணனின் திசையிலிருந்து பேச்சு எதுவும் வரவில்லை. தூங்குவது போலக் கிடந்தான். அம்மாவும் அண்ணனும் பேசற பேச்சுக் கேட்டு எழுந்த ரெண்டாவது புள்ளை கண்ணய்யா பொண்டாட்டி என்னமோ, குசுகுசுக்க ஆரம்பிச்சதுமே கண்ண மூடிக்கிட்டான். கண்ணய்யாவின் மூணு பிள்ளைங்களும் ஒன்று மேல ஒன்னு காலப் போட்டுகிட்டு தூங்கிட்டிருந்தாங்க. அவுங்க போத்திகிட்டிருந்த புது போர்வை அந்த மூணு பேரையும் மூடறதுக்குத் தன்னால ஆன மட்டும் முயற்சி செஞ்சிது. இன்னொரு கைக்குழந்தை அம்மாக்காரி செலுவம்மா மாரோட ஒட்டிக் கெடந்திச்சி. இந்தப்பக்கம் நடவூட்ல சாக்கவ்வாவுடைய வெள்ளைப் போர்வையைப் போத்திகிட்டு படுத்துக் கெடந்தான். அவன் பக்கத்திலேயே அவன் அம்மாக்காரி கௌரம்மா அவ ஒடம்பு நீளத்துக்குச் சரியான ஒரு பாயப்போட்டு படுத்துக் கெடந்தா. ஒரு பழைய சேலைய போத்திக்கிட்டு ஒரு கையப்

பையன் மேல போட்டபடி தூங்கிட்டிருந்தா. அங்கயே இன்னொரு மூலையில கௌரம்மாவுக்கு தங்கச்சியான சின்ன கௌரி தூங்கிட்டிருந்தா. அவ பக்கத்துல மூணாவது படிக்கற கௌரம்மா புள்ள சிவு படுத்திட்டிருந்தான். ரெண்டு பேரும் ஒரே போர்வையைப் போத்திட்டுப் படுத்திருந்தாங்க.

கௌரம்மாவின் புருஷன் ஊரூரா அலைய ஆரம்பிச்சதில் இருந்து, அவளும் புள்ளையும் தாய்வீட்டுக்கு வந்து தங்கிட்டாங்க. மூணு மாசத்துக்கு ஒரு தரமோ, ஆறு மாசத்துக்கு ஒரு தரமோ அவ புருஷன்காரன் வந்து மூஞ்சிய காட்டிட்டு கொஞ்சம் பணம் கொடுத்துட்டுப் போய்டுவான். கூலி வேல ஏதாச்சும் கெடைக்குமான்னு கழுகு மாதிரி காத்துங்கெடப்பா கௌரம்மா. எது கெடைச்சாலும் போய் செஞ்சி கூலி வாங்கியாந்து இருக்கற ரெண்டு புள்ளைங்க வயித்த நெரப்புவா. தங்கச்சிக்காரி சின்னகௌரி பெரியவளாகி கல்யாணத்துக்குத் தயாராயிருந்தா. அவளுக்கும் அவ அம்மாவுக்கும் சரியா இருக்கும். கூலி எதுவும் கிடைக்காம வீட்டுலேயே சும்மா இருக்கற நாள்ல சிவுவுடைய கிழிஞ்ச சட்டைத் துணிங்களையெலாம் தச்சி, தொவச்சி, காயவைச்சி, இஸ்திரி போட்டு வைப்பா. தெனமும் சிவு மூஞ்சியக் கழுவி கிராப் வாரி, நெத்திக்குப் பொட்டு வச்சி, சின்னகௌரிதான் பள்ளக்கூடத்துக்கு அனுப்பி வைப்பாள். இன்னும் மிச்சமிருக்கற ஒரு ஆளு குருசித்தன். சாக்கவ்வாவின் சின்னப்புள்ள. அவன் பங்குக்கு நடுவீடுதான் கெடைச்சிது. வீட்டுக்கே விருந்தாளி மாதிரிதான் வருவான். மாரியாத்தா கோயில்லதான் படுக்கறது, தூங்கறது எல்லாம். ஊரூரா போய் எங்கனாச்சும் சித்தாள் வேலை செய்வான். பட்டுநூல் வியாபாரம் செஞ்சி, பெட்டிக்கடை நடத்தி, மாட்டுத்தரகனா வேலை பாத்துட்டு, இப்ப சித்தாள் வேலய செஞ்சிட்டிருக்கான். கையில் பணம் வச்சிருந்தா அம்மாக்காரிக்கு வெத்தலபாக்குக்கு ஏதாச்சும் கொடுக்கறதுண்டு. சின்ன வயசுலேருந்து நாடகமின்னா பிரியம் அதிகம். இப்ப 'கொடைவள்ளல் கர்ணன்' நாடகத்துல கர்ணனோட புள்ளயா நடிக்கறான். வழக்கமா அவன் படுக்கறது மாரியாத்தா கோயில்லதான்.

விடியற நேரம் வெளியே வந்த சாக்கவ்வா தான் வளத்த கோழி நின்ன இடம், உக்காந்த இடம் எல்லாத்தையும் மாத்தி மாத்திப் பார்த்தாள். எங்கயும் அந்தக் கோழி இல்ல. அதே நேரம் முழுக்க பளபளன்னு வெடிஞ்சிட்டுது. உள்ள இருக்கற கோழிங்க வெளிய

கூவனா அந்தச் சத்தம் கேட்டு அது வந்தாலும் வரலாமின்னு, அவ கவுத்தி வச்ச கூடையை எடுத்தாள். உள்ள இருந்த கோழிங்களெல்லாம் வழக்கம்போல உற்சாகமா வெளியே வந்ததுங்க. அதுங்க மூஞ்சில எந்தவிதமான துக்கமோ, கவலையோ இல்ல. அதப்பாத்து சாக்கவ்வாவுக்கு கஷ்டமா இருந்திச்சி, 'ஐயோ பாவம் என் புள்ளைங்க' என்று பத்துப் பதினைந்து தரம் திருப்பித் திருப்பிச் சொன்னாள்.

வாசல்ல நின்னுட்டிருந்த சாக்கவ்வா மனசுல அந்தக் கோழியுடைய அழகு லட்சணம் படம் மாதிரி ஓடிச்சி. எந்தப் பாவியோ, சாமிபயம் சுத்தமா இல்லாதவன்தான் தன்னுடைய கோழியப் புடிச்சி சாகடிச்சிருக்கணும் நெனச்சாள். நேரம் ஆக, ஆக அந்த நெனப்பே உறுதியாச்சி. தனக்குப் புடிக்காத ஆளுங்கள்ளாம் யார் யாருன்னு ஒவ்வொருத்தரா ஞாபகப் படுத்திப் பார்த்தா சாக்கவ்வா. அவளுடைய சக்களத்தி கெம்பம்மா ஞாபகம் வந்திச்சி, சாக்கவ்வா புருஷன சுண்டு விரலாலேயே ஆட்டம் போட வெச்சி வயசாய்ட்ட கெம்பம்மா குப்பைக் குழி பக்கமா நடக்க ஆரம்பிச்சா.

அந்தக் குப்பைக் குழியின் ஒரு பக்கத்திலேருந்து கொஞ்சம் கூட உடாம உற்று உற்றுப் பாத்தும் கூட சாக்கவ்வாவால் எதயும் கண்டு புடிக்க முடியல. அங்க ஒன்று இங்க ஒன்னா கெடந்த கோழி எறக்கையைப் பாத்துட்டு நின்னா. ஆனா அதுங்க அவளுடைய கோழி றெக்கை இல்ல. எங்க போய்டுவ, என் கையில அகப்படாம, என் சக்களத்தி' என்றபடி தன் முயற்சியைக் கைவிடாமல் கைத்தடியால் குப்பையைக் கிளறிவிட்டுப் பார்த்தாள். அப்பவும் எதுவும் அவ கையில கெடைக்கல. "தூ... என் சக்களத்தி மாயக்காரியாச்சே நீ. அவ்வளவு சுலபமா உன் மர்மத்த கண்டு புடிச்சிட முடியுமா" என்றபடி குப்பையின் பக்கம் பார்த்துத் துப்பிட்டு அடுத்த குப்பை பக்கம் போனாள்.

பத்துப் பதினைஞ்சி குப்பைக் குழிங்கள தேடி முடிக்கறதுக் குள்ள வேர்த்து விறுவிறுத்துப் போய்ட்டாள். ஏறிக்கிட்டிருந்த வெயில்ல அவ தெம்பு கொறஞ்சிட்டுது. காத்து அடிச்சா விழுந்துடறமாதிரி ஆயிட்டா. அப்ப அங்க குப்பையக் கொட்ட வந்த புட்டி, "இது என்னமா இந்த நேரத்துல..."ன்னு கேட்டா. அவதுக்கு சாக்கவ்வா "குப்பை கொட்டறதுக்கு வந்தியாடி கண்ணு"ன்னு கேட்டா. புட்டி "ஆமாம்"ன்னு சிரிச்சிட்டே குப்பையக் கொட்டிட்டுப் போய்ட்டா. புட்டி நடந்துகிட்ட மொற சாக்கவ்வாவுக்கு மூஞ்சில அடிச்சமாதிரி இருந்திச்சி. புட்டி கண்ணுக்கு மறைவாகப் போகும்வரைக்கும் வெளிக்கிருக்க

உக்காந்த மாதிரி உக்காந்திருந்துட்டு, அப்புறமா எழுந்து அடுத்த குப்பைக் குழிக்கு வந்தா.

காலையிலேருந்து குப்பையைப் பாத்துப் பாத்து சாக்கவ்வாவிற்கு எந்தப் பக்கம் பாத்தாலும் குப்பைய பாக்கற மாதிரியே இருந்திச்சி. மேற்கொண்டு நடக்க முடியாத அளவுக்கு தொடை இரண்டும் வலிக்கவே அங்கயே நின்னுட்டா. "என் குலதெய்வம் உண்மைன்னா, என் கோழி இந்நேரத்துக்கு ஊட்டுக்குப் போயிருக்கணும். இல்லைன்னா இல்ல"ன்னு சொல்லிட்டே ஊட்டுப்பக்கம் பாத்து நடந்தா.

சாக்கவ்வா எங்கே போயிருந்தா, என்ன செஞ்சிட்டிருந்தாங்கற சங்கதி புட்டி மூலமா ஊர்முழுக்க தெரிஞ்சி போயிட்டதால, அங்கங்க உட்காரந்துட்டிருந்தவங்களும் நின்று பேசிட்டிருந்தவங்களும்" என்ன ஆயா, என்ன விஷயம்?"ன்னு கேக்க ஆரம்பிச்சாங்க. "என் கோழி தம்பி.. என் கோழிடி"ன்னு சொல்லிட்டே ஊட்டுப்பக்கம் பாத்து நடந்தா கேட்டவங்கள்ளாம் அவ கொஞ்சதூரம் நடந்து போனதுக்கப்பறம் சிரிச்சிட்டே போனாங்க.

எப்படியோ சாக்கவ்வா ஊட்டுக்குப் போய்ச் சேர்ந்தா. வாசல்லயே சிவு நின்னுட்டிருந்தான். "வந்துடிச்சாடா கண்ணு"ன்னு அவனப்பாத்து கேட்டா சாக்கவ்வா. சிவு "என்னது?"ன்னு கேட்டான். அதக் கேட்டதுமே சாக்கவ்வா மனசுல துக்கம் கோபம் ரெண்டும் பொங்கிச்சி. "ஐயோ என் பேரப்புள்ளையே வந்துடிச்சான்னு கேட்டதுக் கப்புறம் கூட என்னதுன்னு கேக்கிறயே"ன்னு அழுதுகிட்டே வாசல்ல உக்காந்துட்டா. அந்தப் பையன் பயந்துபோய் அவுங்க அம்மாகிட்ட ஓடினான்.

பெரிய பொண்ணு கௌரம்மா வெளிய வந்து பாத்தா வாசற்படில நின்னு மண்ண வாரி தூத்திட்டிருந்தா சாக்கவ்வா, "என் கோழிய முழுங்கனவங்க ஊடு மண்ணா போவ.. என் குலதெய்வம் இருக்கறது உண்மைன்னா என் கோழியத் திருடித் துன்னவங்க ஊடு இடிஞ்சி தரைமட்டமா போவ"ன்னு திட்டுவதும் மண்ணை வாரித் தூற்றுவதுமாக இருந்தா. திடீர்னு கொஞ்ச நேரம் அந்த மண்ணு மேலயே ஊழுந்து பொரளுவா. கைய முரிச்சி காட்டுவா. தாங்க முடியாத பொண்ணு அம்மாவின் கையப் புடிச்சி நிறுத்தி, "போதும் எந்திரும்மா... போனது திரும்பி வரவா போவுது"ன்னு தூக்கி நிறுத்தினா. அவ புடியிலேருந்து திமிறி இன்னொருதரம் மண்ண வாரி

எறச்சா சாக்கவ்வா. அப்ப அங்க ரெண்டு பொண்ணும் வந்துட்டா. ரெண்டு பொண்ணுங்களும் ஆளுக்கொரு கைய தாங்கலா புடிச்சித் தூக்கி நிக்கவச்சி நடத்தியே குடிசைக்குள்ள கூப்புட்டுக்னு வந்தாங்க. சாக்கவ்வா உடம்பு பூரா புழுதி மயமா இருந்திச்சி. நிக்க முடியாம தரையில உக்காந்தா.

## இரண்டு

கௌரம்மா கொண்டுவந்து கொடுத்த தண்ணிய குடிச்சப்பறம் சாக்கவ்வாவுக்கு கொஞ்சம் தெம்பு வந்தமாதிரி இருந்துச்சி. சாக்கவ்வா மகளின் தலைய தடவிக் கொடுத்து, "நீ நல்லா இருக்கணும்மா என் செல்லம். கடைசி காலத்துல நீதான் எனக்கு கதி. என் ஆஸ்திய யெல்லாம் உன் சின்னப்புள்ள பேருக்கு எழுதிக் கொடுத்துட்டு செத்துப் போயிடறேன்."னு துக்கம் தாங்காம ஒப்பாரி வைக்க ஆரம்பிச்சிட்டா. இன்னும் கொஞ்ச நேரத்துல அம்மா அழுகைய நிறுத்திடுவா, இன்னும் கொஞ்ச நேரத்துல அம்மா அழுகைய நிறுத்திடுவான்னு நெனச்ச ரெண்டாவது புள்ள கண்ணய்யா அவ அழுவறத நிறுத்தாததப் பார்த்ததும் தாங்கிக்க முடியல. பொண்டாட்டிக்காரி சைகை செய்யதக் கூட பொருட்படுத்தாம "என்ன சொல்ற நீ"ன்னு கேட்டுக் கிட்டே வெளியே வந்தான்.

கண்ணய்யா கொஞ்சம் மெலிஞ்ச திரேகக்காரன். அவன் கையும் காலும் காய்ஞ்ச மிளார் மாதிரி இருந்தாலும் நார் மாதிரி கெட்டியா இருக்கும். குழந்தைகள் இல்லாத சொத்துக்கு ஆசைப்பட்டு, அதன்மேல் ஒரு கண் வைத்திருந்த அவன் மனசுல அம்மாவுடைய வார்த்தைகள் நேரா போயி தச்சிது. வெளியில கொஞ்சம் வேகமா பேசுற ஆளா இருந்தாலும் பொண்டாட்டிக்காரி முன்னால அடக்கித்தான் வாசிப்பான். அப்படிப்பட்டவனே பொண்டாட்டிக்காரி கண்ணால சைகை செய்யதக்கூட கண்டுக்காம அம்மா முன்னால ராவுளாசுரன் மாதிரி வந்து நின்னான்.

சாக்காவாவின் மங்கலா கண்ணுக்கு கண்ணய்யா நிக்கறது ராவுளாசுரன் நிக்கறமாதிரி தெரிஞ்சிது. நேத்துலேருந்து கோழியத் தேடித்தேடி அலுத்துப்போன சாக்கவ்வா தொண்டையிலிருந்து எந்த வார்த்தையும் வரலை. இன்னும் கொஞ்சம் தண்ணீர் குடித்து தொண்டைய நனைத்துக் கொண்டு, "அதக் கேக்க நீ யாருடா?"ன்னு கேட்டா. அதுக்கு கண்ணய்யா "நான் உரிமைக்காரன்"ன்னு சொன்னான்.

சாக்கவ்வா ஒன்னும் சட்டம் தெரியாத பொம்பள இல்ல. "என்னடா சொன்ன... இன்னொரு தரம் சொல்லு... உரிமைக்காரனா நீ? பொண்ணா பொறந்திருந்தாக் கூட ஆம்பளக்கு சமமா நின்று உழைச்சி சம்பாதிச்சதுல வாங்கன சொத்து இது... சுயார்ஜித சொத்து தெரியுமா..."ன்னு சொன்னா. ஒரு வினாடி அதுவும் உண்மைதான்னு நெனச்ச கண்ணய்யா சும்மா இருந்தான். உடனே குரலை இரக்கமுண்டாகும் வண்ணம் மாத்திகிட்டு "அப்படின்னா என் புள்ளைங்கள நீயே கொண்டுபோயி நடுத்தெருவுல உட்டுடு.."ன்னு பிள்ளைகளை இழுத்து வந்து அவள் முன்னால நிறுத்தினான்.

கண்ணய்யா மெதுவான குரல்லதான் பேசனான்னு சொன்னாலும் கோழியத் தேடி அலைஞ்சி அலைஞ்சி அலுத்துப் போயிருந்த சாக்கவ்வாவுக்குக் கத்தனும் போல இருந்தது. உடனே அவளும் பேச்சு முறைய மாத்தி, "ஏண்டா.. உன் பங்குக்கு ஓடு போடாமா ஓலைக் கூரை போட்டு வச்சிருக்கயே.. வயித்துல ஈரத்துணிய சுத்திக்கிட்டு இந்த ஊட்ட கட்டி வச்சவ நானு..." பாக்கறவங்க மூக்கு மேல விரல வக்கறமாதிரி முடிவே இல்லாம அவ பேசிட்டே போவறத பாத்து அப்படியே பூமிக்குள்ள எறங்கிட்ட மாதிரி இருந்திச்சி கண்ணய்யனுக்கு. குடிசையின் ஒரு மூலையிலிருந்து ஆரம்பிச்சி நிதானமா ஒவ்வொன் னையும் பாத்து, அதப்பத்தி பாட்டுக்கட்டி மெதுமெதுவா குரல உசத்திப் பாடனா சாக்கவ்வா.

மிளார் மாதிரி எதிரே நின்னுட்டிருந்த கண்ணய்யன் பக்கம் ஓரக்கண்ணால பாத்தபடி, ரெண்டு கையாலயும் தரைய தட்டி, திடீர்னு அந்தக் கைகள புள்ள பக்கம் நீட்டி, "என் வீட்ட இந்த மாதிரி கதிக்கு கொண்டாந்துட்டியே"ன்னு துக்கம் தாங்காம அழுதா. அந்தக் கோலத்துல அம்மாக்காரிய பாக்கப் புள்ளயாலயும் முடியல. "அதுக்கு நான் என்ன செய்றதும்மா"ன்னு கேட்டான். சாக்கவ்வா ஒருதரம் நல்லா காறித் துப்பிட்டு, "எங்னா ஏரில போய் உழு"ன்னு சொன்னா. நெஞ்சில் குதிச்சிட்டிருந்த வாத்தைங்களயெல்லாம் திரட்டி, "இன்னொரு தரம் அப்படிச் சொல்லாதம்மா"ன்னு சொல்லி தன்பங்குக்கு உரிய பகுதியின் பக்கம் முகத்தைத் திருப்பிகிட்டான்.

அந்தப் பக்கம் மூஞ்சிய திருப்பனானோ இல்லயோ, அம்பு மாதிரி அங்கேயிருந்து வந்த அவம் பொண்டாட்டி, அத்தைக்காரி முன்னாட சண்டைக்கு நிக்கற மாதிரி நின்னா. மூணு வேளைக்கும் இல்லை-ன்னாலும் கூட நாலு புள்ளைங்க இருக்கற ஊட்டுல பொறந்து

வளந்து துணிமணி சாப்பாட்டுக்கு எந்தக் கொறயும் இல்லாம வளந்து வந்தவ. செலுவம்மா அம்மா ஊட்லேருந்து இன்னைக்கும் தாய்வழியே ரகசிய வரவு உண்டு. அதுக்காகத்தான் பொண்டாட்டி முன்னால கண்ணய்யன் வாலைச் சுருட்டிட்ருக்கான்னு சொல்றவங்களும் இருந்தாங்க. யாராச்சிம் சுத்தி வளச்சி கேட்டாங்கன்னு சொன்னா, “போங்கப்பா.. எங்க மாமியார்க்காரி கொடுக்கறதத்தான் நான் சாப்புடறன்”ன்னு சொல்லிட்டு சண்டைக்கு வந்துடுவான். எண்ணனுக்கு குழந்தை பொறக்கவே பொறக்காதுன்னு நானாவ நாளாவ உறுதியா தெரிஞ்சிக்கிட்டப்புறம் சந்தோஷமா கண்ணய்யனும் அடுத்தடுத்து நாலு புள்ளைங்கள பெத்துகிட்டான். கடைசியா பொறந்தது கைக்கொழுந்த.

அந்தக் கைக்கொழுந்தை வெரல் சப்பிட்டே தேமேன்னு பாத்தபடி, அத்தைக்காரிக்கு சவால் விடற மாதிரி வந்து நின்ன அம்மாக்காரி இடுப்புல உக்காந்திருந்திச்சி. அந்தக் கொழந்த ஓர் இடுப்புலேருந்து இன்னொரு இடுப்புக்கு மாத்திய செலுவம்மா, ‘அது என்ன அத்தை... பேசத் தொடங்கனா போதும்.. என் ஊடு... என் ஊடு.. என் ஆஸ்தி... என் ஆஸ்தின்னு சொல்றியே’ன்னு கேட்டுட்டு அத்தைக் காரி பதிலுக்கு காத்திருந்தா, அழுத்தம் திருத்தமா உடனே சாக்கவ்வா “அப்படித்தாண்டி சொல்வேன். இது என் ஊடு. என் ஆஸ்தி”ன்னு சொன்னா. “அதக் கேக்க நீ யாருடி?”ங்கற அர்த்தம் அந்த வார்த்தைல அடங்கியிருந்ததால செலுவம்மாவுக்கு சுருக்னு இருந்திச்சி. இடுப்புல இருந்த கொழுந்தய புருஷன்கிட்ட தூக்கிக் கொடுத்துட்டு அத்தைக்காரி முன்னால கைய ஆட்டி ஆட்டி, “கேக்கறதுக்கு நான் ஒருத்தி இருக்கறேன்னு தெரிஞ்சிக்குங்க.. எவ்ளோ வச்சிருக்கீங்க?”ன்னு ரோஷமாக் கேட்டாள்.

பேசிப்பேசிக் களைச்சிப் போன சாக்கவ்வாக்கு வயிறு காய்ஞ்சி போனதால, பானையிலிருந்த தண்ணீர மொண்டு மொடக் மொடக்னு குடிச்சிட்டு, “உன் கண்ணு குருடா?”ன்னு கேட்டாள். அத்தைக்காரி கேள்வி மருமகள உசுப்பிட்டுது. “என் கண்ணு ஏன் அத்த குருடா வணும்?.. நானும் எல்லாத்தையும் தெரிஞ்சிட்டவதான் பாத்துக்குங்க.. பிச்சைக்காரன் நிக்கறமாதிரி இருக்கற இந்த ஊட்ட பாக்கலயா.. மழைக் கடவுள் கண் தெறந்தாலும் பயிர் காணாத நாலு ஏக்கர் நெலத்த பாக்கலியா.. இருக்கற மூணு பசங்களுக்குப் பிரிச்சிக் குடத்தா வேணாமின்னா சொல்லுது...” என்றபடி அத்தை முன்னாலயே

உக்காந்துட்டா. புருஷன்காரனான கண்ணய்யன் பெண்டாட்டியின் கையைப் புடிச்சி இழுத்து "நீ வாம்மா... நீ வாம்மா.."ன்னு சொன்னான். புருஷனைப் பத்தி லட்சியம் பண்ணாம இன்னும் கொஞ்சம் கைய உதறிகிட்டு சண்டைக்குத் தயாராய் உக்காந்தா. "என் ஆஸ்தி உள்ளங்கை அகலமே இருக்கட்டும்டி மகாராணி.. அதுலதான்டி நீ உக்காந்து சாப்புறது"ன்னு சொன்னா சாக்கவ்வா. செலுவம்மாவுக்கு கழுத்த வெட்டி முன்னால வச்ச மாதிரி இருந்துச்சி. தரையில ஓங்கி உதைச்சிகிட்டே எழுந்த செலுவம்மா, "இங்க பாரு அத்த.. இது மாதிரியே நீங்க சொல்லிட்டே இருங்க. என் மூள கெட்டிச்சின்னா பைத்தியக்காரியாய்டுவேன் என்னைக்காவது ஒருநாள் ஊட்டுக்கு நெருப்பு வச்சிட்டு உங்க நெலத்துல மண்ண வாரித் தூத்திட்டுப் போய்டுவேன்..."னு சொல்லி கிட்டே சூறாவளிக் காத்து மாதிரி திரும்பிப் போனா. அவளுடைய கைக்குழந்தை பாட்டிய சுத்தி ஆடிக்கிட்டிருந்திச்சி.

எதுக்குடா பேச்ச ஆரம்பிச்சோம்ன்னு பெருமூச்சு விடறதத் தவிர வேற எதயும் செய்யத் தோணாம நின்னான் கண்ணய்யன். பெண்டாட்டிகாரி செலுவம்மா பேசன பேச்சு அவன் மனசுல சரியா பதியல. தரைய ஓங்கி உதைச்சாலும் தயாராய்ட்டா அம்மா. மூச்சப் புடிச்சிக்கிட்டு நின்னுட்டிருந்தான் மகன். கைக்கொழந்த பாட்டிய சுத்திச் சுத்தி வந்துச்சி.

தரையத் தடவறத நிறுத்திட்டு புள்ள பக்கம் வந்த சாக்கவ்வா, "கேட்டியாடா உன் பொண்டாட்டி பேச்ச"ன்னு கேட்டா. அவளுடைய சீறல் அந்த ஊட்டயே ஒரு குலுக்கு குலுக்கிச்சி. மகனால எந்தப் பதிலும் சொல்ல முடியல. துக்கமே வாயைப் பிளந்து கொண்டு உக்காந்திருக்கற மாதிரி அம்மா உக்காந்திருந்தா. மகனிடமிருந்து எந்தப் பதிலும் வராததப் பாத்து, இன்னொரு தரம் அவளே "கேட்டியாடா உன் பொண்டாட்டி பேச்ச"ன்னு கேட்டா. வாய கட்டிகிட்டவன் மாதிரி கண்ணய்யன், "சும்மா இரும்மா.. சும்மா இரும்மா"ன்னு சொன்னான். சாக்கவ்வா ரோஷம் இன்னும் கொஞ்சம் அதிகமாச்சி. "பொண்டாட்டிக் காரி வாய மூட முடியாதவன் என் வாய மூட வந்தியா.... சபாஷ்டா மவனே... இன்னைக்கு மட்டும் அவ என் வூட்ல இருந்தா, அவ அவுங்கப்பனுக்குப் பொறந்தவ இல்லன்னு வச்சிக்க... அவ்ளோதான் நான் சொல்ல முடியும்.. ஆமா.. அவ்ளோதான்.. நான் சொல்ல முடியும்."ன்னு சொன்னதயே இருபதுதரம் திருப்பித் திருப்பிச் சொல்லிட்டிருந்தா.

அத்தைக்காரி வாய்லேருந்து இந்த வார்த்த வந்ததுமே உள் வீட்டுலேருந்து கடமுடான்னு சத்தம் வந்திச்சி. கண்ணய்யனால நிற்கக் கூட முடியல. மெதுவா அவன் அறைப்பக்கம் வந்தான். அவன் தங்கச்சி கௌரம்மா கண்கலங்க நின்னுட்டிருந்தா. அண்ணன்காரன் முகத்த பாத்ததுமே பொலபொலன்னு கண்ணீர் சிந்தி "அண்ணா, அம்மா எதுவானாலும் சொல்லிக்கட்டும். நான் என்ன இங்க ஆஸ்தில பங்கு வாங்கவா வந்திருக்கேன். அம்மா எழுதிக் குடுக்கறேன்னு சொன்னாலும் நான் என்ன எழுதி வாங்கிகிட்டனா'ன்னு சொன்னாள். கௌரம்மாவின் மூத்த புள்ள பொறந்ததிலேருந்து வியாதில படுததுக் கெடக்கறவன் – வெள்ளைப் போர்வையப் போத்திகிட்டு வெதேதோரமா உக்காந்தபடி அம்மாவையும் மாமன் காரனையும் திரும்பிப் பார்த்தான். நடுவீட்டில் இருந்த தூணைச் சுத்தம் செய்துட்டிருந்த சின்ன கௌரி எந்தப் பக்கமும் திரும்பி யாரையும் பார்க்காமலேயே அண்ணனுக்கு உறைக்கற மாதிரி, "என்னைக்குத்தான் நான் இந்த வீட்ட விட்டுப் போவனோ-சிவா-"ன்னு சொன்னாள். கண்ணய்யன் கௌரம்மாவைப் பார்த்து, "நீ பேசாம உள்ளப் போம்மா"ன்னு சொல்லிட்டு அறைக் குள்ள வேகமா போனான்.

இன்னொரு பக்கத்திலேருந்து வெளிக்கதவைத் தள்ளிட்டு கடைசிமகன் குருசித்தன் வந்தான். அவுங்கம்மா தரையில உக்காந்திருந்த கோலம், அக்காக்காரி வாசபடியில நின்னுட்டிருந்த கோலம், அறையிலேருந்து காளண்ணன் குசுகுசுன்னு பேசிட்டிருந்த சத்தம் எல்லாத்தையும் பாத்தான் அவன். உடனே அங்க நிக்காம திரும்பிட்டான். புள்ள வந்ததப் பாத்த சாக்கவ்வா அவனே என்ன சங்கதின்னு கேக்கட்டும்ன்னு நெனச்சி சும்மா இருந்தா. ஆனா வந்தவன் அப்படியே திரும்பிப் போவறதக் கண்டு 'குருசித்தா'ன்னு கூப்புட்டா. அதுக்குள்ள அவன் வெளில போய்ட்டான். "தோ வரேன் இரும்மா"ன்னு சொன்னவன் திரும்பிப் பாக்காமயே போய்ட்டான்.

அறையில பொண்டாட்டிக்காரி செலுவம்மா சாமான் மூட்டைய கட்டிக் கட்டி வைக்கறதும், புருஷன்காரன் கண்ணய்யன் புடுங்கிப் புடுங்கி வைக்கறதுமா இருந்தாங்க. அவள் தலையில அடிச்சிக்கறத நிறுத்தும்போது இவன் அடிச்சிக்க ஆரம்பிச்சான். கைக்கொழுந்த ஆயாகிட்ட ஆடிட்டிருந்திச்சி. இன்னொன்னு எங்கயோ வெளிய போயிருந்திச்சி. மற்ற ரெண்டும் அம்மா அப்பா சண்டைய வேடிக்க பார்த்துபடி சும்மா உக்காந்திட்டிருந்துதுங்க. இவ்வளவு நேரம் சண்டையும் சாடியுமா இருந்த இடத்துல மெதுமெதுவா அமைதி திரும்ப வந்திச்சி.

அப்போது எட்டி எட்டிக் கால் வைத்தபடி உள்ளே வந்தான் மூத்தவன் காளண்ணன். அம்மாக்காரியப் பாத்ததுமே என்னமோ நடந்தருக்குதுன்னு நெனச்சி "என்னாச்சிம்மா?"ன்னு கேட்டான். அம்மா எதுவும் பதில் சொல்லாததால சரசரன்னு தன்னோட அறைக்குப் போய்ட்டான். அவன் உக்காந்து மூச்சு வாங்கறதுக்குள்ள உக்காந்திட்டிருந்த பொண்டாட்டிக்காரி நடந்தது எல்லாத்தயும் ஒண்ணுவிடாம அவன் காதுக்குள்ள சொல்லிட்டா. காளண்ணன் காலைப் பிடிச்சிட்டு உக்காந்தான். நாலு ஊருக்குப் புத்திமதி சொல்லி ஒத்துக்க வெச்சாலும் வச்சிடலாம், ஆனா இந்த ஊட்டுல ஒரு வார்த்தைக்கும் மரியாதை கெடையாதுன்னு நெனைச்சிகிட்டான். பொண்டாட்டிக்காரிகிட்ட "என்ன செஞ்சி வச்சிருக்கே?"ன்னு கேட்டான் "டீ போட்டு வச்சிருக்கேன்" நேத்து வச்ச பொரிகடல கொஞ்சம் மிச்சமிருக்குது' என்னு சொன்னா பொண்டாட்டிக்காரி.

அதே நேரத்தில் கண்ணய்யனிடமிருந்து பிடுங்கிய தன் துணி மணிங்கள தாய்வீட்டு டிரங்க் பெட்டியில போட்டு மூடி எடுத்துகிட்டு, இன்னொரு கையில ரெண்டாவது புள்ளைய இழுத்துகிட்டு அறையி லேருந்து வெளியே வந்தா செலுவம்மா. அந்தப் பையன் "விடும்மா விடும்மா"ன்னு கத்தினபடி கைய உதறினான். கோபம் கொண்ட செலுவம்மா அந்தப் பையன புடிச்சித் தள்ளிட்டு, பாட்டி பக்கத்துல ஆடிட்டிருந்த கைப்புள்ளயத் தூக்கி வேகமா இடுப்புல வச்சிகிட்டா. அந்தக் கொழந்த திடீர்னு அழ ஆரம்பிச்சிது. அவளுக்குப் பின்னால நின்று கொண்டிருந்த அவளுடைய கணவன் "என்னடி நீ செய்றது.. என்னடி நீ செய்றது" ன்னு கேட்டான். அவள் கால்ல உழாதது ஒண்ணுதான் பாக்கி.

உள்ளே இருந்த காளண்ணன் வெளிய வந்து நின்னதுமே ஒரு வினாடி எல்லாமே அங்கங்கே நின்னுது. எல்லாரையும ஒருதரம் பாத்த காளண்ணன் செலுவம்மாவப் பாத்து அறைப்பக்கம் கையக்காட்டி "மொதல்ல நீ உள்ளே போ" ன்னு சொன்னான். கையில இருந்த ட்ரங்க் பெட்டிய டொக்குனு கீழே போட்ட செலுவம்மா கொழுந்தய கீழ எறக்கி விட்டுட்டு உக்காந்தபடி, "நீயே கேளு மாமா.. இந்த வீட்டுல நான் என்ன பேசனாலும் தப்பாயிடுதே. நா இருக்கணுமா இல்ல; சாவணுமா..'ன்னு சொல்லிட்டு முந்தாணையால மூஞ்சிய மூடிகிட்டு அழுதா.. செலுவம்மா அழுவறதப் பாத்து அவளுடைய ரெண்டாவது புள்ளயும் அழுதான். "ஐயையோ... என்ன பேச்சு பேசறா இவ ..."ன்னு

சொல்லிட்டே சாக்கவ்வா செலுவம்மா பக்கம் கையக்காட்டி நெட்டி முரிச்சா. சாக்கடைப் பக்கம் போன கைக்குழந்தையை கௌரம்மா தூக்கிகிட்டா. செலுவம்மா பக்கத்திலிருந்த டிரங்க் பெட்டிய கண்ணய்யன் எடுத்துக்கிட்டு அறைக்குப் போனான். அவன் பின்னாலேயே முந்தானையால மூஞ்ச மூடிக்கிட்டு செலுவம்மாவும் போனாள். அறைக்குப் போனதும் கவுந்தடிச்சிப் படுத்துகிட்டா.. அங்க நிக்க முடியாம எல்லா இடத்தையும் சுத்திப் பாத்தான் காளண்ணன். 'ஏம்மா, ஊட்டுல இருக்கறவங்களயெல்லாம் எங்கனா போங்கன்னு வெரட்டிட்டா சாப்படறதுக்கு என்ன ஆகாயத்துலேருந்து வருமா" ன்னு கேட்டான். யாரும் எதுவும் பதிலே சொல்லல. கடைசில தங்கச்சி கௌரம்மா, யாராவது வேலைக்குக் கூப்பிட்டாத்தான் போவ முடியும். மேகல சேரி வரைக்கும் நாங்களே கூட தேடிப்போயி கேட்டுட்டுத் திரும்பி வந்துட்டம். அதக்கேக்க நீ யாரு இங்க" ன்னு கேட்டாள். காளண்ணன் நின்ன எடத்துலேயே நின்னுட்டான்.

அப்ப அறையிலேருந்து செலுவம்மா கையில கோடாலி எடுத்துகிட்டு வெளிய வந்து காளண்ணன் பொண்டாட்டிய பாத்து, "வரயாக்கா.. வெறவுக்காச்சிம் போய்வரலாம்" ன்னு சொன்னாள். அதுக்கு காளியண்ணன் பொண்டாட்டி "கொஞ்சம் இரு தாயே... இவரு இப்பத்தான் வந்தாரு. சாப்ட வச்சிட்டு வந்துடறேன். வெறவு தான், சாயங்காலமா போனா கூட கொஞ்சம் கெடைக்கும்"ன்னும் சொன்னா. அப்பறம் புருஷன் பக்கம் திரும்பி "வாயேன் எழுந்து" ன்னு சொன்னாள். காளண்ணன் அங்கயே நின்னபடி "இங்கயே எடுத்தா" ன்னு சொன்னான். காளண்ணனின் பொண்டாட்டி உள்ளேபோய் ஒரு பாத்திரத்தில் டீயும், இன்னொரு பாத்திரத்தில் கடலைப் பொரியையும் கொண்டு வந்து சாக்காவ்வாவின் முன்னால வச்சா. உடனே சாக்கவ்வா "ஐயோ எனக்கு வேணாம்மா தாயி' ன்னு சொன்னா. காளியண்ணன், "பேசாம குடிம்மா" ன்னு சொன்னான். கூடவே அவன் பொண்டாட்டியும் சேர்ந்து "அவரு குடிச்சாச்சி அத்த.. நீ குடி" ன்னு சொன்னாள்.

சாக்கவ்வா கொஞ்சம் பொரிய அள்ளி சின்னவன் புள்ளைக்கு கொடுத்துட்டு தன் வாய்லயும் ஒரு புடி அள்ளி போட்டுகிட்டா. "கௌரி... இந்தா கொஞ்சம் எடுத்தும்போயி உன் பெரிய புள்ள கையிலயும் கொடு" ன்னு சொன்னா. கௌரம்மாவும் கொஞ்சம் வாங்கிச் சென்று தன் மூத்தவனிடம் கொடுத்தாள். போர்வைய விலக்கிட்டு எலும்புக் கைய நீட்டி அவனும் வாங்கினான்.

கொடுக்கறத வாங்கித் தின்னுட்டு தன் பாட்டுக்கு ஆடிட்டு கெடந்தது கௌரம்மாவின் மூத்த புள்ள. அதுக்கிருந்த காயலா எந்தக் காலத்துலயும் குணமாகாதுன்னு பாக்கறவங்க யாரா இருந்தாலும் சொல்லிடுவாங்க. அதும் அம்மாக்காரியும் அப்படித்தான் சொல்வாள். அது எப்பப் பாத்தாலும் ஒரு வெள்ளப் போர்வைய தலைய சுத்திப் போத்திக்கிட்டே இருக்கும். ஒரு வினாடி கூட போர்வை இல்லாம அதனால இருக்க முடியாது. அதனாலேயே அதும் சின்ன மாமன்காரன் குருசித்தன் அதுக்கு "டெபாடி கமிஷனர்"னு பேரு வச்சி கூப்புட்டான். கடைசியா அதுவே பேரா போய்டுச்சி. பொறந்தப்போ வச்ச பேரு அந்தப் பையனுக்கே ஞாபகமில்லாம போச்சி. அந்தப் பிள்ளைக்கு இந்த உலகத்தோடு எந்தச் சம்பந்தமும் இல்லைன்னு எல்லோரும் பேசிக்குவாங்க. அதும்பாட்டுக்கு அது உக்காந்திட்டிருக்கும். மத்த காரியங்களும் அதும்பாட்டுக்கு நடந்துட்டே இருக்கும். விளக்குக் கம்பத்தில் இருந்த அழுக்கையெல்லாம் சின்ன கௌரி முழுசா தொடச்சி எடுத்துட்டதால இப்ப வெள்ள வெளேர்னு இருந்திச்சி கம்பம்.

## மூன்று

மத்தியான நேரம் கையில பள்ளிக் கூடத்துல கொடுத்த உப்புமாவ எடுத்துகிட்டு பள்ளிக்கூடம் முடிஞ்சி திரும்பி வந்தான் சிவு. வெயில் சுள்ளென்று அடித்தது. அந்தப் புழுக்கத்தில் குடிசையே களைத்துப் படுத்திருந்தது. சாக்கவ்வா உக்காந்த இடத்துலேயே தூங்கி விழுந்தா. பெரிய மாமா காளண்ணன் அருவுகால்ல தலைய வச்சி உள்பக்கமா தால நீட்டிக் கொறட்ட விட்டுத் தூங்கிட்டிருந்தான். மாமா தலைய மாமா பொண்டாட்டி மடிமேல தூக்கி வச்சிகிட்டா. மாமா தலையில முடிய வெலக்கி வெலக்கிப் பேன் பாக்க ஆரம்பிச்சா. நடுமாமா கண்ணய்யன் எங்கயோ போயிருந்தான். அவன் ரெண்டு புள்ளைங்க வாசப்படியிலயே படுத்துக் கெடந்ததுங்க.

அறைக்குள்ள படுத்திருந்த செலுவம்மா குழந்தையத் தட்டித் தட்டி தூங்க வச்சிட்டிருந்தா. அவள் தலை மாட்டுல அவ ரெண்டாவது புள்ள உக்காந்திட்டு தட்டுல மிச்சம் மீதி இருந்த சாப்பாட்ட எடுத்து நக்கிட்டிருந்தது. இன்னொரு பக்கத்தில சிவு அம்மா கௌரம்மா தரையில முந்தானையயேல விரிச்சி பெரிய புள்ள பக்கத்தில படுத்திருந்தா. சிவுவுடைய அண்ணன் 'டெபுடி கமிஷனர்' வெள்ளைப் போர்வையப் போத்தின கோலத்தோட கொஞ்சம் கூட அசையாம செவுத்தயே பாத்துட்டிருந்தது.

சிவுவுடைய சின்னம்மா சின்ன கௌரி பாவாடைக்கு மேல புடவைய அள்ளிச் செருகிகிட்டு ஒரு தம்ளர்ல என்னமோ நீலம் கலந்துட்டிருந்தா. சிவு வந்து அவ எதிர்ல நின்னான். சின்னகௌரி உதட்டச் சுழிச்சி "மயில் வரையறேன் பாரு" ன்னு சொன்னா. சிவு கண்ண அகலமா ஆக்கிகிட்டு அங்கயே உக்காந்தான்.

நீலம் கரைச்சப்பறம் சின்ன கௌரி சிவு கையில வச்சிருந்த உப்புமாவைப் பாத்து "சாப்புடுடா அத" ன்னு சொன்னா. "உனக்கும் கொஞ்சம் வேணுமா"ன்னு கேட்டான் சிவு. அதுக்கு அவ "எனக்கு வேணாம். உங்க அண்ணனுக்குக் கொஞ்சம் கொடுத்துட்டு நீ கொஞ்சம் தின்னு" ன்னு சொன்னா. அந்த உப்புமாவ ரெண்டு பாகமா பிரிச்சி ஒவ்வொன்னையும் ஒவ்வொரு கையல வச்சிகிட்டு அண்ணன் டெபுடி கமிஷனர் பக்கத்துல வந்து கைய நீட்டி "அண்ணா.... அண்ணா ...."ன்னு கூப்பிட்டான். அந்த அண்ணங்காரன் ரொம்ப நேரம் உட்காந்திருந்துட்டு அப்பறமா சிவு பக்கம் திரும்பி கைய நீட்டுனான்.

நீலவர்ணத்துல ஈச்சங்குச்சிய நனச்சி மயிலுடைய கால்–பாகத்துலேருந்து வரைய ஆரம்பிச்சா சின்ன கௌரி. கைப்போக்கயே பாத்திட்டிருந்த சிவு, "ஐயோ சின்னம்மா யாராவது மொத்தமெதல்ல கால வரைவாங்களா"ன்னு கேட்டான். "நீ கொஞ்ச நேரம் சும்மா இரப்பா நா வரைஞ்சி முடிக்கற வரைக்கும்" னு சொன்ன சின்ன கௌரி ஏதோ பாட்ட முணுமுணுத்தபடி வரைய ஆரம்பிச்சா. கையில இருந்த உப்புமாவச் சாப்பிட்டபடியே சின்ன கௌரியின் விரல் போவறபக்கமெல்லாம் கண்ணப் போகவிட்டுக் கவனிச்சான் சிவு. அப்பறமா தன் சிலேட்ட எடுத்து கீழ வச்சி, தன் உடம்பு பாரத்த யெல்லாம் அதும் மேல எறக்கி வச்சி, தலையிலிருந்து ஆரம்பிச்சி மயில் வரையத் தொடங்கினான்.

ரொம்ப நேரம் கழிச்சப்பறம், "இப்ப பாருப்பா"ன்னு சின்ன கௌரி சொன்னதும் சிலேட்ல மயில் வரையறதுல கவனமா இருந்த சிவு நிமுந்து பாத்தான். சோத்துக்கை பக்கம் இருந்த சுவரில நீல வர்ணத்துல மயில் சிவுவ பாத்து ஆடிட்டிருந்தது. சந்தோஷம் தாங்க முடியாம சிவு, "ரொம்ப ரொம்ப நல்லா இருக்குது" ன்னு கையத் தட்டிக் குதிச்சா. அந்தக் கைதட்டற சத்தத்துல தூங்கி உழுந்த சாக்கவ்வாவேக்கு முழிப்பு வந்திடுச்சி. கண்ணு தெறக்காமலேயே யாரு உள்ளாற" ன்னு பதில் சொன்னா. "உள்ள செவுத்துலமேல பாக்கு

இருந்தா ஒன்னு எடுத்துப் போட்டி'' ன்னு சொன்னா சாக்கவ்வா. ''இங்க இல்லம்மா'' ன்னு சின்ன கௌரி பதில் சொன்னா. அதுக்குள்ள சிவு அவ பக்கத்துல வந்து ''சின்னம்மா செவுத்துல மயில் வரைஞ்சிருக்குத வந்து பாரு'' ன்னு சொன்னான். சாக்கவ்வா கண் தெறந்து ''யாரோ ஒருத்தி நெல் குத்தற வேலய விட்டுட்டு எவனோ ஏறி அடிக்கறதப் பாக்கப் போனானாம். அந்தக் கதயா இருக்குது''ன்னு சொல்லிட்டு மறுபடியும் தூங்க ஆரம்பிச்சா. அம்மா சொன்னது சின்ன கௌரி காதுல விழுந்துச்சி. ''ம்க்கும், இங்க நெல் குத்தறதுக்கு வாங்கி கொட்டி வச்சிருக்குதாக்கும்''ன்னு முணுமுணுத்துக் கொண்டே இன்னொரு பக்கத்தில மயில் வரையறதுக்காக கண்ணாலயே அளந்துகிட்டிருந்தா.

இப்படி இருக்கும்போது சாக்கவ்வா கண்ணிலிருந்து தூங்கறது நழுவிப்போச்சி பாக்கறப்பவே வானத்திலிருந்து பூமிக்கு இருட்டு எறங்கிச்சி. இருந்த கொஞ்ச நஞ்சம் வெளிச்சத்துல புஸ்தகத்த எடுத்து வச்சி ''நூறு ரூபாய்க்கு ஒரு வருஷத்துக்கு பன்னிரண்டு ரூபாய் வட்டி என்றால் இரண்டு வருஷத்து எவ்வளவு வட்டி'' ன்னு படிச்சிகிட்டே கணக்குப் போட்டான். ஏதோ பழைய நெனப்புல மூழ்கிப்போன சாக்கவ்வா சிவுவ கூப்புட்டு ''இங்கபாரு... நீ அப்ப உங்க அம்மா வயித்துல ஏழுமாசம்... நான் சொள்ளேகாலத்திலிருந்து பன்னெண்டு ரூபாய் கொடுத்து வாங்கியாந்திருந்தேன்... அத அந்த பெரிய ஊட்டு ரத்னம்மாவிடம் ஆறு ரூபாய்க்கு அடவு வச்சேன். இப்ப அசலும் வட்டியும் சேர்ந்து எவ்வளவாவுது சொல்லு பாப்போம்...'னு கேட்டா. ''சொல்றேன் கேட்டுக்கோ''ன்னு சிவு எதஎதயோ கூட்டிக் கழிச்சிப் பாத்தான். பதில் கெடைக்கல. அப்ப மின்னல் போல சிவு, ''எவ்வளவு வட்டி'' ன்னு கேட்டான். ''அதுகூடத் தெரியலையா உனக்கு.... ஒரு ரூபாய்க்கு ஒரு மாதத்துக்கு ஓரணா வட்டி'' ன்னு சொன்னா சாக்கவ்வா. அப்புடியும் இப்படியுமா என்னென்னமோ செஞ்சி பாத்தான் சிவு. பதில் கெடைக்கல. ''போ ஆயா.. நா படிக்கணும்' னு சாக்கவ்வா கைய உதறிட்டு மொதல்ல உக்காந்திருந்த எடத்துக்கு வந்தா.

சிவு புஸ்தகத்த பாத்தான். அந்த நேரத்துக்கெல்லாம் இருட்டு ங்கறது பூமில கொஞ்சநஞ்சம் இருந்த வெளிச்சத்த காலாலயே மெதிச்சித் தொவச்சிட்டுது. அறைக்குள்ள மட்டும் ஒரு வெளக்கு ஏத்தி வச்சிருந்தாங்க மினுக்மினுக்னு எரிஞ்ச அந்த வெளக்கு வெளிச்சம் வாசலத் தாண்டி இந்தப்பக்கம் தெரியவே இல்ல. உக்காந்த இடத்தி

லிருந்தே சிவு "வெளக்கு ஏத்தும்மா" என்றான். அதுக்கு உள்ள இருந்தபடியே அம்மாக்காரி கௌரம்மா, "கொஞ்சம் இருப்பா.. சித்தி காசி வாங்கியாற போயிருக்காடா... வத்தும் எண்ணெ வாங்கியாந்து வெளக்கேத்தலாம்"ன்னு சொன்னா. சிவு சும்மா இருக்காம, "இப்ப நான் படிக்கணுமே" ன்னு அழுதான். கௌரம்மா எண்ணெ இல்லாத வெளக்க கையில எடுத்தும்போயி செலுவம்மாகிட்ட, "கொஞ்சம் எண்ணெ இருந்தா ஊத்திக் குடும்மா... வாங்கியாந்ததும் குடுத்துடறேன்" னு சொன்னா. "அய்யோ... எங்க இருக்குதுக்கா என்ணெ... வேணு மின்னா சிவு இங்க வந்து படிக்கட்டுமே" ன்னு செலுவம்மா சொன்னதுமே சிவு சிலேட்டு புஸ்தகத்த எடுத்துகிட்டு அறைக்குள்ள போவ, அவன் அம்மாக்காரி காலி வெளக்க கையில புடிச்சிட்டு அறைக்குப் போனா. சின்ன கௌரி வெறுங்கைய வீசினபடி திரும்பி வந்தா.

## நான்கு

அங்க ஒன்னும் இங்க ஒன்னுமா அடுப்பு பத்த வச்ச வீட்டு லேருந்து சோத்துப் பானைங்க உருளற சத்தம் சாக்கவ்வா காதுல விழுந்திச்சி. சாக்கவ்வா சிவுவ கூப்புட்டா. சிவு வந்ததுமோ "என் கண்ணு, கொஞ்சம் என் கோழி எங்க இருக்குதுன்னு போய்ப் பாத்துட்டு வரியாடா"ன்னு கேட்டா. சிவு ஆ ஊன்னு சொல்லிட்டு, "கோழி இருந்தா வந்திருக்காதா... எனக்கு இருட்ட கண்டா பயமா இருக்குது... போ ஆயா" ன்னு சொன்னான். கால நீட்டி ஒக்காந்தபடி சாக்கவ்வா சொன்னா.

"நா இருக்கும்போது என்ன பயம்?"

"நீ இருந்தா?"

"எமலோகத்துக்காரங்க கூட ஓடிருவாங்க"

சிவுவால அந்த உருவங்கள மனசுக்குள்ள நெனச்சி பாக்க முடியல. ஆள்னு கண்ணை அகலமாக்கிகிட்டு பாத்தான். சாக்கவ்வா சொன்னா.

"அவுங்களுக்கு ஆலமரம் மாதிரி மீசை.... கதவு மாதிரி பல்லு..."

"அவுங்க ஒன்ன இழுத்துட்டுப் போய்ட்டாங்கன்னா.."

"என்ன எதுக்குடா இழுத்தும்போறீங்க மூதேவிங்களா...நானே வரேன் உடுங்கடான்னு சொல்லுவேன்."

“அப்பறம்.”

“அப்பறம், அவுங்களுக்கு முன்னால நானே எமதர்மராஜாவப் பாக்கப் போவேன்”

சாக்கவ்வா வாயிலேருந்து வார்த்தைங்க வந்துட்டிருக்கும் போதே... சுருங்கித் தளர்ந்து போன அவளுடைய தோலு, அவ மூஞ்சில பல்லில்லாத வாயி, தலையில இருந்த நரச்ச முடி எல்லாமே மறைஞ்சி போச்சி... சாக்கவ்வாவுக்குள்ள சின்ன கௌரி தெரிய ஆரம்பிச்சா.

“எம தர்மராஜா என்ன செஞ்சிட்டிருக்கான்?”

அவனா... நம்ம ஊரு அளவுக்குப் பெரிய சிம்மானத்து மேல உக்காந்திட்டு... எமதூதருங்க கூப்புட்டுக்கனு வராங்க இல்ல... அவுங்களுக்கெல்லாம் தண்டனை கொடுத்திட்டிருந்தான்....”

“அதப்பாத்துக் கூட ஒனக்குப் பயமாவலையா?”

ஐய... இந்த நரலோகத்துல நா பட்ட கஷ்டங்களுக்கு முன்னால அந்தத் தண்டன எல்லாம் எந்த மூலைக்காவும்... அவங்கிட்டயும் அதயேதான் சொன்னான்...”

சித்தி சின்ன கௌரியாக இருந்த சாக்கவ்வா இப்போது வெள்ளைப்புடவை கட்டிக் கொண்டு தலைமுடியெல்லாம் காத்துல பறக்கப் பறக்க தேவகன்னி மாதிரி இருந்தா...

“அவன் அதுக்கு என்ன சொன்னான்?”

“அதுக்கு அவன்... சரி கெழவி... உன் துணிச்சல மெச்சினேன்... என்ன வரம் வேணும் கேட்டு வாங்கிக்கோன்னு சொன்னான்”

வெள்ளப் பொடவ கட்டிக்கினு தலைமுடி பறக்கப் பறக்க காத்துல அலைய உட்டபடி குலுக்கித் தளுக்கி வந்த தேவகன்னி தன் சுண்டுவிரலாலயே இந்த உலகத்த ஆட்டி வய்க்க ஆரம்பிச்சா..

“வரம் கேளுன்னு சொன்னதுக்கப்பறம்”

“அதுக்கு நானு... பாரு சாமி... என் ரேப்புள்ளை நரலோகத்துல ராஜாமாதிரி இருக்கறதுக்கு வரம் குடு.... அது போதும்னு சொன்னான்..”

சிவு அமைதியா உக்காந்திருந்தான்.

சிவுவுடைய அமைதிய சாக்கவ்வா கலச்சி, “இப்ப போயி நம்ம கோழியத் தேடிப் பாத்துட்டு வரலாமா... வா கண்ணு”ன்னு சொன்னா.

சிவு எழுந்தான். சாக்கவ்வா, ''உங்க அம்மாட்டேருந்து ஒரு க்ளாஸ் வாங்கியா'' ன்னு சொன்னா. சிவுவுடைய அம்மா ஒரு க்ளாஸோட வெளிய வந்து, ''ஏம்மா.. இந்த இருட்டுல எதுக்கும்மா இங்கயும் அங்கயும் நடந்துகிட்டு... போனது போயாச்சின்னு நெனச்சிக்கினு சும்மா இரு'' ன்னு சொன்னா. சாக்கவ்வா தரையில கைய ஊனி மெதுவா எழுந்து கைத்தடிய புடிச்சிகிட்டா. ''நீ பேசாம கிளாஸ குடு... போனது போயாச்சாம் எங்கோ... அது போவட்டும்.. அப்பறம் காட்டறம் பாரு. அந்த குலு தெய்வத்துக்கு நல்ல மொளகாத்தூளு பூசை காட்டி தொடப்பத்தாலயே நாலு சாத்து சாத்துவேன்...''னு சொல்லிட்டு கிளாஸ பிடிச்சிக்கினு நின்னிருந்த சிவு கைய புடிச்சிக்கிட்டே தடியால ஊனி ஊனி ஒன்று இருந்த இருட்டுக்குள்ள மெதுவா நடந்தா சாக்கவ்வா.

அந்த இருட்டுல சிவு கைய புடிச்சிக்கினு கைத்தடிய ஊனிக்கினு நடந்து போயி எதித்தாப்புல கண்ணுல பட்ட வீடு முன்னால போய் நின்னா. நின்னு மூச்ச நல்லா இழுத்து வாசன புடிச்சா. அப்புறம் மேற்கொண்டு நடந்து போனா. இப்படியே பத்து வீடுங்கள பாத்தாச்சி; இருபது வீடுங்களயும் பாத்தாச்சி; யாராவது பாத்துட்டு ''யாரு?''ன்னு கேட்டா போதும் ''நான்தான்'' னு சொல்லுவா சாக்கவ்வா. ''என்ன ஆயா?''ன்னு கேட்டா, ''ஒன்னும் இல்லப்பா'' ன்னு சொல்லிட்டு மேற்கொண்டு நடப்பா. கால வலிக்க வலிக்க அந்த சக்களத்தி கெம்பம்மாவீட்டு முன்னால நின்னு எத்தன தரம் இழுத்து இழுத்து வாசன புடிச்சாலும் ஒன்னும் தெரிஞ்சிக்க முடியல சோர்ந்து போயி நடந்து போனா சாக்கவ்வா. இப்படியே நடந்து போய்ட்டிருக்கும் போது கமகமன்னு ஒரு வாசன ஒரு வீட்டுலேருந்து வந்து சாக்கவ்வவா இழுத்திச்சி.

அது பர்வதய்யா வீடு. பர்வதய்யாவுக்கும் சாக்கவ்வாவுக்கும் சுத்தி வளச்சிப் பாத்தா சொந்தமாகணும். சாக்கவ்வா கதவ தட்டி, ''யாரும்மா உள்ள''ன்னு கேட்டா. பர்வதய்யா பொண்டாட்டி தேவீரம்மா கதவத் தெறந்து ''வா ஆயா உள்ளார... என்ன விசேஷம்?னு கேட்டா. வாசனய இழுத்து மூச்சு வாங்கிக்கினே உள்ள வந்தா சாக்கவ்வா பர்வதய்யா சாப்பிட்டுக் கிட்டிருந்தான். தேவீரம்மாவ பாத்து சாக்கவ்வா, ''மாரியாத்தா திருநாவுக்கு வாங்கன அரிசில கொஞ்சம் மிச்சம் இருந்திச்சி பேரப் புள்ளைக்காக ஆக்கனன். நம்ம சேரில யாரு களி கிண்டி சாப்புடறாங்க. அதுக்காகத்தான் கொழம்பு இருந்தா கொஞ்சம் வாங்கிட்டுப் போவலாமின்னு வந்தன்''னு சொன்னா. தேவீரம்மா சிவு

கையில இருந்த கிளாஸ்ல கொஞ்சம் கொழும்ப ஊத்தனா. சாக்கவ்வா, "வரண்டி என் ராசாத்தி"ன்னு சொல்லிட்டு வெளிய வந்தப்பறம் கமகமன்னு வாசன வந்த கிளாஸ மூக்குக்கு கிட்ட வச்சி வாசன புடிச்சா. அப்புறம் கொழும்புல இருந்த ஒரு துண்ட எடுத்துக் குடுத்து, "தின்னு பாத்துட்ட என்ன கறின்னு சொல்லு பாப்பம்"னு சொன்னா. சிவு அத்த தின்னு பாத்துட்டு, "கறி இல்ல ஆயா இது காளான்"ன்னு சொல்ல, "அப்படியா"ன்னு சொன்னா சாக்கவ்வா இன்னும் மிச்ச மிருந்த வீடுங்களின் முன்னால நின்னு வாசன புடிக்க ஆரம்பிச்சா. கடைசியா களைச்சிப் போயி வீட்டுக்கு வந்தா.

அங்க வீட்டு மூலையில செலுவம்மாவும் பக்கத்து வீட்டுக்காரி காளக்காவும் நின்னுட்டிருந்தாங்க. சாக்கவ்வாவும் சிவுவும் உள்ள போகறவரிக்கும் சும்மா இருந்த காளக்கா அப்புறமா, "அண்ணி. ஒரு விஷயம் கேக்றன். இல்லன்னு மட்டும் சொல்லக் கூடாது"ன்னு சொன்னா. வச்சிக்கிட்டு இல்லன்னு சொல்லப் போறனா"ன்னு கேட்டா அப்ப காளக்கா; "ஒண்ணும் இல்ல அண்ணி, அடுப்புல களி கிண்டறதுக்கு பாத்திரம் வச்சிட்டு வந்தன். மாவு பத்தாது போல இருக்கது' ஒரு சேர் மாவு இருந்தா குடு. நாளைக்கு மில்லில் அரச்சி கொண்டாந்தப்புறம் கொடுத்துடறேன்"னு சொன்னா. செலுவம்மா நெத்தியிலயே அடிச்சி கிட்டா. "என் மேல சத்தியமா மாவு இல்ல. வச்சிட்டு இல்லன்னு சொல்வனா?"ன்னு சொன்னா. காளம்மா மூஞ்சி போன போக்கு அந்த இருட்டுல ஒண்ணும் தெரியல. செலுவம்மா கதவ சாத்திகிட்டு உள்ள வந்தா.

சாக்கவ்வா வழக்கமான எடத்துல உக்காந்து, "கடைசி வரலயும் கெடைக்கலியேப்பா சிவனே. அத வளக்கறதுக்கு நா எவ்ளோ கஷ்டப் பட்டிருப்பன் கடவுளே. ஐயோ என் குலதெய்வமே. இன்னும் நீ பாத்துக்கிட்டுத்தான் இருக்கறயா... இல்ல கண்ண மூடிக்கிட்டு இருக்கறயா"ன்னு பெனாத்த ஆரம்பிச்சா. கிளாஸ்ல இருந்த கொழும்ப வியாதி புடிச்ச அந்தப் புள்ள நாக்குல ஊத்தி ருசி பாத்திச்சி.

## ஐந்து

வியாதிக்காரப் பையன் நாக்கால நக்கி ருசி பாத்துட்டிருக்கும் போது வெளியுலக இருட்டிலேருந்து வீட்டுக்குள்ள இருக்கற இருட்டுக்கு வந்தான் காளண்ணன். வீடு அமைதியா இருந்திச்சி. முதுகுல கமந்துவந்த மூட்டைச் சுமையை வெளித் திண்ணைல எறக்கி வச்ச காளண்ணன் மெதுவான குரல்ல பொண்டாட்டிய கூப்புட்டான்.

மூட்டை சுமந்து வந்த பாரத்துல உடம்புல வேர்த்திருந்திச்சி. அறைக்குள்ள மினுக்மினுக்னு எரிஞ்சிட்டிருந்த வெளக்கு தெரிஞ்சது வந்து நின்ன பொண்டாட்டிகிட்ட, "சோளத்தட்டய போட்டு எரிய வச்சி சமையல் கட்டுல கொஞ்சம் வெளிச்சம் காட்டு" ன்னு சொன்னான். அவள் சோளத் தட்டைங்கள அறைக்குள்ள எடுத்தும் போயி அங்க இருந்த வெளக்குல பத்தவச்சி எடுத்து வந்து அந்த நெருப்புல இன்னும் கொஞ்சம் மிளார் சுள்ளி போட்டு எரிக்க குடிசைக்குள்ள வெளிச்ச மாச்சி. அந்த வெளிச்சத்துள்ள குடிசைக்குள்ள எல்லாத்தயும் தெளிவாப் பாக்க முடிஞ்சிது.

காளண்ணன் மூட்டையப் பிரிச்சி பாதி அளவுக்கு நெருப்பு வெளிச்சத்துக்கு முன்னால தரையில கொட்டனான். வேர்க்கடல அம்பாரமா குவிஞ்சது. அதுக்குப் பக்கமாதான் செவித்தோரமா சாக்கவ்வா கால நீட்டி நொய்னு தலையை சுத்திச் சுத்தி வந்த கொசுவ அடிச்சிக்கினே படுத்திருந்தா. இங்க எழுந்த வெளிச்சம் அவ மூஞ்சில போய் அடிச்சது. அவ என்னமோ கோபமா இருக்கற மாதிரி தெரிஞ்சிது. காளண்ணன் ரெண்டு கடலய உரிச்சி வாய்க்குள்ள போட்டபடியே "அங்கயே எதுக்கும்மா படுத்திருக்க... வாம்மா" ன்னு சாக்கவ்வா கூப்புட்டான். சாக்கவ்வா கைத் தாங்கலுக்கு "சிவு. இங்க வாப்பா" ன்னு கூப்புட்டா.

கொஞ்சம் கொஞ்சமா கொறஞ்சிகிட்டே வந்த வெளிச்சத்துக்கு முன்னால சாக்கவ்வாவும் சிவுவும் வந்து ஒக்காந்தாங்க. அந்த நெருப்புப் புகை பூமித்தாய் நாக்கு மாதிரி நாலு பக்கமும் பரவி கொசு, கிருமிங்களின் மூச்சக்கட்டி குடிசை மூலைப்பக்கமா வெரட்டி யடிச்சது. வேர்க்கடல தோல அந்த நெருப்புலயே போட்டபடி காளண்ணன் பொண்டாட்டி பக்கத்துல இருந்த கௌரம்மாவ பாத்து, "வாம்மா... அங்க என்ன பண்ணிட்டிருக்கே?" ன்னு கூப்புட்டான். அங்க இருந்த கௌரம்மா, சின்ன கௌரி ரெண்டு பேரும் வந்தாங்க. சின்ன கௌரி மூஞ்சில அந்த நெருப்பு வெளிச்சம்பட்டு, அந்த மூஞ்சிலேருந்துதான் வெளிச்சம்ங்கறது கௌம்பி குடிசைக்குள்ள மத்த எடங்கள்ள பரவனமாதிரி இருந்திச்சி. அவுங்க எல்லாருமே வேர்க்கடலய உரிச்சி உரிச்சி தின்னுகிட்டே, தோல எல்லாம் நெருப்புல போட்டிட்டிருந்தாங்க.

காளண்ணன் கண்ணால செஞ்ச சைகையைப் புரிஞ்சிகிட்ட அவம் பொண்டாட்டி இன்னொரு பக்கம் திரும்பி செலுவம்மா பக்கம்

பாத்து, "நீயும் வாம்மா" ன்னு கூப்புட்டா. செலுவம்மா, "புள்ளைங்க படுத்திட்டுதுங்கக்கா. உடுக்கா, நாளைக்கிப் பாத்துக்கலாம் ன்னு சொன்னா. இருக்கட்டும்டி, பசங்கள எழுப்பி இட்டாம்ம" ன்னு சொனம்படியே காளண்ணன் பெண்டாட்டி எழுந்து உள்ள போயி அவ ரெண்டாவது பையன எழுப்பி கையப்புடிச்சி இட்டுக்கினு வந்தா.

தூங்கிட்டிருந்த கைக்கொழந்தை மேல போர்வைய இழுத்துச் சரியாகப் போர்த்திட்டு, மத்த ரெண்டு பசங்களயும் எழுப்பி, கண்ண கசக்கன பசங்க ஒண்ணொண்ணையும் கையப் புடிச்சிக் கூப்புட்டுக் கினு வந்த செலுவம்மா, காளண்ணன் பெண்டாட்டி பக்கத்துல உக்கார வச்சா. உக்காந்துட்ட செலுவம்மா எழுந்து மறுபடியும் அறைக்குள்ள போயி வெளக்க எடுத்து வந்து பெட்டி மேல வச்சா. "அது எதுக்கும்மா, நிறுத்திடு" ன்னு கௌரம்மா சொன்னா. "இருக்கட்டும் விடு" ன்னு பதில் சொன்ன செலுவம்மா கடலய உரிச்சி வாய்ல போட்டுக்க ஆரம்பிச்சா.

அங்க இருந்த நெருப்பு பொகயாவும் நெழலாவும் வெளிச்ச மாகவும் சுத்தி இருக்கறவங்க மேல அடிச்சி பெட்டிமேல இருந்த வெளக்கு தன் சக்திக்குத் தகுந்த மாதிரி வெளிச்சத்த அவுங்க முதுகுமேல அடிச்சிது. அப்ப உள்ள வந்த கண்ணய்யா தன் பெரிய பையன் பக்கத்துல உக்காந்து நெருப்பு முன்னால கைய நீட்டி "என் அப்பனே, சிவனே" ன்னு சொன்னான். அவனும் வேர்க்கடலய எடுத்து உரிச்சிச் சாப்பிட ஆரம்பிச்சான்.

கடல உரிச்சி சாப்ட்டவங்க முன்னால அவுங்கவுங்க சக்திக்கு உரிச்சதுக்கு தகுந்த மாதிரி தோலுங்க கும்பலா கெடந்தது. அங்கிருந்த பட்டுப்புழுங்க இருக்கற தட்டுல தழைய தூக்கிப் போட்ட மாதிரி சத்தம் வந்திச்சி. உள்ள சத்தம் நின்ன போதெல்லாம் வெளியேருந்து சத்தம் வந்திச்சி. வெளியே ஒரு நாயி ஒரேயேடியா கொரச்சிட்டே இருந்திச்சி. அதயும் மீறி கோயில்ல ஆர்மோனியம் வாசிக்கற சத்தம் கேட்டுச்சி.

கண்ணய்யன் : மழ கிழ வந்திருச்சா?

காளண்ணன் : எந்த ஊரலேருந்துய்யா மழ வரும். பெரிசா மழ வந்திருச்சாம் மழ.

சாக்கவ்வா : இந்தப் பாழாப் போன ஊருக்கு மழ ஒன்னுதான் கொறைச்சல் போ.

காளண்ணன் : ஐயோ, நானும் எவ்வளவோ ஊரு சுத்திட்டேன். அந்த எத்தப்பா கட்டி இருக்கற மாட்டுக் கொட்டாவ பாத்தா, பாத்த கண்ண எடுக்க முடியாது.

கண்ணய்யன் : நா பாக்கலியா என்ன? நடக்க நடக்கப் போய்கிட்டே இருக்குது. தேவடியா மொவன்து.

காளண்ணன் : நம்ம அம்மாக்காரி அந்த மாதிரி ஏதாவது ஊடு கட்டியிருந்தான்னு வைவியி, இன்னம் என்னென்ன பேசுவாளோ.

காளண்ணன் சொன்னதைக் கேட்டு எல்லாரும் ரொம்ப நேரம் உழுந்து உழுந்து சிரிச்சாங்க. அந்த எடமே சந்தோஷமா இருந்திச்சி.

அப்ப சிவு வேர்க்கடலய நெருப்புல போட்டுச் சுட்டுச் சாப்புட்டான் புள்ள பேச்சக் கேட்டு சாக்கவ்வா, “நீங்க இருக்கறீங்கல்ல.. புலி மாதிரி மூணு புள்ளைங்க.. வாங்கிக் கட்டுங்கடா”ன்னு சொன்னா. அதே நேரத்துல யாரோ வெளியில கதவு தட்டனமாதிரி சத்தம் கேட்டுது. அதனால அவுங்க பேச்சு அத்தோட நின்னுது. “அண்ணி. அண்ணி”ன்னு யாரோ வெளியில இருந்து கூப்புறமாதிரி கேட்டுது. காளண்ணன் பொண்டாட்டி கதவு தெறந்து, “யாரு”ன்னு கேட்டா. காளக்கா “நான்தா”ன்னு பதில் சொல்றது கேட்டுது. இருட்டுல காளக்கா நிக்கறது தெரியல. “அண்ணி, ஊட்டுல பையன் அழுதபடி படுத்திருக்கான். மூணு நாளா கூலி வேலைக்குக் கூட யாரும் கூப்புடல. ஏதாச்சும் இருந்தா கொஞ்சம் கொடுங்க...”ன்னு கேட்டா காளக்கா. காளண்ணன் பெண்டாட்டி திரும்பி வந்து சுட்ட கடலைய நாலு கை அள்ளி முந்தானைல போட்டு எடுத்துக்கினு நிமுந்தா. சாக்கவ்வா அவள கைச் சைகயாலயே கூப்புட்டு அவ மடியில கையவிட்டு ஒரு கை கடலய அள்ளி எடுத்து மறுபடியும் கீழ போட்டா. அதுக்கப்புறம் விறுவிறுன்னு நடந்து போனா காளண்ணன் பெண்டாட்டி. கடலய கொடுத்து காளக்காவ அனுப்பிட்டுத் திரும்பி வந்தா. அங்க இருந்தவங்க தின்னற மும்முரத்துல எதயும் கவனிக்காம இருந்தாங்க. வாய்க்குள்ள கடலயும் நெருப்புல தோலும் விழுந்துகிட்டே இருந்திச்சி. அந்த நேரத்துல–

காளண்ணன் : அந்த எந்தப்பன் மாட்டுக் கொட்டா இருக்கட்டும். அங்க இருக்கற மாடுங்கதான் எப்படி இருக்குது தெரியுமா.

கண்ணய்யன் : ஒவ்வொன்னும் ஆன மாதிரில்ல இருக்குது.

சாக்கவ்வா : அந்த மாதிரி ஒரு எருமை செத்தா, நம்ம சேரில கொஞ்சம் தரித்தரமாவது கொஞ்சம் கொறையும்.

கௌரம்மா : கொஞ்சம் சும்மா இருமா. நீ மூணு காசி கோழி போனதுக்கே அந்தப் பேச்சு பேசற. இன்னும் அவுங்க எருமை போயிடுச்சின்னா எப்படி எல்லாம் பேசுவாங்க?

காளண்ணன் மனைவி : சரியாச் சொன்ன நீ..

காளண்ணன் : எத்தப்பனே கஷ்டப்பட்டு வேர்வய சிந்தி சம்பாதிச்சி வாங்கி வச்சிருக்கான். போனாலும் அவன் நெலம ஒண்ணும் கொறஞ்சிடாது. குவிச்சி வச்சிருக்கற வட்டிப் பணத்துலயே இன்னும் ஒண்ணும் வாங்கிக்குவான்.

செலுவம்மா : சிவசிவா.. அவுரு பொண்ணு கல்யாணம் இன்னும் கூட என் கண்ணு முன்னாலயே இருக்குது. அந்த மாதிரி பூந்தி யாரு போடுவாங்க. கை நீட்டனவங்களுக்கெல்லாம் அள்ளி அள்ளிக் கொடுத்தாங்க.. இதோ, இவ்வளவு– இவ்வளவு..

காளண்ணன் மனைவி : நம்ம சின்னகௌரி கல்யாணத்தயும் அப்பாடியே செஞ்சிடலாம்.. உடு..

கண்ணய்யன் : அந்த அளவுக்கு நம்ம கையால பண்ண முடியுமா.. நம்ம கையால எவ்வளவு பண்ண முடியுமோ அவ்வளவு பண்ணா போதும் நாலுபேரு நல்லா இருக்குதுன்னு சொல்லற மாதிரி அளவுக்கு பண்ணலாம்..

அனல்பட்டு உடம்பு வேர்க்க உக்காந்திருந்தா சின்னகௌரி.

பிள்ளைகள் பேச்சையெல்லாம் மனசுக்குள் வாங்கி அசை போட்டபடி கடலையைத் தின்னுகிட்டே, “அவ்வளவு பண்ணுங்கடா என் புள்ளைங்களா.. நான் கண்மூடறதுக்குள்ள அந்தப் புள்ளைக்கு ஒரு வழி காட்டுங்க”ன்னு சொன்னா சாக்கவ்வா. அம்மா பேசனதக் கேட்டு கண்ணய்யா, “அவனுக்கு நாம என்ன கல்யாணம் பண்ணி வைக்கறது. யாரயாவது கட்டிக்கினு வந்தான்னா சரிதான்”னு

சொன்னான். காளண்ணன் சிவுவப் பாத்து, “டேய். ஒன் சின்ன மாமாவயும் கூப்ட்டுக்கினு வா, அங்க ஆர்மோனிய சத்தம் கேக்குது பாரு.. அங்கதான் இருப்பான்... அவனும் கொஞ்சம் சாப்பிடட்டும்”னு சொன்னான். “இந்த இருட்டுல நா எப்படி போவறது”ன்னு கேட்டான் சிவு. சின்ன கௌரி, “நா அங்க நின்னுகிட்டிருக்கேன். நீ போய் கூப்புட்டுக்கினு வா”ன்னு சொன்னா. சரின்னு ரெண்டு பேரும் எழுந்தாங்க. செவுத்துப் பக்கம் மூஞ்சியக் காட்டிகிட்டு உக்காந்திருந்த டெபுடி கமிஷனர் நடக்க முடியாம மெதுவா நவுந்து நவுந்து அங்க வந்திச்சி. தனக்கு முன்னால வச்ச உரிச்ச கடலய எடுத்து ஒவ்-வொன்னா நிதானமா வாய்ல போட்டு மென்னு சாப்பிட ஆரம்பிச்சிது.

சின்ன கௌரியும் சிவுவும் இருட்டுல எறங்கி நடந்தாங்க. சும்மா கண் பழக்கத்துலயே கல் எங்க, மண்ணு எங்க, சாக்கடை எது, ரோடு எதுன்னு தெரிஞ்சி தாண்டித் தாண்டிப்போயி மாரியாத்தா கோயில் திருப்பத்துல நின்னா சின்ன கௌரி. கோயில்ல நாடகப் பயிற்சி எதுவும் நடக்கல. சின்னசாமிங்கறவன் ஆர்மோனியப் பொட்டிய வச்சிகிட்டு “யாருக்குத் தெரியும் உன் தோள் வலிமையும் திறமையும் இந்த உலகில்...” ங்கற சினிமாப் பாட்டுக்குத் தகுந்த மாதிரி வாசிச்சிட்டிருந்தான். ஆர்மோனிய வாத்தியார் தூங்கி வழிஞ்சிட்டே வாசிச்சிட்டிருந்தாரு. வாய்ல இருந்த பீடி அணைஞ்சி போய் இருந்தாலும் வாய்லயே வச்சிருந்தான். தபலா வாசிக்கற பையன் இன்னும் மோசம். கைக்கு வந்தபடி தப்புத் தப்பா அடிக்சிக்கினிருந்தான்.

மாரியாத்தா கோயில் உச்சில கட்டி இருந்த வெளக்கு வெளிச்சம் கீழ உக்காந்திருந்த பத்து பதினஞ்சி ஆளுங்க மேல விழுந்திச்சி. அதயும் தாண்டி கொஞ்சமா இருட்டு இருந்திச்சி அதுக்கப்புறம் மூஞ்சிக் கூடத் தெரியாத அளவுக்கு இருட்டு. அங்கேருந்து வந்த பீடிப்பொக பாட்டுப் பாடறவன் தாளத்துக்குத் தகுந்த மாதிரி உக்-காந்திருந்தவங்க தலைமேல நெளிஞ்சிட்டிருந்திச்சி. பாடிட்டிருந்த சின்னசாமி கோயிலே இடிஞ்சி உழற மாதிரி சத்தம் போட்டுப் பாடினான். அங்க இருந்த ஜனங்களும் அதே மாதிரி சத்தம் போட்டுப் பாடினாங்க. தாளத்துக்குத் தகுந்த மாதிரி அவுங்க உடம்பும் ஆடுச்சி. சின்ன கௌரியும் நாலு அடி முன்னால வந்து நின்னா.

மாமனின் விரலைப் பிடித்தபடி சிவு : மாமா கூப்புட்டாரச் சொன்னாரு வா...

| | | |
|---|---|---|
| குருசித்தன் | : | நீ போ.. நா வரேன்.. |
| சிவு | : | வா மாமா போவலாம் |
| குருசித்தன் | : | இருடா போவலாம் |
| சிவு | : | வா மாமா |
| குருசித்தன் | : | இருடா |

இப்படியே பேசிட்டிருந்தாங்க. மத்தபடி பாட்டுக்குத் தகுந்த மாதிரி தாளம் போட்டு ஆடிட்டிருந்தாங்க. பாடிட்டே இருந்த சின்னசாமி கள்ளச்சிரிப்பு சிரிச்சபடி, குருசித்தன் பக்கம் உத்துப்பாத்து கைய காட்டி, "போ... போடா சிகண்டி"ங்கற பாட்ட ஆரம்பிச்சிட்டு அப்படியே நிறுத்தனான். அவன் நிறுத்தறதுக்கு மொதல்லியே உக்காந்திருந்தவங்க கொல்னு சிரிச்சிட்டாங்க. குருசித்தனும் சிரிச்சிகிட்டே சிவு கையப் புடிச்சி எழுந்து நடந்தான். போவப்போவ குருசித்தன் முன்னால நடக்க, அவனுக்குப் பின்னால சிவும் சின்னகௌரியும் நடந்தாங்க. கொஞ்சம் தொலைவா குருசித்தன் முன்னலா போனப்பறம் சின்ன கௌரி குனிஞ்சி சிவு காதுக்குள்," அது யாருடா பாட்டு பாடன ஆளு?"ன்னு கேட்டா. அதுக்கு சிவு "சின்னசாமி அண்ணன் சின்னசாமி அண்ணன்னு சொல்றாங்கல்ல, அவர்தான் அது"ன்னு சொன்னான். அவனயும் அவன் பாட்டயும் மனசுக்குள்ள நெனச்சிகிட்டே நடந்தா சின்ன கௌரி.

குருசித்தன் உக்காந்ததும் சுட்ட கடலய அவன் முன்னால கொஞ்சம் வச்சாங்க. அள்ளி எடுக்க கைய நீட்டனான் அவன். அவன் கையில கட்டி இருந்த வாட்ச் நெருப்பு வெளிச்சத்துல பளபளன்னு மின்னுச்சி. எல்லார் கண்ணும் அதும்மேல திரும்பிச்சி. குருசித்தன் கைபோன பக்கமெல்லாம் சிவு கண்ணு போச்சி. காளண்ணன் "யாதுய்யா கடியாரம்?"னு கேக்க, குருசித்தன் "என்னதுதான் வாங்கனன்"னு சொன்னான். "பூ வாங்கனானாம் இவன்- சூதாட கடன் வாங்கிட்டு திருப்பித் தரமுடியாம சைக்கிளயே அடவு வச்சிட்டு வந்த ஆளு இவன்.. அதே மாதிரி இவன்கிட்ட யாராவது அடகு வச்சிருப்பாங்க..."ன்னு சொன்னான். கண்ணய்யன். வாய்ல கடலய அடக்கிக்கினே "சும்மா இருண்ணா"ன்னு சொன்னா. குருசித்தன் பேச்ச மாத்தி "அண்ணா, நேத்து தகடூர்க்குப் போயிருந்தேன். அங்க நம்ம சிவபசப்பா ஓட்டலுக்குப் போனா.. அடேங்கப்பா.. எவ்ளோ ஜனங்க தெரியுமா.. நாங்க போனதுமே காசாவோ கடலயாவோ கையில இருக்கறத குடுத்துட்டு டிபன், காபி குடுங்கன்னு கேப்போம்.. சிவபசப்பா

வேர்த்து விறுவிறுத்துடுவாரு.. அப்புறம் போலீஸ்காரங்க வந்துருவாங்க. நாங்க குடுத்துருவம். சும்மா இருங்க சும்மா இருங்கன்னு சொல் வாங்க.. ஜனங்கள்ளாம் என்னமோ வித்தையப் பாக்கறமாதிரி வேடிக்கை பாப்பாங்க. நாம எதுக்கு சும்மா இருக்கணும்ன்னு காச குடுத்துட்டு, "தோசயும் டீயும் குடுங்க"ன்னு சொன்னான். என்னயே உர்உர்னு பாத்துக்கினே சிவபசப்பா கொண்டாந்து குடுப்பான்.."னு சொல்லிட்டு எல்லாரயும் பாத்தான். எல்லாரும் அவன் சொன்னதயே காதால கேட்டு, அத கண்ணுக்குள்ள காட்சியா நெனச்சிப் பாத்துக்கினே கடலய தின்னுட்டிருந்தாக்ங. குருசித்தன் வாட்ச்ச பாத்தபடி, போதும்.. என் வேஷம் வர நேரமாய்ட்டுது"ன்னு ஏந்திருந்தான் கண்ணய்யன், "இருடா.. வெல்லாம் இருந்தா டீ போடலாம்"னு சொன்னான். கைய ஆட்டிக்கினே குருசித்தன் போனதுமே, சின்ன கௌரி, "ஓட்டல் டீ குடிக்கற ஆளுக்கு ஊட்டுல போடற கடுங்காப்பிய குடிப்பானா" ன்னு சொல்லிட்டு அவன் பின்னால போயி கதவ மூடி, தாழ்ப்பாள் போட்டுட்டு வந்து உக்காந்தா.

அப்ப, தின்னவாக்கிலயே தூங்கித் தூங்கி உழுந்தான் சிவு. ஆனா அவனத் தூங்க உடக் கூடாதுங்கறதுக்காக அடிக்கடி "டே சிவு" ன்னு சொல்லிட்டே இருந்தான் அவன் மாமங்காரன். அதனால அவனும் கண்ண முழிச்சிப் பாத்தான். அப்ப மாமங்காரன். "உன் கையில பத்து பைசா குடுக்கறேன்.. ஊருக்குள்ள போயி பால் வாங்கியா. அப்பாடி வாங்கியாந்துட்டா உன்னப் போல வீரன் உலகத் துலியே இல்லப்பா"ன்னு சொன்னான். சிவு 'ஐயோ, போ.... மா.. ஊருக்குள்ள நாய்ங்க என்னப் பாத்தா போதும் மேல உழுந்து புடுங்க வரும்" னு கண்ண மூடிகிட்டே சொன்னான். வாய் மட்டும் மென்னபடி இருந்திச்சி. அவன் பேசுன விதத்தப் பாத்து அங்க இருந்தவங்க எல்லாரும் சிரிச்சாங்க.

அடுப்பு மேல ஒரு பெரிய பாத்திரத்த வச்ச செலுவம்மா அதுல மூணு கிளாஸ் தண்ணிய ஊத்தி, பத்து பைசா டீ பொடியயும் போட்டு அடுப்ப எரியவச்சா. பூமித்தாயி ஒரு பக்கத்திலேருந்து இன்னொரு பக்கத்துக்குப் பொரண்டு உஸ்னு மூச்சு வாங்கனபடி படுத்தா.

ஆறு

அந்த நேரத்துல ஒரு கை வந்து சாக்கவ்வா வீட்ட பூட்டிச்சி. அது போலீஸ் கான்ஸ்டபிள் ரேவண்ணனுடைய கை. கடந்த ஆறு மாசமா மிராசுதாரர் எத்தப்பன் இன்ஸ்பெக்டர் ஐயாகிட்ட சொல்லி வச்சிருந்

தாரு. அவரு மில்லிலேருந்து தொடர்ந்து முப்பது நாப்பது சேர் ஆகற அளவு வேர்க்கடல தெனமும் காணாம போய்க்கிட்டே இருந்தது. ஆளு மட்டும் கெடைக்கற வழியக் காணோம். ஆனா கொடுக்க வேண்டிய மாமூல் மட்டும் ஒழுங்கா போய்ட்டே இருந்தது. மறுபடியும் மிராசுதார் இன்ஸ்பெக்டர் ஐயாவ பாத்து "என்ன ஐயா.. நடக்கற திருட்டு நடந்துட்டே இருக்குது" ன்னு சொன்னப்போ, "சும்மா இருங்க மிராசுதாரரே, அங்க ஒரு பி.ஸி. யயே டூட்டிக்குப் போட்டுடலாம்" னு சொன்னாரு இன்ஸ்பெக்டர் ஐயா. சொன்ன வார்த்த தப்பாம ரேவண்ணன்னு ஒரு பி.ஸி.ஐ போட்டாரு.

பி.ஸி. ரேவண்ணன் எல்லா வகையிலும் ரிட்டயர் ஆவறதுக்குக் காத்திட்டிருந்தான். கடவுள் குடுத்த குச்சி மாதிரியான ரெண்டு கைகளயும் ஆட்டிக்கினு, பீடி குடிச்சிக்கினு, இருமிக்கினும் தூங்கி வழிஞ்சிக்கினும் ஸ்டேஷன்லயே இருப்பான். அதத் தவிர அவன யாரும் எங்கயும் அனுப்பனதும் இல்ல. இவனும் போனதும் இல்ல. ரெண்டு பொண்டாட்டியும் பத்து பன்னெண்டு புள்ளைங்களும் இருந்தாங்க. அதுவே அவனுக்கு பெரிய மெரீட்டா இருந்திச்சி. அவன் வயித்துல அடிச்சா, அது அவன் பொண்டாட்டி புள்ளைங்க வயித்துல அடிச்ச மாதிரி ஆயிடும்னு நெனச்சி எல்லாரும் அனுசரிச்சி நடந்தாங்க. இப்படி இருக்கும்போதுதான் ஒருநாளு இன்ஸ்பெக்டர் ஐயா அவனக் கூப்பிட்டு ஸ்பெஷல் டூட்டிக்கு போட்டிருக்கற விஷயத்தச் சொல்லிப் போடான்னு அனுப்பினப்போ ரேவண்ணனுக்கு நம்பிக்கையே வரல. ஏதோ அறிமுகமே இல்லாத ஒரு வேலய செய்யச் சொன்னமாதிரி, ஒரு மாதிரி சந்தோஷமும் பயமும் கலந்து வந்திச்சி. எது என்னமா, ஒண்ணு மட்டும் நெஜம் – பொண்டாட்டி புள்ளையங்க துன்பத்திலேருந்து பெரிய விடுதலை கெடைச்ச மாதிரி இருந்திச்சி.

இங்க ரேவண்ணன் ரெண்டு வேளையும் நல்லா சாப்புட்டு ஒடம்ப வளத்துக்கினு தன்னுடைய டூட்டிய ரொம்பவும் நம்பிக்கை யோட தொடாங்கனாரு. அவருக்கு இருந்த தன்னம்பிக்கை ஒருநாள் இல்லன்னாலும் இன்னொரு நாளு பலன் கொடுத்திச்சி. ஊரே தூங்கி, மாரியாத்தா கோயில், சத்திரம் எல்லா எடங்களும் அடங்கிட்ட சமயத்துல ரேவண்ணன் கம்பளிய போத்திக்கனு யார் கண்ணுலயும் படாத உக்காந்திருந்தாரு. தடியா, உயரமா ஒரு ஆளு உள்ள வந்தான். கொண்டு வந்த சாக்குல வேர்க்கடலய வாரிப் போட்டான். எடுத்துக்கினு நடந்தான். அவ்வளவு நடக்கற போது கூட எழுந்து போயி ஆளப்

புடிக்கற அளவு அவருக்குத் துணிச்சல் வரலை. சத்தம் போட்டு கூவுறதுக்கும் துணிச்சல் வரலை. ஆனா தன் காலயே கண்ணாக்கிக் கிட்டு திருடனயே பின்தொடர்ந்து போனாரு ரேவண்ணன். ஆளு ஒரு குடிசைக்குள்ள போனான். புடிச்சி கலாட்டா பண்ணனும்னு நெனச்சித் தயாரான சமயத்துல குடிசைக்கு எதிர்த்தாப்புல ஒரு நாய் கொலச்சிது. ரேவண்ணன் அத சமாதானப்படுத்த முயற்சி செய்தாரு.

ரேவண்ணன் உக்காந்திருந்தாலும் அவரு போலீஸ் மூள வேல செஞ்சிது. எப்படியும் இனிமே ஆளு தப்பிக்கறதுக்கு வேற வழியே இல்ல. திருடனைப் புடிக்கறேதாட திருடனுக்குக் கூட இருக்கற கும்பலயும் ஒரே சமயத்துல புடிக்கணும்னு நெனச்சாரு. அதுக்காக அந்தக் குடிசைக்குள்ள யாரு போறாங்க யாரு வெளிய வராங்கன்னு கவனிச்சப்படி உக்காந்திட்டிருந்தாரு. அப்ப கெடைச்ச விஷயங்கள். பாய்ண்ட் நெம்பர் ஒண்ணு– மெலிசா ஒரு ஆளு உள்ள போனப்பற ஒரு வயசுவந்த பொண்ணு வந்து வாசல்லயே நின்னு உள்ளேயிருந்து வந்த பொம்பளையோட பேசிச்சி. இந்தப் பொம்பள அந்தப் பொம்பள கிட்ட ஒரு சேர் ஆகற அளவு வேர்க்கடலய கொடுத்த மாதிரி இருந்திச்சி. பாய்ண்ட் நெம்பர் ரெண்டு– ஒரு வயசுவந்த பொண்ணும், ஒரு வயசு வந்த பையனும் (நடைய வச்சிப் பாத்தா அப்படித்தான் தெரிஞ்சது) மாரியத்தா கோயில் பக்கம் போயி மறுபடியும் இன்னொரு ஆளக் கையோட கூப்பிட்டுக்கினு குடிசைக்குள்ள போனாங்க. அந்த ஆளு அப்புறம் ஒரு மணி நேரம் கழிச்சி திரும்பவும் மாரியாத்தா கோயில் பக்கம் போச்சி. அந்த ஆள் பீடி பத்த வச்ச வெளிச்சத்துல பாத்தத வச்சி சொல்லணுமின்னா, அவன் கையில ஒரு வாட்ச் இருக்கணும். இந்தத் திருட்டுல முக்கிய ஆளா அவன்தான் இருக்கணும்னு தோணிச்சி. ரேவண்ணன் அந்த மூஞ்சிய மனசுக்குள்ளேயே நோட் பண்ணிக் கிட்டாரு. இதுக்கப்புறம் பாய்ண்ட் நோட் பண்ணிக்க எந்த விஷயமும் கிடைக்கல. அடுத்த பாய்ண்ட்டுக்காக ரேவண்ணன் காத்திட்டிருந்தாரு.

ஆளப்பாத்ததும் மொதல்ல கொரைக்க ஆரம்பிச்ச நாய் இப்ப வந்து ரேவண்ணன் கால நக்க ஆரம்புச்சிது. மாரியாத்தா கோயில் பக்கத்திலேருந்து பாட்டு பாடற சத்தமும் சிரிப்பும் சுத்தமா நின்னு, குறட்டை விடற சத்தம் கேட்டிச்சி. கண்ண மூடற ரேவண்ணனுக்கு தூக்கம் கயித்த கட்டி இழுக்கற மாதிரி இருந்திச்சி. கடைசியா சுயநெனவு இருக்கற சமயத்திலேயே எழுந்து போய் வெளிய கதவ இழுத்து சாத்திப் பூட்டு போட்டுட்டு மொதல்ல இருந்த எடத்துக்கு வந்து

உக்காந்தபடியே கண்ண மூடனாரு. அதுக்குள்ள தூக்கம் வேற எங்கயோ போயிட்டுது. அந்தக் குளிரத் தாங்காம அவர் கை காலு டகாடகான்னு நடுங்க ஆரம்பிச்சது. பெரிய பெரிய மீசை வச்சிக்கினு தான்தான் பெரிய போலீஸ்காரன்னு சொல்லிட்டு மினுக்கற கூட வேல செய்யற பி.ஸிங்களும் வாயத் தொறந்தா போதும் திட்டற இன்ஸ் பெக்டர் ஐயாவும் நாளைக்கு இந்த ரேவண்ணன எப்படி அதிசயமாப் பாப்பாங்கன்னு கனவு கண்டுக்கினே அந்தக் குளிரயும் தன்னயும் மறந்தபடி உக்காந்திட்டிருந்தாரு.

எப்ப அங்க கொஞ்சம் இங்க கொஞ்சம் வெளிச்சம் வர ஆரம்பிச்சதோ, அப்பவே நாயும் அவரும் அடிச்சிப் புடிச்சி எழுந்து மிராசுதாரு வீட்டுல வேல செய்ற ஆளு இருக்கற குடிசைக்கு வந்தாரு. அவன எழுப்பி, "இன்னுமாடா தூங்கிட்டிருக்கே... மடப் பையன் மவனே. பி.ஸி. ரேவண்ணா திருடனையும் திருட்டுப் பொருளையும் சேத்துப் புடிச்சி வெச்சிருக்காருன்னு சொல்லி ஐயாவ சீக்கிரம் கூப்பிட்டுக்கினு வா" ன்னு சொல்லி வெரட்டனாரு. மறுபடியும் பழைய எடத்துக்கே வந்து உக்காந்து, பூட்டு இருக்கறத ஒருதரம் கண்ணால பாத்து உறுதி பண்ணிக்கினு ஜீப் சத்தம் எப்ப கேக்கும்ன்னு காத்திட்டிருந்தாரு.

## ஏழு

புர்னு ஜீப் வந்து நிக்கவும் விடிஞ்சி வெளிச்சம் விழவும் சரியா இருந்துச்சி. ரேவண்ணன் சட்டைத் துணிய தட்டி ஒழுங்கு படுத்திக் கிட்டு பக்கத்தில இருந்த தொப்பிய எடுத்து தலையில போட்டுக்கினு அட்டென்ஷன்ல நின்னாரு. ஜீப் நின்னதும் பின்னாலேருந்து போலீஸ் காரங்க சட்சட்னு குதிச்சாங்க. முன்னாலேருந்து இன்ஸ்பெக்டர் ஐயா எறங்கனாரு. ஜீப் சத்தம் கேட்டு ரெண்டு மூணு குடிசைலேருந்து யாராரோ எட்டிப் பாத்தாங்க.

இன்ஸ்பெக்டர் எறங்கனப்புறம் அட்டென்ஷன்ல நின்னுட் டிருந்த ரேவண்ணன் சல்யூட் அடிச்சாரு. புழுவக் கொத்திக்கிட்டு வந்த கோழிக்குஞ்ச பாக்கற கோழி மாதிரி ரேவண்ணனப் பாத்தாரு. இன்ஸ்பெக்டர் ஐயா, "சபாஷ்டா.. இத்தன வருஷம் வேல பாத்ததுக்கு இன்னைக்கு தாண்டா சரியான வேல செஞ்ச" ன்னு சொன்னாரு. கூட இருந்த பி.ஸிங்க கண்ணுலயும் ஆச்சரியம். எதுவும் செய்யத் தோணாம புளாங்கிதப்பட்டு நின்னாரு ரேவண்ணன். இன்ஸ்பெக்டர் "அப்புறம் என்னடா" ன்னாரு. ரேவண்ணன், ஐயா, பொருளு, திருடன்

ரெண்டுமே அந்தக் குடிசைக்குள்ள இருக்குது. குடிசைய சாத்தி பூட்டு போட்டு ராத்திரி பூரா காவல் இருந்தன். கொஞ்சம் கூட தூங்கல சார்" ன்னாரு.

ஒடனே நாலு பி.ஸி.ங்கலும் சேர்ந்து போயி பூட்டத் தெறந்து கையாலயும், காலாலயும் கதவ அடிசசாங்க. அதுக்குள்ள பத்து பதினஞ்சி பேரு தூர தூரமா நின்னுக்கினு என்ன நடக்குதுன்னு கண்ணக் கூட எமைக்காம வேடிக்கை பாத்தாங்க. அந்தச் சத்தம் தூங்கிட்டிருந்த சாக்கவ்வா காதுல விழுந்திச்சி. "எவன்டா அவன்... கதவப் போட்டு அந்த அடி அடிக்கறா.."னு திட்டிக்கினே எழுந்து போயி கதவத் தெறந்து பாத்தா. எமதூதருங்க மாதிரி போலீஸ்காரங்க நின்னுட்டிருந்தாங்க. அவ உடம்பு தூக்கி வாரிப் போட்டமாதிரி ஆயிடுச்சி. நடுங்கிக்கினே, "என்னாச்சி சாமி" ன்னு கேட்டா. அவளயோ, அவ பேசனதயோ கொஞ்சம் கூட லட்சியம் செய்யாம உள்ள நொழஞ்ச போலீஸ்காரங்க பூட் சத்தம் சரக் சரக்னு கேட்டுது.

பொறுமையா உள்ள வந்த இன்ஸ்பெக்டர் பொறுமையா எல்லா எடங்களயும் உத்து உத்துப் பாத்தாரு. குடிசைக்குள்ள முழுசா பாத்தப்பறம் சாக்கவ்வாகிட்ட, "ஏ கெழவி... எங்க உன் பசங்க?" ன்னு கேட்டாரு. அவரு கொரல் குடிசை பூரா கேட்டுது. சாக்கவ்வா நாக்கு கொழற, "தூங்கறாங்க சாமி" ன்னு சொன்னா. காளண்ணன் பொண்டாட்டிக்கு முழிப்பு வந்து ஜன்னல் வழியா எல்லாம் தெரிஞ்சது. ஆனா என்ன செய்யறதுன்னு எதுவும் புரியாம புருஷன எழுப்பறதுக்கும் கை வராம எழுந்து உக்காந்தா.

அறையிலேருந்து எட்டிப் பாத்தான் கண்ணய்யன். அப்புறம் வெளிய போவலாமா உள்ளேயே இருந்துடலாமாங்கற கொழப்பத் தோட அப்படியே நின்னான். அவன் தலயப் பாத்த பி.ஸி. "அங்க யாருடா... ஆளு எட்டி எட்டிப் பாக்கறது. வாடா வெளிய" ன்னு சத்தம் போட்டான். கயித்தப் போட்டு இழுத்த மாதிரி கண்ணய்யன் அடிச்சி புடிச்சி வெளிய வந்து அவுங்க முன்னால நின்னான். கண்ணய்யன் கொழந்த அழ ஆரம்பிச்சிது. அந்தக் கொழந்தய ஒரு கையால தட்டறதும் இன்னொரு கையால உயிர புடிச்சிருக்கறதுமா வேர்த்து மமத்திருந்தா செலுவம்மா. கண்ணய்யன சுட்டுற மாதிரி பாத்த இன்ஸ்பெக்டரு ரேவண்ணனுக்கு கண்ணாலயே சைகை காட்டனாரு. "இவன் இல்ல ஐயா" ன்னு சொன்னாரு ரேவண்ணன். இன்னொரு பி.ஸி. கால உதைச்சிக்கினே காளண்ணன் அறைக்குள்ள போனான்.

அங்க எந்த கவலயுமில்லாமா தூங்கிட்டிருந்தான் காளண்ணன். பெண்டாட்டிக்காரி என்னென்னமோ பெனாத்துனா. தூக்கிட்டிருந்தவன பாத்து முசுமுசுன்னு மூச்சு வாங்கனபடி லட்டித் தடியாலயே ரெண்டு வச்சான். துக்கம் தாங்க முடியாம அழ ஆரம்பிச்சா காளண்ணன் பெண்டாட்டி. எப்ப பி.ஸி. கால் பூட்டு தரையில உதைச்சதோ, அப்பவே அவ துக்கம் தொண்டை வரைக்கும் வந்துடிச்சி. கண்ணத் தேய்ச்சிக்கினே எழுந்து உக்காந்த காளண்ணன் ஊடுபூரா போலீஸ்காரங்க நிக்கறதப் பாத்தான்.

கை, காலு எதுவும் ஓடாம வச்ச கண்ணு வச்சபடி பாத்தான் காளண்ணன். பி.ஸி. லட்டியாலயே காளண்ணன் சட்டைக் காலர கிண்டி மேல தூக்கி "உக்காந்திருக்கான் பாரு பொறுக்கி எந்திருடா" ன்னு சத்தம் போட்டான். அவ எழுந்திருக்கறதுக்குள்ள லட்டியாலயே ரெண்டு போடு போட்டு தள்ளி இழுத்து வந்து இன்ஸ்பெக்டர் முன்னால நிக்க வச்சான். ஆனந்தம் தாங்க முடியாத ரேவண்ணன், "இவன்தான் ஐயா" ன்னு சொன்னாரு. சுத்தி இருந்த பி.ஸிங்க தோள் துடிக்க பல்ல கடிச்சிகிட்டே மேல உழுந்து புடுங்கத் தயாரா இருந்தாங்க. காளண்ணன் நடுக்கம் தாங்காம நின்னிட்டிருந்தான்.

ரொம்ப நேரம் அவன் கண்ணயே உத்துப் பாத்துட்டிருந்த இன்ஸ்பெக்டர், "டேய்" எத்தன நாளாடா இந்த வேலய செய்ற" ன்னு கேட்டாரு. காளண்ணனால நிக்க முடியாத அளவுகால் நடுக்கம். பேச முடியாத அளவு வாய் நடுக்கம். காலருக்குள்ள லட்டித் தடிய செருகிப் புடிச்சிட்டிருந்தவன் அப்படியே ஒரு திருவு திருவி கழுத்துல குத்தினான். காளண்ணன் வலி தாங்காம "சாமி" ன்னு கத்தினான்.

இன்ஸ்பெக்டர் மீசய திருகினபடி –

"வேர்க்கடல மூட்டய எங்க வச்சிருக்கே?"

"சாமி"

"சொல்லுடா"

"இல்ல சாமி"

"ஏ.." கர்ஜித்தார்.

"இல்ல சாமி" மேல மேல நடுங்கினான்.

"நாங்களே தேடி எடுக்கறதுக்குள்ள நீயே குடுத்துட்டன்னா பொழைச்சிக்குவ.. சொல்லு"

“சாமி...” பேச ஆரம்பிக்கும் போதே தொண்ட அடைச்சி ஒடம்பு வேத்துச்சி.

“நாங்களே தேடி எடுத்தட்டம்ன்னா, ஒன் பொண்டாட்டிய ஏலம் போடறியாடா”ன்னு பின்னாங்கழுத்துல லத்தியடி நெருக்கிச்சி.

“.....”

“சொல்லுடா”

“இல்ல சாமி”

கன்னத்தில ஓங்கி ஒரு அறை விழுந்திச்சி.

காளண்ணனுக்கு கண்ணுக்குள்ள இருண்டு போனமாதிரி இருந்திச்சி. அப்படியே கீழ ஒக்காந்துட்டான். உக்காந்தவன ரெண்டு போடு போட்டுட்டு அடுத்து என்ன செய்யணும்ன்னு கட்டளைக்கு காத்திட்டிருந்தான் பி.ஸி. இன்ஸ்பெக்டர் கண்ணாலயே சைகை செஞ்சதுதான் தாமதம். எல்லா பி.ஸிங்களும் அவன் மேல உழுந்து அடிச்சி நொறுக்கனாங்க. ஒரு போலீஸ்காரன் அவன அடிச்சிக்கினே சேனாதிபதி மாதிரி நின்னான்.

போலீஸ்காரங்கள் புருஷன போட்டு அடிக்கறதப் பாத்து ரொம்பவும் பயந்து போய்ட்டா காளண்ணன் பொண்டாட்டி. போலீஸ் காரங்க கண்ணுல மாட்டி தப்பிச்சி வெளிய வந்து நடக்கறதுக்கும் தெம்பு இல்லாம முந்தாணையால வாய மூடிக்கினு நின்னா. நிக்கறதுக்கும் முடியாம அங்கயே உக்காந்துட்டா. நடு அறையிலேருந்து எழுந்து வந்து சிவு வலைல மாட்டிக்கன மாதிரி நின்னான். அறைக்குள்ள அக்காக்காரி கௌரம்மா, தங்கச்சிக்காரி சின்ன கௌரிய பாக்கறதும், தங்கச்சி அக்காவ பாக்கறதுமா, என்ன செய்யறதுன்னு எதுவும் புரியாம உள்ளயும் வெளியயும் பாத்துக்கினே இருந்தாங்க.

## எட்டு

வெளியில பத்து பத்துப் பேரா நெறய ஜனங்க சேர்ந்துட்டாங்க. பூமியில முழுசா வெளிச்சம் பரவின சமயத்துல டிரைவரப் பத்தி கவலைப்படாம நின்னுட்டிருந்தாங்க. கொஞ்சம் தைரியமான ஆளுங்க நேரா ஊட்டு வாசல் பக்கத்திலியே போயி கண்ணால எட்டிப் பாத்தாங்க. முடிஞ்சா தலயயும் உள்ள விட்டுப் பாத்தாங்க. ஒருதரம் இன்ஸ்பெக்டர் எல்லாரயும் விரட்டியடிக்கிற மாதிரி பாத்ததுமே எல்லாருமே பயந்து பின்வாங்கனாங்க. சேனாதிபதி மாதிரி லட்டித்

தடிய வச்சிக்கினு காளண்ணன் பக்கத்துல போலீஸ்காரன் அந்த ஜனங்க பக்கத்துக்குத் தாவி வந்தான். வாசல்ல நின்னிட்டிருந்த ஜனங்க வெளிய இருந்த கும்பல் மேலயே விழுந்தாங்க. கூடி இருந்த ஜனங்களப் பாத்து அந்த பி.ஸி.க்கு உள்ளூர பயமா இருந்தாலும் கூட காக்கிச் சட்டை போட்டிருக்கற தைரியத்துல புடிச்சித் தள்ளி "இங்க என்னாங்கடா குரங்கா ஆடுது... போய் அவுங்கவுங்க வேலயப் பாருங்க" ன்னு திட்டி வெரட்டனான்.

அப்ப கும்பல் தானாகவே ரெண்டு பக்கமும் விலகி வழி விட்டுச்சி. அந்த வழியா மிராசுதாரர் எத்தப்பன் எந்த உணர்ச்சியயும் மூஞ்சில காட்டாம கைய சிகரெட்ட புடுச்சிக்கினே வந்தாரு. உள்ள பூந்து தேடித்தேடிப் பாத்தாலும் எதயும் கண்டுபுடிக்க முடியாத ரேவண்ணன பாத்ததுமே எத்தப்பன், "இதுதான் திருடனப் புடிக்கற லட்சணமா"ன்னு நெனச்சிக்கிட்டாரு. அவர்மேல அவருக்கே நம்பிக்கை வரலை. மிராசுதாரப் பாத்ததுமே போலீஸ்காரங்க அவுருக்கு சல்யூட் அடிச்சி வாசப்படி வரைக்கும் கூட வந்தாங்க.

உள்ள காளண்ணன் திருதிருன்னு முழிச்சபடி குத்துக்கால் போட்டு உக்காந்திட்டிருந்தான். அவன் பெண்டாட்டி கண்ணெல்லாம் வெளுத்துப் போயி உக்காந்திருந்தாள். பூமியில நட்ட காய்ஞ்சிப் போன கிளை மாதிரி இருந்தான். சிவுவும் திருதிருன்னு மழிச்சிட்டிருந்தான். அவமானத்தால குன்னிப்போயி உக்காந்திருந்த சாக்கவ்வா மகள் இருந்த திசையையே பாத்துட்டிருந்தா. வீட்டுக்கு வெளியே ஜனங்க கூட்டம் அதிகமாவ அதிகமாவ போலீஸ்காரங்க கெடுபிடியும் அதிக மாச்சி.

காளண்ணன் ஓரமா செவுத்துல செருகி வச்சிருந்த போட்டாவக் கண்டெடுத்தாங்க போலீஸ்காரங்க. அதுல மலை மாதேஸ்வர சாமி புலி வாகனத்து மேல உக்காந்துக்கின்னு சிரிக்கற மாதிரி இருந்திச்சி. போட்டாவுக்கு கீழ ஒரு விபூதிப் பலகை இருந்திச்சி. அதுல ஒண்ணு, ரெண்டு விபூதி உண்டைங்க இருந்திச்சி. துணிக் கொடியில ஒரு பழைய பொடவயும், ரெண்டு ரவிக்கையும், ரெண்டு நிக்கரும், அழுக்கு வேட்டியொன்றும், பழைய கம்பளி ஒன்றும் தொங்கிக் கிடந்தது. மூலையில இருந்த கல் உரல் சோம்பேறி மாதிரி கிடந்தது. அதுக்கு மேல ஒரு காலி கூடை கெடந்தது. நடு அறைக்குப் பக்கத்துல ஒரு கல் அடுப்பு இருந்திச்சி. அதுல மாவு வைக்கற பானை இருந்திச்சி. அங்கயே தண்ணியெல்லாம் புடுச்சி வச்சிருந்தாங்க. அங்கேருந்து

கைக்கெட்டும் தூரத்தில கிளாஸ்ங்க ரெண்டு ஜோடியா படுத்து கெடந்ததுங்க. செவுத்துக்குப் பக்கத்துல சாய்ஞ்சி ஓய்வு எடுத்துக்கினிருந்த பெரிய பாத்திரத்தின் வயித்துக்குள்ள அரை சேர் அளவுக்கு பயிறு இருந்திச்சி. அதுக்கு மேல ரெண்டு பானைங்க ஒண்ணு மேல ஒண்ணா கெடந்தது. இனிமே தோண்டனா கூட திருட்டுப் பொருள கண்டுபுடிக்க முடியாதுங்கற நெலைமைக்கு வந்தப்புறம் போலீஸ் காரங்க வெளியே வந்தாங்க.

ஐயாவப் பாத்து எல்லா விஷயத்தையும் எடுத்துச் சொன்ன பெரிய பி.ஸி. சிரிச்சிக்கினே திண்ணப் பக்கம் தேடிட்டிருந்த மத்த பி.ஸி.ங்களோட சேர்ந்து தானும் தேட ஆரம்பிச்சான். ஒரு பி.ஸி. வெறகுங்கள கலச்சித் தேட ஆரம்பிச்சான். இன்னொருத்தன் தின்னைல இருந்த பெட்டியையே தலைகீழா கவுத்துட்டு தேட ஆரம்பிச்சான். மாடு, கன்னுங்களுக்குத் தீனி போடறதுக்காக வைக்கோல் அது இதுன்னு ஒரு மூலையில அடச்சி வச்சிருந்தாங்க. அதுக்குள்ள லட்டித் தடிய விட்டுத் தொழவித் தேடனாங்க. வைக் கோல்ல இருந்த குப்பை பறக்க ஆரம்பிச்சது. எறவாணத்துல ஏற ரேவண்ணன் அங்குலம் விடாம தேடிப் பாத்துட்டு எறங்கனாரு. தண்ணீரு சுடவைக்க வச்சிருந்த பெரிய பானைய தெறந்து பாத்தான் ஒருவன். அதுக்கப்புறம் எல்லாரும் ஒன்னா சேர்ந்து சின்ன அறைக்கு முன்னால எதிரும் புதிருமா இருந்த தொம்பைக்குள்ளயும் தலைய விட்டுத் தேடினாங்க. ஓயரம் பத்தாததால ஒரு பி.ஸி. ரேவண்ணன் தன் தோள் மேல ஏறித் தேடிப் பாக்கச் சொன்னாரு. அந்த தொம்பைக்குள்ள பழைய கால இருட்டு. தேடும்போது அதுதான் வெளிய வந்தது. பழைய சாக்குங்க எல்லாம் கெடந்தது. தொம்பைக் குள்ள லட்டித் தடிய விட்டு மேலேயிருந்து கீழயும் கீழேயிருந்து மேலயுமாவும் வலதுகை பக்கத்திலிருந்து எடது பக்கம் வரைக்கும் எடது பக்கத்திலிருந்து வலது பக்கம் வரைக்குமாவும் தேடிப் பாத்தான். ரேவண்ணன் வேறும் டங் டங்குனு சத்தம்தான் கேட்டுது. "ஒன்னும் இல்ல"ன்னு ரேவண்ணன் சொல்றதுக்கு முன்னாலயே, அவரத் தோள் மேல தூக்கி வச்சிட்டிருந்த பி.ஸி கீழ எறக்கி விட்டான். "தோ வந்துட்டேன் ஐயா"ன்னு பெரிய பி.ஸிகிட்ட சொல்லிட்டு பின்வாங்கி இன்ஸ்பெக்டர் கண்ணுல படாம வெளிய வந்தான்.

வெளிய ஒரே ஜனக்கூட்டம். கூட்டத்தக் கட்டுப்படுத்திட்டிருந்த பி.ஸி.கிட்ட பீடி பத்த வச்ச ரேவண்ணன் குடிசைக்குப் பின் பக்கமா

வந்தான். சத்துல எங்கனாச்சிம் திருட்டுப் பொருள வச்சிருக்கலா மோன்னு ஒரு சந்தேகம். அவர் தலையில மின்னல் மாதிரி மின்னிச்சி. அடிச்ச மின்னல் ஆளயே தூக்கிப் போட்ட மாதிரி இருந்திச்சி. எப்படியாவது கண்டு புடிக்கணும்ன்னு நெனச்சாரு. அந்தத் தெரு முழுக்கத் தேடினாலும் எந்தச் சந்துலயும் எந்த அடையாளமும் கண்டு புடிக்க முடியாம நடந்து நடந்து அலுத்துப் போயி கண்ணே பூத்துப் போச்சி. கடைசியா ஒரு சந்துல ஒண்ணுக்கு இருக்கறதுக்காக ஒக்காந்தாரு.

அங்கங்க செவுத்தோட ஒட்டி நின்னுக்கினு தலய மட்டும் எட்டிப் பாத்தபடி பொம்பளைங்க நின்னுட்டிருந்தாங்க. ரேவண்ணன் உக்காந்துட்டத பாத்ததும் என்னமோ அங்க இருக்குது போலன்னு நெனச்சி மறைஞ்சி நின்னு எட்டிப் பாத்தாங்க. ரேவண்ணன் இருந்த கோலத்தக் கண்டு சிரிப்பு பொங்கி வந்திச்சி. முந்தானையால வாய மூடி சிரிப்ப அடக்கிக்கினே ஓடி மறைஞ்சாங்க. யாராவது "என்ன விஷயம்"னு கேட்டா சும்மா பொய்க் கோபத்தோட "நீயே போய் பாத்துக்கோ"ன்னு சொன்னாங்க. போய் பாத்தவளும் அவளப் போலவே மாறிப்போனா. முந்தானையால வாய மூடிட்டிருந்தாலும் அடக்க முடியாம ஒருத்தி சிரிச்சிட்டா. சுத்தி இருந்த பொம்பளைங்க எல்லாருமே சிரிக்கவே அங்க ஒரே சிரிப்பு மயமாய்டுச்சி. இனிமே தொடை நடுக்கம்ல்லாம் கூடாது தைரியமா இருக்கணுமின்னு மனசுல முடிவு கட்டிட்டு எழுந்தாரு ரேவண்ணன்.

ரேவண்ணன் அங்க ஒன்றுக்கு போய்க்கிட்டுருந்த சமயத்தில இங்க இன்னொரு அறைக்குள்ள சோதனை நடந்துட்டிருந்தது. அந்த அறைய அதுவரைக்கும் பாக்காம இருந்த போலீஸ்காரங்க உள்ள நொழஞ்சாங்க. அங்க ஒரே இருட்டு பயந்து போன செலுவம்மா அழுதுட்டிருந்த புள்ளைங்களயெல்லாம் வெளிய இழுத்து வந்தா. நான் முன்னாடி நீ முன்னாடின்னு போட்டி போட்டுகிட்டு எல்லாரும் வெளிய ஓடி வந்தாங்க. தன்னுடைய எடத்துக்கு நேர்ந்த கதியைக் கண்ணால பாக்க முடியாம தல குனிஞ்சி குழந்தையை நெஞ்சோட தழுவி தட்டிக் கொடுக்க ஆரம்பிச்சா. அவளச் சுத்தியும் முன்னப் பின்ன இருந்த கொழந்தைங்களும் சத்தம் போட்டு அழ ஆரம்பிச்சாங்க.

போலீஸ்காரங்க கஷ்டப்பட்டு உள்ள போன அந்த அறைக் குள்ள அதுமாதிரி ரெண்டு அறை புடிக்கற அளவு சாமானுங்க இருந்திச்சி. பெரிய பி.ஸி. ரொம்ப வேக வேகமாக அங்க இருந்த

யெல்லாம் கலச்சிப் போட்டு, தூக்கிப் போட்டு ஒடைச்சாரு. பாக்கற எடத்துல எல்லாம் ஏதாவது ஒரு செம்பு, கிளாஸ்ங்க இருந்திச்சி. ஒன்று மேல ஒன்றா அடுக்கி இருந்த பெரிய பானைகள்ல சோளமாவு இருந்திச்சி. நடுவுல அம்போன்னு விழுந்து கெடந்த பெட்டியில் சட்டைச் துணிங்க துருத்திக்கினு இருந்திச்சி. இன்னும் மிச்சமிருந்த துணி மணிங்களும் போர்வைங்களும் கொடியிலயும், செவுத்து மேலயும் கெடந்தது. கீழ ஒருபாய் விரிச்ச வாக்குல கெடந்தது. இன்னொன்ன சுத்தி வச்சிருந்தாங்க. பக்கத்துல ஒரு பித்தள அண்டாவில் தண்ணி நெறய இருந்தது. அதச் சுத்தி ரெண்டு மூனு கிளாஸ்ங்க கெடந்தது. செவுத்துல அடிச்ச ஆணிங்கள்ல தோசைக் கல்லும் பாட்டில்களும் தொங்கிட்டிருந்திச்சி. ஒரு பாட்டில்ல பாதி அளவு மண்ணெண்ணெய் இருந்திச்சி. ஒரு பி.ஸி. ஒரு குடத்து மூடியத் தெறந்த கை உட்டப்போ, சோளமும் நெல்லும் கையோட வந்திச்சி. அதுல கொஞ்சம் சாம்பல் கலந்திருந்தாங்க. அவுங்க நாலு பேரும் உடற மூச்சுக் காத்தே ஒருத்தர ஒருத்தர் தள்ளற மாதிரி இருந்திச்சி. எல்லாருமே ஒவ்வொருத்தரா மெதுவா வெளியே வந்தாங்க.

வெளிய வந்தங்க ஒரு கணம் கூட தாமதிக்காம தடதடன்னு பக்கத்துல இருந்த இன்னொரு அறைக்குப் போனாங்க. பயந்தபடியே சாக்கவ்வா, "சாமிங்களா–பூஜை அறைக்குள்ள பூட்ஸ் காலோடயே வந்துட்டிங்களே"ன்னு சொன்னா. பெரிய பி.ஸி. வேகமாக காலால ஒருதரம் கீழ ஓதைச்சி "யேய்... சும்மா வாய மூடிட்டு கெட... இன்னொரு தரம் ஏதாவது பேசனா, பூட்ஸாலயே வாய்ல ஓதைப் பேன்"ன்னு சொல்லிக்கினே அந்த அறைக்குள்ள நொழஞ்சான். வச்ச கண்ணு வாங்காம வாய மூடிட்டு பாத்துகிட்டிருந்தா சாக்கவ்வா.

சாமி அறைக்குள்ள இருந்த அக்கா தங்கச்சி ரெண்டு பேரும் மூச்சு காட்டாம வெளிய வந்து பக்கத்து அறைப்பக்கம் நின்னு கிட்டாங்க. போர்வை போத்திக்கினு செவுத்தோரமா கெடந்த டெபுடி கமிஷனர் "அம்மா அம்மா"ன்னு அழுதுகிட்டே மெதுமெதுவா தானே எழுந்து நடந்து வந்து பொறுமையா தரையில கைய ஊனிகிட்டு கீழ உக்காந்திச்சி.

## ஒன்பது

வீட்டு வாசல்ல ஏற்கனவே கூடியிருந்த கூட்டத்தோட இன்னும் கொஞ்சம் ஜனங்க சேர்ந்துகிட்டாங்க. அந்தக் கும்பல்ல ஆளுங்கள

ரெண்டுபக்கமும் தள்ளிட்டு யாரோ ஒரு ஆளு முன்னால வந்தான். ஜனங்கள கட்டுப் படுத்தறதுக்காக அங்க நின்னுட்டிருந்த பி.ஸி. அவனப் பின்னால தள்ளினான். கடைசியா அவன், "நானும் இந்த ஊட்டுக்காரன்தான் சாமி"ன்னு சொன்னான். அந்த பி.ஸி கபக்குனு அவன் தோளப் புடிச்சி "நீதான் வேணும் எங்களுக்கு.. வா வா"ன்னு இழுத்துப்போயி மன கஷ்டத்துல இருந்த ரேவண்ணன் கிட்ட ஒப்படைச்சான். மனசுக்குள்ளயே குருசித்தன் மூஞ்சிய நாலுதரம் யோசித்துப்பாத்த ரேவண்ணன் தோளப்புடிச்சித் தள்ளிப்போயி இன்ஸ்பெக்டர் ஐயா முன்னால தள்ளி "இவன்தான் ஐயா ராத்திரி வந்துட்டுப் போன ஆளு"ன்னு சொன்னாரு. இன்ஸ்பெக்டர் ஒருதரம் கண்ணாலயே சுடற மாதிரி பாத்தாரு.

"நீதான் ராத்திரி வந்துட்டுப் போன ஆளா?"

"ஆமாம் சாமி"

"எதுக்குடா வந்திருந்தே?"

"சாப்படறதுக்கு வந்திருந்தேன் சாமி"

"அதுக்கப்பறம் எங்கடா போனே?"

"மாரியாத்தா கோயிலுக்கு படுக்கறதுக்குப் போயிருந்தேன் சாமி."

"தூக்கி வந்த வேர்க்கடலயா என்னடா செஞ்சே?"

"இல்ல சாமி"

இன்ஸ்பெக்டருக்கு கோபம் பொத்துக்கினு வந்திச்சி.

அங்கயும் இங்கயும் சுத்திப் பாத்திட்டிருந்த இன்ஸ்பெக்டரு தூரத்தில சின்ன கௌரி பக்கம் வெரலக் காட்டி, "யே... பொண்ணு... வா இங்க"ன்னு சொன்னாரு. சின்ன கௌரி நிமுந்து பாத்துட்டு தலையை குனிஞ்சி, அங்கயே நின்னுட்டிருந்தா. இன்ஸ்பெக்டரு வேகமா சத்தம் போட்டார். சின்னகௌரி வந்து நின்னா அவ ஒடம்பு நடுங்கிச்சி.

"யே.. பொண்ணு.. உண்மையச் சொன்னா உன்ன ஒண்ணும் செய்யமாட்டன்"

சின்ன கௌரி உதட்டக் கடிச்சிகிட்டா.

"வேர்க்கடல மூட்ட எங்க?"

சின்ன கௌரி வாயைத் தெறக்கல.

“ம்... பேசு”

சின்ன கௌரி வாய்க்குள்ள முந்தானய வச்சி அடச்சிகிட்டா.

இன்ஸ்பெக்டர் கையில் இருந்த தடி சின்ன கௌரி கழுத்துல எறங்கி தடவிக் கொடுத்துச்சி. சின்ன கௌரியால எதுவும் பேச முடியல. நெஞ்சுக்குள்ளயே அடங்கி போச்சி. குருசித்தன் இன்ஸ் பெக்டர உத்துப் பாத்தான். இன்ஸ்பெக்டர் ரூல் தடிய சின்ன கௌரி கழுத்திலேருந்து எடுத்து குருசித்தன் கண்ணுக்குள்ள குத்தற மாதிரி காட்டி, “மொவன் பாக்கறத பாரு... கண்ண நோண்டி எடுத்-துருவேன்...”னு சொல்லிப் பல்ல நறநறன்னு கடிச்சாரு. அப்புறமா சிகரெட்ட பத்த வச்சிக்கனாரு.

சாமி அறைக்குள்ள வந்த பி.ஸி.ங்க அந்தப் பக்கம் ஒரு கிளி இந்தப் பக்கம் ஒரு கிளி நடுவுல கிருஷ்ணரு இருக்கற செல ஒண்ணு கெடக்கறதப் பாத்தாங்க. அந்த செல முழுக்க அழகா அலங்காரம் பண்ணி வச்சிருந்தாங்க. பக்கத்துல ஒரு குத்து வெளக்க இருந்திச்சி. அந்த வெளக்குல திரிங்க இருந்திச்சி. வெளக்குலு எண்ணெய் இருக்குதோ இல்லையோ யாரும் பார்க்கல. கீழ ஒரு மூங்கில் கூடைக்குள்ள ஒன்னு ரெண்டு பாவாடை, புடவை, ரவிக்கை, உள் துணிங்கள மடிச்சி வச்சிருந்தாங்க. அங்க மூங்கிலானா ஒரு எறவாணம் இருந்திச்சி. அதுல ஒரு கூடை இருந்திச்சி. அதுல கால்படி, அரைப்படியெல்லாம் கெடந்தது. அதத்தவிர மற்ற எடங்களில போன அவுங்க பார்வை அங்க இருந்த பழம் பொடவ, புதுப் பொடவ, வேட்டி மேலல்லாம் போச்சி. தண்ணி அண்டா மேல ஒரு தட்டும், அதும் மேல ஒரு செம்பும், தட்டும் இருந்தக் கூடயப் பாத்தாங்க. அதுக்கு முன்னால மோர் கடையற கோல் தொங்கிட்டிருந்திச்சி. மேலேயிருந்து கயிறு கட்டித் தொங்க விட்டிருந்த உறியில எண்ணெய் இல்லாத எண்ணெய் குடம், நெய் இல்லாத நெய்ப்பல்லா எல்லாத்தயும் ஒன்று மேல ஒன்னு அடுக்கி வச்சிருந்தாச்சி. ஏறவாணம் பூரா சாமிக்கு வேண்டிக்கினு காசு கட்டிவச்ச மஞ்சள் துணி முடிச்சு தொங்கிட்டிருந்திச்சி. அதுக்குக் கீழ சாமி படங்கள வச்சிருந்தாங்க. அங்கங்க வத்தி செருகி வச்ச அடையாளம் இருந்திச்சி. அடுப்புக்கு பக்கத்திலயும் மேலயும் கீழயும் அந்தப் பான, இந்தப் பானன்னு ஏகப்பட்டது சுடுகாட்டுல விழுந்து கெடக்கற மாதிரி கெடந்தது. கூரை மேல பாத்த படியே போலீஸ் காரங்க திரும்பி நடந்தாங்க.

இன்னும் சாமி அறையில இருந்த ஒரு ஏறவாணம்தான் பாக்கி இருந்தது. பெரிய மீசையும் தொப்பையும் தொந்தியுமா தடியா இருந்த பி.ஸி. ஒருத்தன் சாமி அறைக் கதவுல ஒரு கால வச்சி ஊனி ஏறவாணத்து மேல ஏறனான். அங்க பழைய வேலைக்கு பயன்படாத சாமானுங்க, பழைய பாய், ஒரு பழைய காலத்து பெட்டி எல்லாம் இருந்திச்சி. அங்கேயிருந்து அதக் கீழ தள்ளிட்டு தொப்பை குலுங்க கீழ எறங்கனான் பி.ஸி. புஸ் புஸ்னு மூச்சு வாங்கிக்கினே கொஞ்ச நேரம் நின்னான். அந்தப் பழையகாலப் பெட்டிக்குள்ள பழங்காலத்து செல்லாத காசுங்க கெடந்தது. பொட்டிய கீழ கவுத்து மறுபடியும் ஒருதரம் சோதிச்சான் பி.ஸி. அப்பறம் வெளிய வந்தான். எந்தச் சோதனையிலும் பிடிபடாம சுவர் மேல இருந்த மயில்ங்க ஆட்டம் போட்டுக்கினு இருந்ததுங்க.

பெரிய பி.ஸி. வந்து நின்ன நெலைமையப் பாத்ததுமே அங்க எதுவும் இல்லைங்கறது இன்ஸ்பெக்டருக்குப் புரிஞ்சி போச்சி. பாத்தயெல்லாம் விவரமா ஐயா கிட்ட சொன்னான் பெரிய பி.ஸி. ஏறவாணத்து மேல ஏறி எறங்கன பி.ஸி. அவன மேலயும், கீழயும் பாத்தான். இன்ஸ்பெக்டர் ஐயா ரேவண்ணனக் கண்ணாலயே பக்கத்துல வரச் சொன்னாரு நடுங்கனபடியே பக்கத்துல வந்த ரேவண்ணன் அட்டென்ஷன்ல நின்னான்.

"எங்கய்யா...?"

"ஐயா... எங்க அம்மா மேல சத்தியமா..."

"சொல்லு..."

"நானே என் கண்ணால பாத்தேன்"

"முட்டாள்... சரியா சொல்லு"

"சரியா பாத்தேன் ஐயா... இவன்தான் ஒரு மூட்டையைத் தூக்கிக்கின.."

"நீ எங்க சாவறதுக்குப் போன..."

"நான் கண்முழிச்சி காவல் காத்துக்கிட்டே இருந்தேன் ஐயா..."

"அப்ப அது எங்க போச்சு..?"

"ஐயா.."

“வீட்டுக்குள்ள இருக்கறவங்களே ஒண்ணுக்கு ரெண்டா எல்லாரும் தின்னு முடிச்சிட்டாங்களா...?”

“ஐயா...”

“சீ... எங்கனா தொலைஞ்சி போ...”

குச்சி மாதிரி இருந்த ரேவண்ணன் கையும், காலும் அசைக்க முடியாம ஒன்னோடு ஒன்னு ஒட்டிக்கிச்சி.

அதுக்குள்ள எப்படியோ பத்து பதினஞ்சி ஜனங்க வந்து உள்ள வந்து கப்சிப்னு நின்னாங்க. இன்ஸ்பெக்டருக்கும் ஒண்ணும் புரியல. வயித்துல நெருப்பு கட்டி வச்சி இருக்கறவங்க இந்த ஜனங்க. தின்னிருந்தாலும் தின்னிருக்கலாமின்னு தோணிச்சி. இன்ஸ்பெக்டர் ரூல் தடியாலயே காளண்ணன் கழுத்த நிமித்தி “இந்த தடவ பொழச்சிக் கிட்டடா மொவனே நீ எழுந்த நேரம் நல்லா இருக்குது. இன்னொரு தரம் ஏதாச்சிம் கையில கெடைக்கட்டும். உன் உடம்புத் தோல உரிச்சிடறேன்”ன்னு எச்சரிக்கை கொடுத்தான்.

அந்த எச்சரிக்கை குரல் பக்கத்திலேயே சுவரோரமா இருந்த ரேவண்ணன் காதுலயும் வந்து விழுந்திச்சி. உடம்பு, மனசு, ஆத்மாவின் சக்தியெல்லாம் கூட்டி ஒருதரம் ரெண்டு காலாலயும் ஒதைச்சாரு ரேவண்ணன். அவரு பாரத்தையும் அவருடைய பூட்ஸ் பாரத்தையும் தாங்காம அவரு உதைச்ச இடத்துல பள்ளமாச்சி. உடனே, “இந்த எடத்துல எனக்கு ஏதோ சந்தேகம் சாமி.. சத்தம் வழக்கத்துக்கு மாறா இருக்குது”ன்னு சொன்னாரு ரேவண்ணன். ரெண்டு கையாலயும் அந்தப் பள்ளத்த தோண்டனாரு. ரெண்டு மூணு எலிங்க வெளிய வந்து வேக வேகமா ஓடி மறைஞ்சிது. ஒரு வளைக்குள்ள வேகமா ஓடி மறைஞ்சிது. ஒரு வளைக்குள்ள கைய உட்டாரு ரேவண்ணன். வெளிய எடுத்தப்போ அவரு கையில பத்துப் பதினஞ்சி வேர்க்கடல இருந்திச்சி. உடனே சாமியே மேல வந்து எறங்கன மாதிரி. “கெடைச் சிடுச்சி ஐயா” ன்னு கைய நீட்டிக்கினே கத்தனாரு ரேவண்ணன். இன்ஸ்பெக்டர் அதப் பாத்துட்டு “எல்லாத்தயும் ஒரு மூட்டையா வாரி கட்டிக்கோ... போய் உன் பொண்டாட்டி புள்ளைங்களுக்குக் கொடு” ன்னு சொன்னாரு. பயத்தால ரேவண்ணன் கைகாலு நடுங்க, கையில இருந்த கடலைங்க எல்லாம் கீழ விழுந்திச்சி. அங்கயும் இங்கயுமா ஓடிட்டிருந்த எலிங்களயே பாத்தபடி குனிஞ்சதல நிமிரா நின்னிட்டிருந்தாரு ரேவண்ணன்.

எறவாணத்துல ஏறி எறங்கன அந்த பெரிய பி.ஸி. தடியன் இன்னும் சிரிச்சிட்டிருந்தான். இன்ஸ்பெக்டர் ஐயா மிராசுதார் பக்கம் திரும்பி, "திருடனப் புடிக்கற பொறுப்பு இனிமேல நானே பாத்துக்கறேன்" னு சொல்லிட்டு காளண்ணன் பக்கம் திரும்பி ஒரு மொறைப்பு மொறைச்சிட்டு கௌம்பறதுக்காகத் திரும்பனாரு. அப்ப சாக்கவ்வா சும்மா இருக்க முடியாம "சாமி" ன்னு கூப்புட்டா. இன்ஸ்பெக்டரு ஏட்டு, பி.ஸிங்க எல்லாரும் திரும்பிப் பாத்தாங்க.

"சாமி"

"என்ன கெழவி"

"என் கோழி ஒண்ணு முந்தா நாள்லேருந்து காணாம போய்டுச்சி சாமி..."

"எங்க போச்சி...?"

"தெரியல சாமி. இன்னும் வீட்டுக்குத் திரும்பி வரலை சாமி"

"இன்ஸ்பெக்டருக்கு சிரிப்பு வந்திச்சி."

"கோழி எப்படி இருந்திச்சி கெழவி."

"கொஞ்சம் இரு சாமி..."

கைத்தடி கூட இல்லாம எழுந்து போன சாக்கவ்வா கோழிக் கூண்டு மேல போட்டிருந்த மூடியத் தெறந்தா, கொக்கரக்கோன்னு சத்தம் போட்டுக்கினே சேவல், பொட்டக் கோழி, குஞ்சுங்கள்ளாம் வெளிய வந்திச்சி. சாக்கவ்வா நல்லா கொழுகொழுன்னு இருந்த கோழிய காட்டி சொன்னா.

"அதுவும் இதுவும் ஜோடி சாமி"

"ரொம்ப நல்லா இருக்குது கெழவி... அந்தக் கோழிய இப்படி எங்கிட்ட கொடு.... இதவச்சி அந்த ஜோடிக்கோழியா புடிச்சிடலாம்"

"அப்படிச் செய் சாமி... என் வாய்க் கட்டி வவுத்தக் கட்டி அத வளத்தன்..."

எல்லாரும் உழுந்து உழுந்து சிரிச்சாங்க.

அது சாக்கவ்வாவுக்கு பொறுமையாத்தான் புரிஞ்சிது. அதுக் கப்பறம் "ஐயோ.. ஐயோ" ன்னு அடிச்சிகிட்டது யாருக்கும் கேக்கல. உக்காந்துட்டிருந்த காளண்ணன் எழுந்தான். நின்னுட்டிருந்த

கண்ணய்யனும் அவனோட சேர்ந்து அந்தக் கோழியப் புடிக்கறதுக்காக நடந்தாங்க. அவுங்களோட மத்தவங்களும் சேந்துகிட்டாங்க. மிராசு தாரரு ஒரு ரூபாய் நோட்ட எடுத்து சாக்கவ்வாகிட்ட நீட்டி, “இந்தா வாங்கிக்கோ கெழவி... வெத்தல பாக்கு செலவுக்கு” ன்னு சொன்னாரு. “ஐயோ.. வேணாம் சாமி.. ஐயோ... வேணாம் சாமி ன்னு சொல்லிக்கினே வாங்கிகிட்டா சாக்கவ்வா. இன்னொரு பக்கம் அந்தக் கோழிய புடிக்க ஒரு வட்டமே கெளம்பிச்சி. அந்தக் கோழி நடந்தா அவுங்களும் நடப்பாங்க. அது தாவிப் பறந்தா அவுங்களும் தாவிப் பறப்பாங்க. கடைசியா ஒரு வழியா அந்தக் கோழி கெடைச்சிது. கோழி கால்ல ஒரு கயிறு கட்டி, அத ஜீப்புல கட்னாங்க. அந்த ஜீப்பு புழுதி வாரி அடிச்சிட்டு புர்னு கெளம்பிப் போச்சு. ஜீப்பு அடிச்ச புழுதி தெருவயே மறைச்சிது.

கன்னடமூலம்: தேவனூரு மகாதேவ்
தமிழில்: பாவண்ணன்

# 5. நாடகம்

## அ. ஏகலைவன்

*('ஏகலைவன்' என்னும் நாடகத்திலிருந்து சில காட்சிகள்)*

### காட்சி : ஏழு

(காட்டில் துரோணர், மற்றும் அர்ஜுனன்)

அர்ஜுனன் : குருவே, கண்ணுக்குத் தெரியாத ஒரு அம்பு நமது வேட்டைநாயின் வாயை மூடவைத்தது என்பது மிகப்பெரிய விஷயமாகும். இந்தச் சாகசம் செய்தவன் மனிதனாக இருக்க முடியாது. கடவுளாகவோ, கந்தர்வ உலகத்தைச் சேர்ந்தவன் ஆகவோதான் இருக்க வேண்டும்.

ஏகலைவன் : இத்தகைய வீரர்கள் இருப்பதில் ஆச்சரியம் ஒன்றுமில்லை. வெறும் குரலை மட்டுமே உள்வாங்கி கொண்டு அம்பு எய்வதைச் சப்தவேதி என்பர்கள். இக்கலையில் கைத்தேர்ந்த ஆட்கள் காட்டில் இருப்பது சாதாரண விஷயம்தான்.

(ஏகலைவன் வருகிறான்)

ஏகலைவன்' : குருவே, இந்த இடத்தில் நீங்களா? (வணங்குகிறான்) நான் ஊகித்தது உண்மையாகி விட்டது. நான் கேட்ட சத்தம் வேட்டை நாயினுடையதுதான் என்பது உங்களைப் பார்க்கும்போதே புரிகிறது.

துரோணர் : இளைஞனே, நீ யார்?

ஏகலைவன் : குருவே, நான் ஏகலைவன். கொஞ்ச நேரத்துக்கு முன்னால் விசித்திரமான சத்தமொன்று கேட்டது. சத்தம் வந்த திசையை நோக்கி அம்பை எய்தேன். அதைத் தேடிக் கொண்டுதான் இங்கு வந்தேன். வந்த இடத்தில் உங்களைக் கண்டேன்.

அர்ஜுனன் : எங்களைப் போன்ற அரசகுமாரர்களுக்கே தெரியாத இந்தக் கலையை நீ எப்படிக் கற்றாய்? உன் குரு யார்?

துரோணர் : உன் குரு என்னைவிடவும் பெரிய ஆளாய்த்தான் இருக்க வேண்டும். இளைஞனே, சொல்லப்பா, உன் குரு யார்?

ஏகலைவன் : அவர் மிகப்பெரிய வில்லாளி. பதினான்கு உலகத்திலும் பேர்வாங்கிய துரோணாச்சாரியர். குருபலத்துக்குச் சொல்லித்தர வந்திருக்கும் தாங்களே என் குரு.

அர்ஜுனன் : குருவே?

துரோணர் : அர்ஜுனா. இப்போது நினைவுக்கு வருகிறது. ஒரு கனவைப் போல, போன ஜென்மத்துக்குக் கதை போல எல்லாமே மெல்ல மெல்ல நினைவுக்கு வருகிறது. (ஏகலைவனின் பக்கம் திரும்பி) அன்றொரு நாள் என்னைப் பார்க்க வந்த வேடர்குலப் பையன் அல்லவா நீ?

ஏகலைவன் : ஆமாம். கல்வியறிவில்லாத என்னை அன்று நீங்கள் ஏற்றுக் கொள்ளவில்லை. இன்று தங்கள் கருணை யால் ஓரளவு திறமை பெற்றவனாக இருக்கிறேன். தயவு செய்து என்னுடைய குடிசைக்கு வாருங்கள். உங்களுக்குச் சேவை செய்யும் பாக்கியத்தை எனக்கு அருளுங்கள்.

துரோணர் : ரொம்பவும் மகிழ்ச்சி ஏகலைவா, என்னையும் விஞ்சிய வில்லாளியாகியிருக்கிறாய்.

அர்ஜுனன் : குருவே, என்ன வார்த்தை சொல்லி விட்டீர்கள். ஏகலைவன் உங்களையும் விஞ்சிய வில்வீரனா? உலகத்திலேயே மிகச்சிறந்த வில்வீரனாக மாற்று கிறேன் என்று எனக்கு நீங்கள் கொடுத்த வாக்குறுதியை மறந்து விட்டீர்களா?

துரோணர் : உண்மையை ஒத்துக் கொள்வதில் கூச்சம் எதற்கு? ஏகலைவன் மிகப்பெரிய வீரன். சப்தவேதிக் கலையில் அவனைத் தவிர வேறு யாரும் தேர்ச்சியடைய முடியாது.

அர்ஜுனன் : சீ. ஏகலைவன் சாதாரண ஒரு வேடன். அவனுக்கு மட்டும்தான் சப்தவேதிக்கலை வருமா? அரச குலத்தைச் சேர்ந்த நான் எங்கே, தாழ்ந்த குலத்தைச் சேர்ந்த இந்த வேடன் எங்கே?

துரோணர் : திறமைக்குக் குல வேறுபாடு எதுவும் இல்லை. கஷ்டப்பட்டுக் கற்பவர்களுக்குத் திறமை கூடி வரும் என்பது இப்போது உறுதியாகி இருக்கிறது.

ஏகலைவன் : அன்று என்னை வெளியே தள்ளிய அர்ஜுனன் நீயே அல்லவா, குலத்தைப் பற்றிய பேச்சு எதற்கு? சக்தி இல்லாதவர்கள்தான் குலப் பெருமை பேசி மறைத்து விடப் பார்ப்பார்கள்.

அர்ஜுனன் : ஏகலைவா, நான் சக்தி இல்லாதவனா? நீ நெறி முறைகளை மதிக்காதவன். ஒரு வேடன் இத்தகு கல்வி முறையில் ஈடுபடுவது தர்மசாஸ்திரப்படி மறுக்கப்பட்ட ஒன்றாகும். அதை மீறி நீ கற்றுத் தேர்ந்தது மிகப்பெரும் தவறு.

ஏகலைவன் : அர்ஜுனா, அரச குமாரர்களுக்கு இது வெறும் விற்பயிற்சி. வேடர்களாகிய எங்களுக்கோ இது குலத் தொழில். என் குருவின் கருணையால் இவ்-விற்பயிற்சியில் தேர்ச்சி பெற முடிந்தது.

அர்ஜுனன் : குருவே, இது உண்மையா?

துரோணர் : ஏகலைவா? உனக்கு நான் எந்த விதத்தில் குருவானேன்? நீ கேட்டு வந்தபோது வெளியே தள்ளச் செய்த நான் உனக்குக் குருவா?

ஏகலைவன் : ஆமாம். நீங்களே என் குரு. மறைவாக ஒளிந்து நின்று உங்கள் பயிற்சிகளைக் கவனித்து வந்தேன். பிறகு உங்களைப் போலவே ஒரு சிலையைச் செய்து, அதன் ஆற்றலையெல்லாம் என் உடல் முழுக்கவும் மனம் முழுக்கவும் நிறைத்துக் கொண்டேன். குரு என்பவர் நம் கண்ணெதிரிலேயே இருக்க வேண்டும் என்பது அவசியமில்லை. கனவில் கூட கற்றுக் கொடுப்பவராக இருப்பார். நீங்களே என் குரு.

| | |
|---|---|
| துரோணர் : | ஏகலைவா, இன்று என் மனம் நிறைந்தது. |
| அர்ஜுனன் : | குருவே, இது உங்களுக்கு உகந்த செயல் அல்ல. நீங்கள் கொள்ளும் மன நிறைவில் ஏற்கனவே, நீங்கள் கொடுத்த வாக்குறுதியை மீறிய தவறு இருப்பதை மறந்துவிட்டீர்கள். கொடுத்த வாக்குறுதியைக் காப்பாற்றாமல் என்னை வஞ்சித்து விட்டீர்கள். |
| துரோணர் : | அர்ஜுனா, நான் சங்கடமான நிலைமையில் அகப்பட்டுள்ளேன். உனக்கு வாக்குறுதி கொடுத்தது உண்மை தான். அதே சமயத்தில் ஏகலைவன் மிகப்பெரிய வில்வீரன் என்பதும் உண்மையே. |
| அர்ஜுனன் : | எப்படியோ, என் வாழ்வில் நெருப்பை மூட்டி விட்டீர்கள். |
| துரோணர் : | உண்மைதான். வாக்குறுதியை மீறிய பாவி நான். |
| ஏகலைவன் : | குருவே |
| துரோணர் : | ஆமாம், ஏகலைவா. |
| அர்ஜுனன் : | ஏகலைவா, உன் வில் திறமை குருவின் சங்கடத்துக்குக் காரணமாகி விட்டது. |
| ஏகலைவன் : | அப்படியென்றால் குருவை சங்கடத்தில் இருந்து மீட்பதும் என் கடமையே ஆகும். குருவின் கௌரவத்தைக் காப்பாற்றுவதை விட பெரிய இன்பம் எதுவும் இல்லை குருவே வழிகாட்டுங்கள். |
| துரோணர் : | கொடுத்த வாக்குறுதியைக் காப்பாற்ற ஒரேவழிதான் இருக்கிறது. ஒரு சீடன் தனக்குச் சொந்தமான சகலத்தையும் அர்ப்பணிப்பதே குருவிடம் தனக்குள்ள நன்றியுணர்ச்சியைப் புலப்படுத்தும். |
| ஏகலைவன் : | சொல்லுங்கள் குருவே, உயிரைக் கொடுத்தாவது உங்களைக் காப்பாற்றுவேன். |
| துரோணர் : | உன் உயிரைக் கேட்கவில்லை ஏகலைவா, மிக எளிய குருதட்சணையைக் கொடு போதும். |
| ஏகலைவன் : | குருவே, இவ்வளவு காலமும் குரு தட்சணையைச் செலுத்தும் தருணத்துக்காகக் காத்திருந்தேன். அந்தக் |

காலமும் வந்துவிட்டது. என்ன காணிக்கை வேண்டும் குருவே, கட்டளையிடுங்கள் குருவே.

துரோணர் : உன் வலதுகை கட்டை விரலைக் கொடு ஏகலைவா.

ஏகலைவன் : அவ்வளவுதானே. கண்டிப்பாகக் கொடுக்கிறேன். வில்வித்தை கற்றுக் கொடுங்கள் என்று குருவிடம் கேட்க வந்தபோது, இந்த வேடனால் குரு தட்சணை யாக எதைக் கொடுக்க முடியும் என்று கேட்டுச் சிரித்துக் கிண்டல் செய்தாய் அல்லவா அர்ஜுனா. இதோ, குரு விரும்பிக் கேட்கும் காணிக்கையையே கொடுக்கிறேன். (என்று சொன்ன வண்ணம் வாத்தியக் கருவிகளின் முழக்கத்திற்குத் தகுந்தபடி அடியெடுத்து வைத்து ஆடிய படி விரலை வெட்டிக் கொடுக்கிறான்)

பாடல் :

பாறையின் மேல்வைத்துப் பெருவிரலை வெட்டி குருவிடம் கொடுத் தானோ..

விரல்வெட்டிக் கொடுத்தவனே வாழ்க்கையையும் கொடுத்துவிட்டான் எஞ்சி இருப்பது இனி என்னவோ..?

ஏகலைவா : (பாட்டு முடியும் தருணத்தில் கையை உயர்த்திக் குருவிடம் காட்டுகிறான்) (திரைக்குப் பின் புறத்தி லிருந்து மனித ஒலி கேட்கிறது)

மனிதன் : ஏகலைவா.. ஒரு புலி துரத்திக் கொண்டு வருகிறது. இந்தப் பக்கமாய்த்தான் வருகிறது. அம்பு விடு-

ஏகலைவன் : (அம்புவிடத் தயாராகிறான் பெருவிரல் இல்லாத குறை நினைவுக்கு வர....) முடியவில்லை, ஐயோ, என்னால் அம்புவிட முடியவில்லையே...

(அர்ஜுனன், துரோணர் இருவரையும் ஏக்கத்துடன் பார்க்கிறான்)

அர்ஜுனன் : உன் மனத்தில் வருத்தம் இருந்தால் என்னை மன்னித்துக்கொள் ஏகலைவா.

ஏகலைவன் : அர்ஜுனா, நீ வந்தவேலை முடிந்து விட்டது அல்லவா. தயவு செய்து கிளம்பிப் போய்விடு.

துரோணர் :	(ஏதோ சொல்ல முயன்று, எதுவும் சொல்ல இயலாமல் புறப்படுகிறார்)

(தாய் வருகிறாள்)

தாய் :	என்னடா இது ரத்தம்? யாருடைய கட்டைவிரல் இது? ஐயோ உன் கை கட்டை விரலை வெட்டியது யார்?

ஏகலைவன் :	அம்மா, நடக்கக் கூடாதது எதுவும் நடந்துவிடவில்லை. என் குருவுக்குக் காணிக்கை செலுத்தினேன். அவ்வளவுதான்.

தாய் :	ஐயோ (பதறி அவன் கையைப் பற்றிக் கொள்கிறாள்)

பாடல் :

ஐயோ மகனே இப்படியாகி விட்டதே. உன் கதையும், உன் நிலையும் குரு எதற்கு வந்தாரோ, உன் விரலைக் கேட்டு! வீரர்கள் நடுவே மாவீரனாக இருந்தாயே. ஐயோ மகனே?

இறகு பொசுங்கிய பறவையானாய் நீ... நகங்கள் பிடுங்கப்பட்ட சிங்கமானாய் நீ... சீடனைக் கொல்லும் கொலைகாரனோ குரு? குருவின் பேச்சில் மயங்கிப் பாழானாய் ஐயோ மகனே...

தாய் :	அவர்கள் யாராக இருந்தால் என்ன? பெருவிரலை வெட்டிக் கொள்ளச் செய்தவர்கள் என் மகனையே கொன்றதற்குச் சமம். எங்கள்குலக் கொடியையே நாசப்படுத்தி விட்டார்களே. ஐயோ.. கொஞ்சம் கூடக் கருணை இல்லாத ஆண் எப்படிப்பட்ட குரு மகனே? அவன் குருவே அல்ல. கொலைகாரன்.

ஏகலைவன் :	அம்மா, என் குரு துரோணர் இங்கு வந்திருந்தார். அவரைக் கண்டதன் பலன்தான் இந்த நிலைமை.

தாய் :	மகனே, உன் குரு சாவின் வடிவத்தில் ஏன் வந்தார். ஐயோ கடவுளே? ஏகலைவனே நீ பெரிய குலத்தவர் களை நம்பி வீணாகிப் போய் விட்டாய்.

ஏகலைவன் :	அம்மா, நான் அப்போதே சொன்னேன் அல்லவா, நானேதான் என் கைப்பெருவிரலை வெட்டிக் கொண்டேன்.

தாய் : ஆமாம் ஏகலைவா, நீயே வெட்டிக் கொள்ளும்படி செய்திருக்கிறார்கள். இது கொலையை விடக் கொடுமையானது.

ஏகலைவன் : நடந்தது என்னமோ நடந்து விட்டது. அமைதியாக இருங்கள் அம்மா!

தாய் : அமைதி? இனி எங்கே அமைதி மகனே, எனக்கு? நான் இப்போது எல்லாவற்றையும் இழந்து நிற்கிறேன். நம் அனைவரின் வாழ்வையும் பாழாக்கிய உன் குருவின் வாழ்க்கையும் பாழாகட்டும்.

(வெளியேறுகிறார்)

ஏகலைவன் : (எதையோ எண்ணி முடிவு செய்தவனாக இடது கையில் பிடித்திருந்த வில்லை வலது கைக்கு மாற்றி, இடது கையால் அம்பை எடுக்கிறான். மேடையின் நடுப்பகுதிக்குத் தாவி வருகிறான்)

பாட்டு :

ஏகலைவன் சீறி வந்தான்.
ஆக்ரோஷமுடன் ஏகலைவன் சீறி வந்தான்.
புதிய வலிமையுடன் ஏகலைவன் சீறிவந்தான்
காட்டில் புரட்சி முழக்கங்கள் எழுப்பி
பாண்டுவின் மகனைப் பழித்த வந்தான் (ஏகலைவன்)
இடது கையால் அம்பை எய்தான்
காட்டையே நடுநடுங்க வைத்தான் (ஏகலைவன்)
ஏகலைவன் வந்தான்
புது வலிமையோடு
புதுப் பிறவியெடுத்து
கடும் சீற்றத்தோடு

(பாட்டு முடியும்போது ஏகலைவனின் ஆட்டமும் முடிகிறது.

(மேடையில் இருள் கவ்வுகிறது)

காட்சி : எட்டு

*(மேடையில் ஒரு வீரன் உடற்பயிற்சி செய்து கொண்டிருக்கிறான். இரண்டு வீரர்கள் அங்கே வருகிறார்கள்)*

வீரன் 1 : என்ன சிங்கண்ணா ரொம்பவும் கஷ்டப்பட்டு பயிற்சி செய்கிற மாதிரி இருக்கிறதே...

வீரன் 2 : இப்படி மேல்மூச்சு, கீழ்மூச்சு வாங்கிக் கொண்டு ஏன் பயிற்சி செய்கிறாய் சிங்கண்ணா?

வீரன் 3 : அது கூடவா தெரியவில்லை? குருக்ஷேத்திரப் போருக்குத் தயாராகிறேன். போரில் நன்றாகப் போரிட வேண்டுமென்றால் வீட்டில் நன்றாகச் சாப்பிட்டு, நன்றாக உடற்பயிற்சி செய்து பழக வேண்டும். இல்லையென்றால் நம் பிணங்கள் தான் வீட்டுக்குத் திரும்பி வரும்.

வீரன் 2 : எனக்கு என்னமோ யுத்தம் என்றால் வெறுப்பும் அலுப்பும்தான். இன்று இவர்கள் பக்கம். நாளை அவர்கள் பக்கம். எதுவும் புரிவதில்லை. போனமுறை போர்க்களத்தில் இரண்டு அணிகளும் சண்டை போட்டுக் கொண்டிருக்கும் போது, நான் யார் பக்கம் இருக்கிறேன் என்பதே 'எனக்கு மறந்து' போய்விட்டது. கொஞ்ச நேரம் அந்த அணிக்காரனிடம் மோதினேன். கொஞ்ச நேரம் இந்த அணிக்காரனிடம் மோதினேன். அதுசரி, யாரோ பங்காளிகள் தமக்குள் போட்டுக் கொள்ளப் போகும் சண்டையில் பங்கெடுத்துக் கொண்டு வீணாக நாம் ஏன் நம் உயிரை இழக்க வேண்டும்?

வீரன் 3 : ஐயோ முட்டாளே, செத்தால் வீர சொர்க்கம் தெரியுமா. சொர்க்காபுரியின் வாசலில் ஊர்வசி, ரம்பை ஆகியோர் காத்துக் கொண்டு இருப்பார்கள். நம்மைக் கையைப் பிடித்து வரவேற்று உள்ளே அழைத்துச் சென்று இந்திரனுக்கு அருகில் உட்கார வைப்பார்கள்.

வீரன் 2 : டேய் பைத்தியக்காரா, எங்கேயோ காத்துக் கொண்டிருக்கிற ஊர்வசி, ரம்பைகளுக்காக நம் பொண்டாட்டிமார்கள் விதவைகளாக வேண்டுமா?

## தமிழவன்

வீரன் 3 : ஒருவேளை போரில் வெற்றிபெற்றுத் திரும்பினால், எல்லோருமே மேளதாளம் முழங்க சங்கண்ணன் வாழ்க, சங்கண்ணன் வாழ்க என்று வாழ்த்துச் சொன்ன படி. ஊர்முழுக்க வலம் வருவார்கள் அல்லவா?

வீரன் 1 : ஊர்வலமாக அழைத்துச் சென்று விட்டுத் திரும்பவும் அழைத்து வந்த விடுவார்கள். அவ்வளவுதானே. பட்டமா கட்டப் போகிறார்கள்?

வீரன் 3 : நீ ரொம்ப பெரிய மனுஷனாக்கும், உனக்குப் பட்டம் கட்ட கட்டிய மனைவிக்குப் பயந்து சாகிற ஆள் நீ, நீ எப்படி ராஜ்ஜியத்தை ஆள முடியும்.

வீரன் 1 : இங்கே பார் நண்பா, நீ எது வேண்டுமென்றாலும் பேசு. ஆனால் மனைவியைப்பற்றி மட்டும் பேச வேண்டாம். ஆரம்பத்தில் மனைவிக்குப் பயந்து கொண்டிருந்தேன் என்பது உண்மைதான். மனைவி மட்டுமல்ல எல்லாரையும் கண்டு பயந்து கொண்டிருந் தேன். ஆனால் இப்போது யாரைக் கண்டும் பயப்படுவ தில்லை. போர்க்களத்திலும்வீரன். வீட்டிலும் வீரன்

வீரன் 2 : அடாடா.. அது எப்படி ஒரேயடியாக மாறிவிட்டாய்? உன்னைக் கோழை என்று இவ்வளவு காலமும் எண்ணிக் கொண்டு இருந்தேன். எவ்வாறு இப்படி மாறினாய்?

வீரன் 1 : எல்லாம் உங்களை மாதிரி ஆட்களோடு சேர்ந்– திருப்பதன் பலன்தான். ஒருநாள் வீட்டில் சண்டை வந்து ஆளுக்காள் மாறிமாறிப் பேசி, பேச்சு முற்றி உலக்கையை எடுத்துக் கொண்டு அடிக்க வந்து விட்டாள் என் மனைவி, நான் என்ன செய்தேன் தெரியுமா?

வீரன் 3 : என்ன செய்தாய்?

வீரன் 1 : நான் யார்? வீரன். சும்மா விடுவேனா? மெதுவாக கதவைத் திறந்து கொண்டு வெளியே ஓடிவந்து விட்டேன். நான் ஓட ஓட என்னைப் பின்னால் இருந்து துரத்திக் கொண்டே வந்தாள்.

வீரன் 2, 3 : ஐயோ பாவமே..

வீரன் 1 : வீட்டுக்குள்ளே எவ்வளவு வேண்டுமானாலும் அடிக் கட்டும் ஈரண்ணா, தெருவிலும் துரத்திக் கொண்டு வந்து மானத்தை வாங்கினால் சும்மா இருக்க முடியுமா? எனக்குக் கோபம் வந்து விட்டது.

வீரன் 2 : அப்புறமா என்ன செய்தாய்?

வீரன் 1 : நான் சும்மா விடுவேனா, நான் யார்?

வீரன் 3 : வீரன்.

வீரன் 1 : ஓடிக்கொண்டே இருக்கும்போது வழியில் பெரிய மாமரம் ஒன்று தெரிந்தது. மரம் நெருங்கியதும் சரசரவென்று குரங்குபோல மரத்தின் மேல் ஏறி உட்கார்ந்து கொண்டேன். எந்தக் கிளைப் பக்கம் ஏறினேனோ, எனக்கே தெரியவில்லை. எவ்வளவோ நேரத்துக்கப்புறம் துணிச்சலை வரவழைத்துக் கொண்டு கீழே பார்த்தேன். அவளைக் காணவில்லை?

வீரன் 3 : இதுவா உன் வீரம்? சிங்கண்ணா, நம் குருசேனையின் மானமும் மரியாதையும் காப்பாற்றப்பட வேண்டுமானால் இந்த விஷயத்தை யாரிடமும் சொல்லக் கூடாது.

காட்சி : ஒன்பது

(மேடையில் துரியோதனன், கர்ணன் ஆகியோர் இருக்கிறார்கள்)

துரியோதனன் : லட்சக்கணக்கான உயிர்களைப் பலிவாங்கப் போகிற இந்தப் போரில் நம் படையினரின் மரணக் கணக்கு ஆன மட்டும் குறைவாக இருக்கட்டும். ஆனால் வெற்றி நம்முடையது ஆகட்டும். இந்தப் போர் வெற்றி யுற, நீ பலவிதமான நுட்பங்களையும் பயன்படுத்த வேண்டும் கர்ணா.

கர்ணன் : பாண்டவர்களின் படையும், சாமானியமானதல்ல அரசே. அதை எதிர்க்க நாம் சரியான ஏற்பாடுகளைச் செய்து கொள்ள வேண்டும். புதிய புதிய அரசர்களோடு தொடர்பு கொண்டு அவர்களின் நட்பையும் ஆதரவையும் பெற வேண்டும்.

துரியோதனன் : காட்டு வீரன் ஏகலைவன் நம் அணியில் சேர்ந்து விட்டால் பெரிதும் பயனுள்ளதாக இருக்கும். போர்க் களத்தில் அர்ஜுனனைக் கர்ணன் கவனித்துக் கொள்வதாக இருந்தால், மற்ற அனைவரையுமே அந்த இடதுகை வீரன் கவனித்துக் கொள்வான். அவனுடைய வேடர் படையும் நம் அணியோடு சேர்ந்து போராடும்.

கர்ணன் : ஏகலைவனின் பெயரைக் கேட்டு இப்போதே அச்சத்தில் மூழ்கியுள்ள பாண்டவர்கள், நம் அணியில் அவன் சேர்ந்து விட்டான் என்கிற செய்தியைக் கேட்டால் கண்டிப்பாகத் தூங்கக் கூட மாட்டார்கள்.

துரியோதனன் : அர்ஜுனன் மீது ஏகலைவனுக்குக் கடுமையான கோபம் இருக்கிறது. அவன் எந்தக் காலத்திலும் பாண்டவர்களுக்கு ஆதரவாக மாற மாட்டான். அவன் நம் கோரிக்கையை கண்டிப்பாக ஏற்றுக் கொள்வான். கர்ணனும், ஏகலைவனும் கௌரவர் பக்கம் இருக்கிறார்கள் என்று தெரிந்தால் போதும், பாண்டவர்கள் கதை முடிந்த மாதிரிதான்.

கர்ணன் : சமீபத்தில் வேடர்கள் படைக்கும் அர்ஜுனனுக்கும் ஒரு சின்னப் போராட்டம் நடந்தது தெரியுமா துரியோ தனா..

துரியோதனன் : என்ன போர்?

கர்ணன் : முதலில் காட்டுவாசிகளிடம் ஏதோ சாதாரணமானவர்கள் என நினைத்து துடுக்காக ஏதோ சொன்னானாம். பிறகு அவர்கள் அனைவரும் ஏகலைவன் கூட்டத் தைச் சேர்ந்தவர்கள் என்று தெரிந்ததுமே சமாதானத் துக்குப் போனானாம். அவர்களோ சுயமரியாதை நிறைந்தவர்கள் அவர்கள் மண்ணில் இறங்கி வேட்டை ஆடியது அர்ஜுனனின் தப்பு. அழுகிற நிலைக்கு அவனை ஆளாக்கி விட்டு அவனை அனுப்பியிருக் கிறார்கள். குருஷேத்திரப் போரில் ஏகலைவன் தமக்கு எதிராகச் செயல்படக் கூடும் என்கிற சந்தேகம் அவர்களுக்குத் தொடக்கத்தில் இருந்தே உண்டு.

துரியோதனன் : அவர்கள் சந்தேகம் சரிதான். காட்டில் சிறிய படையை வைத்துள்ள ஏகலைவன் கௌரவ சேனையோடு சேர்ந்து போராடி என்றென்றும் நிலைத்த புகழை அடையட்டும். சரித்திரத்தில் அவனது பெயர் பொறிக்கப் படட்டும். ஏகலைவன் தாங்க முடியாத வேதனைக்கு ஆளானவன். உன்னைச் சூதனின் புள்ளை என்று துடுக்காகச் சொன்னதைப் போல பாண்டவர்கள் அவனை வெறும் வேட்டைக்காரன் என்று கிண்டல் செய்தார்கள். இந்த அவமான நினைவு ஏகலைவனின் மனத்தில் நிரந்தரமாகத் தங்கி விட்டது. அதனால் பாண்டவர்களுக்கு எதிராக ஏகலைவன் உற்சாகத் தோடு போராடுவான். ஏகலைவன் தனது வில் திறமையைக் காட்ட இந்தப் போர் ஒரு பொன்னான வாய்ப்பு.

துரியோதனன் : ஏகலைவன் மீது நாம் வைத்துள்ள நம்பிக்கை நிரந்தரமாக இருக்கட்டும். வெற்றி நம் பக்கம் அமையட்டும். அதுசரி, ஏகலைவன் ஒப்புக் கொள்ளச் செய்வது எப்படி? இதுதான் சிக்கலான பிரச்சனை. துரோணர் ஏகலைவனின் குரு. அவரையே அனுப்பினால் என்ன?

கர்ணன் : கண்டிப்பாக ஏகலைவன் ஒப்புக் கொள்ள மாட்டான். அவனது வலதுகை பெருவிரலை அவனே வெட்டிக் கொள்ளத் துரோணர் காரணமாக இருந்தார் அல்லவா?

துரியோதனன் : ஏகலைவனைச் சந்தித்து நம் அணியில் சேரும் வண்ணம் கோரிக்கை விடுத்து, எப்படியாவது சேர்க்க நீதான் பொருத்தமான ஆள்.

கர்ணன் : மகிழ்ச்சியோடு இந்தச் செயலைச் செய்கிறேன். என்– னோடு நீயும் வந்தால், வேலை இன்னும் எளிதாக முடியும்.

துரியோதனன் : சரி... கிளம்பு போகலாம்.

(மேடையில் இருள் கவ்வுகிறது)

## காட்சி : பத்து

*(மேடையில் யுதிஷ்ட்டிரன், கிருஷ்ணன், அர்ஜுனன், பீமன் ஆகியோர் இருக்கிறார்கள்)*

யுதிஷ்டிரன் : பங்காளிகள் எதிரும் புதிருமாக நின்று மோத இருக்கும் குருஷேத்திரப் போரை எப்படியாவது தவிர்த்திருக்க வேண்டும் கிருஷ்ணா.. சொந்தச் சகோதரர்களின் ரத்தத்தையும் உறவினர்களின் ரத்தத்தையும் சிந்த வைத்து வெற்றி பெறுவதை விட மோசமான காரியம் ஏதாவது இருக்க முடியுமா?

அர்ஜுனன் : அண்ணா, என்ன பேசுகிறாய் நீ? துரியோதனனால் நமக்கு ஏற்பட்ட கஷ்டங்களையும் அவமானங்களையும் மறந்து விட்டாயா?

பீமன் : வனவாசம் செய்யுமாறு நம்மைவிரட்டி, சோற்றுக்கும் தண்ணீருக்கும் கூட வழி இல்லாமல் செய்ததை அவ்வளவு எளிதாக மறக்க முடியுமா? சொந்த மனைவியை அவமானத்துக்கு உள்ளாக்கும் போது ஆண்மையில்லாத பேடி கூட சும்மா இருக்க மாட்டான். ஆனால், அண்ணனின் இந்த மனப்போக்கினால் பேடிகளை விட மோசமாக நாம் அனைவருமே, துரௌபதைக்கு அவமானம் நேர்ந்தபோது அமைதி யாக இருக்க வேண்டி வந்தது. அரக்கு மாளிகையில் நம்மை எல்லாம் உயிரோடு எரிக்க முனைந்த கெடு மதியாளர்களுக்கு விடை கொடுக்கும் காலம் வந்துள்ளது.

அர்ஜுனன் : நமக்கு ஏற்பட்ட அவமானங்களுக்கெல்லாம் குரு-ஷேத்திரப் போரில் ஒரு முடிவு காண வேண்டும்.

யுதிர்ஷ்டிரன் : துரியோதனனின் வழியிலேயே நாமும் செல்ல வேண்டுமா? என்னதான் இருந்தாலும் அவர்கள் நம் ரத்த உறவுள்ளவர்கள். தாத்தாவாகிய பீஷ்மரையும், குருவாகிய துரோணரையும் போரில் கொல்வதை விட கொடும் செயல் வேறென்ன இருக்க முடியும்? சகோதரர்களே இரண்டு அணிகளாகப் பிரிந்து நின்று போராடி இறப்பதைப் பாத்து உலகம் சிரிக்க வேண்டுமா?

கிருஷ்ணன் : யுதிஷ்டிரா, உன் மனத்துயரத்தை மற. இது பங்காளிகள் மோதலல்ல. தர்மத்துக்கும் அதர்மத்துக்கம் நேருக்கு நேர் நடக்கும் போர். நியாயத்துக்கும் அநியாயத்துக்கும் நடுவில் நடக்கும் போர். உலகத்தில் உள்ள கொடுமைகளுக்கெல்லாம் உருவம் கொடுத்ததைப் போல விளங்கும் துரியோதனனை அழிப்பதும், துச்சாதனனைக் கொல்வதும் புனிதமான காரியங்களாகும். இந்த உலகத்தில் நேர்மையும், நற்குணங்களும் வளர்ந்து முன்னேற்றம் அடைய வேண்டுமெனில் கெட்டவர்களின் கொட்டத்தை அடக்குவது தவிர்க்க முடியாததாகும். தீய சக்திகளை அழித்து இல்லாமலாக்கும் இடமே குருஷேத்திரம். நேர்ந்த அவமானங்களையெல்லாம் இல்லாமல் ஆக்க, யுத்தத்தில் போராடுவது ஒன்றே வழி. தீய இதயம் படைத்தவர்களுக்கு எந்தவிதமான சலுகையைக் காட்டினாலும் அது நம் மன பலவீனத்தையே காட்டும்.

யுதிர்ஷ்டிரன் : இது வெறுமனே துரியோதனன் மற்றும் துச்சாதனன் தொடர்பான கேள்வி அல்ல கிருஷ்ணா, அறியாமையும் அவர்களைப் போல தவறுகளுக்குள் ஆட்பட்ட ஆயிரக் கணக்கானவர்களின் விடுதலை பற்றிய கேள்வி. அவர்களையே நம்பியிருக்கும் குழந்தைகளையும், தாய்மார்களையும் பற்றிய கேள்வி. மொத்தத்தில் இது மனிதாபிமானம் பற்றிய கேள்வி.

கிருஷ்ணன் : யுதிஷ்டிரரே, நல்லவர்களும் அப்பாவிகளும் பாதுகாப்பாக இருக்க வேண்டுமெனில் அதற்குத் தடையாக வருபவர்களை முதலில் அழித்தொழிக்க வேண்டும்.

பீமன் : சரியாகச் சொன்னாய் கிருஷ்ணா.இந்தச் சூழலில் துரியோதனனின் பால் மனஇரக்கம் கொள்வது சர்வநாசத்துக்கு வழி வகுக்கும்.

அர்ஜுனன் : அண்ணா.. கஷ்டகாலத்தில் நம்மைக் காப்பாற்றியவன் கிருஷ்ணன். அவன் கிழித்த கோட்டைத் தாண்டுவது அபாயத்துக்கு ஆதாரமாகிவிடும்.

கிருஷ்ணன் : யுதிஷ்டிரா, அழிவு இன்றி ஆக்கம் இல்லை. புதிய ஆக்கம் ஒன்றிற்காக நாம் அனுபவித்தே தீர வேண்டிய

பிரசவ வேதனை. வாய்மையின் வெற்றிக்காக நடக்கும் போராட்டும் கௌரவர்களின் சேனை பலம் மிகப் பெரியது. அதற்கு இணையான பலத்தைச் சேகரிக்கும் வேலையைச் செய்வதையொழித்து, இப்படி தலையின் மீது கைவைத்துக்கொண்டு உட்கார்ந்து விட்டால் எப்படி? கௌரவர்கள் அணியில் ஏகலைவன் சேர்ந்தாலும் சேரக்கூடும். போர்க் களத்தில் அவனை எதிர்க்கும் ஆற்றல் அர்ஜுனன் ஒருவனுக்கே உள்ளது. சமபலமுள்ள கர்ணனையும், ஏகலைவனையும் ஒரே நேரத்தில் எதிர்ப்பது என்பது அர்ஜுனனுக்கும் சிரமமான செயலாகும்.

அர்ஜுனன் : ஏகலைவனை நான் பார்த்துக் கொள்கிறேன். காய், கிழங்கு வகைகளைத் தின்று உயிர் வாழ்கிறவனைக் கண்டு பயப்பட வேண்டிய அவசியமே இல்லை.

பீமன் : ஏற்கனவே வலதுகை பெருவிரலை இழந்து நிற்கிறவன் அவன். இடதுகை பெருவிரலையும் இழப்பதற்குத் தீர்மானித்து விட்டான் போலும். காட்டுவாசிகளை யெல்லாம் சேர்த்து ஒரு படையாகத் திரட்டி வரும் ஏகலைவனுக்குப் போர்க்களத்தில் சரியான பாடம் புகட்ட வேண்டும்.

யுதிஷ்டிரன் : ஏகலைவனின் படை சிறியதாக இருந்தாலும் அதை எதிர்கொண்டு அடக்குவது யாராலும் முடியாது. அவனை நம் பக்கத்தை நோக்கி இழுப்பதும் சரியான செயலாக இருக்காது. அவன் ஆதரவு கௌரவப் படைக்கு இருக்குமெனில், நமக்கு ஆபத்து நிச்சயம்.

அர்ஜுனன் : அண்ணா, அந்தக் காட்டுப் பையனைக் கண்டு நீ பயப்படுவதைப் பார்த்தால் எனக்கு ஆச்சரியமாக இருக்கிறது? நாமென்ன வில்வித்தை கற்காதவர் களா?

பீமன் : அந்தக் காட்டுப் பையனால் நமக்குத் தோல்வி ஏற்படு மெனில் அதைவிடவும் பெரிய அவமானம் வேறெதுவும் இருக்க முடியாது. நம் வம்சப் பெருமைக்கே பெரும் இழுக்கு.

கிருஷ்ணன் : ஏகலைவன் இப்போரில் ஈடுபடுவது, அவனது சொந்த வாழ்வுக்கு எவ்விதமான நன்மையும் செய்யாது. கௌரவர்களுக்கும், பாண்டவர்களுக்கும் இடையில் நடக்கும் போரில் அவன் ஏன் பலியாடாக வேண்டும்?

யுதிஷ்டிரன் : காட்டில் வாழும் அப்பாவி ஏகலைவன் அவனைக் கௌரவர்கள் சண்டைக்காகப் பயன்படுத்திக் கொள்வது சரியல்ல. அவன் நம்மை ஆதரிக்காவிட்டாலும் பரவாயில்லை. நடுநிலை வகித்து விட்டால் நல்லது.

கிருஷ்ணன் : சரியாகச் சொன்னாய் யுதிர்ஷ்டிரா. பொருத்தமான முறையில் ஒப்பந்தம் பெற்றால் இது சாத்தியமாகும்.

பீமன் : நடக்காத காரியம். ஏகலைவனும் நாமும் உடன் படிக்கை செய்து கொள்வது நம் அனைவருக்கும் அவமானம்.

அர்ஜுனன் : வீரத்தோடு ஏகலைவனை எதிர்த்துப் போராட வேண்டுமே தவிர, கெஞ்சக் கூடாது.

கிருஷ்ணன் : இப்படிப்பட்ட பக்குவமில்லாத நீங்கள் அனைவரும் இப்படிப்பட்ட நிலைக்குத் தள்ளப்பட்டீர்கள். உற்சாக வேகத்தில் எதை எதையோ பேச வேண்டாம். உங்கள் ஆற்றலைப் பற்றியும், வீரத்தைப் பற்றியும் எனக்கு எந்தவிதமான அவநம்பிக்கையும் இல்லை. ஆனால் உங்கள் இலக்கு ஏகலைவன் அல்லன்...

அர்ஜுனன் : அப்படியென்றால் போரே வேண்டாம் என்கிறாயா?

கிருஷ்ணன் : போர் என்றால் கொல்வது மட்டுமேயாகாது. அமைதியாக இருப்பதுகூட அதன் ஒரு பகுதியாகும். போரில் முன்னேறுவது மட்டுமல்ல. இயலாத சமயங்களில் பின்வாங்குவதும் தப்பித்துக் கொள்வதும் கூட ஒரு தந்திரமாகும்.

பீமன் : ஏகலைவனோடு ஒப்பந்தம் செய்து கொள்வது முடிகிற காரியமா? கிருஷ்ணா?

கிருஷ்ணன் : ஏன் முடியாது?

யுதிஷ்டிரன் : முடிக்க வேண்டும்.

கிருஷ்ணன் : அது அர்ஜுனனால் மட்டுமே முடிகிற செயலாகும். பாண்டவர்கள் மீது கோபம் கொள்ள ஏகலைவனுக்கு எந்தக் காரணமும் இல்லை. ஆனால் அர்ஜுனன் மீது அவனுக்குக் கடும்கோபம் உள்ளது. பெருவிரலைப் பறிகொடுத்த கோபம். அர்ஜுனனே நேரில் சென்று பேசுவதாக இருந்தால் ஏகலைவன் கண்டிப்பாக ஒப்புக் கொள்ளக் கூடும்.

அர்ஜுனன் : என்னால் இதைச் செய்ய முடியாது.

யுதிர்ஷ்டிரன் : அர்ஜுனா, இன்னும் உன் விளையாட்டுப் புத்தி குறைய வில்லை என்பதற்கு இந்த மாதிரி பேசுவதே ஒரு சாட்சி.

அர்ஜுனன் : நான் ஏகலைவனிடம் மன்னிப்புக் கேட்டே தீர வேண்டுமா? உலகத்தின் மிகச்சிறந்த வீரன் அல்லன் என்று நானே அறிவித்துக் கொள்ள வேண்டுமா?

கிருஷ்ணன் : ஏகலைவன் தன் பெருவிரலை வெட்டிக் கொண்ட சமயத்திலேயே மன்னிப்புக் கேட்டது போல ஆகிவிட வில்லையா அர்ஜுனா. இன்னொரு முறை அதை நேரிடையாகக் கேட்பதில் என்ன தப்பு இருக்கிறது? இந்தச் சிறுசெயலால் நமக்குக் கிட்டப்போகும் ஆதாயம் அதிகம்.

அர்ஜுனன் : இதில் என்னவிதமான ஆதாயம் பெரியதாகக் கிடைக்கப் போகிறது கிருஷ்ணா

கிருஷ்ணன் : அவன் நம் அணியோடு சேராமல் இருக்கக் கூடும். ஆனால் நடுநிலை வகிக்கக் கூடும். அவ்வளவு நடந்தாலே போதும்.

யுதிஷ்டிரன் : ஏகலைவனின் மனம் எப்படிப்பட்டதென்று கேள்விப் பட்டிருக்கிறேன். அவன் கண்டிப்பாக ஒப்புக் கொள்வான். கிருஷ்ணனின் வார்த்தை பொய்யாகாது.

அர்ஜுனன் : நீங்களெல்லாம் இவ்வளவு தூரத்திற்குச் சொல்லும் போது நான் சொல்வதற்கு என்ன இருக்கிறது?

கிருஷ்ணன் : நட, உன்னோடு நானும் வருகிறேன்.

**(மேடையில் இருள் கவிகிறது)**

**காட்சி : பதினொன்று**

*(ஆடிய வண்ணம் அனைவரும் மேடையில் நுழைகிறார்கள். ஒருபுறம் அர்ஜுனனும், கிருஷ்ணனும் நிற்க, மறுபுறம் துரியோதனனும், கர்ணனும் நிற்க, நடுவில் ஏகலைவன் நிற்கிறான்.)*

அர்ஜுனன் : ஏகலைவா, என்னை அடையாளம் தெரிகிறதா?

ஏகலைவன் : ஓ, உன்னை மறக்க முடியுமா அர்ஜுனா? என் குரு துரோணச்சாரியாரை நினைக்கும் போதெல்லாம் நினைவுக்கு வரும் முதல் பெயர் பார்த்தன், பல்குணன் என்னும் உன்னுடைய பெயர்தான்.

கர்ணன் : என்னைச் சூதனின் மகன் ஏன்று ஏளனம் செய்து பாண்டவர்கள் இழிவு செய்ததைப் போல உன்னைக் காட்டுவாசி என்று சொல்லி மனத்தை நோகடித் தார்கள். அவர்களின் பெயர்களை நினைவில் வைத்துக் கொள்வது நம்மைப் போன்றவர்களுக்கு ஏற்றதல்ல ஏகலைவா.

ஏகலைவன் : கௌரவர்களுக்கு நெருக்கம் அங்க அரசன் கர்ணனே. என்னைக் காட்டுவாசி என்று எல்லாரும் கிண்டல் செய்தாலும் கூட, நான் யாருக்கும் செஞ்சோற்றுக் கடன் பட்டவன் அல்ல, உன்னைப் போல

அர்ஜுனன் : நீ உண்மையான வீரன். விரட்டப்பட்டாலும் கூட யாருடைய உதவியும் இல்லாமல் ஆற்றலை வளர்த்துக் கொண்ட மன உறுதி மிக்கவன். வலக்கையால் செய்ய இயலாததை இடது கையால் செய்து காட்டினாய். பெருவிரலை இழந்தாலும் கூட, அது எந்தச் சாதனைக்கும் தடையாக இல்லையே.

ஏகலைவன் : ஆனாலும் எனக்குள் வேதனை உண்டு அர்ஜுனா. விரலை அறுத்த புண் ஆறினாலும் மனத்தில் உண்டான புண் ஆறப் பல யுகங்கள் ஆகும் அர்ஜுனா.

கர்ணன் : ஏகலைவா, தாழ்ந்த குலத்தவன் என்று பழிக்கப்படும் நம்மைப் போன்றவர்களை அன்போடு அரவணைக்கும் உயிர் துரியோதனன் ஒருவனே. உனக்கும் எனக்கும் இந்த விஷயத்தில் ஓர் ஒற்றுமை இருக்கிறது. அதனால்

அவனுக்கு ஆதரவாக இருப்பது நல்லது. நம்மைப் பழித்த பாண்டவர்களின் அகங்காரத்துக்குச் சரியான பதில் குருஷேத்திரப் போரில் கௌரவர்களின் அணியில் நின்று போராடுவது தான்.

ஏகலைவன் : கர்ணா? உனக்கும் எனக்கும் ஒற்றுமையா? நீ இப்போது சூதனின் மகன் இல்லை. அதையும் தாண்டி வளந்திருக்கிறாய். இப்போது நீ அங்க தேசத்து அரசன். ஆனால் நான் இன்னும் வேட்டைக் காரன் தான். அதனால்தான் கௌரவுர்களின் கோரிக்கைக்கும் பாண்டவர்களின் கோரிக்கைக்கும் எந்தவிதமான வித்தியாசத்தையும் பார்க்க முடியவில்லை. துரியோதனன் உன்னை ஏற்றுக் கொண்டுள்ளான். மொத்த சூதக் குலத்தையல்ல. சூதர்குலம் முன்பு என்ன நிலையில் இருந்ததோ, அதே நிலையில் தான் இன்னும் இருக்கிறது. துரியோதனனின் அடைக் கலத்தில் நீ மட்டும் வளர்ந்தாய். நீ உன் குலத்தாரைச் சரியாகப் பார்க்கவில்லை. உன் குலத்தின் உடலிலிருந்து எழும் நாற்றத்தைக் கண்டு துரியோதனன் பத்தடி தூரம் ஓடினால் நூறடி தூரம் ஓடும் நிலையில் நீ இருக்கிறாய். நான் சொல்வதில் ஏதேனும் பொய் இருக்கிறதா கர்ணா. என்னைப் பொறுத்தமட்டில் இரண்டு சக்திகளும் ஒன்றே. அவரவர்களின் சுய நலத்துக்காக அடித்துக் கொள்கிறார்கள். இவர்களின் சுயநலச் சண்டையில் பங்கேற்று நான் ஏன் பலியாடாக வேண்டும்?

அர்ஜுனன் : ஏகலைவா போர் ஷத்திரியர்களின் கடமை. இந்தக் குருஷேத்திரப் போரும் எங்கள் கடமையாகி விட்டது. சொந்த ஆர்வத்தின் காரணமாக விற்பயிற்சியைக் கற்றுத் தேர்ந்த உன் உதவியை நாடி வந்திருக்கிறேன்.

ஏகலைவன்: அப்படியென்றால்...

அர்ஜுனன் : இந்தக் குருஷேத்திரப் போரில் நீ எங்கள் பக்கம் சேர்ந்து போராட வேண்டும் என்று கேட்டுக் கொள்வதற்காக வந்துள்ளேன்...

ஏகலைவன் : பிறப்பால் வேடனிடம் வந்து வேண்டிக் கேட்டுக் கொள்ள உங்கள் சாஸ்திரம் இடம் கொடுக்கிறதா காண்டீபா.

அர்ஜுனன் : நடந்தையெல்லாம் மறக்க முடியாதா ஏகலையா. எப்போதும் நாம் எதிர்காலத்தைப் பற்றி யோசிக்க வேண்டும்.

ஏகலைவன் : முடியாது அர்ஜீனா. பழைய சம்பவங்களை என்னால் மறக்க இயலவில்லை. அவற்றின் நினைவுகள் என்னைக் கசக்கிப் பிழிகின்றன.

கர்ணன் : உன் நிலைப்பாட்டால் எந்தப் பயனும் இல்லை ஏகலைவா. பாண்டவர்களுக்குத்தான் இது சாதகமாகக் கூடும். துரியோதனனுக்குத் தேவையான அளவு ஆதரவு தரவில்லையெனில் பாண்டவர்கள் கண்டிப்பாக வெற்றி பெறக் கூடும். உன் குலத்தைப் பற்றி ஏளனமாகப் பேசி வலக்கைப் பெருவிரலை வெட்டி விடக் காரணமான அர்ஜுனனின் மீது உனக்கு நெருக்கம் வேண்டாம்... யோசித்துப் பார்.

அர்ஜுனன் : ஏகலைவா சாஸ்திரம் எப்போதும் கேலிக்குட்பட்டதல்ல. வேடனான காட்டுவாசிக்குப் பயிற்சி தடை செய்யப்பட்ட ஒன்று. நம்பியவன் நான். இப்போதும் அதை நம்புகிறேன். சாஸ்திரத்துக்கு எதிரான செயல் களை நான் மட்டுமல்ல, உலகத்தில் உன்னை அனை வருமே எதிர்க்கிறார்கள். இப்படிப்பட்ட நிலையில் என் மீது நீ கொண்ட காரணமற்ற கோபம் பொருளற்றது. இன்று நீ பெரிய வில் வீரனாக இருப்பது எதிர்பாராமல் நேர்ந்த ஒரு விஷயம் உலகம் முழுமைக்கும் பொருந்தக் கூடிய விஷயமாக இதை நான் பார்க்கவில்லை. அதனால் உன் ஆதரவைக் கேட்பதில் தப்பில்லை என்று நினைத்து வந்தேன். தர்மத்துக்கு எதிரானவர் களை எதிர்த்து நாங்கள் தொடுத்துள்ள தர்மயுத்தத்தில் நீ எங்களுக்கு ஆதரவாக இருந்தால், எதிர்பாராமல் உனக்குக் கைவரப் பெற்ற திறமைக்கு ஒரு பெருமையும், அர்த்தமும் உண்டாகும். நன்றாக யோசித்துப் பார்

ஏகலைவன் : அர்ஜுனா, நீ சாஸ்திரத்தைத் தொட்டுப் பேசினாய் அல்லவா. உன்னைப் பொறுத்த மட்டில் சாஸ்திரம் வாழ்வுக்கு வழிகாட்டும் சூத்திரம். ஆனால் உன் சாஸ்திரத்தை நான் மதிக்கவில்லை என்பதை நீ புரிந்து கொள்ள வேண்டும். நான் வில்வித்தை கற்பதையே எதிர்த்தவன். நீ நான் கற்றபிறகு பொறாமையால் அது பயன்படாதபடி செய்தாய். இப்போது ஆதரவு கேட்டு வந்துள்ளாய். எதிர்பாராத விஷயங்களில் எனக்கு நம்பிக்கையில்லை. எல்லா வேடர்களும் குருவின் முகத்தைப் பார்த்து வில்-வித்தையில் தேர்ந்து சிறந்து வில்லாளிகளாகுவது சாதாரண விஷயமாக மாறவேண்டும். இதை-யெல்லாம் ஒப்புக்கொள்ள நீ தயாராக இல்லை. அதைக் கற்பித்துக் கொள்ளவும் உங்களுக்கு அச்சம். இந்தச் சூழலில் என் ஆதரவு உங்களுக்கு எப்படி கிடைக்கும் அர்ஜுனா.

கிருஷ்ணன் : ஏகலைவா... அதர்மத்தை அழித்து வெல்ல நீ பாண்டவர்களின் பக்கம் இரு. இதன் மூலம் உன் பெருமை அதிகரிக்கும்.

ஏகலைவன் : இல்லை... குல நெறியைக் காப்பாற்றிக் கொள்வது தான் உங்கள் தர்மம். அப்படிப்பட்ட தர்மம் அழிவதே மேல்.

துரியோதனன் : குலநெறியை அழிப்பதே உன் நோக்கம் எனில், நீ எங்கள் அணியில் சேர்ந்துவிடு.

ஏகலைவன் : முடியாது. உனக்கு அர்ஜுனனின் குலம் அழிய வேண்டும் அவ்வளவுதான். இதனால் உலகத்தில் வழங்கப் பெறும் மேல், கீழ் என்னும் வித்தியாசங்கள் அழிவ தில்லை. உனக்குச் சுயநலம்தான் முக்கியம். குலதர்மங் களை அழிப்பது முக்கியமல்ல. கௌரவர்கள் மற்றும் பாண்டவர்களுக்கிடையே நடக்கும் இப்போரில் ஏதாவது ஓர் அணியில் சேர்ந்து இன்னொரு அணியை எதிர்ப்பதில் எனக்கு விருப்பமில்லை. எங்கெங்கும் உள்ள அநியாயங்களுக்கு எதிராக, ஞானம் தமக்குத்தான்

சொந்தம் என்று தன்னுரிமை பாராட்டும் சாஸ்திரங் களுக்கு எதிராகத்தான் என் போர். மேல், கீழ் என்னும் வித்தியாசங்களை அழிக்கும் பொருட்டுத்தான் என் போர். குருஷேத்திரப் போர் என்பது இருப்பவர் களுக்கிடையே நடக்கக்கூடிய ஒரு போர் அவ்வளவு தான். என் போர் இல்லாதவர்களின் சார்பாக நடக்கும் போர். இப்போர் கௌரவ, பாண்டவர்கள் இருவரின் மேலும் நிகழும். அப்போதுதன் காலடியில் அழுந்திக் கிடக்கிற ஜனங் களின் வாழ்வில் வெளிச்சம் பிறக்கும். தடைப்பட்டோரின் வாழ்வெனும் தோட்டத்தில் சமநிலை என்னும் பூ மலரும்.

**(மேடையில் இருள் கவ்வுகிறது)**

கன்னடமூலம் : சித்தலிங்கையா

தமிழில் : பாவண்ணன்

## 6. தன் வரலாறு

### அ. ஊரும் சேரியும் (ஒரு பகுதி)

#### பகுதி - 1

**ஐயரின் நிலம் :**

சேரியில் கடைசியாக இருப்பது எங்கள் வீடு. எங்கள் வீட்டுக்கும் கடைசியாக வேறொரு வீடு இருந்ததோ என்னவோ அதன் கூரை கீழே விழுந்து நான்கைந்து அடி உயரம் உள்ள மண்சுவர் மட்டும் நின்று கொண்டிருந்தது. நானும் பக்கத்து வீட்டுப் பையன்கள் சிலரும் சேர்ந்து அந்தக் குட்டிச் சுவர்களின் மேலே நின்றுகொண்டு வேலைக்குப் போயுள்ள எங்களுடைய அம்மாவும், அப்பாவும் திரும்பி வருகிறார்களா என்று தூரத்தில் பார்வையை ஓடவிட்டுத் தேடிக் கொண்டிருந்தோம். சீக்கிரமாக வரவேண்டும் என்று எங்கள் பெற்றோர்களை நோக்கி சில சமயங்களில் கூவிச் சத்தம் போடுவதும் உண்டு. எங்களின் கூப்பாடு அவர்களுக்குக் கேட்குமோ இல்லையோ! நாங்கள் அவர்களின் கண்களில் படுகிறமோ இல்லையோ! இது எதுவும் எங்களுக்குத் தெரியாது. எங்களுடைய இந்த குட்டிச் சுவரிலிருந்து ஐநூறு அறுநூறு அடி தூரத்திலிருந்து ஐயர் வீட்டு நிலம் ஆரம்பமாகிறது. அந்த நிலத்தில் ஐயரின் அழகான வீடும், பெரிய கிணறும், பம்ப் செட் வீடும் இருந்தன. இந்தப் பெரிய கிணற்றிலிருந்து தான் அவருடைய விவசாய நிலத்திற்கு நீர்ப்பாசனம் கிடைத்து வந்தது. எங்களது சேரியைச் சேர்ந்த மக்களுக்குக் குடிப்பதற்குத் தண்ணீர் கிடைத்தால் அதுவே பெரிய விஷயம். நம் மக்கள் கொஞ்சம் தூரத்தில் இருந்த பூந்தோட்டத்திற்குப் பக்கத்தில் இருந்த கிணற்றிலிருந்து தண்ணீர் கொண்டு வருவார்கள். தலித்துகளைத்தவிர பிற ஜாதியைச் சேர்ந்தவர்கள் அந்தக் கிணற்றிலிருந்து தண்ணீர் கொண்டு வந்ததை நான் பார்த்ததில்லை.

வழக்கம் போல எங்கள் வீட்டுக்குப் பக்கத்தில் இருந்த குட்டிச் சுவரின் மேலே ஏறிப் பையன்கள் எல்லாரும் தமது அம்மா, அப்பாக்கள்

வருகிறார்களா என்று சத்தம் போட்டுப் பாத்துக் கொண்டிருந்தபோது, என் கண்ணில் ஒரு காட்சி பட்டது. ஐயரின் நிலத்தில் இரு மனிதர் களின் தோள் மேலே ஏர்பூட்டி வேறு இருவர் நிலத்தை உழுது கொண்டிருந்தார்கள். ஏரில் பூட்டப்பட்ட இரு மனிதர்களும் காளை மாடுகளைப் போல் முன்னால் போய்க் கொண்டிருக்க, இன்னொருவன் அவர்களுக்குப் பின்னால் கையில் சாட்டையை வைத்து வீசியபடி உழுது கொண்டிருக்கும் காட்சி ஏதோ ஒரு உடற்பயிற்சி போலத் தோன்றினாலும், ஏர் சுமந்து நின்ற இருவரில் ஒருவர் எனது அப்பன்தான் என்று தெரிந்ததும் எனக்கு மிகவும் சங்கடமாகப் போய்விட்டது. பையன்கள் விளையாடிக் கொண்டிருந்த இடத்திற்கு வந்த சில பெண்கள் ‘பாவம், தேவண்ணனுக்கு எப்படிப்பட்ட கஷ்டகாலம் வந்துவிட்டது”என்று சொன்னது காதுகளில் விழுந்து என் மனத்துன்பம் மேலும் இருமடங்காயிற்று. நிலத்தில் காளை மாட்டைப் போன்று ஏர் உழுத என் அப்பன் அன்று சாயங்காலம் வீட்டிற்கு வந்தபோது அவருடைய கைகளுக்குக் காய்ச்சிய எண்ணெய் தடவித் தேய்த்துவிட்டுக் கொண்டிருந்தாள் என் அம்மா.

அப்பனுக்கு மூன்று இடங்களில் சின்னச் சின்னதாக நிலம் இருந்தது. எங்கள் வீட்டுக்குப் பக்கத்தில் இருந்த நிலம் குத்தகையாக உழுதுவந்த நிலம். அந்த நிலத்தின் சொந்தக்காரர் மாகடி என்னும் ஊரில் இருந்த பிராமணர் ஒருவருக்குச் சொந்தமானது. அவரையும் நாங்கள் ஐயர் என்றுதான் கூப்பிடுவோம். இந்த நிலத்தை மாமரத் தோட்டம் என்று சொல்லுவார்கள். அந்தத் தோட்டத்தில் மிகப் பழைய மாமரம் ஒன்று இருந்தது. இந்தத் தோட்டத்திற்குப் போவதற்கு வீட்டின் பின்புறத்தில் இருந்த பெரிய புளிய மரத்தைத் தாண்டித்தான் போகவேண்டும். புளியமரத்தின் நிழலில் விசாலமான ஒரு பலகைக் கல் இருந்தது. தோட்டத்திற்குப் போகும்போதும் வரும்போதும் புளிய மரத்தில் பேய்இருக்கிறது என்றும் அது வழியில் போகிறவர்களையும் வருகிறவர்களையும் கைதட்டிக் கூப்பிடுகிறது என்றும் மக்கள் பேசிக் கொண்டார்கள். புளியமரம் இருந்த பக்கத்தில் இருந்து அவ்வப்போது டப்டப் என்னும் சத்தம் வந்து கொண்டிருந்ததால் வழிப்போக்கர்கள் யாவரும் அந்தப் பேயின் மேல் ஒருவித பயத்தைக் கொண்டிருந் தார்கள். ஒருநாள் சாயங்காலம் நான் ஒருவன் மட்டும் தனியாக அம்மரத்தின் வழியாக எங்கள் வீட்டுக்குப் போனபோது அந்தச் சத்தம் கேட்டுப் பேயறைந்தவன் போலாகித் தலைதெறிக்க ஓடி வீடு வந்து சேர்ந்து தப்பித்துக் கொண்டேன்.

## பிராமணர்களின் ருசியான பண்டங்கள்

மாமரத் தோட்டத்தின் சொந்தக்காரர் மிகவும் நல்லவர்: தாராள மனம் கொண்டவர். என் அப்பன், அம்மா, நான் ஆகிய மூன்று பேரும் பேட்டையில் இருந்த அவர் வீட்டுக்குப் போய் வீட்டின் முன் பக்கமாக நின்றால் அவர் வீட்டில் மீந்து போயிருக்கும் சித்திரான்னம், பூரி போன்ற தின்பண்டங்களைக் கொடுப்பார். இந்த வகையான தின்பண்டங்களை நான் இதற்கு முன் என்றும் தின்றதில்லை. அந்தத் தின்பண்டங்கள் ருசியே ருசி. எனக்குள் ஒரு விசித்திரமான நன்றியுணர்வு உண்டானது. இது மட்டுமில்லாது ஐயர் அவர்கள் தம் வீட்டில் இருந்த கொஞ்சம் கிழிந்து போயிருந்த தம்மகனின் பழைய துணிகளையும் எனக்குக் கொடுப்பதுண்டு. அவருடைய மகன் பெரியவனாக இருந்ததால் அந்த துணிகள் எனக்குத் தொள தொள என்று இருக்கும். ஆனால் அவற்றை மடித்து விட்டுக் கொண்டு நான் போட்டுக் கொள்வதுண்டு. இந்தத் துணிகளை நான் போட்டுக் கொண்டதால் என் சேரியில் உள்ள சிறுவர்களிடமிருந்து வித்தியாசமான வனாக நான் இருந்தேன்.

பூரி, சித்திரான்னம் தொடர்பாக இன்னொரு நிகழ்ச்சியும் என் மனதில் இருக்கிறது. என்னுடைய அப்பன் மிகவும் சிறிய இடத்தில் பூ, காய்கறி போன்ற செடிகளைப் பயிரிட்டிருந்தார். அந்த இடத்தை சஞ்சீவையாவின் தோட்டம் என்று சொல்வார்கள். அந்தத் தோட்டம் ஏரியின் மேல்புறத்தில் இருந்தது. இங்கு விளைந்த பூக்களை மாகடி என்னும் ஊரில் கூடும் சந்தையில் விற்று நான் இரண்டணா சம்பாதித்திருந்தேன். ஒருநாள் நான் தோட்டத்தில் இருந்து வந்த ஏரிக்கரையின் மேல் நின்று கொண்டிருந்தேன். ஏரிக்கரையின் அக்கம் பக்கத்தில் யாரோ சிலர் வேலை செய்து கொண்டிருந்தார்கள். யாரே ஒருவர் கூச்சல் போட்டதும் அங்கே இருந்த ஆண், பெண், சிறுவர் என்ற எல்லாரும் பம்ப் செட் இருந்த பிராமணரின் வீட்டுப் பக்கமாகச் சரசரவென்று ஓடத் தொடங்கினார்கள். எனக்குப் பயமாக இருந்த போதிலும் ஓட முடியாமல் நடந்தே போய்க் கொஞ்சம் நிதானமாக பிராமணரின் வீட்டைச் சேர்ந்தேன். அவருடைய வீட்டின் முன்-பக்கமாகக் கொஞ்சம் தூரத்தில் தலித்துகள் வரிசையாக உட்கார்ந்து கொண்டு இருந்தார்கள். ஐயரின் வீட்டைச் சேர்ந்தவர்கள் அவர்களுடைய வீட்டில் மிச்சமான பூரி, சித்திரான்னம் போன்றவற்றை இவர்களுக்குப் பங்கு போட்டுக் கொண்டிருந்தார்கள். நான் கடைசியாகப்

போனதால் என் ஆசையில் மண் விழுந்தது. ஆனாலும், எல்லாரையும் விட முதலிலேயே என் அப்பனும், அம்மாவும் வரிசையில் நின்று திண்பண்டங்களை வாங்கிவிட்டதால் அவற்றைப் பார்த்து எனக்குப் பெருமகிழ்ச்சி ஏற்பட்டது.

## ஜலகரை அம்மா

எங்கள் சேரியில் எங்களுக்கு என்று தனியாக ஒரு மாரியம்மன் கோயில் இருந்தது. அந்தக் கோயிலின் பூசாரியாக ஒரு வயதான பாட்டி இருந்தாள். அவள் எனக்குத் தூரத்துச் சொந்தத்தில் பாட்டி. மாரியம்மன் கோயில் திருவிழாவை மிகுந்த உற்சாகத்துடன் கொண்டாடுவோம். மாரம்மா பாட்டியின் மேல் சாமி வந்துவிடும். அப்பொழுது, எங்களுக்கெல்லாம் மிகவும் பயமாக இருக்கும். பூசாரி அம்மா எங்களுக்குச் சொந்தக்காரியாக இருந்ததால் எனக்கே என்னைப் பற்றி மிகவும் பெருமையாக இருந்தது. அத்தோடு,சாமி எங்களுக்கு எந்தக் கெடுதலையும் செய்துவிடாது என்னும் நம்பிக்கையும் எனக்கு உண்டாயிற்று.

மேகளஹட்டி என்னும் ஊரில் இன்னொரு கோயில் இருந்தது. அந்தச் சாமியின் பெயர் ஜலதகரை அம்மா. வாரம் ஒருமுறை இந்தச்சாமி, யாராவது ஒருவரின் மேல் வந்துவிடும். இந்தச் சாமிக்கு அனேக பக்தகோடிகள். என் அம்மா இந்தச் சாமியின் பக்தைகளுள் ஒருத்தி. அந்தச் சாமி அருள்வாக்குச் சொல்லும் சமயத்திற்குச் சிறிது முன்பாகவே நாங்கள் எல்லாரும் அங்குப்போய் வரிசையாக உட்காந்து கொள்வோம். அந்தச் சாமியின் உருவத்தைப் பார்த்தவுடனே யாருக்கும் பயம் வந்துவிடும். அந்தச் சாமி ஒரு தடவை நறநறவென்று பல்லைக் கடித்தால் மக்கள் யாவரும் நடுநடுங்கிப் போய் வியர்த்து விடுவார்கள். அந்தச் சாமி, யார்மேல் வந்திருக்கிறதோ அந்தப் பெண்ணை அக்கா என்று என் பாட்டி கூப்பிடுவாள். நான் பெரியம்மா என்று கூப்பிடுவேன். அவளும் நம்மிடம் மிகுந்த ஆசையுடனும் அன்புடனும் நடந்து கொள்வாள். அதனால், அவள் மேல் அருள் வந்தபோது எனக்கொன்றும் அவ்வளவாகப் பயம் உண்டாகவில்லை. சாமியின் அருள்வரும் அந்தப் பெண் மிகவும் நல்லவள். அவள் உடல்வாகு மிகவும் நிறைவானதாகவும் அழகாகவும் இருக்கும். அவளுடைய புருஷன் அவளை விட்டுவிட்டு இன்னொரு பெண்ணுடன் ஓடிப் போய்விட்ட பின் அவள் மேல் அருள்வருவது ஆரம்பமானது.

சேரியைச் சேர்ந்த மக்கள் எல்லாரும் பற்பலவிதமான கனவு களைக் கண்டு கொண்டிருந்தார்கள். இறந்து போய்விட்ட எங்கள் தாத்தாவும் பாட்டியும் எங்களுடைய அப்பன், அம்மா, தம்பி, தங்கைகள் ஆகியவர்களின் கனவுகளில் வந்து தொல்லை கொடுத்தார்கள். செத்துப் போய்விட்டிருந்த பெண்ணொருத்தி உயிரோடிருந்த தன் தோழியின் கனவில் வந்து மரம் ஒன்றின் மேல் உட்கார்ந்து கொண்டு என்னுடன் வந்துவிடு என்று கைவீசிக் கூப்பிட்டாள். இதனுடன் ஜடைமுனி என்னும் பேயின் நடமாட்டம் வேறு சேர்ந்து கொண்டது. நடு ராத்திரியில் வீட்டுக்குத் திரும்பும் ஆண்கள் வழியில் ஜடைமுனியைப் பார்த்ததாகவும் அவனுடைய முகத்தைப் பார்த்துவிட்டால் இரத்தவாந்தி எடுத்துச் செத்துப் போக வேண்டியதுதான் கதி என்றும் எப்படியோ தாங்கள் தப்பித்துக் கொண்டி ஓடி வந்து விட்டதாகவும் சொன்னார்கள். இதைக் கேட்ட பெண்களும் சிறு பிள்ளைகளும் மிகுந்த பீதி அடைந்தனர். வழியில் தனியாகப் போகும்போது பிசாசுகள் கைதட்டிக் கூப்பிடுவதும் ஏளனச் சிரிப்பு சிரிப்பதும் நடைபெற்றுக் கொண்டிருந்தன. தைரியமாக மேற்கொண்டு வழியில் நடந்தால் "இந்தத் தடவை தப்பித்துக் கொண்டாய்; ஓடிப் போய்விடு" என்று அவை சொல்லின. மக்கள் யாவரும் இச்செய்திகளை உண்மையாகவே நம்பினார்கள். பேய் பிசாசுகளின் தொந்தரவுகளில் இருந்து விடுபடுவதற்காக சாமி கும்பிட்டு மனநிம்மதி பெற்றார்கள்.

இந்தச் சந்தர்ப்பதில்தான் எங்கள் ஊரில் சப்தமாரி (சப்தம்போடும் மாரியம்மன்) தொந்தரவு ஆரம்பமாயிற்று. இராத்திரி நேரங்களில் கூகுமாரியம்மன் வீடுவீடாகப் போய் வீடுகளின் முன்னால் நின்று கொண்டு வீட்டின் உள்ளே உள்ளவர்களின் ஒருவரின் பெயரைச் சத்தம் போட்டுச் சொல்லுவாள். அப்படிக் கூப்பிட்டவர் தப்பித்தவறி 'உம்' என்று சொல்லிவிட்டால் போயிற்று: அந்த இடத்திலேயே அந்த ஆள் ரத்தம் கக்கிச் செத்துப்போய் விடுவார். நேற்றிரவு எங்கள் வீட்டின் முன்பாக இந்தக் கூவும் சத்தம் கேட்டது: இதைப்பற்றி முன்னரே எனக்கு விஷயம் தெரியும் ஆதலால் நான் 'உம்' என்று குரல் கொடுக்கவில்லை என்று பலர் சொல்லிக் கொள்ள ஆரம்பித்தார்கள். அப்படிச் சொன்னவர்கள் எங்கள் கண்களுக்கு மிகுந்த புத்திசாலிகளைப் போன்று காட்சி அளித்தார்கள். தத்தமது வீட்டின் முன்னால் எல்லாரும் கதவில் "நாளை வா" எழுதி வைக்க ஆரம்பித்தார்கள். விடியற்காலையில் வானத்தில் வால்

நட்சத்திரம் தெரிவதன் காரணமாகத்தான் இப்படியெல்லாம் நடைபெறுகிறது என்று சிலர் சொல்லியதைக் கேட்டு மக்கள் எல்லாரும் விடியற் காலைப் பொழுதிலேயே படுக்கையை விட்டு எழுந்து வால் நட்சத்திரத்தைப் பார்த்து மேலும் அதிகமாகப் பயப்பட்டார்கள்.

இந்தச் சந்தர்ப்பத்தில் ஆச்சாரியார் (குருக்கள்) ஒருவர் வந்து இன்னும் பதினான்கு நாள்களுக்குள் நெருப்பு மழை பெய்யப் போகிறது என்றும் பிரளயம் நடைபெறப் போகிறது என்றும் சொல்லி விட்டுப் போய்விட்டார். இப்படிப்பட்ட சந்தர்ப்பத்திற்காகவே காத்துக் கொண்டிருந்த கில்லாடிகள் சிலர் மக்கள் எல்லாரும் தாம் விருப்பப் படுகிற சமையலைச் செய்து உண்டு மகிழ்ந்து தம் விருப்பத்தை நிறைவேற்றிக் கொள்ள வேண்டும் என்றும் சொந்தம் பந்தம் எல்லாரையும் வீட்டுக்குக் கூப்பிட்டுக் கடைசித் தடவையாக ஒருமுறை அவர்கள் முகங்களைப் பார்த்துக் கொள்ள வேண்டும் என்றும் சொல்லியிருந்தார்கள். மரண பயத்தை முன்னிட்டு ஏழைகள் கூடத் தடபுடலாகக் கொண்டாடினார்கள். பணக்காரர்களோ அன்னதானம் செய்வதற்கு ஏற்பாடு செய்தார்கள். இதன் பலனை எங்கள் சேரியைச் சேர்ந்த மக்கள் யாவரும் நன்றாக அனுபவித்தார்கள்.

வால் நட்சத்திரத்தின் பயத்தில் ஊர் நடுங்கிக் கொண்டிருந்த போது மாகடிக்கு மைசூர் மஹாராஜா விஜயம் செய்தார். அவர் ஏன் அங்கு வந்தார் என்பது எனக்கு நினைவில் இல்லை. என்னைப் போலவே பலருக்கும் அவர் எதற்காக அங்கு வந்தார் என்று புரிய வில்லை. அவரைப் பார்ப்பதற்காக ஒரு பெரிய திருவிழாவைப் போன்று கூட்டம் கூடியது. என்னைப் போன்ற சிறுவர்கள் எல்லாரும் அப்பா, அம்மாக்களின் தோள்களின் மேல் ஏறிக் கொண்டு மஹா ராஜாவை வெகுதூரத்திலிருந்து அரைகுறையாகப் பார்த்தோம்.

எனது அப்பனும் அம்மாவும் வேலைக்குப் போய்விட்ட பிறகு நான் ஒருத்தன் மட்டும் வீட்டைப் பார்த்துக் கொள்வேன். பொழுது மங்கி அந்தியானவுடன் கோழிகளைத் தேடிப் பிடித்துக் கூடைக்குள் போட்டு அடைப்பேன். சிறிய சீமெண்ணெய் விளக்கைப் பற்றவைப் பேன். அப்பனும் அம்மாவும் வந்தவுடன் சமையல் வேலையைக் கவனிக்கப் போய்விடுவார்கள். சிலநாள்கள் கிழங்கை வேகவைத்துக் தின்போம். இன்னும் சில நாள்கள் கடலைப் பொரி தின்று தண்ணீர் குடித்துவிட்டுப் படுக்கப் போய்விடுவோம். எங்களுடைய சின்னஞ்சிறு

நிலத்தில் விளைந்த விளைச்சல் எங்கள் அப்பா வாங்கியிருந்த கடனுக்குக் கட்ட வேண்டிய வட்டிக்கு மட்டுமே சரியாக இருந்தது. கிடைக்கும் கூலிப்பணம் குடும்பச் செலவுகளுக்குப் போதுமானதாக இருக்கவில்லை. சில நாள்கள் என்னுடைய அம்மா சாவனதுர்க்கம் என்னுமிடத்தில் உள்ள காடுகளில் இருந்து விறகு பொறுக்கிவரப் போய்விடுவாள். சந்தையில் இந்த விறகுச் சுமையை விலைக்கு விற்பாள். ஒருநாள் விறகுச் சுமையை வீட்டின் முன்னால் போட்டுட்டு ஒன்றுக்குப் போக வேண்டும் என்று ஓடினாள். அதற்குப்பிறகு விறகுச் சுமைக்குள்ளே இருந்து கரும்புச் சல்லையை எடுத்து என்னிடம் கொடுத்தாள். சாவனத்துர்க்கத்திலிருந்து கொஞ்சம் தூரத்தில் இருக்கும் மஞ்சனபெலே என்னும் ஊரில்தான் என் அம்மாவின் தாய்வீடு உள்ளது. மலையேறி அந்த ஊரைப் பாத்தேன் என்றும், உன்னுடைய பாட்டி, தாத்தாவின் ஞாபகம் வந்தது என்றும் சொல்லிக் கண்ணீரைத் துடைத்துக் கொள்வாள். அப்பொழுது, கொஞ்சநாள் வரை மஞ்சனபெலேயின் மேல் எனக்கும் பாசம் இருந்தது.

## கந்தர்வ லோகத்து நரிக்குறத்திகள்

எங்கள் நிலத்தையொட்டி பாதை ஒன்று இருந்தது. அந்த வழியாக நரிக்குறத்திகள் சிலர் காட்டில் இருந்து விறகு பொறுக்கிப் போய்க் கொண்டிருந்தார்கள். கறுப்பாக இருக்கும் தலித்துகளுக்கு அவர்கள் அயல்நாட்டுப் பெண்களைப் போல் காட்சி தந்தார்கள். எங்கள் சேரியைச் சேர்ந்த சில துடுக்குக்காரச் சிறுவர்கள் தூரத்திலிருந்து அவர்களைக் கிண்டல் செய்வார்கள். அந்தப் பெண்களும் இவர்களைத் திட்டுவார்கள். புட்டநரசன் என்னும் இளைஞன் தான் ஒருமுறை அவர்களை மிகவும் பக்கத்திலிருதே கிண்டல் செய்ததாகவும் விறகுச் சுமையைச் சுமந்து போன அவர்களுள் வயதான ஒருத்தி சுமையைக் கீழே போட்டுவிட்டு அவளுடைய சீலையை இழுத்து உடலை நன்கு மூடிக் கொண்டாள் என்றும்தான் மிகவும் பிரயாசைப்பட்டுத் தப்பிப் பிழைத்து வந்தேன் என்றும் சொல்லிக் கொண்டான். இதை நேரில் பார்த்தவர்கள் யாருமில்லை. ஆனால், இதைக் கேட்டவர்கள் யாவரும் நம்பினார்கள். இதன் காரணமாக மற்ற இளைஞர்கள் எல்லாருக்கும் இவன்மேல் ஒருவிதமான பொறாமை உண்டாயிற்று.

எங்கள் வீட்டுக்கு எதிரிலிருந்த குடும்பமும் எங்களைப் போன்றே ஏழைக்குடும்பம். அந்த வீட்டின் ஆண் குள்ளமாகவும் ஒல்லியாகவும்

இருந்தான். சதா பீடி குடித்துக் கொண்டே இருப்பான். அவனுடைய பெண்டாட்டியோ மிகவும் குண்டானவள். தினமும் அவனை அடிப்பாள். புருஷன் ஒருநாள் கூட எதிர்த்து அடித்ததில்லை. அவ்வளவு ஏன், அவள் முன்னால் நின்று அவளுடன் பேசியதுகூடக் கிடையாது. இவனுடைய உயிர் நண்பன் மேகளஹட்டி என்னும் ஊரில் இருந்தான். இவர்கள் இருவரையும் எப்போதும் ஒன்றாகத்தான் பார்க்க முடியும். இவர்களின் நட்பு இவர்கள் ஊரில் இருக்கும் ஃபோட்டோ ஸ்டுடியோவுக்குப் போய் ஜோடியாக நின்று ஃபோட்டோ எடுத்துக் கொள்ளும் அளவுக்குப் போயிற்று. இதை வீட்டில் தொங்க விட்டிருந்தார்கள். இதைப் பார்த்தவர்கள் எல்லாரும் ஆச்சரியத்தில் ஆழ்ந்து போனார்கள். ஆனால் திடீரென்று ஒருநாள் அவர்களுக்குள் சண்டைவந்து அவர்களின் நட்பு முறிந்து போயிற்று. அதன்பிறகு இருவரும் தங்கள் வீடுகளில் இருந்த ஃபோட்டோவின் ஃபிரேமைப் பிரித்து இருவரும் ஒன்றாக இருந்த போட்டோவை வெட்டி, தங்கள் பாதிக்கு மட்டும் கண்ணாடி போட்டுக் கொண்டார்கள். அன்றிலிருந்து அவர்களுடைய வீடுகளில் ஃபோட்டோவின் ஃபிரேம் பெரிதாக இருந்த போதிலும் பாதி ஃபோட்டோ மட்டும் அதில் காட்சி தந்தது. இது அவர்களின் உறவு முறிந்து போனதற்கு அடையாளமாக விளங்கியது.

அப்பொழுது எங்கெங்கும் வறட்சி வந்து பஞ்சம் தலைவிரித் தாடியது. மக்கள் சோற்றுக்காக அல்லாடினார்கள். மழைபெய்ய வேண்டும் என்பதற்காக மக்கள் எல்லாரும் ஆங்காங்கே பூஜைகள் செய்ய ஆரம்பித்தார்கள். பூஜை நடைபெறும் இடத்திற்குப் போக தலித்துகள் எல்லாரையும் ஒரு மூலையில் உட்கார வைத்தார்கள். மேல் ஜாதியைச் சேர்ந்தவர்களுக்குப் பந்தியில் சோறு போட்ட பின்னால்தான் அவர்கள் கவனம் எங்கள் பக்கம் திரும்பியது. சோறு கிடைத்தால் போதும் என்று இருந்ததால், இந்தப் பாகுபாடுகளைப் பற்றிச் சிந்திக்க வேண்டும் என்று அப்பொழுது எல்லாம் எனக்குத் தெரிந்திருக்க வாய்ப்பில்லை. அப்பொழுதுதான் என்னுடைய இரு தங்கைகள் சிவலிங்கம்மாவும், புட்டம்மாவும் பிறந்திருந்தார்கள். முதலிலேயே நிறைய கடன் வைத்திருந்த என் அப்பனுக்கு எங்களை எல்லாம் வளர்ப்பது கஷ்டமான காரியமாக இருந்தது. தூரதூரங்களில் உள்ள ஊர்களுக்கெல்லாம் வேலை தேடிக் கொண்டுபோய் அங்கேயே தங்கியிருந்து விட்டு மூன்று மாதங்களுக்கு ஒரு முறையோ, ஆறு மாதங்களுக்கு ஒரு முறையோ வீட்டுக்கு வருவதுண்டு. அந்தச் சமயங்களில் எல்லாம் இரவு நேரங்களில் பயத்தின் காரணமாக

நாங்கள் வீட்டில் படுப்பதில்லை. பெரும்பாலான சமயங்களில் நாங்கள் மாகடம்மா அவர்களின் வீட்டில்தான் படுத்துக் கொள்ளுவோம். எங்களுடைய அம்மா அவர்களை அக்கா என்று கூப்பிட்டதால் நாங்கள் பெரியம்மா என்று கூப்பிடுவோம். அவர்களுடைய மகன் இரவு நேரங்களில் வைக்கோல் காவலுக்காகப் போய்விடுவார். அவர் போகும் போது என்னையும் கூட்டிக் கொண்டு போவார். வைக்கோல் போரில் உள்ள வைக்கோலை உருவி அதையே படுக்கைபோல விரித்துப் போட்டு அதன்மேலே படுத்துக் கொண்டு வைக்கோலையே போர்த்திக் கொண்டு தூங்கிப்போய்விடுவது மிகவும் மகிழ்ச்சியாக இருந்தது. சில சமயங்களில் வைக்கோல் போரின் நடுவில் உள்ள வைக்கோலைக் கொஞ்சம் உருவிப் போட்டுவிட்டு, அந்தச் சந்துக்குள் புகுந்து தூங்கிவிடுவதும் உண்டு.

ஒருநாள் வீட்டில் அம்மா ரொட்டி சுட்டுக் கொண்டிருந்தாள். நாங்கள் மூன்று பேரும் அடுப்பின் முன்னால் உட்கார்ந்து அதை வேடிக்கைப் பாத்துக் கொண்டு இருந்தோம். அடுப்புக்கு மேலே இரவானம் போல செய்து அதில பெட்டியை வைத்திருந்தோம். அந்தப் பெட்டியின் மேலே இரண்டு நாகப் பாம்புகள் சண்டை போட்டுக் கொண்டிருந்தன. அவை திடீரென்று ரொட்டியின் மேலே விழுந்து விட்டன. அவை ஓடிப்போவதற்கு முன்பாக நாங்கள் எல்லாரும் தப்பித்தோம் பிழைத்தோம் என்று வெளியே ஓடிவந்து விட்டோம். வீதியில் இருந்தவர்கள் எல்லாரும் சேர்ந்து பாம்புகளைத் தேடியும் அவை சிக்கவில்லை. அன்றிலிருந்து நாங்கள் பகல் பொழுதில் கூட வீட்டின் உள்ளே இருப்பதற்குப் பயப்பட்டோம்.

சில நாள்களுக்குப் பின்னர் அப்பன் வீட்டுக்கு வந்தபோது எங்களுக்கெல்லாம் சந்தோஷமாயிற்று. ஆனால் எங்களுக்குப் பக்கத்து வீட்டிலிருந்த எங்கள் பெரியப்பாவும், எங்கள் பாட்டியும் கண்ணீர் விட்டு அழுது கொண்டிருந்தார்கள். எங்கள் அம்மாவும் அவர்களுக்கு முன்னால் உட்கார்ந்து கொண்டு பயந்து போய் அழுது கொண்டிருந்தாள். இந்தத் துன்பத்திற்குக் காரணம் வேடிக்கை யாகவும், வினோதமாகவும் இருந்தது. ஏதோ ஒரு ஊரில் அப்பன் கூலி வேலை செய்து கொண்டிருந்தபோது அங்கு இரண்டு கும்பலைச் சேர்ந்தவர்களுக்கிடையே அடிதடி நடைபெற்றிருக்கிறது. போலீஸ் காரர்கள் வந்து சிலரைக் கைது செய்து அழைத்துச் சென்றார்கள். அந்தச் சமயத்தில் எங்கள் அப்பனும் அங்கே இருந்ததால் அதையும்

சாட்சியாகச் சேர்த்துக் கொண்டு போய்விட்டார்கள். இதை எங்கள் அப்பன் வாயிலிருந்து கேட்டதும் மற்றவர்கள் எல்லாரும் பயந்து போய்த் துன்பப்பட ஆரம்பித்து விட்டார்கள். “நாம இதுவரையிலும் போலீஸ் ஸ்டேஷன் வாசலைக் கூட மிதித்ததில்லை. உங்க அப்பன் இப்ப அங்க போக வேண்டி வந்துட்டதில்லையா” என்று பெரியப்பா சொன்னபோது எனக்கும் அழுகை வந்தது.

## மண்டைச்சாமியின் பரம்பரை

எங்களுக்கென்று தனியாக ஒரு சாமி இருப்பதையும் எங்களுக்கென்று தனியாக ஒரு பூசாரி இருப்பதையும் நான் அப்போதுதான் புரிந்து கொண்டேன். எங்கள் வீட்டின் மேற்குப் பக்கத்தில் இருந்த இலுப்பை மரத்தின் கீழே பூசாரி வந்து நின்று கொண்டிருக்கிறார் என்று பெரியப்பாவும், பாட்டியும், அம்மா, அப்பன் எல்லாரும் அங்குபோய் அவருக்கு வணக்கம் தெரிவித்ததோடு காணிக்கையும் கொடுத்தார்கள். அவர் மண்டைச்சாமியின் சீடர் பரம்பரையைச் சேர்ந்தவர். மண்டைச் சாமி எங்கள் குலதெய்வம். நாங்கள் எல்லாரும் அந்த தெய்வத்தின் குழந்தைகள். இந்தப் பூசாரி வந்தால் சாட்சாத் மண்டைச்சாமியே வந்ததைப் போல் இருக்கும். மாகடியைச் சுற்றியுள்ள ஊர்களில் எல்லாம் இந்த வழக்கம் பரவியிருந்தது. இது மாண்டியா, மைசூர் மாவட்டங்களில் இன்னும் பரவலாக இருந்தது. எங்களுடைய பூர்விகத்தைச் சேர்ந்தவர்கள் மாண்டியா மாவட்டத்தின் மத்தூர் தாலுகாவில் உள்ள ஆதகூர் என்னும் ஊரிலிருந்து இங்குப் பிழைக்க வந்தவர்கள். இந்தப் பூசாரியும் கூட அந்தப் பகுதியைச் சேர்ந்தவரே. அவர் இவ்வளவு தூரம் பயணம் செய்து இங்கு வந்தது எங்கள் பாக்கியமே. எங்களுடைய சாமியைப் புலையரவன் என்று சொல்லுவார்கள். ஆனால் இந்தப் பூசாரியோ மேல் ஜாதியைச் சேர்ந்தவர். அதனால் தானோ என்னவோ அவர் எங்கள் அரிசனச்சேரியின் பக்கம் திரும்பிப் பார்த்துக்கூடக் கிடையாது. இப்போது, இலுப்பை மரத்தின் அடி வரைக்குமாவது வந்திருக்கிறாரே: அதுவே எங்களுக்கு சந்தோசத்தையும் புண்ணியத்தையும் கொடுப்பதாகும். எங்களுக்கும் ஆசிர்வாதம் செய்வதற்காக ஒரு பூசாரி இருக்கிறாரே என்ற பெருமை, எங்களுள் யாராவது ஏதாவது தப்பு செய்து மாட்டிக் கொண்டு விட்டால் ‘மண்டைச்சாமி மேலே சத்தியம்: நான் இப்படிச் செய்யவில்லை’. என்று சத்தியம் செய்து கொடுப்பது வழக்கமாயிற்று. இதன் அர்த்தம் எனக்கு இப்போது புரிகிறது.

தலித்துக்கள் மட்டுமே குடியிருந்த மேகளஹட்டியில் ஒருநாள் காலையில் கொண்டாட்டமோ கொண்டாட்டம். மேடைபோட்டுச் சில நாற்காலிகளைக் கொண்டுவந்து வைத்திருந்தார்கள். வீதியில் தோரணங்களைக் கட்டியிருந்தார்கள். எல்லா வீடுகளிலும் விளக் கேற்றி ஒரே திருவிழாக் கோலமாகவும் கோலாகலமாகவும் இருந்தது. எல்லாரும் அன்று அங்கு மந்திரி வரவிருப்பதைப் பற்றியே பேசிக் கொண்டிருந்தார்கள். பையன்கள் எல்லாரும் அன்று அங்கு மந்திரி வரவிருப்பதைப் பற்றியே பேசிக் கொண்டிருந்தார்கள். பையன்கள் எல்லாரும் மிகுந்த மகிழ்ச்சியுடன் வேறு எங்கும் போகாமல் அங்கேயே வட்டம் போட்டுக் கொண்டிருந்தார்கள். மந்திரி என்றால் எப்படி இருப்பாரோ: அவரைப் பார்க்க வேண்டும் என்று எங்களுக்கெல்லாம் ஒரே ஆசை. பெரியவர்களுக்கோ இதோ வந்துவிடுவார் என்ற படபடப்பும் ஆதங்கமும். சேரிப் பெண்கள் எல்லாரும் ஒன்றுகூடிக் கூட்டமாக நின்று கொண்டு நடப்பதை எல்லாம் ஆச்சரியத்தோடு பார்த்துக் கொண்டிருந்தார்கள். பெரியவர்கள் தங்கள் கைகளில் சுமாரான சைஸ்களில் மாலைகளைப் பிடித்து பயபக்தியுடன் நின்று கொண்டிருந்தார்கள். உச்சிவெயில் ஆனபொழுதும்கூட மந்திரி வரவில்லை. ஆடுமாடுகள் வீட்டுக்குத் திரும்பும் சமயம் வந்தபோதும் கூட மந்திரி வரவில்லை. பொழுது சாய்ந்து இரவு வந்து எங்கும் இருட்டான பின்பும் அவர் வராததைப் பார்த்து ஜனங்கள் குழம்பிப் போய்விட்டார்கள். வீடுவீடாகப் பணம் வசூல் செய்து ஏற்பாடு செய்யப்பட்ட நிகழ்ச்சி நடைபெறவே இல்லை. கொண்டு வந்திருந்த வாடகை நாற்காலிகளைத் திருப்பி அனுப்பிவிட்டார்கள். நிஜலிங் கப்பாவின் அரசில் மந்திரியாக இருந்த கே. பிராபாகர் என்னும் தலித்துதான் அந்த மந்திரி என்று எனக்கு மங்கலாக நினைவு.

எங்கள் சேரியைத் தாண்டிப் போனால் சிறிது தூரத்தில் அரசாங்கம் போட்ட தார்ரோடு வரும். இந்த ரோடுதான் ஊரையும், சேரியையும் பிரிக்கும் எல்லையாக இருந்தது. அந்தப் பக்கம் மேட்டுக் குடியினரின் வீடுகள். இந்த ரோட்டில் பஸ்கள் ஓடின. பஸ்களின் நிறம், ஓட்டம், பஸ், ஜன்னல் வழியாகத் தெரியும் முகங்கள், பூம் பூம் என்னும் சத்தம் இவை எல்லாம் என்னை மிகவும் ஈர்த்தன. நீண்ட நேரம் அப்படியே நின்றுகொண்டு பஸ்களைப் பார்த்துக் கொண்டிருப்பது ஒரு மகிழ்ச்சிகரமான செயல். ஒரு தடவை, இவ்வாறு நின்று கொண்டிருந்த பஸ்ஸை சேரியைச் சேர்ந்த பையன்கள் பாத்துக் கொண்டிருந்த போது மேட்டுக்குடி பையன்கள் அந்தப் பக்கமாக நின்று பார்த்துக்

கொண்டிருந்தார்கள். அந்தப் பையன்களுக்கு எங்களைவிடப் பெருமை அதிகம். நின்று கொண்டிருந்த பஸ்ஸின் பின்பக்கத்தில் இருக்கும் கம்பி ஏணியைப் பிடித்துக் கொண்டு அவர்கள் ஏறுவார்கள். அன்றைக்கென்று பார்த்து யாரும் எதிர்பாராத போது அந்த பஸ் பின்பக்கமாக நகர்ந்தது, ஏறிக் கொண்டிருந்த பையன்கள் தொப் பென்று கீழே விழுந்து விட்டார்கள். ஒரு சிறுமியின் மேலே பஸ் ஏறிவிட்டது. அந்தச் சிறுமியின் உடல் மண்ணோடு மண்ணாகப் போய்விட்டது. என் உயரத்திற்கு இருந்த அந்தச் சிறுமியை நான் முன்னரே பார்த்திருக்கிறேன். அவள் மெலிந்த உடலும் வெள்ளை முகமும் கொண்டிருந்தாள். அவளுடைய ஏக்கமே அவளுடைய மரணத்திற்குக் காரணமாக ஆயிற்று. ரோடு முழுவதும் ரத்தமயம். கொஞ்ச நேரத்திற்குள் அங்குக் கூட்டம் சேர்ந்து விட்டது. அந்தச் சிறுமியின் சொந்தக்காரர்கள் எல்லாரும் தமது கைகளுக்குக் கிடைத்த தடி, தொண்ணை, விறகுக்கட்டை, உலக்கை போன்ற ஆயுதங்களை எடுத்துக் கொண்டு டிரைவரையும், கண்டக்டரையும் தேடிக் கொண்டிருந்தார்கள். டிரைவர் எப்படியோ தலைமறைவாகி விட்டான். கண்டக்டரைப் பிடித்துவிட்ட ஜனங்கள் தர்ம அடி அடித்துக் கொண்டிருந்தார்கள். சிறுமியின் சொந்தக்காரர்கள் போட்ட கூப்பாடு களுடன் கண்டக்டரின் கூப்பாடு சேர்ந்து கொண்டு அங்கு ஒரே கூச்சலாக இருந்தது. ஜனங்கள் கண்டக்டரை இந்தப் பக்கமும் அந்தப் பக்கமுமாக விரட்டி விரட்டி அடித்தார்கள். அவனோ பணப்பையைத் தன் உயிரினும் மேலான பொருளாகப் பாவித்துத் தன் நெஞ்சோடு சேர்த்து வைத்துக் கொண்டு கீழே விழுந்த காட்சி, பார்ப்பவர்களை 'ஐயோ, பாவம்' என்று சொல்ல வைத்தது. கண்டக்டர் செத்துப் போய்விட்டான் என்று ஜனங்கள் பேசிக் கொண்டார்கள். ஜனக் கூட்டத்தின் கூச்சல் குழப்பத்தால் எதுவும் புரிந்து கொள்ளாமல் வீடு திரும்பிய எனக்கு இந்த விபத்தின் முடிவு என்னவாயிற்று என்று புரியவில்லை. அன்றிலிருந்து பஸ்கள் என்றாலே எனக்கு மனதில் ஒருவித பயம் உண்டாயிற்று.

### என்னுடைய கையில் குட்டி போட்ட ஆடு

என்னுடைய பெரியப்பாவின் இரு பெண் பிள்ளைகள்–என் அக்காமார்கள் – பள்ளிக்குப் போவதில்லை. அவர்கள் ஆடுமாடுகளை மேய்ப்பதைப் பார்த்துக் கொண்டார்கள். அவர்களுடன் நானும் எங்கள் ஆடுமாடுகளை மேய்க்கப் போவேன். எங்கள் ஆடுகளுள் ஒன்று

எனக்கு உயிர். அதற்கும் என்மேல் பிடிப்பு. கருவுற்றிருந்த அந்த ஆட்டை ஒரு தடவை பள்ளத்தில் மேய விட்டிருந்தேன். என்ன ஆச்சரியம்! அது அங்கேயே குட்டி போட்டு விட்டது. அப்போதுதான் நிலத்தில் விழுந்த அந்த ஆட்டுக்குட்டி துள்ளிக் குதிக்க ஆரம்பித்தது. உடனே, தூரத்தில் இருந்தவர்களைக் கூவிக் கூப்பிட்டேன். ஆட்டுக் குட்டி தாய் ஆட்டின் மடியில் பால் குடிக்க வைத்தார்கள். குட்டிக்குத் தாய் ஆடு தொந்தரவு எதுவும் செய்யாமல் இருக்கட்டும் என்பதற்காகத் தாய் ஆட்டின் வாயில் என்னுடைய வலது கை விரலை வைத்துத் தடவி விட்டு சமாதானப் படுத்தினேன். ஆட்டுக்கு என்னவாயிற்றோ தெரியவில்லை; அது என் விரலைக் கடித்து விட்டது. ரத்தம் வழிந்தது. பக்கத்திலிருந்த இலை தழைகளைப் பறித்துச் சாறு பிழிந்து மருந்து போட்டேன். இப்பொழுதுகூடக் கையில் அந்தக் காயத்தின் தழும்பு இருக்கிறது.

என் அப்பனுக்கு நான் என்றால் உயிர். சில சமயங்களில் எங்காவது வெளியே போகும்போது என்னையும் கூட்டிக் கொண்டு போகும். அப்பனுக்கு வேறுவேறு ஜாதிகளைச் சேர்ந்த நண்பர்கள் உண்டு. மேல் ஜாதியினரின் வீதிகளுக்குப் போய் அங்குள்ள நண்பர் களின் வீடுகளுக்கு முன்பக்கமாக நிற்கும். ஒருசில சமயங்களில் பக்கத்தில் இருக்கும் கல்லின் மேல் உட்காரவைத்துத் தின்பதற்கு ஏதாவது பண்டங்கள் கொடுக்கும். சில சமயங்களில் ஊரில் உள்ள ஓட்டலுக்கும் கூட அப்பன் என்னைக் கூட்டிக் கொண்டு போன துண்டு. ஓட்டல்காரர்கள் எங்கள் இருவரையம் தூரமாக ஒரு மூலையில் உட்கார வைப்பார்கள். அவர்கள் கொடுக்கும் இட்லியைத் தின்று பரமானந்தம் அடைந்திருக்கிறேன். இட்லியின் வடிவத்திலும் மென்மைத் தன்மையிலும் ருசியிலும் முழுகிப் போயிருந்த எனக்குப் பிற விஷயங்களில் கவனம் செலுத்தத் தோன்றவில்லை. எப்பொழுதாவது சில சமயங்களில் என்னுடைய அப்பன் சில நண்பர்களுடன் கூட்டுச் சேர்ந்து கொண்டு சாராயம் குடிக்கப் போவதுண்டு. வெகு தூரத்தில் இருந்த சாராயக் கடைக்குப் போகும் கூட்டத்திற்கு என்னுடைய அப்பனின் இன்னொரு அண்ணன்தான் தலைவன். அப்பொழுதெல்லாம், தவறாமல் என்னைத் தன் தோளின் மேல் உட்கார வைத்துக் கூட்டிக் கொண்டு போகும் என் அப்பன். என்னைப் போலவே தங்கள் அப்பன்களின் தோள்மேல் உட்கார்ந்து கொண்டு வேறு சில பையன்களும் வருவதுண்டு, சாராயம் குடித்துப் போதை ஏறஏறப் பெரியவர்களுக்குப் பையன்களின் மேல் கருணை

பொங்கும். அவ்பொழுது எங்களுக்கும் சாராயமும் ருசியான பிற தின்பண்டங்களும் கிடைக்கும். இப்படி ராத்திரி நீண்ட நேரம் போனபிறகு வீட்டுக்குத் திரும்புவோம்.

புதுத்தோட்டம் என்னும் இடத்திலும் பாளூர் தோட்டம் என்னும் இடத்திலும் அப்பனுக்குக் கொஞ்சம் நிலம் இருந்தது. இது எங்கள் தாத்தா வழிச் சொத்து. எங்கள் அம்மாவும் அப்பனும் தொலை தூரத்தில் உள்ள புதுத்தோட்டத்துக்கு நடந்து போய் நிலத்தில் வேலை செய்வார்கள். என்னை மரம் அல்லது செடியின் கீழே உட்கார வைத்துவிட்டு வேலை செய்து கொண்டிருப்பார்கள். மத்தியானம் சாப்பாட்டை முடித்துக் கொண்டு உடனே நிலத்திற்குப் போய்ச் சாயங்காலம்வரை வேலை செய்வார்கள். என்னுடைய அம்மா ஒருநாள் 'என்னுடைய பையனைப் படிக்க வைக்க வேண்டும். சொந்தக் காரர்களிடம் இருந்து வரும் கடிதங்களைப் படிக்க தெரிந்து கொண்டால் போதும்; அப்புறம் அவனை விட்டுவிடுவோம்'' என்று யாரிடமோ சொல்லிக் கொண்டிருந்தது என் காதுகளில் விழுந்தது.

ஒருநாள் என்னுடைய பெரியப்பாவும் இன்னும் சிலரும் சேர்ந்து என்னைப் பிடிக்க முயற்சித்துக் கொண்டிருந்தார்கள். நான் எவ்வளவோ தப்ப முயன்றாலும் அவர்கள் விட்டபாடில்லை. ஒரே கட்டாக என்னைத் தூக்கிக் கொண்டுபோய்ப் பள்ளிக் கூடத்தில் விட்டார்கள். நான் அம்போ என்று அழுது கொண்டிருந்தேன். வீடு, அப்பன், அம்மா, ஆடு, மாடு ஆகியவற்றைப் பற்றிய நினைவு வந்ததுமே என் கண்களில் இருந்து நீர் பொலபொல என்று கொட்டத் தொடங்கியது. பள்ளிக் கூடத்தின் உள்ளே என்னைவிட கவலை தோய்ந்த முகத்தைக் கொண்ட பல பையன்கள் உட்கார்ந்து இருந்தார்கள். ஆசிரியர் பிரம்பால் ஒரு அடி கொடுத்தவுடன் நான் ஒரு தடவை சத்தமாகக் கத்திவிட்டுப் பேசாமல் உட்கார்ந்து விட்டேன்.

என் ஆசிரியரின் பெயர் நாகப்பாச்சாரியார். பஞ்சகச்சமாக வேட்டிக் கட்டிக் கறுப்பு நிற கோட்டுப் போட்டுக் கொண்டிருக்கும் உயரமான மனிதர். மிகவும் கெடுபிடியான ஆசாமி. சில நாட்களுக்குப் பிறகு பள்ளிக்கூடத்திற்கு இன்ஸ்பெக்டர் வந்தார். எங்களுக்கெல்லாம் பயம் இரு மடங்கானது. வந்தவர் வெகுநேரம் பள்ளிக்கூடத்தில் இருந்து, பையன்களைப் பாடம் படிக்கச் செய்தும் எழுதச் செய்தும் சோதனை செய்தார். அவரது உதடுகள் எங்களுடைய உதடுகளைப் போல அல்லாமல் விரித்துக் கொண்டிருந்தன. இதை நான் உன்னிப்பாகக்

கவனித்தேன். அவ்வப்பொழுது என் வகுப்புத் தோழர்களுக்கு என் உதட்டை இன்ஸ்பெக்டரின் உதட்டைப் போல வலித்துக் காட்டினேன். பையன்களுக்கு இன்ஸ்பெக்டரின் ஞாபகம் வந்து விழுந்து விழுந்து சிரித்தார்கள். விளையாட்டு பீரியடின் போது பையன்கள் எல்லாரும் எனக்கு மிட்டாய்கள் வாங்கிக் கொடுத்து இன்ஸ்பெக்டரின் உதட்டைப் போல வலித்துக் காட்டும்படி கேட்டுக் கொள்வார்கள். இதனால் நான் பையன்களுக்கெல்லாம் வேண்டியவனாக ஆகிவிட்டேன்.

## நடிப்புக் கலையின் முதற்பாடம்

ஒருநாள் பள்ளிக் கூடத்தில் மத்தியான வகுப்பின் போது ஆசிரியருக்குப் போரடித்துப் பையன்களைப் பாட்டுப் பாடச் சொன்னார். யாரோ ஒரு பையன் ‘சார்! இவன் இன்ஸ்பெக்டர் மாதிரி உதட்டை வலித்துக் காட்டுவான்’ என்று சொல்லிவிட்டான். ஆசிரியருக்கு மிகவும் மகிழ்ச்சி உண்டாகி, ‘அதென்ன, செய்து காட்டு. பாக்கலாம்’ என்றார். நானும் அப்படியே செய்து காட்டினேன். ஆசிரியரும் பையன்களும் கொடுத்த உற்சாகத்தினால் நானும் சந்தோசத்துடன் இன்ஸ்பெக்டரின் முகபாவம், நடை, உடை, பாவனை, பேச்சு போன்றவற்றையெல்லாம் செய்து காட்டினேன். ஆசிரியருக்குச் சிரித்துச் சிரித்துக் கண்களில் நீர் வழிந்தது. அன்றிலிருந்து வகுப்பின் கடைசி பீரியடில் ஆசிரியர் என்னை நிற்க வைத்து ‘ஏதாவது செய்துகாட்டப்பா’ என்பார். எனக்கு இன்ஸ்பெக்டரின் பாவனையைச் செய்து காட்டுவதைத் தவிர வேறு எதுவும் செய்யத் தெரியவில்லை. ஆசிரியரின் சொல்லைக் கேட்காவிட்டால் எங்கே அடித்து விடுவாரோ என்ற பயம் வேறு. அதனால் கண்களைச் சுழற்றுவது, பைத்தியக் காரனைப் போல முகத்தை வைத்துக் கொள்வது, பல்லை இளிப்பது போன்ற கோணங்கி வேலைகளைச் செய்து சந்தோசப் படுத்தினேன். சில நாள்களுக்குள்ளாகவே வகுப்பில் மிகவும் முக்கியமான பையனாக நான் ஆனேன்.

நாகப்பாச்சாரியார் நல்ல ஆசிரியர். அவ்வப்பொழுது பையன் களை எல்லாம் வரிசையாக நிற்க வைத்து ஊரைச் சுற்றி ஊர்வலமாகக் கூட்டிக் கொண்டு போவார். அவர் முன்னால்: நாங்கள் எல்லாரும் பின்னால். அவர் ‘கட்டாயக் கல்வி’ என்று உரக்கக் குரல் கொடுத்ததும் நாங்கள் ‘வழக்கத்தில் உள்ளதே’ என்று கூவுவோம். அவர் ‘ஆறுவயதுக் குழந்தைகளை’ என்றால் நாங்கள் எல்லாரும் ‘பள்ளியில் சேர்த்திடுங்கள்’ என்போம். ஊரில் உள்ளவர்களுக்

கெல்லாம் இத்தகைய ஊர்வல நிகழ்ச்சி மன நிறைவைத் தந்தது. இந்த ஊர்வலம் தலித்துக்கள் வாழும் சேரிக்குக்கும்கூடப் போவ துண்டு. ஊர்வலம் முடிந்த பின்னர் ஆசிரியர் எல்லாருக்கும் பெப்பர் மிண்ட் கொடுப்பார்.

ஒருநாள் சாயங்காலம் நான் என்னுடைய சேரியில் நின்று கொண்டிருந்தபோது, நூற்றுக்கணக்கானவர்கள் ஊர்வலமாக எங்களுடைய வீட்டுப்பக்கமாக வந்து கொண்டிருந்தார்கள். ஊர்-வலத்தின் முன்பக்கமாக ஒரு குதிரை, குதிரையின் மேலே பெரியப்பா, என் பெரியப்பா மாகடி நகரசபைத் தேர்தலில் வெற்றி பெற்றிருந்தார். வெற்றி ஊர்வலம்தான் அப்போது அங்கு வந்து கொண்டிருந்தது. பெரியப்பா குதிரையிலிருந்து இறங்கி, எங்கள் பாட்டியின் கால்களில் விழுந்து வணங்கினார். ஊர்வலம் திரும்பிச் சென்றது. எங்கள் பெரியப்பா தலித்துகளிலேயே படிப்பறிவு பெற்ற தைரியசாலியான ஆள். ஏர்ச்சின்னத்தில் தேர்தலில் நிற்க வைத்து ஒரு பைசாகூடச் செலவில்லாமல் மக்கள் இவரை நகரசபைக்கு உறுப்பினராகத் தேர்ந்தெடுத்தார்கள். ஊருக்கு மிகவும் உண்மையாக உழைத்த பெரியப்பா நல்ல பெயரைச் சம்பாதித்திருந்தார்.

இந்தப் பெரியப்பா ரொம்பவும் கெடுபிடி. பலவருடங்களுக்கு முன்பே பெரியம்மா இறந்து போய்விட்டாள். மறுமணம் செய்து கொள்ளவில்லை. மஹாபாரதம் படிப்பது இவருடைய பொழுது போக்கு. பிற்காலத்தில் இவருடைய வாழ்க்கை மிகவும் துன்பமானதாக இருந்தது. ஊரிலிருந்த லேவாதேவிக்காரியிடம் வாங்கிய கடனை இவரால் திருப்பிக் கட்ட முடியவில்லை. அவள் வற்புறுத்தினாள். இதனால் அவமானமுற்ற என் பெரியப்பா ஒரு கிணற்றுக்குப் போய் அதற்கு தூப தீப ஆராதனை செய்துவிட்டு, அதில் குதித்துத் தன் உயிரைப் போக்கிக் கொண்டார்.

## ஓட்டல் வைத்த பெரியப்பா

இன்னொரு பெரியப்பா மேகளஹட்டி என்னும் ஊரில் ஓர் ஓட்டல் வைத்திருந்தார். தலித்துகள் மட்டும்தான் அந்த ஓட்டலுக்கு வருவார்கள். அவ்வப்போது இட்லி வாங்குவதற்காக நான் அந்த ஓட்டலுக்குப் போவதுண்டு. அப்பொழுது என்னை மிகுந்த பாசத்துடன் கூப்பிட்டு எனக்கு இட்லியும், காப்பியும் கொடுத்துத் தின்னச் செய்து அனுப்புவார். பின்னர் இவர் தம் குடும்பத்தைப் பெங்களூருக்கு மாற்றிக் கொண்டு போய் அங்கேயும் ஓட்டலை நடத்த வேண்டும்

என்னும் ஆசையுடன் வீட்டுச் சாமான்கள் எல்லாவற்றையும் மூட்டைக் கட்டிக் கொண்டுபோய் பஸ்ஸின் மேலே போட்டுப் பெங்களூர் நோக்கிப் புறப்பட்டார். பெங்களூரில் இறங்கி பஸ்ஸின் மேலே போட்ட மூட்டைகளைப் பார்த்தால் அவற்றைக் காணோம். முந்தின நிறுத்தத்தில் இறங்கிய யாரோ அவற்றைத் தூக்கிக் கொண்டு போய்விட்டார்கள். இவ்வாறு பெங்களூரில் ஓட்டல் ஆரம்பிக்கும் அவருடைய ஆசையில் மண் விழுந்தது.

இதற்கு நடுவே, எங்கள் அப்பன் கடன் அதிகமானது. ஊரில் வாழ்க்கை நடத்துவது மிகவும் கஷ்டமாகி விட்டது. எங்கள் அப்பன் பெங்களூருக்குப் புறப்பட்டுவிட்டது. இச்செய்தி நிறையப் பேருக்குத் தெரியாமலிருந்தது. பிறகு கொஞ்சம் சொஞ்சமாக இது பரவியது. எங்களை எல்லாம் விட்டுவிட்டு எங்கள் அப்பன் போனது பலவிதமான சிந்தனைகளுக்கு இடம் கொடுத்தது. பள்ளிக் கூடத்தில் ஆசிரியர் என்னை எழுந்து நிற்கச் சொல்லி வீட்டில் சமையல் ஆயிற்றா இல்லையா: நான் சாப்பிட்டேனா இல்லையா என்று தினமும் விசாரித்துத் தெரிந்து கொள்வார். எனக்குத் தைரியம் கொடுக்கும் படியான வார்த்தைகளைப் பேசுவார். என் அம்மாவுடனும் இரு தங்கைகளுடனும் நாங்கள் மிகுந்த கஷ்டத்துடனும் பயத்துடனும் நாள்களைத் தள்ளிக் கொண்டிருந்தோம்.

இந்தச் சந்தர்ப்பத்தில் எங்கள் அம்மாவின் சொந்தக்காரர்கள் எங்களுக்கு உதவி செய்ய முன்வந்தார்கள். எங்களுடைய மாமன் வந்து எங்களை எல்லாம் மஞ்சனபெலே என்னும் ஊருக்குக் கூட்டிக் கொண்டு போனார். நாங்கள் மாகடியிலிருந்து வீட்டைக் காலி செய்துவிட்டு மஞ்சனபெலேக்குக் குடிபெயர்ந்தோம். எங்களுடைய அப்பனின் சொந்தக்காரர்களை விட அம்மாவின் சொந்தக்காரர்கள் கொஞ்சம் வசதியானவர்கள். தாத்தாவின் வீடு பெரியதாக இருந்தது. பெரிய திண்ணையும் கொட்டாயும் இருந்தன. ஊரில் அரிசனங்களும் முஸ்லிம்களும்தான் குடியிருந்தார்கள். மலைகளால் சூழப்பட்டிருந்த மஞ்சனபெலேயில் அர்காவதி என்னும் ஆறு கரைபுரண்டு ஓடியது. பக்கத்திலேயே தாத்தாவுடைய நிலம் இருந்ததால், பல காரணங்களை முன்னிட்டு நான் ஆற்றின் பக்கத்திலேயே நீண்ட நேரத்தைக் கழித்தேன்.

கன்னடமூலம் : சித்தலிங்கையா

தமிழில் : சிவ சண்முகம்

# 7. கட்டுரை

## அ. தலித் என்ற சொல்லின் பொருளும் விளக்கமும்

தலித் என்ற சொல் தற்பொழுது மிகவும் பரவலாகப் பயன்படுத்தப் படுகிறது. இதற்கு முக்கிய காரணமாக இருப்பது "கர்நாடக தலித் சங்கர்ஷ சமிதி"யின் நடவடிக்கைகளே. இந்த சமிதியின் நட-வடிக்கைகள் அதிகமாக ஆகும் பொழுதெல்லாம் பற்பல வகையான விளக்கங்கள் வந்தவண்ணம் இருக்கின்றன. விளக்கங்களைக் கொடுப்பவர்கள் முதலில் பெயரைப் பற்றிய விளக்கத்திலிருந்தே ஆரம்பிப்பார்கள். 'தலித்துக்கள் என்றால் தீண்டத்தகாதவர்களை மட்டும் குறிப்பிடுவதாக எப்படி வைத்துக் கொள்ள முடியும்? எல்லா ஜாதிகளிலும் உள்ள ஏழைகளையும் தலித்துக்கள் என்று ஏன் சொல்லக்கூடாது?' என்று கேட்டு தலித் என்னும் பட்டத்தை யார் யாருக்கெல்லாமோ சூட்ட ஆரம்பித்து விடுகிறார்கள். இவ்வாறு இவர்கள் செய்வதில் இவர்களுக்கு மற்றொரு குறிக்கோள் இருப்பதையும் நாம் கவனத்தில் கொள்ள வேண்டும். ஏனென்றால், இப்படியெல்லாம் விளக்கங்களைக் கொடுத்து எவ்விதமான குறிக்கோளுமில்லாத போராட்டங்களை எல்லாம் தலித் போராட்டங்கள் என்று குறிப்பிட்டு உண்மையான போராட்டத்தின் அமைப்பையே மாற்றிவிடப் கூடாது. ஆகவே, இந்த விளக்கத்தை நாம் தெளிவுப்படுத்திக் கொள்வது சிறப்பானது.

'தலித்' என்றால் 'துன்பத்திற்கு ஆளான', 'தோற்கடிக்கப்பட்ட' என்னும் பொருள்களைச் சாதாரண அகராதிகள் தருகின்றன. இந்திய நாட்டில் உள்ள அனைத்துச் சாதிகளும் ஒவ்வொரு வர்க்கப் பிரிவு களாகப் பிரிந்து செயல்பட்டு வரும் சூழலில் மிகவும் உயர்ந்த மட்டத்தில் இருந்து கொண்டு ஆதிக்கம் செலுத்திவரும் பிராமண வர்க்கத்தைச் சேர்ந்தவர்கள் பிற வர்க்கத்தைச் சேர்ந்தவர்களை எல்லாம் தமது பிடியிலும் கட்டுப்பாட்டிலும் வைத்திருக்கும் நிலை உள்ளது. சமுதாய அமைப்பில் அவர்களுக்கு அடுத்த நிலையில் உள்ள சத்திரியர்கள், வைசியர்கள், சூத்திரர்கள் ஆகியவர்களுள் உயர்

வர்ணத்தினரான லிங்காயத்துக்கள், ஒக்கலிகர்கள், ரெட்டியார்கள் போன்ற சாதிக்காரர்கள் சமுதாய அமைப்பு முறையில் இன்னமும் பிராமணர்களின் பிடியில் இருந்து ஒருவிதமான மானசீகத் துயரத்திற்கு ஆளாகிறார்கள் என்றபோதிலும் இவர்கள் யாவரும் பொருளாதார ரீதியில் உயர்ந்த நிலையில் உள்ளார்கள் என்பதை யாராலும் மறுக்க முடியாது. இவ்வாறு இருப்பதனால் தான் வரலாறு முழுவதும் புத்தியையே நம்பிக்கொண்டிருந்த பிராமண வர்க்கத்தைச் சேர்ந்தவர்கள், வாழ்க்கைப் பிரச்சினை வந்தபொழுது மட்டும் மேலே சொல்லப்பட்ட ஜாதிகளைச் சேர்ந்தவர்களுடன் ஏதாவது ஒரு வகையான ஒப்பந்தத்தை வைத்துக் கொண்டிருக்கிறார்கள்.

இப்படிப்பட்ட வரலாற்று பூர்வமான உடன்படிக்கையின் காரணமாகத் தீண்டத் தகாதவர்களல்லாத பிறர் அனுபவித்திடும் சமுதாய வேறுபாடுகளின் காரணமான மானசீகத் துயரங்களின் கடுமை மிகவும் குறைவானதாகவே உள்ளது. ஆனால், அறிவுத் திறனும் பொருளாதார மேம்பாடும் கொண்டிருக்காத தீண்டத் தகாதவர்கள் ஒரு பக்கம் பொருளாதார ரீதியில் உயர்நிலையில் இருப்பவர்களால் துன்பத்திற்கும் தொல்லைகளுக்கும் ஆளானதோடு தமது உயர்ஜாதியினரின் வாய்ப்புகளையும் வசதிகளையும் காப்பாற்றிக் கொள்ளுவதற்காக பிராமண இனத்தவர்கள் கற்பித்த பற்பல சட்டதிட்டங்கள், புராணங்கள், சாத்திரங்கள் போன்றவற்றாலும் அன்றாட வாழ்க்கையில் மிகவும் கொடிய துன்பங்களுக்கு ஆளானார்கள். இப்படி பிராமண சாதியாரின் சமுதாயக் கட்டுப்பாடு களினால் பிராமணசாதி அல்லாத (சத்திரியர், வைசியர்) லிங்காயத்தர், ஒக்கலிகர், ரெட்டி போன்ற இனத்தவர்கள் அனுபவித்திடும் சாதாரண துன்ங்களைக் காட்டிலும் தீண்டத்தகாதவர்கள் அனுபவித்திடும் துன்பங்களின் அளவு மிகுதியானதாக உள்ளது. இத்தகைய இரு வகையான மக்கட் பிரிவினரிடமிருந்தும் துன்பங்களுக்கு ஆளாகு பவர்கள் இவர்கள் தான்.

இனி, தலித் என்ற சொல்லுக்கு இருக்கும் 'தோற்கடிக்கப் பட்டவர்கள்' என்னும் பொருளைப் பார்ப்போமாக. தற்பொழுது தீண்டத்தகாதவர்கள் என்று சொல்லப்படுபவர்கள் இந்திய நாட்டின் பழங்குடிகள் ஆவார்கள். இந்த நாட்டிற்கு ஆரியர்கள் முதன்முதலில் வந்தபொழுது அவர்களின் ஆதிக்கத்தை இந்தப் பழங்குடி மக்கள் ஏற்றுக் கொள்ளவில்லை. இதன் காரணமாக இவ்விரு சாராருக்கும்

இடையே அவ்வப்போது சண்டை சச்சரவுகள் நடைபெற்றிருக்கின்றன. ஆரியர்களுடைய ஆடுமாடுகளையும் பெண்களையும் இந்தப் பழங்குடியினர் தமது வசப்படுத்திக் கொண்டிருக்கின்றனர். சிறிது காலத்திற்குப் பின்னர் ஆரியர்கள் பலசாலிகளானார்கள். பழங்குடியினரின் மீது ஆரியர்களின் ஆதிக்கம் மிகுதியாயிற்று. இதற்குப் பிறகு பலம்குன்றிப் போயிருந்த இவர்களின் மூலமாகத் தரம்குறைந்த செயல்களைச் செய்து முடித்துக் கொண்டு இவர்களை அடக்கியும் ஒடுக்கியும் வைத்தார்கள். இறுதியில் இத்தகைய கூட்டத்தைச் சேர்ந்தவர்களே தீண்டத்தகாதவர்களானார்கள்.

இவ்வாறு, இந்த இரு சாதாரணச் சொற்களின் வரலாற்று பூர்வ ஆராய்ச்சியிலிருந்து தீண்டத் தகாதவர்களை மட்டுமே தலித்துக்கள் என்று சொல்லலாம் என்று தெரியவருகிறது. இந்தச் சூழ்நிலையில், ஏற்கனவே ஓரளவுக்கு ஏற்றுக் கொள்ளப்பட்டுவிட்ட விளக்கம் ஒன்றை இங்குச் சொல்லலாம். பொருளாதார ரீதியாகவும் அரசியல், கல்வி, சமுதாய ரீதியாகவும் யார் எல்லாம் புறக்கணிக்கபட்டார்களோ அவர்கள் எல்லாரும் தலித்துகள் என்று சொல்லப்படலாம்.

## சமுதாயப் பாரம்பரியம்

கி.பி. 400-ஆம் ஆண்டுகளில் நாட்டை ஆண்டு குப்த பரம்பரையினர் பசுவதைக்கு அபராதம் போட்டார்கள். அன்றில் இருந்துதான் தீண்டாமை நடைமுறைக்கு வந்திருக்க வேண்டும் என்று டாக்டர் டி.ஆர். பண்டார்கர் கருத்து தெரிவித்துள்ளார். செய்யும் தொழில்களின்அடிப்படையில் தான் ஜாதிகள் தோன்றின என்ற மற்றொரு கருத்தும் உள்ளது. அவ்வளவாகப் புத்திசாலிகளாக இல்லாத முரட்டுத்தனம் கொண்ட சாமானியர்கள் மிகவும் சாதாரண வேலைகளைச் செய்து வந்தார்கள். இறுதியில் அவர்களே சமுதாய அமைப்புகளினால் வஞ்சிக்கப்பட்டார்கள். இதற்குக் காரணம், பெரும்பான்மை இன மக்களின் மூடத்தனம் ஒருபுறம் இருக்க மற்றொருபுறம் சிறுபான்மை இன மக்களின் அறிவுத்திறம் மிகவும் முக்கியக் காரணமாக உள்ளது. மனிதர்களுக்கு நடுவே பிரிவினை வாதச்சுவர்களை எழுப்பித் தமது வாய்ப்புகளையும் வசதிகளையும் காப்பாற்றிக் கொள்ளும் அறிவுத்திறன்மிக்க மக்கள் இனத்தினர் இச்சுவர்கள் எப்பொழுதும் இடித்துத் தள்ளப்படாமல் இருக்குமாறு பார்த்துக் கொண்டு வந்துள்ளனர்.

இதனோடு தொடர்புடைய மற்றொரு விசயத்தை நாம் இங்குத் தெளிவுபடுத்துவது நல்லது. பிரித்தாளும் சூழ்ச்சியை இந்திய நாட்டுக்கு அறிமுகம் செய்து வைத்தவர்கள் ஆங்கிலேயர்கள் என்னும் ஒரு தவறான கருத்து இங்குப் பரவலாக உள்ளது. ஆனால் இந்திய நாட்டின் ஜாதிப்பாகுபாடு, புராணம், வரலாறு இவற்றைக் கூர்ந்து பார்ப்போமேயானால் பிரித்தாளும் சூழ்ச்சியை ஆங்கிலேயர்களுக்குக் கற்பித்தது நம்நாடு தான் என்பது புரியக்கூடும். இந்தப் பிரித்தாளும் திறனைத் தலித்துகள் இன்னும் புரிந்து கொள்ளாததால்தான் மக்களிடையே ஏற்றத்தாழ்வுகளையும் அதனால் உண்டாகும் துன்பங் களையும் தலித்துகள் இன்றளவும் அனுபவித்துக் கொண்டு வருகிறார்கள்.

தலித்துகளுக்குள் வலங்கை மற்றும் இடங்கை என்னும் இரு முக்கிய பிரிவினர் உள்ளனர். சாதாரணமாக யாருக்காவது உடல்நலம் இல்லாமல் போய்விட்டால் மற்ற ஜாதிக்காரர்களைப் போன்றே இவர்களும் தாயத்துக் கட்டுவது, பாடம் போட்டுக் கொள்ளுவது போன்ற பழக்கங்களைக் கடைப்பிடித்து வருகிறார்கள். இவர் களுக்குள் வலங்கைக்காரன் ஒருவன் உடல்நலமில்லாமல் தாயத்துக் கட்டிக் கொள்ளுவதற்காகப் பூசாரியிடம் போனால் அவன் வழக்கம் போலச் செய்ய வேண்டிய சடங்குகளை எல்லாம் செய்துவிட்டு உடல்நலமில்லாதவனுக்குச் சீட்டைக் கட்டிய பின் ''இன்னும் ஒரு வாரத்துக்கு வீட்டுல தீட்டு கீட்டு வராதமாதிரி பாத்துக்க வேணும்.. வீட்டவிட்டு வெளிய போனா இடங்கைக்காரங்க கிட்டப் பேச வேண்டாம்'' என்று சொல்லுவான். இதே போல இடங்கைக்காரன் தனக்கு உடல்நலமில்லை என்று பூசாரியிடம் போனால் அவனிடம் ''வெளிய போனா வலங்கைக்காரர்களிடம் பேச்சுக் கொடுக்காமல் பார்த்துக்கொள்'' என்று சொல்லுவான். இதைப் போன்றே, திருமணம் போன்ற சுபகாரியங்கள் வீட்டில் நடைபெறும் பொழுதும்கூட இப்படியே செய்வார்கள். கிழக்குச் சீமையின் சில பகுதிகளில், தலித்துகள் கிணற்றிலிருந்து புதுப்பானைகளில் 'புதுநீர்' கொண்டுவந்து சமையலுக்கு அடுப்பைப் பற்ற வைக்கும் பழக்கம் உள்ளது. இவ்வாறு புதுநீர் கொண்டு வருபவர்கள், வலங்கைக்காரர்களாக இருந்தால் வழியில் இடங்கைக்காரர்கள் அவர்களைப் பார்த்துவிடாதபடியும் இடங்கைக்காரர்களாக இருந்தால் வலங்கைக்காரர்கள் அவர்களைப் பார்த்துவிடாதபடியும் பார்த்துக் கொள்ளுவார்கள். இக்காரணத்திற்காக இவர்கள் புதுநீரை நடுராத்திரியில் கிணற்றிலிருந்து கொண்டுவரும் வழக்கம் இன்றளவும் உள்ளது.

இத்தகைய சமுதாயப் பழக்க வழக்கங்களின் காரணமாக இந்த ஒரு சமுதாயப் பிரிவினரிடையே இருக்கும் இடைவெளி குறைவதற்கான வாய்ப்பு இல்லாமல் போய்விடுகிறது. கீழ்நிலைக்குத் தள்ளப்பட்ட இத்தகைய பெரும்பான்மையின மக்கள் ஒன்றுசேராமல் இருந்து விட்டால், இத்தகைய மூடப் பழக்க வழக்கங்களால் பயனேதுமில்லை என்பதை உணர்ந்து கொள்ளத் தவறிவிட்டால் இத்தகைய சமுதாயப் பின்னணியை உருவாக்கியவர்களுக்கு என்றென்றும் கொண்டாட்டம் தான் என்பதை நாம் சொல்லித்தான் தெரிந்து கொள்ள வேண்டும் என்றில்லை.

இவ்வாறு சுயநலமிகளால் உருவாக்கப்பட்ட பழக்கவழக்கங்கள் சில சமயங்களில் அர்த்தத்துடனும் சிலசமயங்களில் அர்த்த மில்லாமலும் நடைமுறையில் வந்துவிட்டன. உயர்ஜாதியினர் நடத்தும் உணவுவிடுதிகளுக்குள் தலித்துக்கள் அனுமதிக்காமல் இருத்தல், பொது வழிபாட்டுக் கூடங்களுக்குள் செல்ல அனுமதி மறுத்தல், பொதுக் கிணறுகளையும் பிற நீர்நிலைகளையும் பயன்படுத்திக் கொள்ள அனுமதி மறுத்தல் போன்ற பலவற்றைச் சொல்லலாம்.

மேலும், சில விவரங்கள் நேரடியாகத் தலித்துக்களிடம் சொல்லி பிற இனத்தைச் சேர்ந்தவர்கள் தமக்குள் உள்ள வேறுபாடுகளை மறந்து ஒன்றோடென்று சேர்ந்துவிடாமல் இருக்கும் விதத்தில் புராண இதிகாசங்கள், காவியங்கள், காப்பியங்கள் போன்றன படைக்கப் பட்டன. அதனால்தான் இந்த நாட்டின் அனைத்துப் பண்பாடும் ஒரு குறிப்பிட்ட சமுதாயத்தின் பெருமையைப் பறைசாற்றுவதாகவே உள்ளது. இந்நாட்டில் உள்ள மக்கள் எல்லோருடைய பழக்க வழக்கங்களையும் உள்ளடக்கிய பண்பாடு என்று எதுவும் இல்லாமல் போய்விட்டது. அல்லது, பிராமணர்களைத் தவிர்த்த பிற இனத்தவர்கள் இதுவரை இந்திய நாட்டின் பண்பாடு என்று சொல்லப்பட்டு வந்ததைத் தம் பண்பாடு அல்ல என்று சொல்லிப் புறக்கணித்திருக்க வேண்டும். அதையும் இவர்கள் செய்திடவில்லை.

### பொருளாதார, கல்வி பாரம்பரியம்

தற்போது நாட்டில் நிலவிவரும் பொருளாதார அமைப்பு முறையைக் கவனித்துப் பார்ப்போமேயென்றால் உண்மையில் அது ஜாதியையே அடிப்படையாகக் கொண்டுள்ளது என்றே சொல்ல

வேண்டும். இனங்களின் அடிப்படையில் தோன்றிய தொழில்முறை இன்னும் மாற்றியமைக்கப் படாமல் அப்படியே உள்ளது. இவ்வாறு வம்சங்களின் அடிப்படையில் தோன்றிய தொழில் முறையால் தலித்துகளுக்கு உண்டான துன்பங்களும் துயரங்களும் கொஞ்ச நஞ்சமல்ல. செருப்பு தைத்து வாழ்க்கையை நடத்தும் இனத்தை உருவாக்கிய சமுதாய அமைப்பு முறை அதோடு நின்று விடவில்லை: செருப்பு தைப்பதற்குத் தேவைப்படும் தோலையும் ஆடுமாடுகளைக் கொல்வதன் மூலம் அவனே தயார் செய்து கொள்ள வேண்டும் என்றும் நிர்ப்பந்தித்தது. அத்தோடு, பிராணிகளைக் கொல்வதால் கிடைத்த இறைச்சி, இவ்வமைப்பு முறைக்கு மேலும் உற்சாகம் அளித்திருக்கக் கூடும் என்றே நினைக்கச் செய்கிறது. இதனால்தான் 'கொல்பவனே சக்கிலியன்: புலால் உண்பவனே பறையன்' போன்ற சித்தாந்தங்கள் உண்டாகி அவர்களுடைய சமுதாய நடவடிக்கை களை இழிசெயல்களாகப் பாவிக்கச் செய்தனர். (இவ்வாறு சொல்லும் பொழுது, பசவண்ணனைப் போன்றவர்கள் புதியதொரு சமுதாயத்தை உருவாக்கிடச் செய்த அரும்பெரும் முயற்சிகளை நாம் மறந்து விட்டதாக எண்ணிவிடக் கூடாது. ஆயினும், அடிப்படைக் காரணங் களைக் கண்டுபிடித்து அவற்றுக்குத் தீர்வு காணாமல் புதியதொரு சமுதாயத்தைப் படைத்திட முடியாது என்பதை நாம் உணர்ந்து கொள்ள வேண்டும். எனினும், 'கொல்வதற்கும் உண்பதற்கும் இடையேயும்' சக்கிலியனுக்கும் பறையனுக்கும் இடையேயும் இருக்கும் வரலாற்று அடிப்படையிலான தொடர்பை நீக்குவதற்குப் பசவண்ணன் முயற்சிக்கவில்லை என்பது உண்மை. இவ்வாறுள்ள வரலாற்று அடிப்படையின் கட்டாயத்தைப் புரிந்து கொள்ளாமலோ அல்லது புரிந்து கொண்டும் அதை விளக்கிச் சொல்லாத காரணத்– தினாலோ என்னவோ பசவண்ணன் எந்தக் குறிக்கோளை அடிப் படையாக வைத்துக் கருத்துகளைச் சொன்னாலும் அவை பெரு– மளவிற்கு ஒரு குறிப்பிட்ட இனத்தைச் சேர்ந்த மக்களின் இழிவுக்கே காரணமாக உள்ளன என்பதை நாம் புரிந்து கொள்ள வேண்டியது அவசியமாகும்.)

கிராமத்தில் செருப்பு தைக்கும் வேலைபார்த்துவந்த ஒரு குடும்பம் உயர்ந்த ஜாதியைச் சேர்ந்த பத்துப் பதினைந்து குடும்பங் களுக்கு வருடக்கூலியாக அவர்கள் கொடுக்கும் தானியங்களைப் பெற்றுக் கொண்டு அவர்களுக்குச் செருப்பு தைத்துக் கொடுக்கும் வேலையைப் பார்த்து வந்தது. அதாவது, செருப்பு தைக்கும் இந்தக்

குடும்பத்தைச் சேர்ந்தவர்கள் உயர்ந்த ஜாதியைச் சேர்ந்த அந்தக் குடும்பங்களில் உள்ள எல்லா நபர்களுக்கும் – குழந்தைகள், பெண்கள், ஆண்கள் உள்ளிட்ட யாவருக்கும் – ஆண்டு முழுவதற்கும் தேவையான செருப்புக்களைத் தைத்துக் கொடுப்பது, சீமாறு, சாட்டை போன்றனவற்றைச் செய்து கொடுப்பது ஆகியவற்றைக் கவனித்துக் கொள்ள வேண்டும். அவர்களுடைய எஜமானர்கள் வருடத்திற்கு ஒருமுறை நெல், ராகி, சோளம், கம்பு இவற்றில் எதைப் பயிர் செய்கிறார்களோ அதை ஒரு குறிப்பிட்ட அளவு கொடுப்பார்கள். அந்தக் காலத்தில் செருப்பு தைத்துக் கொடுக்கும் குடும்பத்தைச் சேர்ந்தவர்கள் தமக்குத் தேவையான அளவு உணவு நிலபுலன்களைச் சொந்தமாக்கிக் கொண்டு விவசாயம் செய்ய வேண்டிய அவசியம் இத்தகையவர்களுக்கு உண்டாகவில்லை என்றே சொல்ல வேண்டும். என்னுடைய அனுபவத்தில் இத்தகைய எத்தனையோ குடும்பங்கள் தங்களுக்கு நிலபுலன்கள் இருந்த போதிலும் மேலே சொன்ன காரணங்களினால் அவற்றைக் காப்பாற்றிக் கொள்ள வேண்டும் என்னும் அவசியமும் உணர்வும் இல்லாமல் ஒரு துப்பட்டி, மாடு, பத்து ரூபாய் போன்ற பொருள்களுக்குக்கூட தமது இரண்டு, மூன்று ஏக்கர் பரப்புள்ள நிலங்களைக் கைமாற்றிக் கொண்ட பலரை நான் பார்த்துள்ளேன்.

ஆனால், இப்பொழுது இத்தகைய அவலநிலை சிறிது சிறிதாக மாறிவருகிறது. கிராமங்களில் உள்ள இத்தகைய குடும்பங்கள் தைத்த செருப்புகளைவிட நகரங்களில் உள்ள தொழிற்சாலைகளின் பெரிய பெரிய இயந்திரங்கள் தயாரித்திடும் செருப்புகள் அழகானவையாக இருப்பதுடன் நீண்ட நாள் உழைப்பனவாகவும் உள்ளன. மேலும், கிராமங்களில் உள்ள பணக்காரர்கள் நகரங்களுடன் பற்பல விதத்தில் மிகவும் நெருங்கிய உறவு வைத்துக் கொண்டிருப்பதால் நகரங்களில் உள்ள கடைகளிலேயே எல்லாவிதமான செருப்புகளையும் வாங்கிக் கொள்ளுகிறார்கள். இதனால், காலங்காலமாக வழக்கத்தில் இருந்த விளைபொருள்களைப் பெற்றுக் கொண்டு அவர்களின் தேவைகளை நிறைவு செய்யும் முறை முற்றிலுமாக அழிந்து போயிற்று. மேலும், இந்தச் செருப்பு தைத்த குடும்பங்கள் தமது வாழ்க்கையை நடத்துவதற்கு வேறு தொழில் முறைகளைத் தேட வேண்டிய அவசியம் ஏற்பட்டது. ஆனால் கிராமங்களில் உள்ள துணி துவைப்பவர், கம்மாளர் போன்றவர்களுக்கு இன்று இத்தகைய நிலை ஏற்படாமல் பழைய வழக்கமே தொடர்கிறது. ஏனென்றால், துணிகளைத் துவைப்பதற்கு

நகரங்களுக்கு எடுத்துச் செல்ல முடியாது: கிராமங்களிலேயேதான் சுத்தம் செய்திட வேண்டும். இதே போன்று, கடப்பாறை, சம்மட்டி, மண்வெட்டி, கோடாரி, அரிவாள் போன்ற விவசாய உபகரணங்கள் செய்வதற்கும் பழுதானவற்றைச் சீர் செய்வதற்கும் கம்மாளர்கள் அவசியம் தேவை. இதனால் இத்தகைய நடைமுறையைக் கடுமை யாக எதிர்ப்பவர்கள் செருப்பு தைக்கும் இனத்தைச் சேர்ந்தவர்களே தவிர மற்ற இரு இனத்தைச் சேர்ந்தவர்கள் அல்லர்.

இந்திய நாட்டின் நிலப்பங்கீட்டில் நடைபெற்றிருக்கும் அநியாயம் மிகப்பெரிய அளவிலானதாகும். நிலத்தை யார் வேண்டுமானாலும் உழுது கொள்ளலாம் என்று இருந்த அந்த ஆரம்ப காலத்தில் அறிவுள்ளவர்கள் விவசாயம் செய்து வாழ்க்கையை நடத்தி வந்தனர்: பிறர் நாடோடிகளாகத் திரிந்து விலங்குகளின் இறைச்சி, வழியில் கிடைத்த காய்கறி போன்ற இயற்கைப் பொருள்களைத் தின்று வாழ்க்கை நடத்தி வந்தனர். பின்னர், அரச பரம்பரையினர் தோன்றி அரசாட்சி மலர்ந்த பொழுது அறிவுத்திறம் மிக்கவர்களாக இருந்தவர்கள் ஊரின் எஜமானர்கள் ஆனார்கள். அப்படிப்பட்ட எஜமானர்கள் ஊரில் நிலத்தைப் பிரித்துக் கொடுப்பதிலிருந்து கப்பம் வசூலிப்பது வரை எல்லாவற்றையும் தமது பிடியின் கீழ் வைத்திருந்தார்கள். அப்பொழுது இயற்கையாகவே அறிவுத்திறன் மிக்கவர்கள் தமக்கும் தங்களுக்கு வேண்டியவர்களுக்கும் இடையே நிலத்தைப் பங்கு போட்டுக் கொள்வதும் அவர்கள் தமது வாய்ப்பு வசதிகளைக் காப்பாற்றிக் கொள்ளுவதும் நிகழ்ந்திருக்கக் கூடும். ஏனென்றால், இந்த நெறியைச் சேர்ந்த எந்த ஒரு அரசனும் தனக்குக் கிடைக்க வேண்டிய கப்பத்தைப் பற்றித்தான் கவலைப்பட்டுக் கொண்டு இருந்தானே தவிர மக்க ளுடைய நன்மைக்காகக் கவலைப்பட்டதில்லை. இக்காரணத்தால் மக்களுக்கிடையே உள்ள வேறுபாடு மிகுதியாகவே ஆயிற்று.

இதற்குப் பின்னர் ஆங்கிலேயர்களின் ஆட்சிக் காலத்தில், நிலப்பங்கீட்டு முறையில் இருந்த ஏற்றத்தாழ்வு மிகவும் பரவலானது. ஆங்கிலேய அதிகாரிகளுடன் யார் நெளிவு சுழிவுகளுடன் பழக-வல்லவர்களாக இருந்தார்களோ, அவர்கள் வந்தால் அவர்களுக்கு உணவும், ஆடல்பாடல் வசதிகளும் கூடிய ஏற்பாடுகள் யாரெல்லாம் செய்து கொடுத்தார்களோ அப்படிப் பட்டவர்கள் மட்டும் ஆங்கிலேயர் களுடன் நெருங்கிய தொடர்பு கொண்டவர்களானார்கள். அப்படிப் பட்டவர்களின் கட்டுப்பாட்டின் கீழ் கிராமங்களின் நிர்வாகம் வந்த

பொழுது அவர்கள் தங்கள் மற்றும் தங்களுக்கு வேண்டியவர்களின் வாய்ப்புகளிலும் வசதிகளிலும் மிகுந்த அக்கறை காட்டினார்கள். இதற்குள்ளாக ஆங்காங்கே இயற்கையாகக் கிடைத்த உணவுப் பொருட்களை வைத்துக் கொண்டு வாழ்க்கை நடத்திவந்த தலித்துகள் அப்பொருள்களும் கிடைக்காமல் போய் அவ்வப்பொழுது வேளாண்மையில் ஈடுபட்டிருந்தவர்களிடம் கூலிக்காரர்களாக வேலைபார்த்து வந்த தமது சொந்தக்காரர்களுடன் சேர்ந்து கொள்ள வேண்டிய சூழ்நிலை ஏற்பட்ட பொழுது இவர்களின் வாழ்க்கை மேலும் கேவலமானதாயிற்று. ஆனால் நாடு விடுதலை பெற்றதற்குப் பிறகும்கூட பரம்பரை பரம்பரையாக நிலச்சுவான்தார்கள் தமது உடைமைகளையும் உரிமைகளையும் மிகவும் கவனமாகக் காப்பாற்றிக் கொண்டு வருவது ஆச்சரியப்படத்தக்க விசயமாகும். நிலமற்றவர்கள் நிலமுள்ளவர்களிடத்தில் கூலிக்காரர்களாகவே இன்றுவரை இருந்து வருகிறார்கள். நிலவுரிமை பரவலாகப் பங்கு போடப்படாமல் இந்த அவலநிலையை ஒழித்துக் கட்டுவது சாத்தியமானதல்ல.

இதுமட்டுமல்லாது, தலித்துக்களின் பொருளாதார நிலை மேலும் சீர்கெட்டுப் போனதற்கு ஆண்டாண்டு காலமாகப் பழக்கத்தில் இருந்துவரும் பழக்க வழக்கங்களும் காரணமாக இருந்திருக்கின்றன. இப்படிப்பட்ட பழக்க வழக்கங்களுக்குப் பின்னணியாக மேல் சாதிக்காரர்களின் நடவடிக்கைகள் கண்டிப்பாக இருந்துள்ளன. இதற்கு எடுத்துக்காட்டாக ஒரு விஷயத்தை நான் இங்கு விளக்கிச் சொல்ல விரும்புகிறேன். நான் பிறந்த ஊராகிய ஹரவே என்னும் கிராமத்தில் உள்ள தலித்துகள் வருடாவருடம் தவறாமல் 'பட்டத்து ராணி திருவிழா' என்னும் கிராம தெய்வ வழிபாட்டை நடத்துவார்கள். இதற்குப் பல்வேறு பகுதிகளில் இருந்து அவர்களின் உறவினர்கள் வருவார்கள். ஒவ்வொரு குடும்பமும் வருடா வருடம் இதற்கென நூறு இருநூறு என்று பணத்தைச் செலவு செய்வதோடு அறுவடைக் காலத்தில் சேர்த்து வைத்திருந்த தானியங்களையும் தீர்த்துக் கட்டி விடுவார்கள். மக்கட்தொகையில் பெரும்பான்மையானவர்கள் விவசாயக் கூலித் தொழிலாளிகளாக இருக்கும் இவர்களைப் பொறுத்த அளவில் இவர்கள் செய்யும் இந்தச் செலவு பெரிய செலவே.

இத்திருவிழாவின் ஒரு சிறப்பு என்னவென்றால் கோயிலின் சுண்ணாம்புச் சுவரின் மேல் பதினைந்து பவுண்டு எடையுள்ள கத்தியை மேலே இருந்தது கீழே தலைகீழாக வைத்ததுபோல பூசாரி

நிற்க வைத்திருப்பான். மேல்மட்டத்தவர்களின் கோவிலான பசவேஸ்வரன் கோயிலின் முன்பக்கமாக கல்லால் ஆன திட்டு ஒன்று உள்ளது. அந்தத் திட்டின் மையப் பகுதியில் ஒரு ஆள் உயரத்திற்கு நின்று கொண்டிருக்கும் கல்லொன்று இருக்கும். அந்தக் கல்லின் மேலே இதே கத்தியைக் தற்பொழுது சுவரின் மேல் நிற்க வைத்துள்ளதை போலவே சிறிது காலத்திற்கு முன்புவரை தலைகீழாக லிங்காயத்து பிரிவைச் சேர்ந்தவர்கள் நிறுத்தி வைத்திருத்தாகவும் அதற்குப்பிறகு அவர்கள் இந்தத் திருவிழாவை நீங்களே நடத்திக் கொள்ளுங்கள் என்று சொல்லிவிட்டதாகவும் சொல்லுவார்கள். இது சுமார் அறுபது எழுபது வருடங்களுக்கு முன்பு நடந்த நிகழ்ச்சி. தலித்துகள் இத்திருவிழாவை இன்றளவும் கொண்டாடி வருகிறார்கள். வருடா வருடம் செலவு செய்து கொண்டும் வருகிறார்கள். ஆனால் ஒரு விஷயத்தை நாம் இங்குக் கவனத்தில் வைத்துக் கொள்ள வேண்டும். அதாவது லிங்காயத்துகள் தாம் செய்து வந்த செலவுகளை எவ்வித பொறுப்பும் இல்லாமல் தலித்துகளின் மேல் போட்டுவிட்டார்கள்.

இந்தத் திருவிழாவின் செலவுக்காக தலித்துகள் ஊர்க்-கவுடர்களிடம் இருந்து கடன்பெற்றுக் கொள்ளுகிறார்கள். (ஊரில் உள்ள பணக்காரர்களை இந்தப் பகுதியில் கவுடர், எஜமானர், ஐயா என்று அழைப்பதும், குறிப்பிடுவதும் வாடிக்கை) இவ்வாறு பெற்ற கடன்களைப் பல வழிகளில் அடைத்தார்கள். ஆனால் அவசரகாலச் சட்டம் இந்நாட்டில் அறிமுகப் படுத்தப்பட்டபோது அத்தகைய பாரம்பரிய கொடுக்கல் வாங்கல் முறைக்கு பிரச்சினை வந்தது. பழைய கடன்கள் எவை இருந்தாலும், அவை ஒரு குறிப்பிட்ட அளவைத் தாண்டாமல் இருக்கும் பட்சத்தில், அவற்றைத் திருப்பிச் செலுத்த வேண்டிய தில்லை என்று சட்டம் வந்தபொழுது தலித்துகள் ஆங்காங்கே பெற்றிருந்த சின்ன சின்ன கடன்கள் எல்லாம் ரத்து செய்யப்பட்டன. அந்தச் சமயத்தில் மேல் சாதியைச் சேர்ந்தவர்கள் இனி தலித்து களுக்கு அதிகமாகக் கடன்களைக் கொடுப்பதில்லை என்னும் முடிவுக்கு வந்தனர். தலித்துக்களில் பலர் கடன் வாங்குவதற்கு வேறு வழி எதுவும் தெரியாமலும் இவர்களை என்ன கேட்பது: இருந்தால் செய்யலாம் இல்லாவிட்டால் சும்மா இருக்கலாம் என்று தீர்மானித் தும் இரண்டொரு வருடங்கள் கிராம தெய்வத்திற்குத் திருவிழா கொண்டாடுவதை நிறுத்தி வைத்தார்கள். அந்தச் சமயத்தில் ஊர் முழுவதும் ஒரு வகையான விஷக்காய்ச்சல் பரவி வீட்டுக்கு இரண்டொருவர் வீதம் இறந்து போனார்கள். அந்தச் சமயம் பார்த்து

மேல் சாதியைச் சேர்ந்தவர்கள் "இந்த ஜனங்கள் அம்மனுக்குத் திருவிழாக் கொண்டாடாமல் விட்டுவிட்டு எங்களுக்கும் நோயைப் பரப்பிவிட்டார்கள். அவங்க ஏதாவது பணம் காசு கேட்டிருந்தா நாங்க கொடுக்க மாட்டோம்னா சொன்னோம்?" என்று முழங்கினார்கள். இதில் உள்ள வரலாற்றுப் பூர்வமான விசித்திரத்தைப் புரிந்து கொள்ளாத சிலர் உண்மையாகவே மேற்கண்டவாறு சொல்லி யிருக்கக் கூடும். இன்னும் சிலரோ, தமது பிடியிலிருந்து சிறிது சிறிதாக இந்த ஜனங்கள் தூரமாகப் போய்க் கொண்டு இருப்பதைப் பார்த்து அதைத் தாங்கிக் கொள்ள முடியாமல் இத்தகைய பாரம்பரிய கொடுக்கல்- வாங்கலை நிறுத்திவிடக் கூடாது என்னும் நோக்கத்திலும் மேற்கண்டவாறு சொல்லியிருப்பதற்கான சாத்தியக்கூறுகள் இல்லாமல் இல்லை.

இந்த நிகழ்ச்சியை விவரிப்பதற்கான பின்னணி இதுதான்: ஏதாவது ஒரு வழியில் இதுபோன்ற செலவினங்களின் சுமையைத் தலித்துகளின் மேலே சுமத்திவிடும் நிகழ்ச்சிகள் பல உள்ளன. இதன் மூலமாகத் தமது பற்பல உத்தேசங்களை நிறைவேற்றிக் கொள்ளும் மேல்சாதிக்காரர்களின் கிடுக்கிப் பிடியால் தலித்துகளின் பொருளாதார நிலை கொஞ்சம் கொஞ்சமாக முன்னேறிய போதும் மீண்டும் மீண்டும் பின்தள்ளப்பட்டு விடுகிறது.

கல்வி கற்றபின் அரசாங்க வேலைகளில் சேரும் பொழுது அதன் மூலமாகக் கிடைக்கக் கூடிய வருமானத்திலும் கூடத் தலித்-துகள் நீண்டகாலமாக ஏமாற்றப்பட்டு வந்திருக்கிறார்கள். அதற்குக் காரணம் நமது கல்விமுறையில் உள்ள குறைபாடுகளே ஆகும். ஆரம்ப காலத்தில் கல்வியைக் கற்பித்து வந்த குருகுலவாசிகள் தலித் பிரிவைச் சேர்ந்தவர்களுக்குக் கல்வியைக் கற்பிக்கவில்லை. இதன் காரணமாக அக்காலத்தில் அரசர்களிடத்திலும் பேரரசர்களிடத்திலும் உயர்பதவி வகிக்கும் வாய்ப்பு இவர்களுக்கு கிடைக்கவில்லை. அதன்பிறகு தோன்றிய ஆங்கிலேயர்களின் ஆட்சிக் காலத்தில் கல்வி கற்பித்தல் மிகவும் பரவலாகத் துவங்கப்பட்டது. ஆனால் அவர்கள் தாலுகா மற்றும் மாவட்டத் தலைநகரங்களில் கொஞ்சம் கொஞ்சமாக தேவைக்கேற்ப சிறந்த பள்ளிகளையும் கல்லூரிகளையும் நிறுவினார்கள். தமது கிராமங்களை விட்டுவிட்டு வந்து, இத்தகைய தாலுகா மற்றும் மாவட்ட மையங்களில் உள்ள கல்வி நிறுவனங்களில் சேர்ந்து கல்வி கற்றுக் கொள்ளும் வாய்ப்பும் வசதியும் பணவசதி படைத்தவர்களுக்கு

மட்டுமே சாத்தியமானதாக இருந்தது. இக்காரணத்தால், தலித்து களைப் பொறுத்த அளவில் இந்நிறுவனங்கள் எட்டாக் கனியாகவே இருந்தன. நாடு விடுதலை பெற்ற பின்னரும்கூட நிலைமை இப்படியே மோசமானதாக இருப்பது அதிர்ச்சி அளிக்கக் கூடிய விஷயமாகும். தற்பொழுது கட்டாயக் கல்வித் திட்டம் பெயரளவுக்கு மட்டும் நடைமுறையில் உள்ளது. தலித் மாணவர்களுக்குக் கல்வி உதவித் தொகை கொடுக்கப்பட்ட போதிலும் அதை மட்டுமே நம்பிக் கொண்டு எந்தவொரு தலித் மாணவனும் உயர்கல்வி பெறுவதில்லை. தலித்துகளில் கூடப் பொருளாதார நிலையில் உயர்ந்த இடத்தில் இருக்கும் ஒரு சிலர் மட்டுமே உயர்கல்வி பெற்றுள்ளார்கள். இவ்வாறு உயர்கல்வியை இவர்கள் பெற்றபோதிலும் உயர்வேலை வாய்ப்புகள் இவர்களுக்குக் கிடைக்கின்றன என்று உறுதியாகச் சொல்லமுடியாது. ஏனென்றால், பல தலைமுறைகளாகக் கல்வி கற்று ஒரு அமைப்பின் முக்கிய இடங்களைப் பிடித்துள்ள மேல்மட்ட மக்கள் தமது வாய்ப்புகளையும் வசதிகளையும் காப்பாற்றிக் கொள்ளுவதை விட்டுவிட்டுத் தலித்துக்களுக்கு விட்டுக் கொடுப்பது நடக்கக்கூடிய காரியமல்ல. அது மட்டுமின்றி, ஒரு தலித் தன் குழந்தைகளைப் பள்ளிகளுக்கு அனுப்பிவிட்டு அதன் காரணமாக சுமார் பத்துப் பதினைந்து ஆண்டுகளுக்குத் தன் மகன் வேலைக்குச் செல்வதால் கிடைக்கும் கூலியையோ பிற வருமானத்தையோ இழக்கத் தயாராய் இல்லை.ஏனென்றால், அவன் தன்னுடைய அன்றாட வாழ்க்கையை நடத்திச் செல்ல தனது குழந்தைகளைக் கூலி வேலைக்கு அனுப்பி, அவர்களைப் பணம் சம்பாதிப்பவர்களாக வைத்துக் கொள்ளவே சூழ்நிலை நிர்பந்திக்கிறது. அத்தோடு, தனது பையனைப் பள்ளியில் சேர்த்த பிறகு படிப்பதற்குத் தேவையான எழுதுபலகை, புத்தகம், சீருடை இது போன்றவற்றுக்குச் செலவு செய்வதற்கும், உயர் கல்வியின் போது கட்ட வேண்டிய மாணவர்-இல்ல வைப்புத்தொகை, கல்லூரிக் கட்டணத்தைத் தவிர்த்த பிற செலவினங்கள் செய்வதற்கும் தந்தையிடம் பண வசதி இருப்பதில்லை. இக்காரணங்களினால் ஆரம்பப்பள்ளிகளில் ஏதோ ஒரு உத்வேகத்தில் சேர்ந்த எத்தனையோ தலித் குழந்தைகள் தம் கல்வியைத் தொடர முடியாமல் மீண்டும் கூலி வேலைக்குச் செல்ல ஆரம்பித்துவிடுவதை நாம் பார்க்கிறோம். எனவே, உயர்கல்வி பெற்று அரசாங்க வேலையில் சேர்ந்த பின்னர் வரக்கூடிய வருமானங்க்ளும் வசதிகளும்கூட தலித் குழந்தை களுக்கு மறுக்கப்பட்டுவிட்டன.

பணம் சம்பாதிப்பதற்குரிய வேறுவழிகளான உணவகங்கள் நடத்துவது, பிற கடைகளை நடத்துவது போன்றவற்றில் ஈடுபடுவதற்கு தலித்துகளுக்கு வாய்ப்பே கிடையாது. இதற்கு முதலாவது காரணம், இவர்கள் பிறப்பிலிருந்தே மற்ற எல்லாரையும் காட்டிலும் கீழானவர்கள் என்று சொல்லும் சமுதாய அமைப்பு. இரண்டாவது காரணம், இத்தகைய நிறுவனங்களைத் துவங்குவதற்கு முதலீடு செய்யப் போதுமான பணவசதி இல்லாமை. ஆகவே, பணம் சம்பாதிப்பதற்கான இத்தகைய வழிமுறைகளும்கூட தலித்துக்களுக்கு அடைக்கப்பட்டு விட்டன.

இனி, தலித்துகளுக்குக் கிடைக்க வேண்டிய அரசாங்கச் சலுகைகளைப் பற்றிக் காண்போமாக. பள்ளிகளுக்குத் தமது குழந்தைகளை அனுப்பி, அவர்களுக்குக் கல்வி அளித்திடாத தலித்துகளில் நூற்றுக்குத் தொண்ணூறு சதவிகிதத்தினருக்கு நாடு விடுதலை பெற்ற பின் தற்போது நடைமுறையிலிருக்கும் மக்களாட்சியில் தங்களுக்குச் சில சிறப்புச் சலுகைகள் கொடுக்கப்பட்டுள்ளன என்னும் செய்தியே தெரிந்திருக்கவில்லை. இது மட்டுமல்ல. மாநகராட்சி நகராட்சி, கிராம பஞ்சாயத்து போன்ற நிர்வாக அமைப்புகளின் அதிகாரிகள் தமது நிர்வாக அமைப்புகளின் வருவாயில் ஒரு குறிப்பிட்ட பகுதியைத் தலித்துகளுக்காகச் செலவு செய்திட வேண்டும் என்னும் உண்மையே தெரிந்திருக்கவில்லை. அப்படியே ஒருவேளை அவர்கள் அதைத் தெரிந்திருந்தாலும் வேண்டுமென்றே அதைச் செயல்படுத்துவதில்லை. மிகுதியாக உள்ள நிலத்தைப் பங்கீடு செய்வதாகட்டும், குடியிருக்க வீடுகளைக் கையகப்படுத்துவதால் பாதிக்கப்பட்ட தலித்துகளுக்கு அங்கேயே வேலைவாய்ப்புத் தருவதாகட்டும், இவையாவும் எப்படி நடக்க வேண்டுமோ அப்படி நடக்கவில்லை. இவ்வாறு இருக்கும் சூழ் நிலையில் தலித்துகளுக்கு அரசுச் சலுகைகள் கிடைப்பதற்கான வாய்ப்பே சிறிதும் இல்லை என்று சொல்லவேண்டும். இதில் கல்வி பெற்ற தலித்துகளுக்கு (தலித்துகளில் தற்போதுள்ள அமைப்பின் கீழ் யாரால் கல்வி பெறமுடியும் என்பதை முன்னரே விளக்கினேன்) மட்டுமே கிடைக்க வேண்டிய சிற்சில சலுகைகளைக் கவனத்தில் வைத்துக் கொண்டு யோசித்துப் பார்த்தோமென்றால் இன்னும் நூறு வருடங்களுக்கு இதே முறையில் சலுகைகளைக் கொடுத்தாலுங்கூட தலித்துகளின் பிரச்சினைகளும் துன்பங்களும் துயரங்களும் சிறிதளவுகூடக் குறைந்திடப் போவதில்லை என்பது புரியும்.

## அரசியல் பாரம்பரியம்

சில வர்க்கங்களில் வசதிகளைக் காப்பாற்றிக் கொள்வதற் காகத் தோற்றுவிக்கப்பட்ட சமுதாய அமைப்பு முறைக்கும் அரசியல் பாரம்பரியத்திற்கும் நேரடியான தொடர்பு இருந்து வந்து இருக்கிறது. வம்ச பரம்பரையாக நடைபெற்று வந்த முடியாட்சி முறைக்கு அவ்வப்போது இடையூறுகள் வந்தபோதிலும் முடியாட்சியே தொடர்ந்து இந்திய நாட்டில் இருந்து வந்திருப்பதை நாம் காணமுடிகிறது. இப்படிப்பட்ட அரச வம்சங்கள் மாட மாளிகைகளைக் கட்டியும், வரிசை வரிசையான மரங்களை நட்டும், பிராமணர்களுக்கு அக்கிரகாரங் களைக் கட்டிக் கொடுத்தும் பெயரும் புகழும் பெற்றார்கள்; தமது காலத்து அரசியல் வரலாற்றைப் பொன்னெழுத்துகளில் பொறித்துச் சென்றார்கள். ஆனால் நாட்டின் அசிங்கங்களைச் சுத்தப்படுத்திய, பன்றி, நாய்களைவிடக் கேவலமாக வாழ்ந்த தலித்துகளின் வாழ்க்கையைச் சீர்செய்வதற்கு எந்த அரசனும் விரும்பவுமில்லை; முன்வரவுமில்லை. இந்நாட்டின் வரலாற்றைப் படித்தால் இங்கு வாழும் மக்களுள் எல்லாப் பிரிவினர்களிலும் ஒரு பேரரசரையோ, அரசனையோ, சிற்றரசனையோ, அக்கிரகாரங்களுக்குச் சொந்தக் காரனையோ காணமுடியும். ஆனால், தலித் பிரிவைச் சேர்ந்தவர்கள் மட்டும் கடைசி பட்சம் ஒரே ஒரு கிராமத்தின் சொந்தக்காரனாகக்கூட ஆகவில்லை என்பது கசப்பான உண்மையாகும். அரசியலுக்கும் சமுதாய வாழ்க்கைக்கும் நேரடியான தொடர்புள்ளது. இதனால், தலித்துகளில் யாரும் இதற்கு முன்பு அரசாட்சி செய்வதற்கான வாய்ப்பே இல்லாமல் இருந்ததால் இவர்களுடைய சமுதாய நிலை மிகவும் இழிவானதாகவே இருந்து வந்திருக்கிறது. இது ஆங்கிலேயர் களின் ஆட்சிக் காலத்தின்போதுகூட எத்தகைய மாற்றமும் இல்லாமல் அப்படியே இருந்து வந்திருக்கிறது.

பி.ஆர். அம்பேத்கர் அவர்கள் இருபதாம் நூற்றாண்டில் தம்மால் இயன்ற அளவுக்குச் சிறப்பான செயல்களைச் செய்தார். தலித்துக் களின் நிலையை எல்லா மட்டத்திலும் உயர்த்திச் சிறப்பானதாக ஆக்கிடுவதற்கு முயற்சித்தார். ஆயினும் மேல் ஜாதியைச் சேர்ந்த ஒருவர் இத்தகைய முயற்சியை மேற்கொண்டிருந்தால் எத்தகைய நற்பலன்கள் கிடைத்திருக்குமோ அவையாவையும் அம்பேத்கரின் முயற்சியால் கிடைத்துவிடவில்லை. முகமது அலி ஜின்னா அவர்கள் தம்முடைய முஸ்லீம் இன மக்களின் நலத்திற்காகப் போராடி. அதில்

பெரும் வெற்றியும் கண்டார். இப்படிப்பட்ட போராட்டத்தில் ஜின்னா அவர்களின் முயற்சி எந்த அளவுக்கு இருந்ததோ அதே அளவுக்கே அவருடைய இனத்தை சேர்ந்தவர்களின் அரசியல் பின்னணியின் தாக்கமும் இருந்து இருக்கிறது. ஆனால், அம்பேத்கர் ஜாதியைச் சேர்ந்தவர்களில் யாருக்கும் இத்தகைய நல்ல அரசியல் பின்னணியோ சமுதாய உயர் அந்தஸ்தோ இருந்திருக்கவில்லை. இக்காரணத்தினால் அம்பேத்கர் தலித்துகளின் முன்னேற்றத்துக்கான தளத்தை உருவாக்கியபோது தனக்கிருந்த எல்லாக் குறிக்கோள்களையும் நிறைவேற்றிக் கொள்ளுவது அம்பேத்கருக்கு இயலாமல் போய் விட்டது. ஆயினும் தீண்டாமைக்கு எதிராகக் கொண்டுவந்த சில சட்டங்கள், இட ஒதுக்கீட்டு முறையைக் கொண்டு வந்தது ஆகியன இவருடைய சிறப்பான செயல்களாகும்.

நாடு விடுதலை பெற்ற பின் இப்பொழுதுகூட நாட்டின் ஆட்சி முறைகள் யாவையும் மேல்வர்க்கத்தைச் சேர்ந்தவர்களின் கையிலேயே இருக்கிறது என்பதை நாம் கவனத்தில் கொள்ள வேண்டும். மக்களின் ஓட்டுகளைப் பெறும் விதத்தில் ஆட்சி செய்யும் ஆட்சியாளர்கள் இருக்கும் வரையில் தலித்துகளுக்கு நல்லது எதுவும் நடந்திடப் போவதில்லை. பொருளாதார ரீதியாகவும் தலித்துகளின் தற்போதைய நிலையை முற்றிலுமாக மாற்றியமைக்கும் நோக்குடன் செயல்படும் ஒருவன் இப்போதுள்ள அரசியல் அமைப்பில் எதையும் செய்துவிட முடியாது. ஏனென்றால், இந்தத் திசையில் செயல்படுவதற்கு யாராவது முயற்சித்தால் அவர் மேல் வர்க்கத்தவர்களின் ஓட்டுக்களைப் பெறும் வாய்ப்பு இல்லாமல் போய்விடும். மாறாக, தலித்துகளுக்கு அரசாங்கம் உதவிகளைச் செய்துவருகிறது என்பதைக் குறைந்த பட்சம் வெறும் செய்தியாகவாவது நாளிதழ்களில் வெளியிடாமல் விட்டுவிட்டால் அப்படிப்பட்ட கட்சிகள் முற்போக்குக் கட்சிகள் அல்ல என்றாகிவிடுகிறது. ஆகவே, அவர்கள் ஆயிரத்துக்கு மேற்பட்ட தலித் குடும்பங்கள் இருக்கும் ஊர்களில் பத்து ஜனதா வீடுகளைக் கட்டி ஒரு குழந்தை காப்பகத்தையோ அல்லது சமுதாயக் கூடத்தையோ கட்டித் ‘தலித்துகளுக்கு உதவி செய்து உள்ளோம்: அவர்கள் வளர்ச்சிக்குத் திட்டங்களைச் செயல்படுத்தியுள்ளோம்’ என்று பிரச்சாரம் செய்து கொள்ளுவார்கள். அதே சமயம் நிலச்சுவான்தாரர்களையும் பண முதலைகளையும் பிராமண சாதியைச் சேர்ந்தவர்களையும் மிக நன்றாகக் காப்பாற்றி வருவார்கள். இப்படியாக மேல்வர்க்கத்தவர்கள் கீழ்வர்க்கத்தவர்கள்

என்ற இரு சமுதாயப் பிரிவினரிடமும் தற்போதுள்ள அரசியல்வாதிகள் நல்லுறவை வைத்துக் கொள்ள முயற்சிக்கிறார்கள். ஏனென்றால், இப்படிப்பட்ட அரசியல் சூழ்-நிலையில் அடுத்துவரும் தேர்தலில் இந்த இரு சாராருடைய ஓட்டுக் களையும் பெறுவதுதான் இவர்களுக்கு முக்கியமே தவிர, சுரண்டலுக்கு இலக்கான மக்களின் மேம்பாடல்ல. அக்காரணத்தினால்தான் நாடு விடுதலை பெற்று முப்பத்திரண்டு ஆண்டுகள் ஆனபின்னரும்கூட இன்னும் தலித்துக்கள் மேம்பாடு அடைந்திடவில்லை.

சேரிகளில் இருந்து தேர்தலில் போட்டியிட்டு வெற்றி பெற்ற தலித்தர்களின் தலைவர்கள் கூட மேலே நாம் விளக்கிய விஷயங்களின் அடிப்படையிலேயே செயல்பட்டிருக்கிறார்கள். இக்காரணங்களினால், இவர்களுக்கு யாரையும் சார்ந்திருக்காத வாழ்க்கையே இல்லை என்பது தெளிவாகிறது. மேல் வர்க்கத்தைச் சேர்ந்த அரசியல் தலைவன் ஒருவன் சேரிகளுக்கு வந்து யாருக்கு ஓட்டுப்போடவேண்டும் என்று சொன்னாலும் அவருக்குத் தவறாமல் ஓட்டுப்போடக்கூடியவர்கள் இவர்கள். தேர்தலில் வெற்றி பெற்று வந்து தனது இனமக்களின் எழுச்சிக்காக உறுதியாக உழைப்பவனை இன்றைய அரசியல் சூழல் விட்டு வைப்பதில்லை. அவனை மிதித்து அழித்துவிடுகிறது. இக்காரணத்தினால் இப்படிப்பட்ட தலித்துகளின் இனத்தைச் சேர்ந்த தலைவர்களிடமிருந்து மக்கள் எதையும் எதிர் பார்த்திட முடிவதில்லை. அம்பேத்கரைப் போன்ற செயல்திறன் மிக்க தம் மக்களுக்காக எதையும் தியாகம் செய்யத் தயாராயுள்ள செயல் வீரர்கள் தலித்தர்களில் இன்னும் தோன்றவில்லை.

கன்னடமூலம் : தேவய்யா ஹரவே
தமிழில் : சிவசண்முகம்

# ஆ. தலித் இலக்கியம்: சில அடிப்படைச் சிந்தனைகள்

தலித் இலக்கியத்தைப் பற்றிப் பேசுவதற்கு முன்பாக கன்னடத்தைப் பொறுத்த அளவில், இது மிகவும் துவக்க நிலையில் உள்ளது என்பதை நாம் தெளிவாகப் புரிந்து கொள்வது நல்லது. ஏனென்றால், இதைப்பற்றி இன்றைய அளவில் பல்வேறு முறையில் விளக்கங்கள் கொடுக்கப்பட்டு விவாதங்கள் நடைபெற்று வருகின்றன. தலித் இலக்கியம் பம்பனின்* காலத்திலேயே இருந்தது என்று பலர் சொல்லும் அதே வேளையில் இல்லை, இல்லை பழங்கவிகளுள் சர்வஞ்ஞுவன், ஹரிஹரன், ராகவாங்கன் ஆகியவர்களே தலித் கவிகள் என்று சிலர் சொல்லுகிறார்கள். இடது சாரிகள் என்று தம்மைச் சொல்லிக் கொள்ளும் இன்னும் சிலரோ முற்போக்குக் கவிகள் எல்லாரும் தலித் கவிஞர்களே என்று சொல்லுகிறார்கள். இதைப் பற்றி நமக்கு ஆட்சேபணை எதுவும் இல்லை. ஆனால், இத்தகைய வழக்கமான விளக்கங்களுக்காக தலித் என்னும் சொல்லுக்கு விரிவான பொருள் கொடுத்துப் பயன்படுத்த வேண்டிய அவசியம்தான் என்ன? முன்னணி இலக்கியவாதிகள் என்றோ முற்போக்குக் கவிகள் என்றோ புரட்சி இலக்கியவாதிகள் என்றோ குறிப்பிட்டால் போதுமானது அல்லவா? இக்காரணத்தினால் இந்த தலித் என்னும் சொல் நாடு முழுவதும் இன்று தவறான பொருளிலேயே பயன்படுத்தப்பட்டு வருகிறது என்பதை நாம் முதலில் கவனத்தில் வைத்துக் கொள்ள வேண்டும். தீண்டத் தகாதவர்கள் என்று சொல்லப்படுபவர்களை இன்று ஹரிஜன் என்று புரட்சிகரமாக அழைத்து வரும்பொழுது, பல முற்போக்கு அரசியல்வாதிகளோ தீண்டத்தகாதவர்கள் மட்டும் ஹரிஜன் பிள்ளைகளாகி விட்டால் இதர ஜனங்கள் எல்லாரும் யாருடைய பிள்ளைகள் என்று கேள்வி கேட்பதன் மூலமாக ஹரிஜனங்கள் என்னும் சொல் தீண்டத் தகாதவர்கள் என்னும் சொல்லுக்கு அவ்வளவாகப் பொருத்தமான

* பழங்கால கன்னட கவிஞர்

சொல்லல்ல என்று சொல்லுவதை நாம் பார்க்கிறோம். ஆகவே, தீண்டத்தகாத மக்களுக்கு இந்தியநாடு முழுவதற்கும் பொருத்தமாக இருக்கக் கூடிய ஒரே ஒரு சொல் வேண்டுமென்றால் அது தலித் என்னும் சொல் தானே தவிர வேறு எதுவும் அல்ல. அத்தோடு அம்பேத்கர் அவர்கள் தமது படைப்புகள் முழுவதிலும் தாழ்த்தப்பட்டவர் களைக் குறிப்பிடுவதற்கு தலித் என்னும் சொல்லையே பயன்படுத்தி யுள்ளார். அகராதியின் படியும் கூட துன்பத்திற்கு உட்பட்ட – ஒடுக்கப் பட்ட – நசுக்கப்பட்ட என்னும் பொருள்கள் இச்சொல்லுக்கு இருப்பதனால் தீண்டத்தகாதவர்களைக் குறிப்பிடுவதற்கு மிகவும் பொருத்தமான சொல்லாக தலித் என்னும் சொல்லே உள்ளது. ஆதலால் தலித் என்பவர்கள் தீண்டத் தகாதவர்களும், தீண்டாமைக்கு ஆளாகாவிட்டாலும் மிகுந்த துன்பங்களுக்கும் துயரங்களுக்கும் உட்பட்டுச் சிதறிப் போயிருக்கும் சிறுபான்மையினரின் பிரதிநிதிகளும், முற்போக்கு தலித் அமைப்புக்களுடன் தம்மை இணைத்துக் கொண்டு தமது படைப்புகளின் மூலமாகவும் அமைப்புகளின் மூலமாகவும் தீண்டாமையையும் சமுதாயப் பாகுபாடுகளையும் ஒழித்துக் கட்டுவதற்கு முயற்சி செய்பவர்களும் ஆவார்கள். அதாவது, தலைமுறை தலைமுறையாகப் பொருளாதார ரீதியாகவும் சமுதாய அமைப்பு ரீதியாகவும் கல்வி மற்றும் அரசியல் ரீதியாகவும் ஒடுக்கப்பட்டவர்கள் மட்டுமே தலித்துக்கள் என்பதைத் தெளிவாகப் புரிந்து கொள்ள வேண்டும். இவர்கள் தமது துன்பங்களையும் துயரங்களையும் மிகவும் சிறப்பான வழிமுறைகளில் மொழியின் வழியாகப் படைக்கும் படைப்புகளே தலித் இலக்கியமாகும்.

இந்தச் சமுதாயத்தில் ஏழையாக இருந்து ஏழ்மையில் வாடி, பிறகு மூடத்தனமான சமுதாயப் பழக்க வழக்கங்களில் இருந்து தூரமாக விலகிச் சமத்துவத்திற்காகப் போராடுகின்ற, அத்தகைய போராட்ட உணர்வுகளால் இலக்கியத்தைப் படைக்கிற முற்போக்கு புரட்சிகர இலக்கியவாதி ஒருவன் தீண்டாமையை அனுபவித்து விட்ட காரணத்தினாலேயே தலித் இலக்கியவாதி ஆகிவிடக்கூடிய சாத்தியம் இல்லை. ஆனால், மிகச் சிறந்த தலித் இலக்கியவாதி ஒருவன் தான் சார்ந்துள்ள அமைப்பின் காரணத்தினாலேயே புரட்சி இலக்கியவாதி ஆகக்கூடிய வாய்ப்பு உண்டு. மஹாராஷ்டிரத்தைப் பொறுத்த அளவில் தலித் இலக்கியம் என்றால் எந்த முலாமும் பூசப்படாத, தீண்டாமையை அனுபவித்தவர்கள் மட்டுமே முற்போக்கு நோக்குடன் எழுதும் படைப்புகள் ஆகும்.

இந்திய நாட்டைப் பொறுத்த அளவில் இத்தகைய தலித் இலக்கியத்திற்கு சிந்தனை வித்தாக டாக்டர் பி.ஆர். அம்பேத்கர் அமைந்துள்ளார் என்பதை நாம் புரிந்து கொள்ள வேண்டும். சோகான் லால் சாஸ்திரி என்பவர் "அம்பேத்கர் அவர்களுடன் இருபத்தைந்து வருடங்கள்" என்னும் புத்தகத்தை எழுதியுள்ளார். அந்தப் புத்தக்கதில் கூறப்பட்டுள்ள ஒரு நிகழ்ச்சியை விவரிப்பதன் மூலமாக அம்பேத்கர் அவர்களின் தாக்கத்தை தலித் இலக்கியம் எந்த அளவுக்குப் பெற்றுள்ளது என்பதை நாம் விளங்கிக் கொள்ளலாம். மதன் மோகன் மாளவியா அவர்கள் ஒருமுறை அம்பேத்கர் அவர்களிடம் "பாருங்கள் திரு. அம்பேத்கர் அவர்களே! உங்கள் ஆள்கள் எல்லாரும் கருப்பர்களாக இருப்பதனால் உயர்ஜாதி இந்துக்களின் வெறுப்புக்கும் கோபத்துக்கும் ஆளாகிறார்கள். இதற்குப் பரிகாரமாக எனக்கு ஒரு உபாயம் தோன்றுகிறது. உங்கள் பெண்கள் கர்ப்பிணிகளாகும் பொழுது அவர்கள் எல்லாருக்கும் குங்குமப்பூவைக் கொடுத்துச் சாப்பிட வைத்தால் பிறக்கும் குழந்தைகள் எல்லாரும் சிவப்பாக இருப்பார்கள். மேல் ஜாதிக்காரர்கள் அருவருப்படைய மாட்டார்கள்" என்றார். அதற்கு அம்பேத்கர் உடனே பின்வருமாறு பதிலளித்தார்: "தென்னிந்தியாவின் ஆந்திரம், மைசூர், கேரளம், மதராஸ் ஆகிய பகுதிகளில் பிராமணர் களும் கருப்பர்களாகவே உள்ளார்கள். ஆகவே தாங்கள் தங்கள் இனத்தவர்களின் கர்ப்பிணிப் பெண்களுக்கு ஏன் இந்தப் பொடியைக் கொடுத்துப் பார்க்கக்கூடாது?" எந்தவொரு அறிவியல் பூர்வமான காரணமும் இல்லாமல் தீண்டாமையைப் பின்பற்றி வருபவர்களுக்கும் அந்தத் தீண்டாமைக்கு ஒரு குருட்டுக் காரணத்தைச் சொல்பவர் களுக்கும் அம்பேத்கரின் பதில் ஒரு சவுக்கடி போன்றுள்ளது: அவருடைய பதிலில் பரிகாசமும் ஆக்ரோசமும் உள்ளது: வரலாற்றை முற்றிலுமாகக் கற்றுக் கொண்டதற்கான தெளிவு உள்ளது. இதன் மூலமாகத் தன் இனத்தைச் சேர்ந்தவர்களுக்கு யுகயுகங்களாகச் செய்யப்பட்ட அநியாயங்களுக்கு வேதனைப்படுகிற, நியாயம் கிடைக்க வேண்டிப் போராடுகிற நியாயவாதியின் பெருஞ்சினத்தை இந்தப் பதிலில் காணமுடிகிறது. இப்படிப்பட்ட உணர்வுகளே தலித் இலக்கியங்களுக்கு வித்துக்களாக உள்ளன என்று நான் கருதுகிறேன்.

மகாராஷ்டிரத்தைச் சேர்ந்த தலித் இலக்கியவாதியாகிய கங்காதர படவாணே அவர்கள் தலித் இலக்கியத்தைப் பின்வருமாறு வரையறை செய்கிறார்: "என்னைப் பொறுத்த அளவில் தலித்

என்பவர்கள் குறிப்பிட்ட ஒருசில ஜாதியைச் சேர்ந்தவர்கள் மட்டு மல்ல. இந்த நாட்டின் பழக்க வழக்கக் கட்டுப்பாடுகளின் காரணமாய்ப் பொருளாதார நிலையிலும் சமுதாய நிலையிலும் சுரண்டப்பட்டவர்கள். இவர்களுக்கு இந்நாட்டின் இரத்தத்தில் நிறைந்திருக்கும் கடவுள், தர்மம், புனர்ஜன்மம், புனித நூல்கள், சொர்க்கம், நரகம் போன்ற வற்றினில் நம்பிக்கை இல்லை. ஏனென்றால், இவைகள் எல்லாம் சேர்ந்து கொண்டு இவர்களை அடிமையாக்கிவிட்டன. மனிதத் தன்மையில் இவர்களுக்கு நம்பிக்கை உள்ளது. மாற்றம், மற்றும் புரட்சி ஆகியவனவற்றின் உண்மையான அடையாளமாக நிற்கிறான் இன்றைய தலித்''.

இந்திய நாடு சமுதாயம் சம்பிரதாயங்களின் பிடியில் சிக்கித் தவிக்கிறது. இதில் மனிதனின் சக்திக்காகட்டும் அவனுடைய உழைப்பிற்காகட்டும் எந்தவொரு விலையும் இல்லை. ஏனென்றால் எந்த நல்ல செயலிலும் அல்லது கெட்ட செயலிலும் அதன் பின்னணியில் கடவுளின் அல்லது பிசாசின் கைங்கரியம் உள்ளது. குழந்தைகள் பிறந்தாலும் சரி பிறக்காமலிருந்தாலும் சரி அல்லது கருச்சிதைவு ஏற்பட்டாலும் சரி தோட்டத்தில் பயிர்கள் செழித்து வளர்ந்தாலும் சரி, அல்லது வளராமல் காய்ந்து போனாலும் சரி தேர்தலில் வென்றாலும் சரி அல்லது தோற்றாலும் சரி ஒருவன் பணக்காரனாக ஆவதோ அல்லது ஏழையாவதோ, அதிகாரியாக ஆவதோ அல்லது கடைநிலை ஊழியனாக ஆவதோ, உயர் ஜாதியில் பிறப்பதோ அல்லது கீழ்ஜாதியில் பிறப்பதோ இவை எல்லாவற்றுக்கும் முற்பிறவியில் செய்த செயல்களே காரணமாகின்றன. அதாவது, மனிதப்பிறவி என்பது நான்கு சுவர்களைக் கொண்ட அறையில் நடைபெறும் நிகழ்ச்சி. இதில் எவ்விதமான மாற்றங்களுக்கும் இடமில்லை. எல்லாச் செயல்களும் கடவுளின் அல்லது விதியின்படி தான் நடைபெறுகின்றன. இந்த நம்பிக்கையின் அடிப்படையில் தான் கன்னடத்தின் பல்வேறு கதாசிரியர்களும் பெரும்பெரும் இலக்கிய வாதிகள் என்று போற்றப்பட்டவர்களும் தமது இலக்கியங்களைப் படைத்து உள்ளார்கள். ஆனால் தலித் இலக்கியவாதியோ ஒருவனுடைய வாழ்க்கையில் நடைபெறும் பல்வேறு சம்பவங்கள் எதிர்பாராமல் நடைபெற்றனவே தவிர, ஏதாவது ஒரு கட்டுப்பாட்டின் அடிப்படையில் நடைபெற்றவை அல்ல என்று புரிந்து கொண்டு இருப்பதோடு, அந்தக் காரணத்திற்காகவே மனிதனின் நன்மைக்காகக் கடவுள்களை வழிபடுவதையும் பூஜை புனஸ்காரங்கள் போன்ற சமுதாயச் சம்பிர

தாயங்களில் ஈடுபடுவதையும் எதிர்ப்பவனாக உள்ளான். அதனால் தான் இந்திய நாட்டின் சமுதாயங்கள் ஏற்றுக் கொண்டு இருக்கும் எந்தக் கடவுளையும் அவன் வழிபடுவதில்லை.

இப்படி இருப்பதனால்தான் தலித் இலக்கியவாதி, டாக்டர் அம்பேத்கரின் கொள்கைகளை ஏற்றுக் கொண்டிருந்தபோதிலும் அவரைக் கடவுளாக்கி வழி படுவதில்லை. அவதார புருஷன் என்று போற்றுவது இல்லை. உலகத்திலேயே மிகப்பெரிய மனிதநேயப் பண்பாளனாகவும் மனித தர்மநெறியை ஏற்படுத்தி, அவற்றை வளர்த்தவனாகவும் விளங்கியவன் புத்தன் என்று புத்தரையும் அவருடைய புத்தமதத்தையும் அம்பேத்கரே போற்றிப் புகழ்ந்த போதிலும் அதையும்கூட தலித் இலக்கியவாதி உணர்வுபூர்வமாக ஏற்றுக் கொள்வதில்லை என்பதை நாம் புரிந்து கொள்ள வேண்டும். ஆனால், அம்பேத்கரின் கொள்கைகளை தலித் இலக்கியவாதி ஏற்றுக் கொண்டுள்ளதைப் போன்றே புத்தபெருமானின் மிகவும் சிறப்பான சிந்தனைகளையும் அவன் மிகவும் ஆழ்ந்து நேசிப்பவனாக உள்ளான். எடுத்துக்காட்டாக, புத்தபெருமானின் உலகப் புகழ்பெற்ற “ஆசையே மனிதத் துன்பத்திற்குக் காரணம்” என்னும் சிந்தனையை நாம் எடுத்துக் கொள்ளலாம். இந்த ஆசையே வரலாற்றை முடித்து வைப்பதற்கும் உதவியிருக்கிறது. புதிய வரலாற்றைத் துவக்கி வைப்பதற்கும் உதவியுள்ளது. இந்த ஆசையே ஒவ்வொரு உயிரின் அழிவுக்கும் காரணமாக உள்ளது. நமது புனித நூல்களாகிய ராமாயணத்திலும் மகாபாரத்திலும் உள்ள கதாபாத்திரங்கள் எல்லாம் ஒருவரை ஒருவர் அழிப்பதிலேயே குறியாக இருந்து தாம் மேலே வருவதற்கு முயற்சிக்கின்றன. பேரரசன் தசரதன் தன்னுடைய இழிவான காமவெறியினால் கைகேயிக்கு வாக்குக் கொடுத்து விடுகிறான் – கைகேயி தன்னுடைய மகனாகிய பரதனை இராமனுக்குப் பதிலாகப் பேரரசனாக முடிசூட்ட வேண்டும் என்றும் இராமன் காட்டுக்குப் போக வேண்டும் என்றும் வரம் கேட்கிறாள் – தன் மகன்களில் யார் பேரரசனானாலும் மகிழ்ச்சி அடைய வேண்டிய தசரதன் இராமனின் மேலே இருந்த மிகையான ஆசையினால் இராமன் பேரரசனாகவில்லை என்னும் மனக்குறையால் இறந்து போய்விடுகிறான். சீதை இராமனின் மேலே கொண்ட ஆசையினால் காட்டுக்குப் போகிறாள். இராவணன் சீதையின்மேல் கொண்ட தகாத இச்சையால் அவளைத் தூக்கிச் செல்லுகிறான். அதன் பின்னர், சீதையைத் தேடிக் கொண்டு போகும்பொழுது சுக்ரீவனின் மேல்

கொண்ட ஆசையால் வாலியை இராமன் நெறி தவறிய வழியில் கொல்லுகிறான். கைகேயி தன்னுடைய அழகைப் பயன்படுத்துவதன் மூலம் தசரதனை அடிமைப்படுத்தித் தன்னுடைய இச்சையை நிறைவேற்றிக் கொள்ளவேண்டும் என்று விரும்பியதே இராமாயணத் தின் கதையாகிறது. இவ்வாறு ஒருவரை ஒருவர் சுரண்டித் தமது விருப்பங்களை நிறைவேற்றிக் கொள்ளும் இவர்கள் நாம் வழிபடும் தெய்வங்களாக உள்ளார்கள்! இது மட்டுமல்லாது, தசரதன், இராமன், சீதை போன்றவர்களின் விவரங்களைச் சொல்லும் இந்த இதிகாசநூல் இராமனைப் போன்றவர்களின் பதிவிரதைகளுக்குக் காதணிகளையும் அழகழகான பிற ஆபரணங்களையும் செய்து கொடுத்த பொற் கொல்லர்களைப் பற்றிய விவரங்களையோ அவர்களுடைய வாழ்க்கை முறைகளைப் பற்றியோ எதுவும் சொல்லவில்லையே, ஏன்? இராமனின் நாட்டுக்குத் தேவைப்பட்ட அரிசி, இராகி, சோளம், பருப்பு, பயறு போன்றவற்றை விளைவித்துக் கொடுத்த விவசாயி அன்று எப்படிப்பட்ட நிலையிலிருந்தான்? அறுசுவை நிரம்பிய அதிஉன்னத உணவை உண்டு புளியேப்பம் விட்டுக் கொண்டிருந்த இராமனின் பரிவாரத்தைச் சேர்ந்தவர்களின் கழிவுகளைத் தலை மேலே சுமந்துபோய் சுத்தம் செய்த தோட்டியைப் பற்றிய விவரங்களை ஏன் சொல்லவில்லை? இராமனுடைய பவ்வியமான பரிவாரத்தைச் சேர்ந்தவர்களுக்கும் பாதணிகளைத் தைத்துக் கொடுத்த செருப்பு தைக்கும் தொழிலாளியைப் பற்றியும் அவன் சமுதாய நிலை பற்றியும் எந்தவிதமான குறிப்பும் ஏன் கொடுக்கப்படவில்லை என்று கேட்க வேண்டியுள்ளது. இவ்வாறெல்லாம் நாம் கேட்டுக் கொண்டிருக்கும் வேளையில் இராமாயணம், மகாபாரதம் போன்ற நூல்கள் தமது சூழ்நிலைகளுக்கு ஏற்றவிதத்தில் எவ்வளவு தேவை உள்ளதோ அவ்வளவை மட்டும் விதவிதமாகவும் சிறப்பாகவும் விளக்கிக் கூறியுள்ளன. அதனால்தான் அவை மிகச்சிறந்த கலைப் படைப்புகள் ஆகின்றன என்று யாராவது சொல்லக்கூடும். ஆனால் இங்குக் கலைப் படைப்புகளைத் தோற்றுவிப்பது மட்டும் இராமாயணத்தினுடைய அல்லது மகாபாரத்தினுடைய வேலை அல்ல. அதற்கும் மேலாகத் தெய்வத்தன்மையின் சிறப்பைக் கொண்டாடுவதே இங்கு இவற்றின் குறிக்கோளாக உள்ளது. ஏனென்றால், இப்படிப் பட்ட புராண இதிகாச நூல்களிலிருந்து கிடைக்கும் உணர்வு இவற்றைப் படிப்பவனுடைய அனுபவத்துடன் அழகாகவும் எளிதாகவும் பொருந்திக் கொள்வதற்குப் பதிலாக சர்வாதிகாரி ஒருவனின்

கட்டளைகளைப் போன்று படிப்பவனின் வாழ்க்கையின் உள்ளே நுழைந்து அவனிடத்தில் பயத்தையும் ஆதங்கத்தையும் தோற்று விக்கக் கூடியனவாக உள்ளன. ஆனால் இப்படிப்பட்ட விஷயங்களில் கேள்விகள் கேட்பதற்கு அவகாசமே கொடுப்பதில்லை. 'இதிகாசங் களை விமர்சிக்கிறோம் என்னும் பெயரில் அந்தக் காலத்து இலக்கியங் களை இந்நாளைய விமரிசனக் கண்கொண்டு அளவீடு செய்வது சரியான முறையல்ல; அன்றைய காலத்தில் நாடு எந்த நிலையில் இருந்ததோ அந்நிலைக்கு ஏற்றவிதத்தில் அவற்றை விமரிசிக்க வேண்டும் என்று சிலர் சொல்லலாம்.' ஆனால் இராமாயணம் போன்ற நூல்கள் அன்றைக்கு இருந்ததைக் காட்டிலும் இன்று மிகவும் சிறப்பான இடத்தை எல்லா மட்டத்திலும் பெற்றுள்ளன. இதை நாம் மாற்றி அமைத்திட வேண்டும். அத்தோடு, இராமனின் காலத்தில் கடவுள்கள், பிரபுக்கள், நிலச்சுவான்தார்கள், விவசாயிகள் போன்ற மக்கள் பிரிவுகள் இருந்ததால் மக்கட்பிரிவுகளுக்குள் பெரிய இடைவெளி இருந்தது. மனிதர்களுக்கிடையே இடைவெளி இருந்ததால் இவர் களுக்கிடையே சமத்துவமோ, சகோதரத்துவமோ, சுதந்திர உணர்வோ இருக்கவில்லை. இக்காரணத்தினால், இது மக்கள் யாவருக்கும் பொதுவான காவியம் என்று சொல்லப்படுவதற்கில்லை. ஆளும் வர்க்கத்தை முன் நிறுத்திப் புனையப்பட்ட இக்காவியம் மனித எதிர்ப்பு உணர்வை மட்டும் சமுதாயத்தில் பரப்பி வருகிறது. இந்தக் கூற்று இந்திய நாட்டில் உள்ள ஏனைய அறநூல்களுக்கும் பொருந்து வதாகவே உள்ளது. அதனால், தலித் இலக்கியவாதி இத்தகைய புராண நூல்களை நம்புவதில்லை. எனவே, மக்கள் யாவரையும் முன்னிறுத்திக் கூறுகிற மக்கட்காவியம் ஒன்று இந்நாட்டில் இனி மேல்தான் புனையப்பட வேண்டும்.

இந்த வேளையில் இந்நியநாட்டின் தலித் இலக்கியத்தை ஆப்பிரிக்க நாட்டின் நீக்ரோ இலக்கியத்துடன் தொடர்புபடுத்திப் பார்க்கப்படுகிறது. ஆப்பிரிக்க நாட்டு நீக்ரோக்களை ஐரோப்பிய வெள்ளையர்கள் அடிமைகளாக நடத்தி உள்ளார்கள். அதைப் போன்றே இந்து தருமமும் இந்து தரும நெறியாளர்களும் தமது சொந்த தருமநெறியைப் பின்பற்றும் தலித் மக்களை ஆடுமாடுகளை விடக் கேவலமாக நடத்தி வந்துள்ளார்கள். இவ்விரு செயல்களும் மோசமான செயல்கள் என்று தலித் இலக்கியவாதி எண்ணுகிறான். இதில் மிகவும் முக்கியமாகக் கவனிக்கப்பட வேண்டிய விசயம் என்னவென்றால் ஐரோப்பிய வெள்ளையர்களுக்கும் நீக்ரோக்களுக்கும்

அறநெறியிலும், ஆசார அனுஷ்டானங்களிலும் மொழியிலும் இவற்றைக் காட்டிலும் உடலின் நிறத்திலும் உடலமைப்பிலும் வேறுபாடுகள் உள்ளன. நீக்ரோக்களுக்கும் ஐரோப்பிய வெள்ளையர் களுக்கும் இடையே தொடர்பு ஏற்பட்டால் ஐரோப்பியர்களுக்கே சாசுவதமாகிப் போய்விட்ட அவர்களின் வெளிர்நிறம் கெட்டுப் போய்விடக் கூடும் என்று தீவிரமாக வாதிப்பவர்களுமுண்டு. ஆனால் இந்திய நாட்டின் மேல்ஜாதி இந்துக்களுக்கும் தலித் இந்துக்களுக்கும் எத்தகைய வேறுபாடுள்ளது? எத்தகைய வேறுபாடுமில்லாத போதும் கூட சிறிதும் மனிதத்தன்மையே இல்லாமல் தலித்துகளை ஏன் இவ்வாறு நடத்துகிறார்கள்? என்னும் இவ்வினாக்களை தலித் இலக்கியவாதி மிகவும் தீவிரமாகச் சிந்திப்பவனாக இருக்கிறான்.

கர்நாடகத்தில் சூத்திர இனங்களிலிருந்து தோன்றிய புகழ் பெற்ற இலக்கிய ஆசிரியர்கள் சிலர், இந்நாட்டின் மேல் ஜாதி மக்களால் செய்யப்பட்ட இழிவான செயல்களைப் பற்றிக் குறிப்பிடும் பொழுது சம்பிரதாயங்களின் பிடியிலிருக்கும் இந்திய நாட்டுச் சமுதாயத்தை மிகவும் கடுமையாக விமரிசனம் செய்வதை நாம் காண்கிறோம். ஆனால், சூத்திரர்கள் எந்தவழியில் செல்ல வேண்டும் அவர்கள் எந்த வகையில் வாழவேண்டும் என்பனவற்றைப் பற்றிய விளக்கங்களைக் கொடுக்கும்பொழுது மேல்மட்ட இந்துக்களின் பழக்க வழக்கங்களுடன் ஒத்துப் போகிறவர்களாக இருக்கிறார்கள். இத்தகைய போக்கை தலித் இலக்கியவாதி ஒத்துக் கொள்வதில்லை; பொறுத்துக் கொள்வதில்லை. இந்திய நாட்டில் நிலைத்துப் போய்விட்ட மேல்மட்ட பழக்கவழக்கங்களால் தன்னைப் போன்றே சூத்திரர்கள் எல்லாரும் துன்பப்பட்டு உள்ளார்கள் என்னும் காரணத்தினால் தன்னைப் போன்றே சமத்துவத்திற்காக எல்லாரும் பாடுபட வேண்டும் என்று தலித் இலக்கியவாதி விரும்புகிறான். இந்த ஒரு சிந்தனை பெண்களுக்கும் முஸ்லீம்களைப் போன்ற சிறுபான்மையினருக்கும் பொருந்துவதாக உள்ளது.

சில இலக்கியவாதிகளும் சமுதாய பிரக்ஞை கொண்ட விமரிசகர் களும் ஏதோ இரு இலக்கியவாதியின் அனுபவத்திற்காக சமுதாயத்தை அலசிக் கொண்டிருக்க வேண்டியதில்லை; எந்தவொரு முற்போக்குச் சமுதாயப் போராட்டங்களிலும் பங்கு பெற வேண்டியதில்லை; இளமையில் பெற்ற அனுபவங்களின் அடிப்படையிலும் படித்த நூல்களின் ஆதாரங்களின் அடிப்படையிலும் மிகவும் சிறப்பான

நூல்களைப் படைக்க முடியும் என்று எண்ணுகிறார்கள். இவ்வாறு எண்ணுவதால்தான் இலக்கியவாதி என்பவன் ஒரு ரிசியைப் போன்றவன்; கற்பனை உலகில் வாழ்பவன்: அரசியல், மற்றும் சமுதாயத்தின் அன்றாட நிகழ்ச்சிகள், ஏழ்மை, பசி, பஞ்சம் போன்ற சாதாரண விஷயங்களிலிருந்து ஒதுங்கியிருப்பவன்; சமுதாயத்திற்கு எந்த விதத்திலும் உதவியாயிருக்க முடியாத பயனற்ற நபர்-என்பன போன்ற கருத்துகள் உருவாகியுள்ளன. தலித் இலக்கியவாதிக்குத் தன்னுடைய இளமைக்கால அனுபவங்கள் மிகவும் கட்டாயமாகத் தேவைப்படுகின்றன. அவ்வாறே, சமுதாயத்தின் அன்றாட நிகழ்ச்சிகள் பற்றிய விழிப்புணர்வும் அவனுக்கு இருக்கிறது. அதனால்தான் இவனுடைய இலக்கியத்தில் உண்மையான ஒரு முரட்டுத்தனமும் கெட்டித் தன்மையும் இருக்கின்றன. அவன் தன்னுடைய படைப்பு களால் மக்களைக் கட்டிப் போட ஆரம்பிக்கும்போது அவனுடைய படைப்புகளைப் படிக்க வைக்க வேண்டும் என்னும் ஏக்கம் அவனுக்கு உண்டாகிறது. சிறந்த மக்களை உருவாக்கும் இப்படிப்பட்ட போராட்டத்தில் அவனுக்கு மிகுந்த அக்கறையும் ஆதாரமும் இருப்பதனால்தான் சமுதாயத்தின் மொழி பற்றியும் அரசியல், சமுதாயப் போராட்டங்கள் பற்றியும் ஆழமாகச் சிந்திக்கிறான். அதனால் இப்படிப்பட்ட போராட்டங் களுக்கு இவனுடைய இலக்கியம் ஒரு முன்னறிவிப்பாக இருப்பதோடு இப்படிப்பட்ட புதுப்புதுப் போராட்டங்கள் தலித் இலக்கியவாதியின் இலக்கியப் படைப்புகளுக்கும் தூண்டுகோல்களாக உள்ளன. இவ்வாறு இத்தகைய இலக்கியவாதிக்கும் சாதாரண மனிதர் களுக்கும் இடையே உள்ள இடைவெளியைக் கட்டாயம் குறைத்திட வேண்டும் என்று சிந்திப்பவனாக அவன் உள்ளான்.

இக்காலக் கன்னட இலக்கியத்தைப் பொறுத்த அளவில் இந்திய நாட்டில் பரம்பரை பரம்பரையாகப் பின்பற்றப்பட்டு வந்த அற நெறிகளை அடிப்படையாக வைத்துக் கொண்டு இலக்கியங்களை விமரிசித்திடும் பழமையில் ஊறிப்போன விமரிசகர்கள் உள்ளார்கள்; காவியப் படைப்புகளின் நியதிகளின் அடிப்படையில் ஆஹா ஓஹோ என ஓசை எழுப்பிக் கொண்டு விமரிசித்திடுவோர் உள்ளனர்: தூய்மை யான கலையின் அடிப்படையிலும் தூய்மையான இலக்கியத்தின் அடிப்படையிலும் சொற்சிலம்ப விளையாட்டுகளுடன் விமரிசித் திடுவோர் என்று பலவகையான விமரிசகர்கள் உள்ளனர்; ஆனால் இத்தகைய விமரிசனங்கள் யாவும் சாதாரணமானவர்கள் படிக்கும் இலக்கியங்கள் படைக்கப்படுவதற்குத் துணையாக இல்லை. தலித்

இலக்கியத்தைப் பொறுத்த அளவில் மனிதனும் அவனுடைய துன்பங்களுமே அதன் மையப்பொருளாக உள்ளன. மனிதனுடைய துன்பம், அவன் பிணைக்கப்பட்டிருக்கும் சங்கிலி, ஜாதிப் பாகு பாட்டினால் உண்டாகும் சிக்கல்கள் இக்காரணங்களால் அவன் படும் துயரம், மனிதனுக்கும் மனிதனுக்கும் இடையே உள்ள குறுக்குச் சுவர்கள் மற்றும் அவற்றின் பின்னணி – இவை எல்லாவற்றுக்கு மான வரலாற்று அடிப்படைகளை மிகவும் சிறப்பான விதத்தில் நாட்டுப்புறக் கலைகளின் மூலமாகவும் இலக்கியப் படைப்புகளின் மூலமாகவும் வெளியே கொண்டு வருகிறான். இவ்வாறு வாழ்க்கை முறையைப் படைப்பது என்றால் மக்கள் கண்டு களிப்பதற்காகவும் பொழுது போக்கிற்காகவும் படம் பிடிப்பது என்ற பொருளில்லை. இலக்கியங்களின் மூலமாகவே இத்தகைய துயரங்கள் எல்லா வற்றையும் பற்றிய சித்திரத்தைத் தலித்துகளின் முன்னால் வைப்பதும் தமது வாழ்க்கையின் பின்னணியைத் தெரிந்து புதிய சமுதாய மனிதனுடன் கூட்டுச்சேர்ந்து கொண்டு நடைபோடச் செய்வதும் ஒருபுறம் இருக்கையில் மற்றொருபுறம் உயர்ஜாதி இந்துக்களுக்கு இத்தகைய சித்திரங்களைக் கொடுப்பதன் மூலமாகத் தாம் இதுநாள் வரை இழைத்து வந்த தவறுகளைப் பற்றியும் கொடுமைகளைப் பற்றியும் அவர்களுக்குப் புரிய வைப்பதும் சுரண்டலுக்கு ஆளான மக்களின் வாழ்க்கையைப் பற்றி ஒருவித பயத்தையும் அனுதாபத்தையும் உண்டாக்குவதும் கூட இவனுடைய முக்கிய குறிக்கோளாக உள்ளது. இப்படிப் பட்டதொரு இலக்கியம் வரலாறு பற்றிய விழிப்புணர்வு கொண்ட தலித்துகளைப் பற்றிய முழுவிவரங்களையும் அனுபவித்தவரும் அனுபவித்துக் கொண்டிருப்ப வருமான தலித்தின் மூலமாகத்தான் படைக்கப்படும். இப்படிப்பட்ட இலக்கியத்தைப் படைக்கும் சூழ்நிலையில் ஆரவாரத்தைக் காட்டிலும் மக்களின் மொத்த வாழ்க்கையையும் புரிந்து கொள்ளக் கூடிய பரிவுணர்வு மிகுதியாக இருந்திடில் மட்டுமே இதன் குறிக்கோள் நிறைவேறும். அதனால் தலித் இனத்தைச் சேர்ந்த ஒருவன் மிகவும் மோசமான இலக்கியத்தைப் படைத்து, தலித் இலக்கியவாதி என்று அழைக்கப்படாமல் போகக் கூடிய வாய்ப்பும் உள்ளது.

மேலே சொல்லப்பட்ட எல்லா விவரவங்களின் அடிப்படையிலும் தலித் இலக்கியவாதி இன்று இலக்கியத்தைப் படைக்கத் துவங்கி யுள்ளான். அழகியல் இலக்கியப் பின்னணியினரின் விமரிசனமும், நவ்ய பின்னணியினரின்

விமரிசனமும் இலக்கியத்தை மக்களிடமிருந்து பிரித்திடும் பணியைச் செவ்வனே செய்து வருகின்றன. இப்படிப்பட்ட சூழ்நிலையில், இலக்கியத்தை மக்களுக்கு நெருக்கமானதாகச் செய்திடுவதற்கும் சாதிச்சண்டை, வறுமை போன்ற காரணங்களால் சமுதாயத்தில் ஏற்பட்டிருக்கும் ஏற்றத்தாழ்வுகளைப் போக்குவதற்கும், கடவுள், தர்மம், விதி, மறுபிறவி போன்ற சுவைக்கு உதவாத கற்பனை வாதங்களைச் சொல்லி மனிதனின் படைப்பாற்றலை ஒழித்துக் கட்டாமல் இருப்பதற்கும் தனிக்கலை, தனி இலக்கியம், தனி விமரிசனம் என்னும் பெயர்களில் இலக்கியத்தை மக்களிடமிருந்து வெகுதூரத்திற்குக் கொண்டு செல்லாமல் இருப்பதற்கும் மக்கள் யாவரிடமும் அன்பு, ஆதரவு, உண்மை, பரஸ்பர நம்பிக்கை போன்ற உணர்வுகளை உண்டாக்கி வளர்ப்பதற்கும் ஆசையின் மூல காரணமாகிய மனித இனத்தின் அடிமனத்தில் பதுங்கியிருக்கும் சுரண்டலின் கொடுமைகளை இலக்கியத்தில் விவரிப்பதன் மூலமாக நிலையான இலக்கியத்தை உருவாக்குவதற்கும் வல்லவனாக இன்றைய தலித் இலக்கியவாதி உள்ளான். இந்த நிலையிலிருந்து இலக்கியத்தை விமரிசித்திடும் பாங்கே தலித் இலக்கியங்களின் விமரிசன முறையுமாகும்.

(ஜூலை 29, 1981 அன்று "தலித் இலக்கியத்தின் விமரிசன நிலைபாடுகள்" என்னும் பொருளில் மைசூர் வானொலி நிலையத்திலிருந்து ஒலிப்பரப்பப்பட்ட பேச்சு. அதன்பின் "கன்னட பிரபா" இதழில் தொடர் கட்டுரையாகவும் இது வெளியிடப்பட்டது.)

கன்னடமூலம் : தேவய்யா ஹரவே
தமிழில் : சிவசண்முகம்

## இ. தலித் புரட்சியின் சமுதாய நிலையும் மரபிலக்கியமும்

சாதாரணமாக தலித் புரட்சியின் சமுதாய நிலை என்றால் தலித் புரட்சி இலக்கியத்தையும் அவ்விலக்கியத்தின் சமுதாய நிலைபாட்டுச் சூழலையும் குறிப்பதாகக் கொள்ளப்படுகிறது. அதாவது, தலித் புரட்சியின் கொள்கை நிலையில் நின்று பழங்கன்னட இலக்கியத்தின் அல்லது புலவர்களின் சமுதாய நிலைபாடு பற்றிய கருத்துகளைக் கண்டறியும் முயற்சி இங்கு மேற்கொள்ளப் பட்டுள்ளது. அல்லது படைப்புக் கலையின் பின்னணியிலிருந்து ஒரு கருத்தைச் சொல்வ தென்றால், தலித் புரட்சியின் சமுதாய நிலையைப் புரிந்து கொள்வ தென்பது இந்திய நாட்டின் பண்பாட்டுச் சூழலில் காணப்படும் தர்மம், ஜாதிகள், வர்ணாசிரம முறை, தீண்டாமை போன்ற சமுதாயக் கூறுகளைப் பற்றிக் கன்னட மொழியின் பழம் கவிகள் புலப்படுத்தி யுள்ள கருத்துகளையும் நிலைபாடுகளையும் கண்டறிதல் என்பதாகும். ஏனென்றால், இப்பழங்கவிகள் – அவர்கள் பெரும் கவிகளாக இருந்தாலும் சரி அல்லது சாதாரண கவிகளாக இருந்தாலும் சரி தர்மத்தை முன்னிலைப் படுத்தியுள்ள வர்ணாசிரம முறையை அவர்கள் எதிர்க்கவில்லை. மேலும் தம்முடைய கற்பனையின் பின்னணியில் 'புலையர்' 'சக்லியர், 'சண்டாளர்' அல்லது 'சூத்திரர்' என்னும் பெயர்கள் மூலம் மக்களைப் பாகுபாடு செய்தவர்களுள் இக்கவிகளும் அடங்குவர் என்பதை நாம் அறிய முடியும். அதாவது, சிவசரணர்கள் என்று சொல்லப்படும் அடியார்கள் தவிர்த்த பிற எல்லோரையும் இந்த வகையான கவிஞர்களில் சேர்த்திட முடியும். ஏனென்றால், சரணர்களின் நெறிக்கு நீண்ட நெடுங்காலமாகவே சுயமரியாதையும் சமுதாய சமத்துவக் கொள்கை அடிப்படையில் ஆன போராட்டங்களுமே ஆதார நெறிகளாக இருந்து இருக்கின்றன. ஜாதி அமைப்பைப் பற்றியும் தீண்டாமை பற்றியும் அவர்கள் கொண்ட நிலைபாடு சமண மற்றும் வைதிகக் கவிகளிடமிருந்து முற்றிலுமாக மாறுபட்டு உள்ளது. அது எப்படி இருப்பினும், மேலே சொல்லப்பட்ட

விசயங்களைப் பற்றிய விவாதங்களுக்குத் தற்பொழுது சமண, வைதீக மற்றும் சைவ நெறிகளைச் சேர்ந்த சில பழங்கவிஞர் களுடைய படைப்புகளை முதன்மை ஆதாரங்களாக வைத்துக் கொண்டும் அவற்றுக்கு அடுத்த நிலையில் திறனாய்வாளர்களின் கருத்துகளை வைத்துக் கொண்டும் இங்கு விளக்கப்படுகிறது. நாம் நினைவில் வைத்துக் கொள்ள வேண்டிய மற்றொரு முக்கிய விசயம் என்னவென்றால், பழம்புலவர்கள் என்று நம்மால் தேர்வு செய்யப்பட்ட புலவர்களைப் பற்றியோ அவர்களுடைய படைப்புகளைப் பற்றியோ முழுமையாகத் திறனாய்வு செய்வது இங்கு நமது குறிக்கோள் அல்ல. அதற்கு மாறாக, வர்ணாசிரம முறை, ஜாதிப்பாகுபாடு, சூத்திரன் என்று இழிவுபடுத்துதல், தீண்டாமை போன்ற சமுதாயக் கூறுகளைப் பற்றி இக்கவிஞர்கள் எத்தகைய கருத்துகளையும் சிந்தாந்தங்களையும் வைத்து இருந்தார்கள் என்பதைத் தெளிவுபடுத்துவது முதலியன இங்குக் குறிக்கோளாகக் கொள்ளப்பட்டன.

இன்னும் சில விவரங்களைச் சொல்லுவதன் மூலம் தற்பொழுது நாம் மேற்கொண்டிருப்பது இலக்கியங்களைப் பற்றிய ஆராய்ச்சி என்பது தெளிவுப்படும். முதலாவதாக, மனித இனத்தை அடிமைப்படுத்தும் அனைத்துவிதமான முறைகளையும் எதிர்த்து மனித இனத்தின் நலத்திற்காகச் செயற்படும் எல்லா சக்திகளும் ஒன்று சேர்ந்து நடத்தும் போராட்டமே அனைத்து தலித்புரட்சி இலக்கியத்தின் நிலைபாடாக இருப்பதோடு தற்காலக் கன்னட இலக்கியம் ஏற்படுத்தியுள்ள தவிர்க்கவியலாத ஒரு திருப்பு முனை யாகவும் இருந்துவருகிறது என்பதையும் நாம் கவனத்தில் கொள்ள வேண்டியுள்ளது. இதைப்போன்றே, இரண்டாவதாக, இக்கால இலக்கிய விமரிசனத்திற்குக் கன்னட மொழியின் பழம் இலக்கியங் களில் மிகவும் புகழ்பெற்ற கவிகளான ம.விஜயன், சிவகோடியாச் சாரியார், பம்பன், மாதார சென்னையன், தே.வரதாசிம்மய்யன், பசவண்ணன், நயசேனன், பிரம்மசிவன், துர்கசிம்மன், முதலாம் நாகவர்மன், குமாரவியாசன், ஹரிஹரன் மற்றும் ராகவாங்கன் போன்றவர்களின் பழம் பெரும் படைப்புகள்யாவும் நமது பரிசீலனைக்கு எடுத்துக் கொள்ளப்பட்டுள்ளன.

முதற்கண், கன்னடமொழியின் முதற்பெருங் காவியப் படைப்பாகிய ‘கவிராஜமார்க்கம்’ என்னும் கி.பி. ஒன்பதாம் நூற்றாண்டைச் சேர்ந்த நூலில் பயன்படுத்தப்பட்டுள்ள உத்தி யாது என்பதைப் பற்றி நாம் காண்போமாக.

"பரதர்கா பார்வர்க
ய்தரசர்கா குடியரப்ப நால்வர்காகள்
ஸ்திரகோபாத்யாய க்ஷமா
பரிபால்ய க்ஷேத்ரகர்ஷணங்கள் க்ரியைகள்"[1]

"வர்த்தகர்கள் பிராமணர்கள் ஷத்திரியர்கள் மற்றும் கடைசி வர்ணத்தைச் சார்ந்த விவசாயிகள் ஆகியோர் சொத்து, பசுவை வளர்த்தல், ஓதுதல், பூமிகாத்தல், நிலத்தை உழுதல் போன்ற செயல் களைச் செய்பவர்கள்"

இங்கு நாம் முதலில் கவனத்தில் கொள்ள வேண்டிய முக்கியமான செய்தி என்னவென்றால் 'கவிராஜமார்க்கம்' என்னும் நூலின் ஆசிரியன் உண்மையில் ஒரு விவரணையாளன். ஒரு காவியத்தின் தன்மை எப்படிப்பட்டதாய் இருக்க வேண்டும், அதன் குறிக்கோள் எத்தன்மையாய் இருக்க வேண்டும் என்பன போன்ற வற்றைப் பற்றி விவாதித்திடும் சிந்தனையாளன் என்றோ அல்லது ஒரு காவித்தின் பண்பு எப்படிப் பட்டதாய் இருக்க வேண்டும் என்பன வற்றையெல்லாம் தொகுத்துக் கூறுபவன் என்றோ இக்கவியை நாம் கருத இடமுண்டு. இக்கவிஞன் எப்படிப் பட்டவனாய் இருந்த போதிலும், மேலே கொடுக்கப்பட்டுள்ள பாடல் சதுர்வர்ணத்தைப் பற்றி விவரிப்பதாய் உள்ளது. இப்படி இருக்கும்போது, உண்மையில் காவிய விவரணையாளனாகவும் அழகை வழிபடுபவனாகவும் கருதப்படும் கவிராஜமார்க்க நூலாசிரியன் மக்களின் வர்ணாசிரம முறையிலான பாகுபாடு பற்றி இவ்வளவு சிந்தித்திருப்பது நமது கவனத்தைக் கவருவதாக உள்ளது. இதுமட்டும் அல்லாது, வர்ணாசிரம பாடல், ஆசிரியரின் கவனக் குறைவினாலோ அல்லது தற்செயலாக நிகழ்ந்து விட்ட நிகழ்ச்சியாலோ அந்த நூலில் இடம் பெற்று விட்டதாகக் கருதப்பட முடியாது. இதைப்பற்றி ஆசிரியர் நன்கு சிந்தித்த பின்பே இப்பாடலில் வர்ணாசிரமமுறை விளக்கப்பட்டுள்ளது என்ப-தோடல்லாமல் இதற்கான தார்மீகக் குறிக்கோள் ஒன்றும் பாடலாசிரியருக்கு இருந்திருக்கிறது என்று சொல்லித்தான் ஆக வேண்டும். மேலும், இந்த விவரண நூலைப் பற்றிக் கூறும் சமயத்தில் விவரணையாளனாகிய ஸ்ரீவிஜயன் வேறொரு காரணத்திற்காக வர்ணாசிரம முறை பற்றிய விவரத்தை இங்கே சொல்லியிருக்கக்

1. கவிராஜமார்க்கம் (பதி) எம்.வி. சீதாராமய்யா, பரிச்சேதனம் வெளியீடு, 65:96,1968.

கூடும் என்று நாம் விட்டுவிட்டாலும் கூட, பகவத்கீதையில் சொல்லப் பட்டிருக்கும் வெவ்வேறு வர்ணங்களின் தொழில் பற்றிய சித்தாந்தத்தின் பின்னணியிலேயே மேலே சொல்லப்பட்டுள்ள பாடல் புனையப் பட்டுள்ளது என்பது மிகவும் தெளிவாக உள்ளது.

இரண்டாவது முக்கியமான செய்தி என்ன வென்றால் "கவிராஜ மார்க்க நூலாசிரியன் சமண மதத்தைச் சேர்ந்தவன் என்ற உறுதியான செய்தியாகும்"[2] இந்தக் கூற்றுக்கு நூலின் எல்லாப் பகுதிகளிலும் எடுத்துக்காட்டுகள் உள்ளன.[3] அதாவது, மனித தருமத்திற்கு எதிராகவும், அதன் கர்ம சித்தாந்தத்திற்கு எதிராகவும் புரட்சிக் குரல் எழுப்பியதே பழம் சமண தருமத்தின் தலையாய குறிக்கோள் என்னும் கூற்று அடிக்கடி சொல்லப்பட்டு வருகிறது. ஆனால் சமண சமயப் புலவர்கள் தம்மைவிடவும் உயர்ந்தவர்கள் என்று கருதப்படுபவர்களுக்கு மட்டுமே எதிராகக் குரல் கொடுத்தார்கள். அத்தோடு அவர்களின் புரட்சி நின்றுவிட்டது. இப்பாகுபாட்டு முறையின்படி பிராமணர்கள் உயர்ந்தவர்கள் என்றும் சூத்திரர்கள் இழிந்தவர்கள் என்றும் சமண சமயப் புலவர்கள்கூட எப்படிச் சொல்ல வேண்டுமோ அப்படிச் சொல்லி யுள்ளார்கள் என்பதற்கு மேலே குறிப்பிட்டுள்ள கவிராஜமார்க்க நூலாசிரியரின் பாடல் ஒரு முக்கியமான எடுத்துக்காட்டு என்பது தெளிவாகிறது. இந்த விஷயத்தைப் பற்றி இந்நூலின் இனிவரும் பகுதியில்–பம்பனைப் பற்றி விவரிக்கும் பொழுது–இன்னும் தெளிவாக விளக்கிக் கூறப்பட்டுள்ளது. இந்த இடத்தில் நான் இன்னொரு விஷயத்தையும் கவனத்தில் கொள்ள வேண்டியுள்ளது. வேதங்களின் ஆராய்ச்சிக்குப் பிராமணர்கள், அரசாட்சிக்கு அரசர்கள், வாணிபத்திற்கு வைசியர்கள் மற்றும் விவசாயத்திற்குச் சூத்திரர்கள்

2. இது மட்டுமல்லாமல், கன்னட மொழியின் பெரும்பாலான பழம்பெரும்கவிகள் எல்லோரும் சமண மதத்தைச் சேர்ந்தவர்களே என்பது உண்மை. அத்தோடு, கன்னட மொழியில் உள்ள எந்த ஒரு பழங்காவியமும் மதச்சார்புடைய நூலேயாகும் என்பதும் மற்றொரு உண்மையாகும். இந்த உண்மைகளை நினைவில் கொண்டு பார்க்கும் பொழுது இரு உண்மைகள் நமக்குப் புலப்படுகின்றன. அதாவது, அறநெறிப்படி இன்பம், மோட்சம் போன்வற்றை ஈட்ட வேண்டும் என்பதை நிலைநாட்டுவதே காவியத்தின் குறிக்கோளாக இருக்க வேண்டும் என்று ஒரு இடத்தில் பழங்கால புலவர்கள் சொல்லுகிறார்கள். மற்றொரு பக்கம், பரம்பரியமான நமது சமுதாயப் பண்புகளைக் காப்பாற்றி வரும் ஜாதி, வர்ணம், தீண்டாமை போன்றன பற்றிய விளக்கங்களுக்குத் தமது காவியங்களில் இயன்ற இடங்களில் எல்லாம் வாய்ப்புத்தர வேண்டும் என்று எடுத்துக் கூறியுள்ளதையும் நாம் கவனிக்க வேண்டும்.

–ஆர்.எஸ். முகளி, கன்னட. இலக்கிய வரலாறு பக்கம், 55, 1953

3. கவிராஜ மார்க்கம், பரிச்சேதன வெளியீடு, பாடல்கள் 3,5,9,19,28,79,88,91

என்று வேதத்தில் கூறப்பட்டுள்ள பாகுபாட்டை நிலை நாட்டியிருக்கும் கவிராஜமார்க்க நூலாசிரியன் தன்னுடைய நூலில் தீண்டத் தகாதவர்களைத் தீண்டுவதற்கு முயற்சிக்கவில்லை. அது மட்டும் அல்லாமல் 'தீண்டாமை', 'புலையன்', 'சக்கிலியன்' என்பன போன்ற சொற்களைத் தன்னுடைய நூலில் பயன்படுத்தவும் இல்லை. இதற்கு மாறாக, கன்னட மொழியின் பழம்பெரும் கவியும் 'வட்டாராதனெ' என்னும் நூலின் ஆசிரியருமான சிவகோட்டி ஆச்சாரியார் என்பவர் மட்டும் தனது படைப்பில் 'புலையர்கள், சக்கிலியர்கள்' போன்ற சொற்களைத் தாராளமாகப் பல்வேறு சூழ்நிலைகளில் பயன்படுத்தி இருப்பதை நாம் காணலாம்.

கி.பி. பத்தாம் நூற்றாண்டில் இயற்றப்பட்ட நூலென்று சொல்லப் படும் சிவகோட்டி ஆச்சாரியாரின் 'வட்டாராதனெ' நூலில் சொல்லப் பட்டுள்ள 'சுகுமார சுவாமியின் கதை' என்னும் பகுதியில் வரும் வாயுபூபதியின் வம்சத்தைப் பற்றி நூலாசிரியன் பின்வருமாறு சொல்லுகிறான்.

"வாயுபூபதி மிகுந்த கர்வத்துடன் ரிசிகளை அவமானம் செய்து கடுஞ்சொற்களைப் பேசி, இகழ்ந்ததால் சமண தருமத்தைப் பழித்த பாவத்திற்கு ஆளாகி ஏழு நாள்களுக்குள்ளாக குஷ்ட நோயால் தாக்கப்பட்டான். உடல் முழுவதும் புழுத்துப்போய் இறந்து போனான். இறந்த பின்னர் கௌசம்பி என்னும் ஊரில் லம்பாடி குடும்பம் ஒன்றில் பெண் கழுதையாகப் பிறந்தான். மிகுந்த பாரத்தைச் சுமந்து சுமந்து முதுகில் குழிவிழுந்து அந்த இடத்தில் புண்ணாகி அதனாலேயே அந்தக் கழுதை செத்தது. அதற்குப் பின்னர் மலத்தைத் தின்னும் பன்றியாகப் பிறந்து செத்தது. பின் மகத நாட்டில் உள்ள சம்பா நகரம் என்னும் ஊரில் சக்கிலியரின் குடும்பத்தில் பெண் நாயாகப் பிறந்தது வாயுபதியின் ஆன்மா. அந்தப் பிறவிக்குப் பின்னர் சக்கிலியர்களின் தலைவனாக நீளம் மற்றும் அவன் மனைவி கேகி என்னும் தம்பதி யருக்குப் பெண் குழந்தையாகப் பிறந்தது. அந்தப் பெண் அழகற்ற வளாகவும், கறுப்பு நிறத்தவளாகவும், முடைநாற்றம் வீசுபவளாகவும்,

4. வட்டாரதனெ, காலோக, பக். 14–15, 1971 (ஆர்.எல்.அனந்தராமய்யா). வட்டாரதனெ மூலம் பக் 9–10. 1970. இந்த புத்தகத்தின் மூல நூலின் வரிகளைக் கொடுப்பதற்குப் பதிலாக இங்கு உரைநடை வடிவிற்கு மாற்றப்பட்ட பகுதி கொடுக்கப் பட்டிருப்பதற்குக் காரணம், மூலநூலிலிருக்கும் பழங்கன்னட எழுத்துகளின் பிரச்சினை, இருந்தபோதிலும், இனி வரும் பகுதிகளில் மூலநூலின் வரிகளையே எடுத்துக்காட்டாகக் கொடுக்க முயற்சிக்கிறேன்.

பிறவியிலே குருடியாகவும் பண்பற்றவளாகவும் இருந்தாள்''[4] இது சக்கிலிப் பெண்ணைப் பற்றிய நூலாசிரியரின் சிவகோடியாச்சாரி யாரின் வருணனையாகும்.

''தொம்பர் (லம்பாடி)களின் வாழ்க்கை கயிற்றின் மேலே வேடர்களின் வாழ்க்கை மரத்தின் மேலே' என்னும் பழமொழியை இது நமக்கு நினைவூட்டுவதாக உள்ளது.

இதே கவியின் மற்றொரு பாத்திரப் படைப்பாகிய சூரிய மித்ராச்சாரியன் என்பவன் மேலே சொல்லப்பட்ட கதைப் பகுதியைப் பின்வருமாறு விவரிக்கிறான்:

''வாயுபூபதி என்பவன் மிகுந்த கர்வத்தின் காரணமாக நம்மை ஒதுக்கித் தள்ளியதோடு தகாத சொற்களைக் கொண்டு இகழ்ந்துரைத்த பாவத்தால் ஏழு நாள்களுக்குள்ளாக குஷ்டரோகத்தால் பீடிக்கப்பட்டான். அந்நோயால் உடல் முழுவதும் புழுத்துப் போய் இறந்து பிறகு, பெண் கழுதையாகப் பிறந்தும் பெண் பன்றியாகப் பிறந்தும் பிறகு பெண் நாயாகப் பிறந்தும் வெவ்வேறு பிறவிகள் எடுத்து இறந்தும் பிறந்தும் தற்போது புலையர்களின் குடும்பத்தில் பிறவிக் குருடியாகப் பிறந்துள்ளான்.''

மேலே கொடுக்கப்பட்டுள்ள இரண்டு எடுத்துக்காட்டுகளிலும் மிகவும் கூர்ந்து நோக்கப்பட வேண்டிய சமுதாயவியல் மற்றும் மானிடவியல் பிரச்சினைகள் பல இருப்பதைக் காணமுடிகிறது. முதலாவதாக, சமண முனியின் விரோதத்தைச் சம்பாதித்து அதன் காரணமாய் பாவியாய் வாழ்ந்து வந்து வாயுபூபதி துணி வெளுப்பவர் களின் குடும்பத்தில் பெண் கழுதையாகப் பிறக்கிறான். அதாவது, இங்கு நாம் கவனிக்க வேண்டிய விஷயம் என்னவென்றால் 'லம்பாடிகள்' என்ற சொல்லுக்கு ஊர் ஊராகச் சுற்றி ஆங்காங்கே கூடாரங்கள் போட்டு அதில் குடும்பத்தை நடத்தி, அந்தந்த ஊர்களில் கயிற்றின் மேல் நடத்தல் போன்ற வித்தைகளைச் செய்து அதைப் பார்ப்பவர்களிடம் பிச்சை பெற்று வாழ்க்கையை நடத்திவரும் நாடோடிக் கும்பல் என்று பொருள். உண்மையில், இவர்கள் கிராமங்களின் புறத்தேதான் கூடாரங்கள் போட்டு வாழ்ந்து வருவார்கள். அதாவது, இவர்கள் தீண்டத் தகாதவர்கள். அவ்வாறே அதற்கடுத்த பிறவியில் வாயுபதியானவன் கழுதையாகப் பிறக்கிறான். அதாவது, தொம்பர்களின் வித்தைகாட்டும் பொருள்களைச் சுமப்பதற்குப் பயன்படும் பிராணியாகும் இந்தக் கழுதை. இது இவர்களுக்கு மிகவும்

முக்கியமான மிருகமாகும். ஏனென்றால், கழுதைகளின் உதவி யில்லாமல் ஊர் ஊர்களுக்குத் தமது பண்டம் பொருள்களைச் சுமந்து செல்வது இவர்களுக்கு இயலக் கூடிய காரியமல்ல. அத்தோடு, தீண்டத்தகாதவர்களின் வாகனமாக கழுதைகள் மட்டுமேதான் இருக்க முடியுமே தவிர இவர்கள் குதிரைகளையோ பிற விலங்குகளையோ பயணத்திற்குப் பயன்படுத்தக்கூடாது: அவற்றை வளர்க்கவும் கூடாது என்று சாஸ்திரங்களில் சொல்லப்பட்டுள்ளது. எனவே, இது கட்டாயமாகப் பின்பற்றப்பட்டு வந்தது.

இதற்குப் பின்னர் அந்த வாயுபூபதியின் உயிர் பன்றியாகப் பிறந்து இறுதியில் சக்கிலியரின் வீட்டில் பெண் நாயாகப் பிறந்தது. அதாவது, இப்படி பன்றி, கழுதை போன்றவை எல்லாம் லம்பாடிகள் மற்றும் இதர தீண்டத்தகாதவர்கள் தம் வீடுகளில் வளர்க்கக்கூடிய (செல்லப்) பிராணிகள் என்று இங்கு விவரிக்கப்படுவதை நாம் கவனத்தில் கொள்ளவேண்டும். ஏனென்றால், சமுதாய நிலையில் உயர்மட்டத்தைச் சேர்ந்தவர்கள் கழுதையையோ அல்லது பன்றியையோ (செல்லப்) பிராணிகளாக வீடுகளில் வளர்ப்பதில்லை என்பது உலக அனுபவத்தில் நமக்கு வெளிப்படையாகத் தெரிந்த உண்மையாகும்.

இனி, மேலே கொடுக்கப்பட்டுள்ள இரண்டு எடுத்துக்காட்டு களில் பயன்படுத்தப்பட்டுள்ள இரு முக்கிய சொற்களைப் பற்றி நாம் சற்றே கவனிப்போமாக. நூலாசிரியன், கதையைத் தானே கூறிக் கொண்டு செல்லும் பகுதியில், பல்வேறு பிறவிகளை எடுத்துவந்த வாயுபூபதி என்பவன் இறுதியாக, 'பிறவிக் குருடி' யாகவும் மற்றும் 'புலையரின் மகளாக'வும் பிறக்கிறான். அதாவது 'புலையர்' மற்றும் 'சக்கிலியர்' என்னும் இரு பெயர்ச் சொற்களுக்கு இடையே எவ்வித வேறுபாடும் இல்லாமல் பயன்படுத்தப்பட்டுள்ளதை சிவகோடியாச் சாரியாரின் படைப்புகளில் மட்டுமல்லாது பழங்கன்னடத்தின் பல இலக்கியங்களிலும் பார்க்கமுடியும்.

இத்தகைய சூழ்நிலையில், இனி நாம் கவனிக்க வேண்டிய முக்கிய செய்தி என்னவென்றால் சமண மதத்தவனாகிய வாயுபூபதி என்பவன் பாவம் செய்ததன் பலனாகப் புலையர்களின் குடும்பத்தில் பிறந்தான் என்று சொல்வதன் பொருள் புலையர்கள் என்றால் இழிவானவர்கள் என்பதோடு சமண மதத்தினரின் 'புலையர்' களுக்கும் வேதாந்திகள் வருணிக்கும் 'பாவி'களுக்கும் இடையே எவ்விதமான வேறுபாடும் இருப்பதைப் போன்று நமக்குத் தெரிய

வில்லை. இவ்வாறு, தற்கால தலித் புரட்சியின் சமுதாயக் கொள்கை களின் நிலையிலிருந்து மனிதர்கள் யாவரும் சமமானவர்கள். அவர்களுக்குள் பாகுபாடு பார்த்தல் கூடாது என்னும் பின்னணியில் சிந்திக்கும் பொழுது வேதாந்திகளின் தருமநெறிகளின் கொள்கை களுக்கும் சமணசமயத்தைச் சேர்ந்தவர்களின் தருமநெறிகளின் கொள்கைகளுக்கும் இடையே சொல்லிக் கொள்ளும் படியான வேறுபாடு எதுவும் இருப்பதாகத் தெரியவில்லை. இப்படி இருக்கையில், சமண தருமத்தவர்களின் பிறப்பு – இறப்பு பற்றிய கொள்கையும், வேதாந்திகளின் கொள்கைகளாகிய பாவத்தின் பலன் இழிவான பிறப்பு, புண்ணியத்தின் பலன் மேற்குடிப் பிறப்பு என்பனவற்றுக்கும் இடையே பெருத்த வேறுபாடு எதுவும் இருப்பதாகத் தெரியவில்லை. சமண தருமத்திலும் வேதாந்திகளின் தருமத்திலும் இவை இரண்டும் ஏறத்தாழ ஒன்றானவையாகவே உள்ளன. இங்கு நாம் குறிப்பாகக் கவனிக்க வேண்டிய இன்னொரு செய்தி என்னவென்றால், வாயு பூபதியானவன் இவ்வளவு ஜன்ம ஜன்மாந்தரங்களின் துயரங்களை எல்லாம் அனுபவிக்க வேண்டி வந்ததற்கான மிகவும் முக்கியமான மற்றும் மூலாதாரமான காரணம் அவன் வேதத்தைக் கற்காமல் நான்கு வேதங்களையும் ஒதுக்கித் தள்ளியது. இதிலிருந்து நமக்கு இரண்டு செய்திகள் தெளிவாகின்றன. முதலாவதாக, கீழ் ஜாதியைச் சேர்ந்தவர்களுக்கு வேதத்தைக் கற்கும் யோக்யதை கிடையாது என்னும் கருத்து தீவிரமாகப் பின்பற்றப்பட்டு வந்துள்ளது. அத்தோடு மேல் ஜாதியைச் சேர்ந்தவர்கள் ஜன்ம ஜன்மாந்தரங்களில் கீழ் ஜாதியில் அதிலும் புலையர்களாகவும் சக்கிலியர்களாகவும் பிறந்து வேதத்தை அவமரியாதை செய்ததன் பலனைக் கட்டாயம் அனுபவிக்க வேண்டும் என்னும் பொருள் இங்கு வெளிப்படுகிறது. இரண்டாவதாக நாம் புரிந்து கொள்ளக் கூடிய பொருள் என்னவென்றால், வாயுபூபதியின் பாத்திரம் முக்கியமான பங்குபெறும் இக்கதையின் கருவில், மனித மதிப்புகள் நூல்களைப் படிப்பவனின் அறிவுக்கும் சிந்தனைக்கும் புலப்படாத அளவுக்கு எவ்வாறு ஜாதீயச் சிந்தனை களுக்குத் தூபமிடுவனவாக அமைந்து, இறுதியில் அவை ஏற்றுக் கொள்ளப்பட்ட மதிப்புகளாக நிலைகொண்டு விடுகின்றன என்பதைப் பற்றியது. ஏனென்றால், வாயு பூபதியின் ஜன்மஜன்மாந்திரங்களின் மொத்தப் போராட்டங்களும் அனைத்து மனித உயிர்களின் வாழ்க்கை மதிப்புகளையும் உயர்த்துவதற்காகவே நடைபெற்றிருக்கிறது என்னும் பொருள் கதையை மேம்போக்காகப் படிப்பவர்களுக்குத் தெரியவரும்.

ஆனால், அவனுடைய அந்தப் போராட்டம் உண்மையில் வாழ்க்கை மதிப்புகள் அல்லது சமண மதத்தைப் பின்பற்றுபவர்களின் ஒரு பிரிவினரின் மதிப்புகளை நிலைப்படுத்துவனவாக உள்ளது என்பது வாயுபூபதியின் கதை முழுவதிலும் மறைந்து கிடப்பது மறுக்க முடியாத உண்மையாக உள்ளது.[5]

இறுதியாக, வாயுபூபதியின் ஜன்ம ஜன்மாந்திரங்களில் வந்து போகும் ஒவ்வொரு பாத்திரமும் எடுத்துக்காட்டாக, புலையர்கள், பன்றி, நாய், கழுதை போன்றனவெல்லாம் வாயுபூபதியின் அறிவுத் திறத்தையோ அல்லது சமண மதத்தின் திறத்தையோ நிலை நாட்டு வனவாகவே உள்ளனவே தவிர, அவற்றுக்கு மாறாத உயர்வையோ சிறப்பையோ அளிப்பனவாக இல்லை. இவ்வாறு அறிவுத்திறத்தின் மதிப்புகளை நிலைநாட்டுவதற்குத் தன்னை அறியாமலே சமுதாயம் முழுவதுமே ஒரு புறத்தில் பலிகடாவாக ஆகிக் கொண்டிருக்கையில் மற்றொரு புறத்தில் தனது மதத்திற்காகச் சமுதாயம் முழுவதையும் பாடுபட வைத்த வாயுபூபதியைப் போன்ற பாத்திரங்கள் பாரதநாட்டின் பண்பாட்டை விளக்கும் கதாநாயகர்களாவதை இன்னும் வேறுபல காவியங்களிலும் காணமுடியும். அப்படிப்பட்ட கதாநாயகன் பண்பாட்டைப் பொதுப் பண்பாகப் போற்றுவதும் சமணர்களின் வாயுபூபதி பாத்திரத்தில் மட்டுமல்லாது வைதிகர்களின் இராமன், கிருஷ்ணன் போன்ற பாத்திரங்களிலும் காண முடிகிறது. இந்தச் செய்திகளை இன்னும் விளக்கமாக இந்த இயலின் பிற்பகுதியில் ராகவாங்களைப் பற்றி விவரிக்கும் போது காணலாம்.

இந்தச் சூழ்நிலையில், மற்றொரு விஷயத்தையும் தெளிவு படுத்த வேண்டும். இக்கால தலித் புரட்சியின் விளைவான ஏற்றத் தாழ்வற்ற சமுதாய நிலையிலிருந்து கொண்டு பழங்கால இலக்கியங் களின் நிலைபாடுகள் பண்புகள் பற்றி ஆராய்ச்சி செய்வது இயலக் கூடியது என்றபோதிலும், கன்னட மொழியிலுள்ள சமண இலக்கியங் களில் உள்ள சமண நெறிமன தத்துவங்கள் யாவற்றையும் அடையாளம் கண்டறிந்து தெளிவுபடுத்திக் கொள்ளாமல் இக்கட்டுரையின் பிற் பகுதியில் வரும் குமார வியாசன், ராகவாங்கன் போன்ற பிராமண மற்றும் சைவ கவிஞர்களின் நிலைபாடுகளைப் போன்றே, சமணப்

5. இராமன், கிருஷ்ணன் போன்ற கடவுள் அவதாரங்களின் பாத்திரங்களை அம்பேத்கர் இந்துப் பண்பாட்டின் பின்னணியில் விவரிக்கும் பொழுது அவற்றை இந்து மதத்தின் புதிர்கள் என்று வருணித்திருப்பது கூட இந்தப் பொருளில்தான்

புலவர்களிடத்தில் காணக்கூடிய ஒரு சிறப்பான அம்சம் என்ன வென்றால், பிராமணர்கள் மேல் வர்க்கத்தைச் சேர்ந்தவர்கள் என்னும் கருத்தை அவர்கள் ஒருபோதும் எதிர்த்தவர்கள் அல்லர் என்றே தோன்றுகிறது. எடுத்துக்காட்டாக, கன்னடமொழியின் பழம்பொரும் நூலாகவும் புகழ்பெற்ற படைப்பாகவும் விளங்கிவரும் 'வட்டாராதனெ' என்னும் நூலில் குறிப்பிடப்பட்டுள்ள ஒரு நிகழ்ச்சியை நாம் சொல்லலாம். அக்னிபூபதி என்பவனின் மனைவியும் வாயுபூபதி என்பவனின் அண்ணியுமாகிய சோமதத்தை என்பவளின் பாத்திரத்தின் மூலமாக கதாசிரியன் பின்வரும் கருத்தைச் சொல்லுகிறான்.

"இத்தலக்னிபூதிய பார்வந்தி சோமதத்தேயெம்போள் தன்னொந்து ஸல்கியிந்தமளவிந்தம் வாயுபூதிய நித்தெந்தன் – சூர்யமித்ர பட்டார்கர் மட்ப்ராஹ்மணர் நிம்ம ஸோதர மாவங்களீகள் மஹாத்மதபோதனர் குணவந்தர்–"[6] என்று சொல்லுகிறாள்.

அக்னிபூபதி என்பவனின் மனைவியாக சோமதத்தை தனக்கு ஏற்பட்ட துன்பத்தால் வாயுபூபதியை நோக்கி, "சூரிய மித்திர பட்டாரர் பூஜிக்கத் தக்கவர். முக்கியமாக அவர் பிராமணர். அவர் உன் தாய் மாமன். தவ வலிமையும் நல்ல குணமும் கொண்டவர். அவர் உன் வீட்டிற்கு வந்தபோது எழுந்து வணக்கம் சொல்லவில்லை..." என்றாள்.

மேலே சொல்லப்பட்ட வரிகளின் சுருக்கமான பொருள் என்ன வென்றால் பிராமணர்கள் மேல்வர்க்கத்தைச் சேர்ந்தவர்கள் என்னும் கூற்றை பிராமண கவிஞர்களாகிய குமாரவியாசனே ஒரு சமயம் சொல்லியிருந்தால்கூட நாம் அதைப் புரிந்து கொள்ளமுடியும். ஆனால், இத்தகைய சிந்தனை ஆதிகவியாகிய பம்பனையும் அவனுக்குப் பின்னால் வந்த பற்பல சமண சமயப் புலவர்களையும் குறைகூறாமல் விட்டுவிடவில்லை என்பதைப் பின்வரும் பகுதிகளில் நாம் காண முடியும்.

இனி, பம்பனைப் பற்றியும் இன்னும் வேறுசில சமண சமயப் புலவர்களைப் பற்றியும் அவர்களின் உத்திகளைப் பற்றியும் விளக்கிவிட்டு, அதற்குப் பிறகு குமாரவியாசனின் உத்திகளைக் காணலாம். கீழே பம்பமகாகவியின் பாடல் ஒன்று கொடுக்கப் பட்டுள்ளது.

---

6. வட்டாராதனெ, பக் 8, 1970 (பதி) டி.எல். நரசிம்மாச்சார்.

"ஜாதியொளெல்ல முத்தமத ஜாதிய விப்ரகுலங்கே நம்பலே
மாதோ ஜினேந்த்ர தர்மமே வலம் தொரேதர்மதொளந்த
நம்பித
ஜாதியறுத்தரோத்தரம மாடி நெகள்ஜிதனிந்திராத்ம வி
க்யாதியனாத நாதவ மகம் நெகள்தம்கவிதா
குணார்ணவம்"[7]

"எல்லா ஜாதிகளிலும் மேம்பட்ட ஜாதியான பிராமணன் கூட சமணத்தை விட்டால் வேறெந்த சமயத்தில் சேரமுடியும் என்று நம்பி, அந்தச் சமண தர்மத்தை உயர்வாகக் கூறி, தன் புகழை நாட்டினான் பம்ப மகா கவியின் தந்தை."

மேலே கூறப்பட்டுள்ள பாடலைப் பற்றிக் கூறும் சந்தர்ப்பத்தில் நாம் முதலில் கவனிக்க வேண்டிய விஷயம் என்னவென்றால், ஒன்றை ஒன்று சார்ந்திருக்கக் கூடிய இரு வேறுபட்ட விஷயங்கள் இந்த நான்குவரிகளைக் கொண்ட பாடலில் அடங்கியிருக்கின்றன. முதலாவது விஷயம், அனைத்து ஜாதிகளுக்குள்ளும் மிகவும் உயர்வானதாகக் கருதப்பட வேண்டிய ஜாதி பிராமண ஜாதி என்னும் கருத்து மிகவும் தெளிவாக விளக்கப்பட்டுள்ளது. அடுத்து, நீதி நெறிகள் யாவற்றுள்ளும் உயர்ந்த தருமநெறி சமண நெறியே என்னும் இரண்டாவது கருத்தும் தெளிவாக விளக்கப்பட்டுள்ளது. அதாவது, பம்பமகாகவி தன்னுடைய கவிபுனையும் திறனைக் கொண்டு ஒரு சமயத்தில் சமண தருமத்தையும் மற்றொரு சமயத்தில் பிராமண ஜாதியையும் மிகவும் உயர்வுபடுத்திப் புகழ்ந்து கூறியிருப்பது இப்பாடலில் மிகவும் தெளிவாகத் தெரிகிறது.[8]

இந்தச் சூழ்நிலையில் நமக்கு உண்டாகக் கூடிய ஒரு ஆட்சேபத்தையும் இங்கு விளக்கிக் கூறுவது பொருத்தமாக இருக்கும் என்று தோன்றுகிறது. அதாவது, இருபதாம் நூற்றாண்டில் அல்லது தற்காலத்தில் மிகவும் பாவலாகப் பேசப்படும் மக்கள் யாவரும் ஒன்றே;

---

7. பம்பபாரதம் என்று சொல்லப்படும் விக்ரமார்ஜுன விஜயம், 14–வது ஆஸ்வாசம் பக். 48, வரி 402, 1973

8. ஆனால், இப்பாடலுக்கு விளக்கம் கூறவந்த டாக்டர் டி.எல்.எஸ். மற்றும் டாக்டர் முகளி போன்ற பல அறிஞர் பெருமக்கள் பம்பனுக்குத்தன்னுடைய ஜாதியாகிய பிராமண குலத்தின் மீது அபிமானம் மிகுதியாக இருந்திருக்கிறது என்பதை மட்டும் கூறிச் சென்றுள்ளார்கள். இப்பாடலுக்கு வேறு விளக்கங்கள் எதையும் கூறவில்லை என்பது ஆச்சரியமான செய்தியாக உள்ளது.

அவர்களுக்குள் பாகுபாடுகள் பார்க்கக்கூடாது என்னும் தத்துவத்தைப் பத்தாம் நூற்றாண்டின் பம்பமகாகவியிடம் எதிர்பார்ப்பது பொருத்தமானதல்ல என்னும் ஆட்சேபத்தை நாம் இச்சூழலில் எதிர் பார்க்கலாம். ஒருவேளை, இந்த ஆட்சேபத்தை இயல்பான ஆட்சேபம் தான்: இப்படி ஆட்சேபிப்பதில் தவறு எதுவும் இல்லை என்று நாம் கருதுவோமெனில் அல்லது தற்காலத்தின் அனைவரும் சமம் என்னும் கொள்கையைப் பம்பனிடமிருந்து எதிர்பார்ப்பது நியாயமானதல்ல என்று தோன்றாத போது, ஜாதிப்பாகுபாட்டை விரும்பாத, மனிதகுல மக்கள் யாவரும் சமம் என்னும் கருத்துக் கொண்ட "மனித ஜாதியினர் யாவரும் ஒன்றே" என்னும் பம்பனின் கூற்று வெறும் காவிய அலங்கார வார்த்தைகள் தான் என்று சிந்திக்கத் தோன்றுகின்றதல்லவா? ஏனென்றால், இப்படி இருக்கும்போது 'மனித ஜாதியினர் யாவரும் சமம்" என்று மனித குலம் முழுவதற்கும் ஒரே பண்பாட்டைப் போதிக்கும் போக்கு ஜாதிப் பாகுபாடுகளுக்கு அப்பாற் பட்டவர்களுக்கு மட்டுமே சாத்தியமே தவிர பிற எல்லா ஜாதிகளையும் விட மிகவும் உயர்ந்த ஜாதி பிராமண ஜாதி என்று சொல்லிக் கொள்ளும் பம்பனுடைய சிந்தனையிலிருந்து இத்தகைய கருத்து வந்திருக்க முடியாது.

பம்பன் தன்னுடைய குலப்பெருமையும் வேதங்களின் மற்றும் அவற்றின் அனுஷ்டானங்களின் சிறப்பையும் வாய்ப்புக் கிடைக்கும் பொழுதெல்லாம் எவ்வாறு விளக்கிக் கூறியுள்ளான் என்பதற்குக் கீழே கொடுக்கப்பட்டுள்ள பாடலையும் அதன் பொருளையும் நாம் காண்-போமாக.

தெஸெமுக துமதிம்த்வஜர ஹோமதினொள்கரே ஹம்ச
கோ சா
ரஸே கள நாததிந்தொளகே வேத விநாததினெத்தமெய்த
சோ
பிஸே சரமத்யமான வனதி க்ஷீபிதார்ணத கோஷதந்தே
கோ
ர்ணீசுதிரலே குணார்ணவன தர்மத தர்மபுரம்
மனோஹரம்.[9]

---

9. பம்பபாரதம் என்னும் விக்ரமார்ஜுன விஜயம், 14-57, பக் 405-1973

10. டி.எல். நரசிம்மாசார், பம்பபாரதீபிகை, பக். 576, 1976

மேலே கொடுக்கப்பட்டுள்ள பாடலுக்குப் பேராசிரியர் டி.எல்.என். அவர்கள் பின்வருமாறு விளக்கம் அளிக்கிறார்[10] "திசைகள் யாகம் செய்வதற்கான ஓமகுண்டலங்களில் இருந்தும் பிராமணர்களின் ஓமங்களில் இருந்தும் வனப்பு வாய்ந்த வயல்வெளிகள் அன்னம், சக்ரவாகம், சாரசம் போன்ற பறவை இனங்களின் இனிமையான ஒலி களாலும் ஊரில் உள்ளே வேதமுழக்கங்களாலும் எல்லா இடங்களிலும் மங்களமும் இன்பமும் நிறைந்திருக்க, தேவர்களால் கடையப்பட்டு சமுத்திரத்தின் ஆரவார அலை ஓசையைப் போன்று இந்த அரிகேசரி கொடையாகக் கொடுத்த பேரழகு வாய்ந்த நகரமான தர்மபுரமானது பல்லாண்டு காலம் நிலைத்திருக்கட்டும்; அங்கு மகிழ்ச்சியும் ஆனந்தமும் தாண்டவமாடட்டும்".

மன்னன் அரிகேசரி பம்பகவிக்குக் கொடையாகக் கொடுத்துள்ள தருமபுரம் என்னும் நகரம் வளமுடன் நீடூழி வாழ்வதற்காக இக் கவியானவன் பாடலின் ஆரம்பத்திலேயே குறிப்பிட்டுள்ள முக்கியமான இரண்டு காரணங்களாவன: முதலாவது, பிராமணர்கள் அங்கு மேற்கொள்ளும் யாக, யக்ஞங்கள் போன்றன, இரண்டாவது, வேத பாராயணங்கள். புலவன் இங்கு அரிகேசரி என்னும் அரசனைப் புகழ்ந்து பாடியுள்ளான் என்பது உண்மைதான் என்ற போதிலும், உண்மையில் வைதிகப் பண்பாட்டின் சிறப்புகளை எடுத்துக்கூறி தன்னுடைய காவியத்தின் பின்னணியில் அவற்றை விளக்குகிறான் என்பதைப் பாடலின் பொருளைக் கவனித்துப் பார்ப்பவர்கள் புரிந்து கொள்ளுவார்கள். இங்கு நாம் கவனிக்க வேண்டிய மற்றொரு விஷயம் என்னவென்றால், சமண மதத்தைச் சேர்ந்தவனாகக் கருதப்படும் மன்னன்-அரிகேசரி தானமாகக் கொடுத்த தருமபுரத்தின் இந்த வருணணையில் சமண மதத் துறவியோ, சமண மதச் சிறப்போ, சமண மதத்தின் ஆகமங்களோ அல்லது சமண மடங்களோ சிறப்பிக்கப்படவில்லை: கூறப்படவில்லை என்பதை நாம் கண்டிப்பாகக் கவனிக்க வேண்டும். அதாவது, சமண மதத்தைப் பின்பற்றுபவனாகிய அரிகேசரி மன்னனிடம் இருந்த தருமபுரத்தைத் தானமாகப் பெற்ற சமண சமயத் துறவியாகிய பம்பன் தான் பிறந்த பிராமண குலத்தின் சிறப்புகளையும் பெருமைகளையும் வாய்ப்பு கிடைக்கும் பொழுதெல்லாம், அதிலும் சமண சமயத்திலும் கூட

வேர்விட்டு ஆழமாக ஊடுருவியுள்ள பிராமண இனத்தைப் பற்றிய வருணனையை, இந்திய நாட்டின் பண்பாட்டு மாற்றங்களை, வளர்ச்சி நிலைகளைப் பற்றிய அல்லது பல்வேறு மதங்களின் வளர்ச்சியுடன் சார்ந்துள்ள இந்திய நாட்டுப்பண்பாடுகளுக்கிடையே நிகழ்ந்த பண்பாட்டுப் போராட்டங்கள், மோதல்கள் பற்றிய விளக்கங்கள் தரும் பொழுதெல்லாம் விரிவாகக் கூறுகிறார் என்று கருதத் தோன்று-கிறது[11].

மேலும், இக்கால சமுதாயப் பின்னணியில் அல்லது தலித் புரட்சியின் சமுதாய நிலையில் நின்றுகொண்டு பம்பனுடைய தத்துவ நிலைபாடுகளை ஆராயமுற்படும் இந்தவேளையில், நாம் மிகவும் சிறப்பாகக் கவனிக்க வேண்டிய பகுதி யாதெனில், கர்ணனின் பாத்திரப் படைப்பு பற்றிய பம்பமாகவியின் கற்பனையும் அப்பாத்திரத்தின் தன்மையுமாகும். இவற்றிலும் குறிப்பாக, பம்பனின் ‘விக்ரமார்ஜுன விஜயத்’தைப் பற்றிய ஆராய்ச்சியின் எல்லா இடங்களிலும் மிகப்பெரும் அறிஞர்கள் முதற்கொண்டு சாமானியர்கள் வரை மிகவும் அதிகமாகவும் ஆழமாகவும் விவாதித்த விஷயம் கர்ணனின் பாத்திரப் படைப்பாகும். அதைப் போன்றே, பம்ப பாரதத்தில் கர்ணனின் ஜாதியைப் பற்றிப் பலர் பற்பல வேளைகளில் சிக்கல்களைத் தோற்றுவித்த போதிலும், பீஷ்மருக்கு சேனாதிபதியாகப் பட்டம் சூட்டும் சூழ்நிலை சமுதாயத்தைப் பற்றி எத்தகைய கருத்துகளைப் பம்பன் கொண்டிருந்தான் என்பதைத் தீர்மானிக்கக் கூடியதாய் உள்ளது. ஏனென்றால், அரசியலில் ஜாதியைக் கலந்து பேசி வந்த பிராமண குலத்தவனாகிய துரோணோச்சாரியாரைப் பற்றி சூத்திரனாகிய கர்ணனின் வாயிலிருந்து வரும் பம்பனின் கருத்துகளையும் கர்ணனைப் பற்றி துரோணனின் வாயிலிருந்து வரும் பம்பனின் கருத்துகளையும் இதுவரையில் நாம் மேற்கொண்ட விவாதங்களின் அடிப்படையில் இனிவரும் பகுதிகளில் ஆராய்வோமாக. இங்கு

11. உண்மையில் மன்னன் அரிகேசரி சமண மதத்தைச் சேர்ந்தவன் என்பதற்கு ஏற்றுக் கொள்ளக் கூடிய ஆதாரம் எதுவும் இதுவரையில் கிடைக்கவில்லை. அதே சமயத்தில் பம்பன் தன்னுடைய பாரதத்தில் அரிகேசரியை அர்ஜுனனுக்கு மட்டுமே சமமானவனாகச் சொல்லியிருப்பதிலிருந்து அவன் ஒரு வைதிக பரம்பரையைச் சேர்ந்த அரசன் என்னும் முடிவுக்கு வருவதும் இயலாதது என்பதையும் நாம் இங்கு மறந்துவிடலாகாது. தி.ந.ஸ்ரீ. பம்பன், பக் 40–41, 1939. டி.எஸ். வெங்கண்ணய்யா, பம்பமகாகவி, பக். 201–203, 1951 ஆர்.எஸ்.முகளி கன்னட இலக்கிய வரலாறு, பக் 98, 1953 கே.வெங்கடராமப்ப, பம்பபாரததர்சனம் எல்.பசவராஜ், பம்பம்: ஒரு அய்வு, பக் 323, 1974 (பதி) ஜி.எஸ். சிவருத்ரப்பா

முக்கியமாக இந்த இரு பாத்திரங்களின் நடுவே, அதாவது துரோணர் மற்றும் கர்ணன் ஆகியவர்களுக்கு இடையே உண்டாகும் பேச்சுக் களின் பொருள் பம்பனுடைய நாடகமாடும் மொழிநடைக்கு மிகவும் சிறப்பான எடுத்துக்காட்டு என்பது உண்மையாக இருந்த போதிலும் சமுதாயத்தைப் பற்றி பம்பன் கொண்டிருந்த கருத்துகளை மதிப்பீடு செய்வதற்கான சூழ்நிலையாகவும் இது இருப்பதால் இதைப் பற்றி இங்குச் சிறப்பாக ஆராயப்படுகிறது.

குருச்சேத்திரப் போரின் தலைமை போர்த்தளபதி பட்டத்தை பீஷ்மனுக்குச் சூட்டவேண்டும் என்னும் கருத்து சபையில் முன் வைக்கப்பட்டபோது, வயோதிகனாகிய பீஷ்மனுக்குப் போர்த் தளபதி பட்டம் சூட்டுவதனால் பலன் ஒன்றும் விளையப் போவதில்லை என்றும் எதிரிகளைத் தோற்கடிக்க வேண்டுமென்றால் தனக்குத்தான் பட்டம் சூட்டவேண்டுமென்றும் கர்ணன் மிகத் தெளிவாகவும் வெளிப்படையாகவும் கேட்கிறான். அதுமட்டுமல்லாது பீஷ்மரும் துரோணரும் அவர்களைச் சார்ந்தவர்களும் பாண்டவர்களுடைய அனுதாபிகள் என்பதைச் சபையிலிருந்தவர்கள் யாவரும் அறிவார்கள். இக்காரணத்தால், கண் பார்வை குன்றிப் போயிருந்த வயோதிகனாகிய பீஷ்மனுக்குத் தலைமைத் தளபதி பட்டம் சூட்டுவது சரியான செயலல்ல என்பதே கர்ணனுடைய வாதமாக இருந்தது. அதாவது, இந்த வாதப் பிரிதிவாதங்கள் உண்மையில் அரசு நீதிக்கும் போர் நீதிக்கும் நெருங்கிய தொடர்பு உடையனவாக உள்ளன. ஆனால், கர்ணன் எழுப்பிய அரசியல் ஆட்சேபத்திற்கு துரோணர் கொடுக்கும் பதில் பின்வருமாறுள்ளது:

> "குலஜரமத்தரம் புஜ
> பலயுதரம் ஹிதரனீ சபாமத்யதொள்
> க்கலிசித மததிம் நாலகெ
> குலமம் தப்புவனூலுரதே கெடெ நுடிவை"[12]

நல்ல குலத்தில் பிறந்தவர்களையும், கௌரவம் கொண்டவர் களையும், வீரர்களையும், எல்லோருக்கும் வேண்டியவர்களையும் கொண்டிருக்கும் இந்த சபையில் அகங்காரத்துடன் நீ அவர்கள் குலத்திற்கு மரியாதை கொடுக்காமல் பேசுகிறாய்.

12. பம்ப பாரதம் என்னும் விக்ரமார்ஜுன விஜயம், 10–20, பக், 251, 1973

இங்கு அரசியல் மற்றும் போர்நீதிகளின் அடிப்படையிலான கர்ணனின் ஆட்சேபத்திற்கு துரோணன் ஜாதியைக் காரணமாகக் கூறுகிறான். அதுமட்டுமல்லாது துரோனிணன் பேச்சுக்குப் பின்னால் தான் பிராமண குலத்தைச் சேர்ந்தவன் என்னும் பெருமை மிகுதியாக உள்ளதும் தெளிவாகிறது.[13]

இதைப்போன்றே, துரோணன் எழுப்பிய ஜாதிப் பிரச்சினைக்குக் கர்ணன் கொடுக்கும் பதில் பின்வருமாறு :

> "குலமனே முன்ன மக்கடிசிரெங்கள நிம்ம குலங்களாந்து மா
> ர்மலிவநநட்டி திம்புவெ குலம் குலமல்து ஜலம் குலம் குளம்
> குலமபிமானவொந்தெ குலம்மண்மு குலம் பகேவாகளே
> குலஹதொள்ணட் நிம்ம குலவாகுலமம் நிமகுண்டு
> மாடுகும்"[14]

குலத்தைத்தானே முதலில் முழங்குகிறீர்கள் அல்லவா? எதிர்த்துப் போராடுபவனை உங்கள் குலங்கள் விரட்டிக் கொண்டு வந்து தின்னுகின்றனவா? பிறந்த குலமும் சாதியும் உண்மையான குலமல்ல; மனிதனின் திடமும், நன்னடத்தையும், வீரமும்தான் குலம். யோசித்தால் உங்கள் எல்லோரின் குலங்களும் துக்கம் தரப் போகின்றன.

இங்கு நாம் இரண்டு விஷயங்களை மிகவும் கவனமாகச் சிந்திக்க வேண்டியுள்ளது. முதலாவது, துரோணாச்சாரியரிடமிருந்து வெளிப்படும் தனது உயர் ஜாதியைப் பற்றிய அகங்காரத்தினால் அவமானமடைந்த கர்ணன் தன்னுடைய மானம் மரியாதைகளை இழந்தான். இதன் காரணத்தினால், இறுதியில் காங்கேயன் இறக்கும் வரைக்கும் தான் வில்லைத் தொடப்போவதில்லை என்று கர்ணன் தீர்மானம் செய்கிறான்: அதன் காரணமாக, இந்த எல்லா நஷ்டங்

13. இங்கு நாம் கவனத்தில் கொள்ள வேண்டிய முக்கியமானதொரு செய்தி யாதெனில், இந்த விவரத்தின் மூலம் வியாச பாரதத்திலிருந்து தான் கிடைத்துள்ளது என்பது உண்மையானதாக இருந்த போதிலும், பம்ப பாரதத்தில் மிகவும் விளக்கமாக விவரிக்கப் பட்டுள்ளதாகத் தோன்றுகிறது. ஏனென்றால், பம்பன் உயர்ந்த குலம் என்று கருதப்படும் ஜாதியிலிருந்து மற்றொன்றுக்கு மாறியவனாக இருக்கிறான். ஆனால், வியாசரைப் பற்றி இத்தகைய விவரம் சொல்ல முடியாது. அத்தோடு, வியாசருக்கு, பம்பனுக்கு இருந்ததைப் போன்று, எந்தவொரு தனிப்பட்ட மதத்தின் மீது ஈடுபாடு இருந்ததாகவும் தோன்றவில்லை.

14. பம்ப பாரதம் என்னும் விக்ரமார்ஜுன விஜயம், 10–29, பக். 252, 1973

களுக்கும் இலக்கானவன் யார் என்றால் இவர்களிருவரில் இருந்தும் மாறுபட்டவனும் மூன்றாவது மனிதனுமாகிய துரியோதனனேயாவன். இரண்டாவது, ஜாதிகள் யாவற்றிலும் உயர்ந்த ஜாதி பிராமண ஜாதி என்று முழங்கிய பம்பனுக்கும், கர்ணன் தாழ்ந்த ஜாதி என்று அவனை அவமானம் செய்த துரோணாச்சாரியாருக்கும் தத்துவநிலையில் வேறுபாடு ஏதேனும் இருக்க முடியுமா? இதை நாம் சிந்திக்க வேண்டும்.[15]

ஆகையால், பம்பனே தானாக சிந்தித்துப் படைத்த இந்தப் பாத்திரங்களையும் அவற்றின் பண்புகளையும் தெளிவான மற்றும் வெளிப்படையான தருக்க முறை கொண்டு பார்த்த பிறகு அதில் இருந்து நமக்குக் கிடைக்கும் முக்கியமான செய்தி மிகவும் இயல் – பானதாகத் தோன்றுகிறது. அது என்னவென்றால், தேவையேதும் இல்லாமல் ஜாதிப்பாகுபாடு பற்றிய பிரச்சினையை எடுத்த துரோணனுக்கு, கர்ணனின் வாயிலிருந்து பதில் கொடுக்கும் பம்பனின் படைப்பாகிய கர்ணனின் உண்மைத் தன்மையையும், அவர்களின் நற்பண்புகளையும் குணங்களையும் ஓரிடத்தில் புகழ்ந்து கூறி, மற்றோரிடத்தில் துரோணன் மற்றும் அஸ்வத்தாமன் போன்ற வர்களின் ஜாதி அகங்காரத்தைக் கண்டிக்கும் பம்பனின் கூற்றையும் படைப்புக்கலையின் உத்திகள் என்று மட்டுமே எண்ணி அணுக வேண்டுமே தவிர அவற்றை ஜாதியைப் பற்றிய அல்லது யாவரும் சமம் என்னும் கொள்கை பற்றிய விளக்கம் என்று எண்ணிவிட வாய்ப்பேதுமில்லை. ஆயினும், இங்கு பம்பனின் காவிய உத்திகளை இவ்வளவு தீவிரமான ஆராய்ச்சிக்கு உட்படுத்திய பின்னரும் நாம் தவறாமல் கவனத்தில் கொள்ள வேண்டிய முக்கிய விஷயம் என்னவென்றால் பம்பன் ஜாதிப் பாகுபாட்டை அழிப் பதற்காகப் புறப்பட்டவனும் அல்ல அல்லது அதைப் பற்றி சிவ சரணர்கள் (கர்நாடக நாயன்மார்கள்) கொண்டு இருந்ததைப் போன்ற

---

15. இங்கு இன்னொரு செய்தியையும் நாம் தெளிவுபடுத்தியாக வேண்டும். துரோணனை மஹாபுருஷன் என்றும் ஆச்சாரியர்களுள் உத்தமமானவன் என்றும் வேறு யாராவது அவனைப் புகழ்ந்து கூறியிருந்தால் கூட கீழ்ஜாதியைச் சேர்ந்தவர்களிடத்தில் அவனைப் பற்றி மதிப்போ மரியாதையோ இருந்திருக்க வாய்ப்பில்லை. இப்படி இருக்கையில், எல்லா ஜாதிகளைக் காட்டிலும் உயர்ந்த ஜாதி பிராமண ஜாதி என்று முழக்கமிடுவதன் மூலமாக பிராமணரல்லாத பிற ஜாதிகளை மறைவாக அவமானம் செய்தது போலாகிறது என்னும் முன்யோசனையால் ஏமாற்றப்பட்டவன் பம்பன் என்னும் மற்றொரு செய்தியையும் நாம் இங்கு கவனத்தில் கொள்ள வேண்டும்.

ஒருவிதமான தீவிர கருத்தைக் கொண்டவனும் அல்ல. ஆனால் பம்பனைப் போன்ற புலவர்கள் ஜாதிபேதங்களுக்கு அப்பாற்பட்ட செயற்பாட்டு உத்வேகம் கொண்டவர்கள் அல்லர் என்னும் காரணத்தினால் இக்கால வாழ்க்கை நிலைகளின் மதிப்புகளின் அடிப்படையில் அவர்களுடைய காவியங்களைப் பற்றி மதிப்பீடு செய்வது தவறான விஷயம் என்பதோ அல்லது கலையின் பெயரால் மக்களுக்கு எதிரான மதிப்புகளைச் சிறப்பிப்பதற்காக இலக்கியத்தை அவர்கள் பயன்படுத்திக் கொண்டார்கள் என்பதைச் சொல்லாமல் இருப்பதோ நடக்கக் கூடிய காரியமல்ல... இவற்றிற்குப் பிறகும், கன்னட இலக்கிய வரலாற்றில் பம்பனைப் போன்ற கவிஞர்களின் படைப்புகளுக்கு இருக்கும் மதிப்பும் மரியாதையும் – இவ்வளவு கடுமையான விமரிசனத்திற்குப் பிறகும் தொடரும் என்பதே என்றும் நிலைத்திருக்கும் உண்மையான கூற்றாகும்.

தற்பொழுது, பம்பனைப் பற்றி இறுதியாகச் சொல்ல வேண்டிய விஷயம் என்னவென்றால், பம்பன் அடிப்படையில் பிராமண இனத்திலிருந்து சமண மதத்திற்கு மாறியவன். ஒருவேளை அக் காரணத்தினாலேயே தான் பிறந்த இனத்தின் சிறப்பையும் பெருமையையும் அவனால் மறக்க முடியவில்லை போலும். ஆயினும், நாம் இங்கு கவனிக்க வேண்டிய விஷயம் என்னவென்றால், கன்னட மொழியின் பிற பழம்பெரும் புலவர்களைப் போன்று பம்பன் புலையன், சக்கிலியன், தீண்டாமை, சூத்திரன் போன்ற சொற்களைப் பயன்படுத்த வில்லை. அதற்கு மாறாக, அனைத்து ஜாதிகளுக்குள்ளும் பிராமண ஜாதியே மிகவும் உயர்ந்தஜாதி என்று பெருமை பீற்றிக் கொள்வதோடு திருப்தி பெற்றவனாக இருக்கிறான். அத்தோடு பம்பன் ஜாதிப் பாகுபாட்டின் அடிப்படையை ஒழித்துக் கட்டி விட்டான் என்று சொல்லுவதற்குத் தேவையான ஆதாரங்களும் போதுமான அளவு இல்லை.[16]

இச்சூழ்நிலையில் சமண சமயப் புலவர்களாகிய நயசேனன் மற்றும் பிரம்மசிவன் என்னும் இருவரைப் பற்றிச் சிறிது காண்போமாக:

---

16. இது மட்டுமல்லாது இவனுக்குப் பின்வந்த பிராமண இனத்தைச் சேர்ந்த புலவர் களும்கூட தத்தமது காவியங்களில் தத்தமது இனத்தின் சிறப்பைப் புகழ்ந்து விளக்கி யுள்ளதோடு அவர்கள் தத்தமது இனத்தின் சிறப்பை மேலும் புகழ்பெற்றதாக ஆக்குவதற்கு முயற்சி செய்துள்ளதையும் கூட நாம் தாராளமாகக் காணலாம்.

முதலின் நயசேனனின் தருமாமிருதத்தில் சொல்லப்பட்டுள்ள கதையின் ஒரு பகுதியைக் காண்போமாக. சௌதர்மகல்பம் என்னு மிடத்தில் சௌதர்மேந்திரனிடம் இருந்து தருமத்தைப் பற்றிக் கேட்டுக் கொண்டிருந்த தேவர்கள், "ஆழ்ந்த நம்பிக்கையில் புகழ் பெற்றவர்கள் யார்?" என்று வினவினார்கள். அதற்கு சௌதர்மேந்திரன், ரௌரவா என்னும் ஊரின் அரசனாகிய ஓட்டாயனன் என்னும் அரசனையும் அவனுடைய பட்டத்து ராணியும் சமண சமயப் பக்தையுமான பிரபாவதி என்னும் அரசியையும் சொல்லுகிறான். அதைக் கேட்டு பயந்த சுபாவம் கொண்டவனும் மகிழ்ச்சியாக இருப்பவனுமாகிய தேவர்களுள் ஒருவனாகிய வாசன் என்பவன் பிரபாவதியின் சமண சமயப் பற்றைப் பற்றிச் சோதித்து அவளுடைய உண்மைப் பண்பை அறிந்து கொள்ளுவதற்காக, ஒரு குஷ்ட நோயாளியைப் போல வேடமணிந்து ஓட்டாயணன் என்னும் அரசனின் அரசவைக்கு வந்து, பிரபவாதி தேவியைப் பலவிதங்களில் பரிசோதித்துப் பார்த்தும் அவள் தன்னுடைய சமண சமயப் பற்றிலிருந்து சிறிதும் விலகாதவளாக இருந்ததைக் கண்டு, இறுதியில் வாசவதேவன் அவளுக்கு அடி பணிந்தான். இவ்வாறு அடிபணிந்த வாசவதேவன் என்னும் அந்த தேவர் குலத்தவனுக்குச் சமண சமய பக்தையாகிய பிரபாவதியின் மூலமாக ஒரு கருத்தை நூலாசிரியனாகிய நயசேனன் கூறுகிறான்:

"தனுவம் பாவிசுலோடமெ  
ளள்நிதும் கசியல்லமசுதிதேஹமளிதனி  
ன்னனுபமமெந்தெனலாகது  
ஜினமததொள்பொந்தியரிவி நொள்நெகள்தவரம்"

இங்கு, தோல்வியடைந்து சரணாகதி அடைந்த வாசவதேவனுக்கு பிரபாவதிதேவி சமண சமயத்தின் நீதி நெறிகளையும் அறக் கொள்கை களையும் விளக்கிச் சொல்லுகிறாள் என்னும் ஒரே ஒரு விளக்கத் தோடு தற்போதைய நம்முடைய தேவைக்குத் தகுந்த விதத்தில் சொல்லி முடித்துவிட முடியும். ஆனால் இங்குக் கவனிக்க வேண்டிய மிகவும் முக்கியமான விஷயம் என்னவென்றால், புலையத்தனம் அல்லது தீண்டாமை இரண்டு முறைகளில் இங்கு விளக்கிக் கூறப்பட்டுள்ளது. முதலாவது வரியின் பொருள், புலையர்கள் என்பவர்கள் ஜாதிப் பாகுபாட்டின் அமைப்பிற்கு அப்பாற்பட்டவர்கள் அதாவது எந்த ஜாதியையும் சேராதவர்கள் என்றாகிறது. அதே சமயத்தில், இந்த இரண்டு பொருள்களும் சேர்ந்து மூன்றாவதாக ஒரு

பொருளை இந்த வரி கொடுப்பதையும் நான் கவனித்தாக வேண்டும். அதாவது, 'புலையர்கள்' என்று சொல்லும் பொழுது அது ஒரு சாதிப் பிரிவு என்று கருதுவதைக் காட்டிலும் நீசத்தனமான செயல்களைச் செய்யக் கூடியவர்களும் பாவச் செயல்களைச் செய்வதில் விருப்பம் மிக்கவர்களும் என்பதோடு புலையர்களின் சேரியில் எங்கெங்கு நோக்கினும் எலும்பும் இறைச்சியுமாக இருக்கும்: விலங்குகளைத் துன்புறுத்திக் கொல்பவர்கள் என்னும் பொருளும் இதில் தொக்கி நிற்பதை நாம் இங்குக் குறிப்பாகக் கவனிக்க வேண்டும். ஏனென்றால், 'அகிம்சையே பரமதர்மம்' என்னும் சமண மாமுனிவன் மகாவீரரின் அறக்கொள்கை இம்மூன்றாம் பொருளை நாம் ஊகிப் பதற்குப் பின்னணியாயிருப்பதை நாம் உணரவேண்டும். அத்தோடு புலையர்கள் எந்த ஜாதியையும் சேராதவர்கள் என்னும் கூற்றுக்கு ஜாதிப்பிரிவுக்குள் அடங்குபவர்கள் மற்றும் அடங்காதவர்கள் அல்லது தீண்டத் தகாதவர்கள் என்னும் இருபொருள் இருப்பது வெளிப் படையாகத் தோன்றுகிறது.[17]

இன்னொரு இடத்தில் இதே கவியாகிய நயசேனன் "புலையர் செல்வந்தராயினும் மேல் ஜாதியினராகார்" என்று சொல்லுகிறான்.[18] அதாவது புலையர்கள் பணக்காரர்களாகலாம் அல்லது செல்வந்தர் களாகலாம்: ஆனால் உயர்ந்த இனத்தைச் சேர்ந்தவர்களாக ஆவது இயலக் கூடிய காரியமல்ல என்று கொக்கரிக்கிறான்.[19]

17. இங்கு நாம் கவனிக்க வேண்டிய இதோடு தொடர்புடைய மற்றொரு விஷயம் என்னவென்றால், சமணர்களில் பிராமண இனமல்லாத பிற இனங்கள் மூன்று மட்டுமே உள்ளன. சமண சமயத்தின் இருபத்து நான்கு தீர்த்தங்கரர்கள் எல்லாரும் சத்திரியர்களாகவே இருப்பதைப் பார்த்தால் இது தெளிவாகும். மேலும், ஜாதிப் பாகுபாட்டில் பிராமண ஜாதியைப் படைத்தற்காக அதை உருவாக்கிய சமண சமயத்தைச் சேர்ந்த பேரரசனாகிய பரதனிடம் ஆதி தீர்த்தங்கரராகிய விருசபநாதன் எதிர்ப்புத் தெரிவித்தார் என்பதை பம்பனின் 'ஆதி புராணத்தில் கூட நாம் காணலாம். அவ்வாறே ஜாதிப்பாகுபாட்டில் சேராத தீண்டத்தகாதவர்களைப் பற்றி நல்ல செய்திகளை சமண சமய நூல்களில் காணமுடியவில்லை. மேலும் குற்றங்களைச் செய்பவர்களை நீச்சர்களாகவும் புலையர்களாகவும் ஆக்கியுள்ளார்கள் என்று இந்த சமய, சமய நூலாசிரியர்கள் நம்பியுள்ளார்கள் போலவும் தோன்றுகிறது.

18. முன்னது, 11–86

19. இந்திய நாட்டின் மார்க்ஸிய வாதிகளின் கருத்துப்படி புலையச் சக்கிலியர்கள் பணக்காரர்களாகிவிட்டால் அவர்களுக்குத் தீண்டாமை ஒரு பிரச்சினையாக இருப்பதில்லை என்பதையும், தீண்டத்தகாதவர்களுள் பெரும் பணக்காரரும் உதவி பிரதமருமான ஜகஜீவன் ராம் வாரணாசியில் சம்பூர்ணானந்தரின் சிலையைத் திறந்து வைத்த சில மணிநேரங்களில் அந்தச் சிலையை ஜாதி இந்துக்கள் கங்கா நதியில் சுத்தம் செய்து கொண்டு வந்தனர் என்பதையும் நாம் இங்கு கவனத்தில் கொள்ளவேண்டும்.

ஒருவேளை, இங்குப் பணக்காரர்கள் என்றால் (கன்னட மொழியில், தனக்கொடயரு என்றால் தனத்திற்குடையவர்கள் என்றும், தனத்தைக் கொடாதவர்கள் என்றும் பொருள் கொள்ளலாம்) பணத்தைக் கொடுக்காத கருமிகள் என்னும் இருபொருளில் இவர்களைப் புலையர்கள் என்று புலவர் குறிப்பிடுகிறாரோ என்று தோன்றுகிறது. ஆயினும், மனிதன் செய்யும் எல்லா இழிசெயல் களையும் புலையத்தனம் என்று சொல்லுவதன் மூலமாகவும் இப்படிப்பட்ட இழிவான பண்பைக் குறிப்பிடுவதற்கு இச்சொல்லையே கவிஞன் பயன்படுத்தி உள்ளான் என்று ஒருபுறம் சிந்திக்க வைத்தாலும் மற்றொரு புறத்தில், தன்னுடையதேயாகிய தர்க்க நிலையில் நின்று செயல்படும் கவிஞனின் மனோதருமம், புலையன் என்னும் சொல்லைப் பயன்படுத்துவதால் உண்டாகும் சமுதாய மற்றும் பண்பாட்டுக் கேடுகளைப் பற்றிச் சிந்திக்கத் தவறிவிட்டது என்றும் எண்ணத் தோன்றுகிறது.

இப்போது, இக்கவியைப் பற்றித் தெரிவித்திட வேண்டிய இன்னும் ஒரே ஒரு செய்தி உண்டு. இவர் சமண சமயத்தைச் சார்ந்தவராக இருந்தபோதிலும், ஜாதிப் பாகுபாட்டைத் தனது தரும நெறிக்கும் தமது ஜாதிக்கும் எவ்விதத்தில் சாதகமாகப் பயன்படுத்திக் கொள்ள முடியுமோ அவ்விதத்தில் மட்டும் பயன்படுத்திக் கொண்டாரே தவிர, அதனை என்றைக்கும் எதிர்த்தவரல்ல என்பதற்கு ஆதிகவி பம்பனின் படைப்புகளில் இருந்து எடுத்துக்காட்டுகளைக் கண்டோம். அதைப் போன்றே, இங்குக் குறிப்பிடப்பட வேண்டிய மற்றொரு செய்தி, கன்னட மொழியிலுள்ள சமண இலக்கியங்கள்யாவும் அறநெறியைப் போதிக்கும் நூல்களே. அதற்கு ஏற்றவிதத்தில், காலங்காலமாக ஆண்டுவந்த அரச பரம்பரையினர், கல்வி, அறிவு, மதமாற்றங்கள், பிராமணீயம், ஜாதிப் பாகுபாடு, தீண்டாமை, புலையர்கள், பிரமணர்களின் பண்பாட்டு நம்பிக்கைகள், அவர் களுடைய புராணங்கள், தேவர்கள்– இவ்வாறு யாவற்றையும் சமண சமயக் கவிஞர்கள் தமது சமணத்தின் பிரசாரத்திற்காகவும் வளர்ச்சிக் காகவும் சாதகமாகப் பயன்படுத்திக் கொண்டுள்ளதைக் காண முடிகிறது. சமண சமயக் காவியங்களின் உண்மையான குறிக்கோளே மன்னரைப் போற்றுவதும் சமணத்தை வளர்ப்பதுமாகவே உள்ள தனால், சாதிப் பாகுபாடுகளுக்கு அப்பாற்பட்ட கொள்கைகளுக்கும் மனித இனத்தின் முழுமை பெற்ற வளர்ச்சிக்கும் இந்தக் கவிஞர் களால் எவ்விதமான உபகாரமும் கிடைக்கவில்லை. இங்கு

நயசேனனின் காவியத்தின் குறிக்கோளைப் பற்றிப் பேராசிரியர் த.சு. சாமராயரின் குறிப்பொன்றைக் கூறுவதன் மூலம் மேலே நாம் சொல்லிய செய்தியை மேலும் உறுதிப்படுத்த முடியும் என்று தோன்றுகிறது. "கதைகளின் மூலமாக அறநெறியைப் போதிக்கப் புறப்பட்டவர்களுள் இவன் முதன்மையானவன். மாற்று மதங்களை இகழ்ந்து கூறுவதற்கு இலக்கியத்தைப் பயன்படுத்திக் கொண்டவர் களிலும் இவன் தலையாயவன் என்றே சொல்ல வேண்டும்."[20] இவருடைய இந்தக் கருத்து சரியான கருத்தே. (ஏனென்றால் சமண சமய நூல்கள் ஊரின் நடப்புகளைப் பற்றிய விவரங்களைத் தருவனவாக இருக்கின்றன). இந்த நயசேனனைப் பற்றி மேலும் ஒரு சிறப்பான குறிப்பும்கூட உள்ளது. "நயசேனனைப் போன்று சமுதாய உணர்வு கொண்டுள்ள கவிஞனைக் காண்பது மிகவும் அபூர்வமானது."[21] இந்தக் கூற்றை ஏற்றுக் கொள்வது இயலாது. அல்லது இதையே வேறுவிதமாகச் சொல்லுவதென்றால் 'சமுதாய உணர்வு' என்னும் தொடரை ஆசிரியர் இங்குத் தவறான விதத்தில் பயன்படுத்தியுள்ளார் என்று சொல்லலாம். அல்லது, "சமுதாயம்" அதைப் பற்றிய "உணர்வு" என்றால் என்ன? தன்னுடைய சொந்த ஜாதியைப் புகழ்ந்து கூறுவதும் சிறப்பிப்பதும் சமுதாய உணர்வா? அல்லது புலையச் சக்கிலியர்களை உள்ளடக்காதது சமுதாயமா?

இனி இன்னொரு சமண சமயப் புலவனாகிய பிரம்மசிவன் என்பவனின் படைப்பாகிய "சமயபரிக்ஷை" என்னும் நூலில் கூறப் பட்டுள்ள சமுதாயக் கருத்துகளைப் பற்றிக் காண்போமாக. இங்கு மற்றொரு விவரத்தையும் நாம் கருத்தில் கொள்ள வேண்டும். தலித் புரட்சியின் சமுதாய நிலையில் நின்று ஆராயப்பட வேண்டிய சமயக் கவியாவான் இந்த பிரம்மசிவன் என்னும் கவி. ஏனென்றால், பசவண்ணனின் காலமாகிய பன்னிரெண்டாம் நூற்றாண்டின் இறுதியில் வாழ்ந்ததாகக் கருதப்படும் இந்தக் கவிஞன் பிறசமயங் களைப் பற்றி உண்மையில் எதைச் சொல்லியிருந்த போதிலும் தன்னுடைய சமயத்தைப் பற்றி மிகவும் சிறப்பாகப் புகழ்ந்து பேசி யுள்ளான். அப்படி அவன் இருக்கவேண்டிய கட்டாயம் அவனுக்கு இருந்திருக்க வேண்டும். அதாவது, ஒவ்வொரு சமயத்தையும் பரிசோதனை செய்து பார்க்கப் புறப்பட்ட இந்தப் பரிசோதகன் சமண சமயத்தைப் போற்றுவதற்காகவும் சிறப்பிப்பதற்காகவும், அவனுடைய

20. த.சு. சாமராய, ஜனப்பிரிய கன்னட சாகித்ய சரித்ரே, பக். 104, 1974
21. பி.பி.மகிசவாடி, சமக்ர கன்னட சாகித்ய சரித்ரே, தொகுதி 2, பக் 267, 1975

பண்பாட்டுப் பின்புலத்தையும் அறநெறிக் கொள்கைகளையும் மிகவும் புகழ்ந்து பேசியுள்ளான்.

கீழே கொடுக்கப்பட்டுள்ள பாடல் சாதிப்பாகுபாடு பற்றியதாக உள்ளது:

“நிருபனாதியாகே கடெ யொள்ஸ்வபசம்பரமாவ ஜாதியம் மாடலுவே டபுனர்ப்சவரணி பருமம்

தெ பார்வவல்லம் ஸ்வயம்பு மாடதே பார்வம்”[22]

ராஜனிடமிருந்து தொடங்கி கடையர் வரை ஒரே ஜாதியைச் சார்ந்தவர்கள். யார் வேதத்தை அறிந்து இருக்கிறார்களோ அவர்களே பிராமணர் என்று அழைக்கப்படுவார்கள்.

சாதிப்பாகுபாட்டைப் பற்றி விவரிக்கும் இப்பாடலை சற்றே ஆழமாக ஆராய்ந்து பார்ப்பது நல்லது என்று தோன்றுகிறது. ஏனென்றால், சாதிப் பாகுபாட்டின் வரிசைமுறை இங்கு மிகவும் நுட்பமான முறையில் மாற்றியமைக்கப்பட்டிருப்பதைப் போலத் தோன்றுகிறது. சத்திரியர்கள் முதன்மையானவர்கள்: சண்டாளர் களான தீண்டத்தகாதவர்கள் இறுதியில் உள்ளவர்கள் என்பது முதலிரண்டு சரணங்களில் தெளிவாகக் கூறப்பட்டுள்ளது.[23]

‘ஜன்மனாசாயதே ஆத்ரகா கர்யாயாத்விஜமுச்சதே[24]

மேலே கொடுக்கப்பட்டுள்ள சமஸ்கிருத வரியின் பொருள் பிறப்பில் எல்லோரும் சூத்திரர்களாகவே உள்ளார்கள்: பின்னர் அவரவர்கள் செய்யும் செயல்களாலும் பிறவற்றாலும் உயர்ந்த குலத்தவர்களாகிய பிராமணர்களாக ஆகிறார்கள் என்பதாகும். ஆனால், அறநூல்களின்படி ஒவ்வொரு ஜாதியைச் சேர்ந்தவர் களுக்கும் குறிப்பிட்ட தொழில்முறை உள்ளது என்பது உண்மையாக இருந்தபோதிலும், மேலே கொடுக்கப்பட்டுள்ள பாடல் வரியின்

---

22. பிரம்மசிவன், சமயபரிக்சே, 11–132, பக், 272, 1958 பதி.பி.எஸ். குல்கர்ணி.

23. ‘ஸ்வயம்புவ’ என்னும் சொல் வைதீக தத்துவ நூல்களில் சொல்லப்பட்டுள்ள பதினான்கு மனுக்களில் முதலாவதாக உள்ளவனின் பெயரான ஸ்வயம்புவ மனு என்பவனை குறிப்பதாய் இருக்கலாம் மேலும் ‘ஸ்வயம்புவ’ என்றால் தானாகத் தோன்றியவன் என்னும் பொருளும் உள்ளது.

24. பிரம்மசிவன், சமயபரிக்சே. பக். 272

மூலமாக சத்திரியர்களில் இருந்து சண்டாளர்கள் வரையில் மட்டு மல்லாது பிராமணர்களையும் சேர்த்து எந்தக் குலத்தைச் சேர்ந்தவரும் 'ஸ்வயம்பு' அல்ல என்பதைப் புலவன் சொல்லியுள்ளான். இதன் மூலமாக, வைதீக தருமத்தின் 'ஸ்வயம்பு' என்னும் கருத்தையே இடித்துத் தள்ளியது போன்றாகியது.

தீண்டத்தகாதவர்களைப் பற்றியும், புலையர்கள், புலைச்சேரி, சண்டாளர்கள், கடைமகன் போன்ற சொற்களைக் கவியாகிய பிரம்மசிவன் தன்னுடைய நூலில் எங்கெங்கு எவ்வெவ்விதத்தில் பயன்படுத்தி உள்ளான் என்பதைப் பற்றியும் இனிக் காண்போமாக. கீழே கொடுக்கப்பட்டுள்ள மூன்று முக்கியமான பாடல்களைக் கவனிப்போமாக.

"பொலெயர்ந்நெகள் பொந்தததே
சலெநெகளு பொலெயநல்ல தல்லம் தானு
குலஜரவொலு சன்மார்கத
சலேநடெவடெ குலஜனல்ல தானும் பொலெயம்"[25]

ஹொலயன்" (ஹ' வும் ப வும் கன்னடம், தமிழில் மாறிமாறி வரும்) என்று வேறு யாரையும் அழைக்கத் தேவையில்லை. நல்ல சாதியில் பிறந்தும் சன்மார்க்கத்தில் நடக்காமல், தீயவழியில் நடந்தால் அவனும் நல்ல குலத்தவன் அல்லன். ஹொலயனாகவும் எஞ்சுவான்.

இப்பாடலின் பொருள்கூட நேரடியானதாகவும் வெளிப்படை யானதாகவும் இருப்பதைப் போலத் தோன்றினாலும் தர்க்க ரீதியில் பார்க்கும்பொழுது, இதில் இருபொருள் இருப்பது தெரிய வருகிறது. ஏனென்றால், நற்குலத்தில் பிறந்த ஒருவன் நன்னெறியில் நடக்கா விட்டாலோ அவன் துன்மார்க்கனானாலோ, அவன் புலையனாகத் தான் கருதப்படுகின்றானே தவிர, நற்குலத்தவனாகக் கருதப்படுவ தில்லை என்று சொல்லுகிறான். அதாவது, புலையன் என்னும் சொல் ஒரு நபர் செய்யக்கூடிய அதருமச் செயல்களை விவரிப்பதற்காகப் பயன்படுத்தப்பட்டுள்ளது என்பது உண்மைதான் என்றாலும் இச்சொல் ஒரு ஜாதியின் பெயராகவும் இருக்கக் கூடிய உண்மையை நாம் இங்கு மறந்துவிட முடியாது.

மற்றொரு பாடல் பின்வருமாறுள்ளது:

"பொலெயம் நரகக்கேளிகுமே

25. முன்னது 11–135, பக். 273

26. முன்னது, 11–136, பக். 273

குலஜம் ஸ்வர்கக்கே நெகெழுமெ நெகெயம் நி
ர்மய சந்தநாவநாதனே
குலஜம் ஸ்வர்கமவங்கெயெதிர்ப்பத்திக்கும்"[26]

"ஹொலயன் என்பதால் நரகத்திற்குப் போவானோ? நல்ல குலத்தில் பிறந்தவன் என்பதால் சொர்க்கத்திற்குப் போவது முடியுமா? யார் நல்ல வாழ்க்கை வாழ்கிறானோ, அவனே நல்ல குலத்தவன். அவனைச் சொர்க்கம் எதிர் கொண்டழைக்கும்."

இங்கும்கூட சொர்க்கமும் நரகமும் அந்தந்த ஜாதிகளுக்கு என்று உருவாக்கப்பட்டன என்று இல்லாமல் அந்தந்த நபர்களின் நடத்தைகளுக்கு ஏற்ப அமைகின்றன என்னும் பொருளில் புலவன் பாடலைப் புனைந்திருந்தபோதிலும் 'புலையன்' (பொலெயன்) என்று சொன்னவுடனே பிராமணர்களின் பொருளான 'ஜாதியும்', சமணர் களின் பொருளான 'தொழிலும்' ஒன்று சேர்ந்த பொருள் இப்பாடலில் தொனிப்பதை நாம் காணலாம்.

பிரம்மசிவனின் படைப்பாகிய 'சமய பரிக்சை' என்னும் நூலின் மற்றொரு பாடலைக் காண்போமாக.

"பொலேகே வைசரு தொகலி தோ
ஒலசதே நீர்க்கடியுற்பரடகம் திம்பரு
பொலெயர தரதிம் நகள்வரு
பொலெயர பெசர்கொண்டடுண்ணாரா சச்சரிதர்"[27]

புலையர்களின் பெயர் செவியில் விழுந்ததுமே சாப்பிடுவதைக் கூட நிறுத்திவிடக் கூடிய தம்மை உயர்குடி மக்கள் என்று சொல்லிக் கொள்ளுபவர்கள் தோலால் செய்யப்பட்ட பையிலிருந்து நீர் குடித்துக் கொண்டும் மாமிசத்தைத் தின்று கொண்டும் புலையர்கள் செய்கின்ற செயல்களையே செய்கிறார்கள். இப்படி இருக்கும்போது இவர்கள் எப்படி நற்குடி பிறந்தவர்கள் என்று சொல்லிக் கொள்ளுகிறார்கள் என்று கவிஞர் கேள்வி கேட்கிறார். மேலும், இப்பாடலில் பிராமண தருமத்தின் பிராணி வதை பற்றியே சொல்லப்பட்டுள்ளது என்பதைப் பாடலின் முதல்வரியில் உள்ள "தோலால் செய்யப்பட்ட பை" என்னும் தொடர் உணர்த்துகிறது. இங்கு நாம் கவனத்தில் கொள்ள வேண்டிய இன்னுமொரு முக்கியமான செய்தி என்னவென்றால் 'புலையர்கள்'

27. முன்னது. 14–96, பக். 317

மற்றும் 'புலையத்தன்மை' என்னும் சித்தாந்தங்களைப் பற்றி பிராமணர்களுக்கும் சமணர்களுக்கும் இடையேயுள்ள கொள்கை அடிப்படையிலான வேறுபாடுகளைக் காட்டுவதாக இப்பாடல்கள் உள்ளன. ஏனென்றால், புலையன் என்றால் பிராமணர்களின் கருத்துப்படி ஒரு சாதியைக் குறிப்பதாகவும் சமணர்களின் கருத்துப்படி அது ஒரு ஜாதியைக் குறிப்பதாக இருக்காமல் எந்த ஒரு தனிப்பட்ட நபரும் செய்யக் கூடிய இழிசெயலைக் குறிப்பதாகவும் உள்ளது. ஆனால், இந்த இரு சமயங்களின் நிலையின்படி இச்சொல்லின் பொருள் எப்படிப்பட்டதாய் இருப்பினும் 'புலையன்' என்று சொன்ன உடனே ஏற்படக் கூடிய ஒருவிதமான பண்பாட்டுப் பாரம்பரியத்தின் அடிப் படையிலான பொருளின் உண்மைத் தன்மையை மாற்றிவிடுவது நடக்காத காரியமாகும். இதைப் போலவே, மற்றொரு முக்கியமான செய்தி என்னவென்றால் நாம் ஏற்கனவே கூறியுள்ளதைப் போன்று கவி பிரம்மசிவன் பிறமதங்களை இழிவுபடுத்துவதற்காகவே காவியங் களைப் புனைந்தவன். இக்காரணத்தினால், பிறமதங்களைக் குறைகூறும் ஒவ்வொரு சமயத்திலும் இழிவான பொருளைக் குறிக்கக் கூடிய 'புலையர்கள்' என்னும் சொல்லைத் தாராளமாகப் பயன்படுத்தியுள்ளதைக் காணமுடிகிறது.

பத்தாம் நூற்றாண்டில் வாழ்ந்ததாகக் கருதப்படும் முதலாம் நாகவர்மன், மன்னன் சூத்திரகனின் அரசவைக்குள் நுழைந்த ஒரு கன்னிப் பெண்ணை பின்வருமாறு வருணிக்கிறான்.

“இதநம்வெம் கமலபவம்
மொதலொள் மூதங்கியெந்து தாம் முட்டதேமா
டிதனகும் கெய்யெள்மு
ட்டி தொடிந்தக்களிசி கோர்குமே லாவண்யம்”[28]

இப்பாடலின் பொருள். 'இவள் தீண்டத் தகாதவளாக இருப்ப தனால் இவளைத் தொடுவதனால் தீட்டு வந்துவிடுமோ என்று எண்ணிப் படைப்புக் கடவுளாகிய பிரம்மன் கூட இவளைத் தீண்டாமைலேதான் படைத்திருக்க வேண்டும் என்று எண்ணுகிறேன். ஒருவேளைத் தப்பித் தவறி பிரம்மன் இவளைத் தீண்டியிருந்தால் இவளுடைய அழகு இவ்வளவு அதிசயமாகச் சிறிதும் குறையாமல் இருப்பது சாத்தியமா?” என்று அந்த கன்னிப் பெண்ணைப் பார்த்த

28. நாகவர்மனின் கர்நாடக காதம்பரி, 1–47, பக்.9, 1973 (பதி) என். அனந் தரங்கராசன்.

சூத்ரகன் என்னும் அரசன் வியப்படைகிறான். பாணபட்டனின் சமஸ்கிருத கதையிலிருந்து கன்னட மொழியாக்கம் செய்யப்பட்ட நூலாகிய நாகவர்மனின் 'கர்நாடக காதம்பரி' என்னும் நூல் உண்மையில் ஜன்ம ஜன்மாந்திரங்களில் செய்யப்படும் பாவ புண்ணியங்கள் மற்றும் சாபம், எதிர்ச்சாபம் ஆகியன பற்றிய விவரமேயாகும். ஆயினும், காவிய ரசங்களை ரசிக்கும் அடிப் படையில் மட்டுமே இந்த நூலைப் படிப்பது சரியானதாகப்படவில்லை. ஒரு மக்கள் பிரிவினரைச் சண்டாளர்கள், தீண்டத் தகாதவர்கள் என்று இந்தப் பழம் புலவன் கூறியிருப்பினும், இத்தகைய மனிதத் தன்மையற்ற சொற்களையும் விளக்கங்களையும் மிகவும் எளிதாக மறைத்துவிடுதற்கான அல்லது மறக்கச் செய்து விடுவதற்கான விதத்தில் அதில் சிருங்கார ரசம் நிறைந்துள்ளது என்பது உண்மை. கவிஞன் யாரைச் சண்டாள கன்னிப் பெண் என்று விவரிக்கிறானோ அவளைப் பற்றிய கவிஞனின் வருணனை பின்வருமாறுள்ளது:

இது மூலோகச் ச்சரியெனிசிது தஸ்தானதொள் ஈரூபமம் மாடித வாணீசப்ரயத்னம் த்ரிபுவனஜனக்யாஸ்யர்யமப்பந்து ரூபம் பதவிந்தம் மாடியும் நோடியும் சத்ருசதொள் கர்ஹிதஸ்பர்ஸசம்போகதொளிந்து துப்யசண்டாளர குலதொள்கேதைதனோ துர்விவேகம்''[29]

"அறிவில்லாத பிரம்மன் இத்தகைய அழகான பெண் உருவத்தைத் தொடுவதற்கும் போகிப்பதற்கும் தகுதி இல்லாத சண்டாள சாதியில் உருவாக்கியமை மூன்று உலகிலும் ஆச்சரியத்தைத் தந்துள்ளது."

இங்கு நாம் முதலில் குறிப்பிட வேண்டிய செய்தி என்ன வென்றால், காவியத்தின் இப்பகுதி சிருங்காரரசம் சொட்டச் சொட்ட புனையப்பட்டுள்ளது. படிப்பவரை இன்பப் பரவசத்திற்குத் தள்ளக் கூடியதாய் உள்ளது.

இப்பாடலைப் பற்றி விளக்கும் சூழலில் இரண்டு விசயங்களைப் பற்றிச் சொல்லியாகவேண்டும் போலத் தோன்றுகிறது. முதலாவது, இப்பாடலின் பொருள் விளக்கம். இரண்டாவது, தீண்டத்தகாதவர்கள் என்று சொல்லப்படும் மனிதப் பிரிவைப் பற்றிய புலவனின் கருத்து களுக்குப் பின்னணியாக இருக்கும் உண்மை நிலைகள்.

---

29. முன்னது, 1–46, பக் 9

## முதலாவதாக பாடலின் பொருள் விளக்கம்

இப்பெண்ணின் உடலைச் சிருஷ்டி செய்த வாணியின் வல்ல பனாகிய பிரம்மனின் கைத்திறம் இந்த மூன்று உலகத்தையும் ஆச்சரியத்தில் ஆழ்த்தியுள்ளது. மூன்று உலகத்தையும் ஆச்சரியத்தில் வீழ்த்தியுள்ள இந்தத் தீண்டத்தகாத அழகியைச் சிருஷ்டித்த பிரம்மன் அவளைப் பார்த்திருப்பதற்கு வாய்ப்பு இல்லை. அவளைப் புணர்ந் திருப்பதற்கான வாய்ப்பு இல்லவே இல்லை. ஏனென்றால், துஷ்டர் களான சண்டாளர்களின் குலத்தில் அவளைப் படைத்துவிட்ட பிரம்மன் உண்மையில் அறிவற்றவனேயாவான்' இது மேலே கொடுக்கப்பட்டுள்ள பாடலின் பொருள் விளக்கம்.

இரண்டாவது விஷயம், தீண்டத்தகாதவர்கள் என்று சொல்லப்படுகிற மக்கட் பிரிவினரைப் பற்றி இக்கவியின் படைப்பின் பின்னணியில் செயல்பட்டிருக்கக் கூடிய அல்லது அவனுடைய கருத்துப் புலத்தின் பொருளும் அதன் விவரமும் ஆகும். இது மிகவும் முக்கியமானதாகும். ஏனென்றால், தீண்டாமை என்பது ஒரு சிறிய விஷயமல்ல. அதற்கு மாறாக, அது என்றென்றைக்கும் மக்களின் மனதில் எப்பொழுதும் உறுத்திக் கொண்டிருக்கும் ஒரு உணர்வு. அது எப்படிப்பட்டதாய் இருப்பினும், கவி இங்கு ஒரு கன்னிப் பெண்ணின் உவமைக்கு அப்பாற்பட் அழகை வருணித்திருந்த போதிலும் இங்கு பிரம்மனின் பெயருக்கு இடையிடையே அந்தக் கன்னிப் பெண்ணின் ஜாதியையும் சொல்லுவதன் மூலமாக அவளுடைய பிறப்பிற்கும், ஜாதிக்கும் இடையே பிறப்புக்கும் தற்போதையை நிலைக்கும் இடையே உள்ளதைப் போன்ற உறுதியான தொடர்பு உள்ளது என்னும் பிராமணர்களின் கொள்கை இங்கு கவியின் அனுபவ வெளிப்பாடாக வெளிப்பட்டுள்ளது என்பதை நாம் சிறப்பாக கவனித்திட வேண்டும். அது மட்டுமல்லாது, அவளுடைய உவமைக்கு அப்பாற்பட்ட அழகை மனத்தளவில், விருப்பப்பட்ட விதத்தில் கவிஞனே அனுபவித்துள்ளான் என்பதை 'சம்போகம்' (புணருதல்) என்னும் கவியின் சொந்த வார்த்தையிலிருந்து புரிந்து கொள்ளலாம். அது மட்டும் அல்லாது, அவள் தீண்டத்தகாதவள் என்று அவளை இகழ்வது அந்தப் பெண் தன்னைத் தானே மேல் வர்க்கத்திற்கு மாற்றிக் கொள்ளுவதற்கு மெல்ல மெல்லத் தூண்டுவதைப் போலாகி, அதன் பலனாய் அவளுடைய பெண் தன்மையை எளிதாக ஒரு கட்டுப் பாட்டுக்குள் கொண்டுவரும் காவியத்தின் படைப்பாற்றலை நாம்

இங்கு நிதானமாகச் சிந்தித்துப் புரிந்து கொள்ள வேண்டும். இந்த நாகவர்மன் என்னும் கவியானவன் பிராமண இனத்தைச் சேர்ந்தவன் என்பது உண்மைதான் என்ற போதிலும் தீண்டத்தகாத பிரிவினரைச் சேர்ந்த இந்தப் பெண்பாத்திரத்தை வருணித்துள்ள விதத்தை இத்தகைய பழம்பெரும் கவியாகிய நாகவர்மனிலிருந்து தற்கால பிராமண எழுத்தாளர்கள் வரை யாரிடத்திலும் காணலாம் என்பது உண்மை.

இவ்வாறு நாகவர்ம கவி, சண்டாள கன்னிப்பெண் என்னும் சிறப்புப் பெயரைத் தன்னுடைய காவியம் முழுவதிலும் பல இடங்களில் பயன்படுத்தியுள்ளான். அந்த மக்கட் பிரிவைச் சேர்ந்த இந்தப் பாத்திரத்தை வருணிக்கும் பொழுது இந்த ஒரு சிறப்புப் பெயரைப் பயன்படுத்தி விட்டதாலேயே கவி திருப்தியடைந்து விட்டான் என்றும் சொல்லிவிட முடியாது. அதே பொருளைக் கொண்ட இன்னும் பல்வேறு சொற்களையும் பயன்படுத்தியுள்ளான். எடுத்துக் காட்டாக, அந்தப் பெண் அழகான ஒளி பொருந்தியவள் என்றாலும், நல்ல குடியைச் சேர்ந்தவள் அல்லள் என்றும் அவள் மனோகரி யானாலும் 'இழிஜாதியினள்' என்றும் அவளுக்கு அழகான தோற்றம் இருந்தபோதிலும் 'ஒழுங்கற்ற வடிவினள்' என்றும், அவள் சிறப்பான உருவத்தினளாக இருந்தபோதிலும் அவள் தீண்டத்தகாதவளாக இருப்பதால் அவள் தீண்டப்படுவதற்கு 'அருகதையற்றவள்' என்றும் அவள் ஒரு அறிவுச் சுடராக இருந்த போதிலும் சண்டாளியாதலால் வரையப்பட்ட ஓவியம் போல அவள் கண்டு ரசிக்க மட்டும் தகுதி யானவள் என்றும் அவள் வசந்தகால பூக்களைப் போலப் பூத்துக் குலுங்கினாலும் அவள் இழிகுலத்தவளானதால் மன்மதனின் வில்லைப் போல கைக்குள் அடங்கும் இடையினளாக உள்ளாள் என்றும் சித்தரித்துள்ளான்.[30] இதுமட்டும் அல்லாது, புலையர்களின் சேரி, சக்கிலியர்களின் சேரி என்பன போன்ற தொடர்களைத் தாராளமாக கவிஞன் பயன்படுத்தியுள்ளான்.

இங்கு நாம் மீண்டும் சொல்ல வேண்டிய மற்றொரு செய்தி என்னவென்றால், இந்தத் தீண்டத்தகாத கன்னிப் பெண்ணின் பாத்திரத்தின் வருணனையின் இந்தப் பகுதி காவியம் முழுவதிலும் உள்ள பகுதிகளில் சிருங்கார ரசம் ததும்பக் கூடிய ஒருசில பகுதிகளில்

30. 1–46 பக்கம் (இந்த வசன பகுதியை இந்த விதத்தில் முழுமையாக ஆராயலாம்)

ஒன்றாக உள்ளது. அத்தோடு, காவியத்தின் இந்தப் பகுதியில் கவிஞன் உருவாக்கியுள்ள பாலியல் உருவகங்கள் மற்றும் இத்தகைய உருவங்களை உருவாக்குவதற்காகக் கவிஞன் பயன்படுத்தியுள்ள சொற்கள் ஆகியனவற்றை இக் காவியத்தில் வரும் பிற பெண்பால் பாத்திரங்களான மஹாஸ்வேதே, காதம்பரி போன்றவர்களின் பாத்திரங்களின் வருணனையின்போது பயன்படுத்தவில்லை என்பதை நாம் கவனிக்கத் தவறக்கூடாது. ஏனென்றால், அவர்கள் யாவரும் உயர்ந்த பிரிவைச் சேர்ந்தவர்கள் . அக்காரணத்தினால், இதற்கு முன்னரே நாம் குறிப்பிட்டதைப் போன்று, இக்காவியத்தில் கூறப்பட்டுள்ள தீண்டாமையின் கொடுமையை மிகவும் எளிதாக மறைத்துவிடக் கூடிய அளவுக்கு பாலியல் வருணனைகளால் நிரம்பியிருக்கும் இந்தப் பழம்பெரும் கதை காப்பியத்தின் உட் பொருளைத் தற்காலத்திய தலித் புரட்சியின் சமுதாய நிலையிலிருந்து தான் ஆராய வேண்டும் என்பது நாம் நினைவில் வைத்துக் கொள்ள வேண்டிய செய்தி.

கிருத்துவுக்குப் பின் பன்னிரண்டாம் நூற்றாண்டில் வாழ்ந்ததாகக் கருதப்படும் பிராமண குலத்தின் உட்பிரிவான ஸ்மார்த்தா பிரிவைச் சேர்ந்தவனாகிய துர்கசிம்மன் என்னும் கவி தன்னுடைய ‘கர்நாடக பஞ்சதந்திரம்’ என்னும் நூலில் பிராமணர்களைப் பற்றிப் பின் வருமாறு சொல்லுகிறான்.

‘குருரக்னிந்த்வி ஜாதீநாம் வர்ணாநாம் ப்ராஹ்மனோ குரு’

மேலே கொடுக்கப்பட்டுள்ள சமஸ்கிருத சுலோகத்திற்கு கவியே பின்வரும் வார்த்தைகளால் கன்னடமொழியில் விளக்கம் கொடுக்கிறார்.

“ பிராமணனுக்கு அக்னியே குரு
சத்திரியவைஷ்ய சூத்திரர்க்கு பிராமணனே குரு”[31]

இங்கு நாம் கவனிக்க வேண்டிய முக்கியமான இரு விஷயங்கள் எவை என்றால், முதலாவது, எல்லா ஜாதிகளுக்கும் பிராமணனே குரு என்பது; இரண்டாவது எல்லாரைக் காட்டிலும் உயர்ந்த நிலையில் உள்ள பிராமண ஜாதியின் புகழையும் பிற ஜாதிகளின் வரிசைக் கிரமத்தையும் பிராமணர்களைத் தவிர்த்த பிற ஜாதிகளைச் சேர்ந்தவர்கள் எதிர்ப்பதைத் தீவிரமாக எடுத்துக்

31. துர்க்கசிம்மன் இயற்றிய “கர்நாடக பஞ்சதந்திரம்”, பக் 97, 1973 (பதி) என். அனந்தரங்காசார், மேலே கொடுக்கப்பட்டுள்ள இரு பகுதிகளும் ஒரே பக்கத்தில் உள்ளன.

கொள்ளாதிருப்பது. இதற்கு முன்னரே நாம் குறிப்பிட்ட மற்றொரு விஷயத்தைப் பற்றி மீண்டும் இங்குச் சொல்ல வேண்டும். பிராமண பிரிவைச் சேர்ந்த புலவர்களின் இப்படிப்பட்ட படைப்புகளை, தலித் புரட்சியின் பின்னணியில், இலக்கிய ஆராய்ச்சிக் கண்ணோட்டத்தில் மட்டும் அணுகுவதன் காரணமாக ஒருபுறம், இலக்கிய ஆராய்ச்சியும் முழுமை பெற்றதாக அமைவதில்லை. மறுபுறம், தற்கால கன்னட இலக்கியம் பெற்றிருக்கும் கொள்கை நிலைபாடுகள் பற்றிய ஆராய்ச்சியும் முழுமை பெற்றதாக அமைவதில்லை. இக்காரணத்தால், இந்தச் சமுதாய பகுப்பாய்வை மேற்கொள்வது இயலக் கூடியதா யில்லை.

ஒரு குறிப்பிட்ட ஜாதியின் புகழைச் சிறப்பிப்பதற்காக சமுதாயத்தின் அமைப்பு முறையைப் பிளவுப்படுத்தாமல் முழுமையாகப் பயன்படுத்திக் கொள்ள வேதசாத்திரங்களை மட்டும் பயன்படுத்திக் கொண்டுள்ளார்கள் என்றும் சொல்லிவிட முடியாது. கால காலமாகத் தோன்றிய இலக்கியப் படைப்புகளைக் கூட இதற்குச் சாதகமாகப் பயன்படுத்திக் கொண்டுள்ளார்கள் என்பதற்கு ஆதாரமாக இது வரையில் தோன்றிய நூற்றுக் கணக்கான புகழ்பெற்ற புலவர்களின் படைப்புகள் சாட்சியளிக்கின்றன. இக்காரணத்தினால் மேலே நாம் கூறிய சமுதாய அமைப்பு முறையின் உண்மை நிலையை எதிர்க்கக் கூடிய சமுதாய சக்தியையும் மிகவும் பரவலாகப் பரவியிருக்கும் தத்துவ நிலைபாட்டையும் கன்னட இலக்கியத்தின் இக்கால தலித் புரட்சியின் சமுதாய நிலையில் மட்டுமே காணமுடியும்.

நாம் ஆரம்பத்திலேயே குறிப்பிட்ட முதலாவது சூட்சும விஷய மாகிய ‘பிராமணன்’, ‘குரு’ மற்றும் ‘அக்னி’ என்னும் இந்த மூன்று அறத்துறை சார்ந்த சொற்களைப் பயன்பாட்டு விமரிசனத்திற்கு உட்படுத்துவதன் மூலமாக அவற்றிலிருந்து புலப்படும் பொருள் வீச்சுகளையும் அந்தப் பொருள் வீச்சுகளின் சமுதாயத் தோற்றத்தையும் புரிந்து கொள்வது தற்பொழுது எளிதாகிறது.

பிராமணன் என்னும் பெயர்ச்சொல் ஆரம்பத்தில் ஒரு குறிப்பிட்ட மக்கட் பிரிவைக் குறிக்கும் சொல்லாக இருந்து, பின்னர் அச் சொல்லை வைதிக சமுதாய அமைப்பில் உயர்ந்த நிலையில் உள்ளவர்களைக் குறிப்பிடப் பயன்படுத்தப்பட்டது என்பதை மட்டும் நாம் தற்போது புரிந்து கொண்டால் போதும் என்று தோன்றுகிறது. இரண்டாவதாகவும் மூன்றாவதாகவும் குறிப்பிட்ட பெயர்ச் சொற்

களாகிய ‘குரு’ மற்றும் ‘அக்னி’ என்பன தம்முடைய சாதாரண பயன்பாட்டில் பெறும் பொருள்களை நாம் குறிப்பாகக் கவனிக்க வேண்டும். ஏனென்றால், குரு அல்லது ஆசிரியர் என்னும் சொல் கல்வியோடு (சிக்ஷனம்) தொடர்பு உடையதாகும். இதன் காரணமாக, இச்சொல்லுக்கு இரண்டு பொருள்கள் உள்ளன. கல்வி (சிக்ஷணம்) என்பது வைதிக அமைப்பில் யாவருக்கும் பொதுவானதல்ல என்று ஒரு பொருளும், அந்தக் கல்வியைப் பெறக் கூடிய அல்லது பெறுவதற்கு உரிமையுள்ள சிலர் கூட கல்வியைப் பெறுவதற்காக பிராமணர் களைச் சார்ந்திருக்க வேண்டி இருந்தது என்பது இரண்டாவது பொருள் என்று தோன்றுகிறது. இந்த இரண்டு பொருள்களுக்கும் இடையே மூன்றாவதாக ஆனால் முக்கியமானதாக உள்ள பொருள் என்னவென்றால், அத்தகைய குருவிடமிருந்து பெற்ற கல்வியின் பாடத்திட்டத்தில் என்ன இருந்தது என்பதாகும். ஏனென்றால், அக்கல்வியின் பாடத் திட்டங்கள் அவை வேத ஆராய்ச்சியாகட்டும், வில்வித்தையாகட்டும் அல்லது நடைமுறைக் கல்வியாகட்டும் அவை எவையும் சமுதாய அமைப்புமுறையைப் பற்றியதாகவும் அதன் கட்டு திட்டங்களைப் பற்றியதாகவும் மட்டுமே இருந்து அவற்றிலிருந்து வெளியே வருவதற்கு வாய்ப்புக் கொண்டிருக்கவில்லை.

மேலும் இந்த விஷயத்தைப் பற்றி விளக்காமல், முக்கியமான விஷயத்தைப் பற்றி விவரிப்போமாக. ஒருபுறம், பிராமணர்களைவிடக் குறைவான அந்தஸ்தில் உள்ளவர்கள் பிராமணர்களுக்கு ஏற்புடை யவர்கள் அல்லர், மற்றொரு புறம் தன்னுடைய குரு ஸ்தானத்தை நிரந்தரமாகத் தக்கவைத்துக் கொள்ளுவதற்காக ‘அக்னி’ மட்டும் தனக்கு குரு என்னும் ஏற்பிலாக் கற்பனையைச் சாத்திரங்களிலும் காவியங்களிலும் எழுதி வைத்துக் கொண்டு உள்ளார்கள். இதைப் போன்றே, உபநயனத்தின் போதும் பொதுமக்கள் நடத்தும் யாக யக்ஞங்களின் போதும் மிகவும் தவிர்க்கவியலாத விதத்தில் பயன் படுத்தப்படும் பொருளாகிய அக்னியை மேலே கூறப்பட்ட குரு ஸ்தானத்தைக் காப்பாற்றிக் கொள்ளுவதற்காக மிகவும் அக்கறையுடன் பயன்படுத்திக் கொண்டுள்ளனர்.

இதே காவியத்தின் மற்றொரு பகுதியில் என்ன சொல்லப் பட்டுள்ளது என்பதை இனி காண்போமாக :

“ஒரு வனத்தில் உணவு எதுவும் கிடைக்காத நரியொன்று காட்டில் அங்குமிங்குமாக அலைந்து கொண்டிருந்தபோது இறந்து

போன எருதின் உடல் ஒன்றைக் கண்டு, மிகுந்த மகிழ்ச்சி கொண்டு அந்த எருதின் மலத்துவாரத்தின் வழியாக அதன் உடலுக்குள் நுழைந்து தின்று கொண்டிருக்கும் பொழுது கடுமையான வெயிலின் வெப்பத்தாலும், வறட்சியின் காரணத்தாலும் அந்த எருதின் தோல் காய்ந்துபோய் அதன் மலத்துவாரம் அடைத்துக் கொண்டு விட்டது. இதனால் உள்ளே போய்விட்ட நரி வெளியே வருவதற்கு வழி தெரியாமல் மிகுந்த கவலைப்பட்டுக் கொண்டு இருந்த அந்தச் சமயத்தில் இழிந்த பிரிவைச் சேர்ந்த சிலர் தமது நாய்களுடன் அதே பாதையில் வந்து கொண்டிருந்தனர். அவர்களின் தலைவன், இறந்துபோய் வழியில் கிடந்த அந்த எருமையைத் தன்னுடைய பெரிய சாக்கு மூட்டையில் போட்டுக் கட்டிக் கொண்டு தூக்கிச் செல்ல எண்ணினான். இதைக் கண்டு மனவருத்தம் கொண்ட நரி ஒரு தந்திரத்தைத் தீட்டியது. "ஏய், மிலேச்சர்களே! பிராமணர்களில் தலைசிறந்தவனாகிய நான் ஒரு பாவத்தின் பரிகாரத்திற்காக இந்த எருதின் உள்ளே இருக்கிறேன். ஆகவே, வென்னீரைக் கொண்டுவந்து இந்த எருதின் மலத்துவாரத்தில் ஊற்றிவிட்டு நீங்கள் தூரமாகப் போய்விடுங்கள்" என்று சொன்னது. இதைக் கேட்டுப் பயந்து போன அந்த தாழ்த்தப்பட்ட மக்கள் வென்னீரைக் கொண்டுவந்து அந்த எருதின் மலத் துவாரத்தின் மேலே ஊற்றிவிட்டு "பிராமணரே, இனி நீங்கள் இங்கிருந்து போகலாம்" என்று சொல்ல அந்த நரியானது "பாவிகளே என்மீது மாமிசவாசம் வீசக்கூடுமாதலால் நான் வெளியே வரும்போது உங்கள் நாய் என்னைக் கடிக்கக்கூடும் அந்தப் பாவம் உங்களைத் தான் சேரும். எனவே, அதைத் தவிர்ப்பதற்கு நாய்களின் கழுத்தில் கட்டியுள்ள கயிற்றின் மறுமுனைகளை உங்களுடைய காதுகளின் ஓட்டைகளில் கட்டிக் கொள்ளுங்கள்" என்று சொன்னது. இதைக் கேட்ட அவர்கள் உடனே அந்த நாய்களின் கழுத்தில் கட்டியிருந்த கயிறுகளைத் தமது காதுகளின் ஓட்டைகளில் நுழைத்துக் கட்டிக் கொண்டனர். உடனே, எருதின் வயிற்றில் இருந்து வெளியே வந்த நரியைப் பார்த்த நாய்கள் கயிற்றைப் பிய்த்துக் கொண்டு ஓட முயல, தமது காதுகள் அறுந்து போய்விடுமோ என்ற பயத்தில் அந்த சண்டாளர்கள் கயிற்றை அவிழ்த்துவிட்டவுடன், அந்த நரி காட்டில் ஓடி ஒளிந்து கொண்டது."

32. 18–ஆம் நூற்றாண்டிற்குப் பின் வங்காளம், மராத்தி, குஜராத்தி, தெலுங்கு, ஒரியா, மலையாளம் போன்ற நாட்டின் பல்வேறு மொழிகளில் பஞ்சதந்திரத்தில் சொல்லப்பட்ட இந்தக் கதைகள் மொழி பெயர்க்கப்பட்டு வெளியிடப் பட்டுள்ளதை நாம் காண முடியும். ஆனால்,

உண்மையிலேயே பிராமணர்கள் மிகவும் புத்திசாலிகள் என்பதைப் பொதுமக்கள் நம்பச் செய்யும் உத்தேசத்துடன் தான் விஷ்ணுசர்மா மற்றும் வசுபாகபட்டன் என்னும் பிராமண இனத்துப் புலவர்கள் இந்த 'பஞ்ச தந்திரம்' என்னும் கதை நூலை இயற்றி யுள்ளார்கள். நாட்டில் உள்ள எல்லா மொழிகளிலும் மொழி பெயர்க் கப்பட்டுள்ள இந்த பஞ்ச தந்திரம் என்னும் கதை நூலுக்கு விஷ்ணு சர்மாவின் வடமொழி நூலாகிய பஞ்சதத்திரமே மூல நூலாக இருந்திருக்கிறது.[32]

இந்தக் கதையில் ஆராய்ச்சிக்கு நாம் எடுத்துக் கொள்ள வேண்டிய மூன்று முக்கிய விஷயங்கள் பின்வருமாறு: 1. நரியின் பாத்திரம்: 2. தீண்டத்தகாதவர்களின் புத்தி மங்கிப் போயிருப்பதை விளக்கும் விதத்தில் உள்ள அவர்களுடைய பாத்திரங்கள்: 3. கதை ஆரம்பத்திலிருந்து இறுதி வரை தோன்றும் இரட்டைப் பொருள்.

இதற்கு முன்னரே நாம் கூறியுள்ளதைப் போன்று தீவிரமான சிந்தனைக்கு நாம் எடுத்துக் கொள்ள வேண்டிய சில முக்கிய விஷயங்கள் இதில் இருப்பதால் இந்தக் கதையை நாம் கவனமாகக் காண வேண்டியுள்ளது. இக்கதையில் 'இழிந்தவர்கள்', 'மிலேச்சர்கள்', 'சண்டாளர்கள்' என்பன போன்ற சொற்கள் பயன்படுத்தப்பட்டுள்ளன.

முதலாவதாக, இங்குப் பல்வேறு பொருள்களில் புரிந்து கொள்ளக் கூடுவதற்கான சாத்தியக் கூறுகளைக் கொண்டு படைக்கப் பட்டுள்ள நரியின் பாத்திரத்தைக் காண்போமாக. ஏனென்றால், நரியைப் புத்திசாலியான பிராணியாக விவரிக்கும் வழக்கம் நீண்ட காலமாகப் பழக்கத்தில் இருந்து வருவது ஒருபுறம் இருக்க, நரியின் பாத்திரத்திலிருந்து நமக்குத் தெரியவரும் வழக்கமான பொருளையே பிராமணர்கள் புத்திசாலிகள் என்பதைத் தெரிவிப்பதற்காகவும் பயன்படுத்திக் கொண்டுள்ளார்கள் என்பது இந்த விஷயத்தின் மற்றொரு புறமாக உள்ளது. இதுமட்டும் அல்லாது, பிராமணர்கள் புத்திசாலிகள் என்பதை விளக்குவதற்காகப் புலவன் பயன்படுத்திக் கொண்டிருக்கும் விலங்காகிய நரியின் படிமத்தை உண்டாக்கியதற்கு எல்லா விலங்குகளுக்கும் மோசம் செய்யும் விலங்காக நரியின் படிமம்

முன் பக்க தொடர்ச்சி

விஷ்ணுசர்மா மற்றும் வசுபாகபட்டன் என்னும் இரு பிராமணப் புலவர்களில் யார் முன்னோடியாகவும் மூல ஆசிரியராகவும் உள்ளனர் என்பது ஆராய்ச்சியாளர்களால் இன்னும் தீர்மானிக்கப்படாமல் உள்ளது; நமக்கு இது தேவையில்லாத விஷயமும்கூட.

உண்டாக்கப்பட்டுள்ளது என்னும் மூன்றாவது பொருளும்கூட உண்டு; எனினும், இது அந்தப் புலனுக்கு ஏற்புடையதா அல்லது இல்லையா என்னும் கேள்விக்கு அப்பாற்பட்டு, புலவன் சொல்லவந்த விஷயத்திலிருந்தும் அவன் உண்மையில் சொல்லியுள்ள விஷயத்தி லிருந்தும் நமக்குக் கிடைக்கும் மற்றொரு உண்மையான பொருள் என்றே தோன்றுகிறது.

இரண்டாவதாக, தீண்டத் தகாதவர்களைக் குறிக்கப் பயன் படுத்தப்படும் பாத்திரங்களைக் கவனிக்க வேண்டும். உண்மையில் நரியானது இறந்து போய்விட்ட எருது ஒன்றில் மலத்துவாரத்தின் வழியாக அதன் உடலுக்குள் நுழைத்துவிட்டது என்னும் செய்தி உண்மையில் நடக்கக் கூடிய நிகழ்ச்சியல்ல: இது வெறும் கற்பனையில் மட்டுமே நிகழக் கூடியது. இது முழுக்க முழுக்க வெறும் கற்பனையே என்று இருந்தாலும்கூட, இந்தக் கதையின் படைப்பில் பயன்படுத்தப் பட்டு இருக்கும் பாத்திரங்களையும் பிறவற்றையும் சமுதாயக் கண்ணோட்டத்தில் ஆராய்ச்சி செய்யாமல் இருக்க முடியாது. எடுத்துக்காட்டாக, புலவன் தீண்டத் தகாதவர்களைப் பற்றி வருணிக்கும் போதெல்லாம் 'சண்டாளர்கள்', 'மிலேச்சர்கள்', 'இழிந்தவர்கள்', 'தாழ்ந்தவர்கள்' என்ற சொற்களையே பயன்படுத்து கிறான்.[33] ஆனால், பிராமணர்களைப் பற்றி விவரிக்கும் பொழுது 'பிராமணோத்தமன்' என்னும் சிறப்புப் பெயரை அதனுடைய உண்மை யான பொருள் என்ன என்பதைப் பற்றிச் சிறிதும் கவலைப்படாமல் பயன்படுத்தியுள்ளான்.[34] அதுமட்டும் அல்லாமல், பிராமணோத்தமன்

---

33. இங்கு 'மிலேச்சர்கள்' என்னும் பெயர்ச் சொல்லை வேறொரு விதத்திலும் நாம் ஆராயலாம். ஏனென்றால், வேதங்களில் கூறப்பட்டுள்ள அமைப்பு முறையின்படி வேதாந்திகள் 'தீண்டத்தகாதவர்கள்' என்ற சொல்லின் மூலம் சமுதாயத்தில் உள்ள பிற மக்களை இழிவுப்படுத்துகையில், 'மிலேச்சர்கள்' என்னும் மற்றொரு சொல்லின் மூலம் அன்னிய மக்களை அல்லது அயல்நாட்டு மக்களை அல்லது முஸ்லீம், கிருத்துவர் போன்ற அயல்நாட்டு மதத்தவர்களை இழிவுபடுத்தக் கூடிய அல்லது இப்படிப்பட்ட விளக்கங்களின் மூலமாகத் தாம் அவர்களைவிட உயர்ந்தவர்கள் என்னும் பொருள் கொடுக்கக் கூடிய இத்தகைய பெயர் சொற்களின் பொருள்களைச் சிறப்பாகக் கவனிக்க வேண்டியுள்ளது.

34. இந்நூலின் பதிப்பாசிரியர் கூறியுள்ள இக்கதையின் பாடபேதத்தை நாம் ஏற்கனவே குறிப்பிட்டுள்ளோம். இதே கதையின் மற்றொரு பாடத்தின்படி கதையில் தீண்டத்தகாதவனின் பாத்திரத்திற்குப் பதிலாக சூத்திரனின் பாத்திரம் வருவதை அதில் காணலாம் (பஞ்ச தந்திரம், பீடிகா வெளியீடு, பக், 19–20, 1973). ஆனால் அதிலும்கூட சூத்திரனின் அறிவுத்திறன் நரியுடையதைக் காட்டிலும் குறைவானது என்று குறிப்பிடப் பட்டுள்ளது.

என்னும் சொல் இதற்கு முன்னரே ஏற்றுக் கொள்ளப்பட்டுவிட்ட விஷயம் என்பதால் அதைப்பற்றிக் கவலை எதுவும் படவேண்டியது இல்லை என்னும் எண்ணத்தில் புலவன் அந்தச் சிறப்புப் பெயரைப் பயன்படுத்தியிருப்பதை நாம் இங்கு குறிப்பாகக் கவனிக்க வேண்டும். இங்கு நாம் நினைவில் வைத்துக் கொள்ள வேண்டிய மற்றொரு விஷயம் என்னவென்றால் தீண்டத்தகாதவர்களைக் குறிப்பிடுவதற்குப் பயன்படுத்தப்படும் பாத்திரங்களை விளக்கும் பொழுது சாதாரண அறிவுநிலையைவிடவும் குறைவான நிலையின் கற்பனைக் கண்டு பிடிப்புகளாகிய பாவம், புண்ணியங்களைப் பற்றி, அவை ஏற்கனவே ஏற்றுக் கொள்ளப்பட்டு விட்ட விஷயங்கள், உண்மைகள் என்பதைப் போலப் பேசுவதன் மூலமாகத் தீண்டத் தகாதவர்களின் அறிவுத் திறத்தைச் சுலபமாக விவரிக்க இந்தப் பாவ புண்ணியம் என்னும் தனித்தனி சித்திரங்களின் மூலமாகப் புலவன் வாசகனைத் தூண்டி விடுவதை நாம் நிதானமாகச் சிந்திக்க வேண்டியுள்ளது. ஏனென்றால், பிராமணர்கள் எல்லாரும் உயர்ந்தவர்கள். தீண்டத்தகாதவர்கள் எல்லாரும் இழிவானவர்கள் என்னும் கற்பனைகளைக் காலா காலத்திற்கு மக்களின் மனதில் தூவிவிட்டு வந்திருக்கும் மேல்மட்டத்து இத்தகைய புலவர்கள் அதற்காகத் தமது திறன் முழுவதையும் கல்வி, கேள்விஞானம் யாவற்றையும் அளவுக்கு அதிகமாகப் பயன்படுத்திக் கொண்டுள்ளார்கள் என்பதற்கு நல்ல எடுத்துக்காட்டுகளை நாம் காணலாம்.

கன்னடமூலம் : ம.ந. ஜவரய்யா

தமிழில் : சிவ சண்முகம்

## படைப்பாளிகள் அறிமுகம்

### தேவனூரு மகாதேவ் :

1948-ல் நஞ்சன்கூடு தாலுகாவின் தேவனூரில் பிறந்தார். தேவனூரிலும் நஞ்சன்கூட்டிலும் படித்துப் பின்பு மைசூர் பல்கலைக் கழகத்தில் கன்னட மொழியில் முதுகலை பட்டம் பெற்றார். சிறிது காலம் மைசூரின் C.I.I.L-இல் பணியாற்றி இப்போது விவசாயத்தில் ஈடுபட்டுள்ளார். 1991-இல் இவருடைய 'குசும பாலெ' நாவலுக்கு சாகித்திய அக்காதெமி விருது கிடைத்தது. 1989-ல் அமெரிக்காவின் இண்டர்னாஷனல் ரைட்டிங் ப்ரோகிராமில் கலந்து கொண்டார். தலித் இயக்கத்தில் முக்கிய பிரமுகரில் ஒருவர்.

### முல்லூர் நாகராஜ் :

மரண மண்டலத்தின் மத்தியில் என்பது இவருடைய நாவலாகும். தொடர்ந்து அதிகம் எழுதவில்லை.

### சிவருத்திர கள்ளோள்கர் :

ஹொலகேரி ராஜகுமாரன் என்பது இவருடைய நாவல்.

### அரவிந்த மாளகத்தி :

நாட்டுப்புறவியலில் ஈடுபாடுள்ளவர். மைசூர் பல்கலைக் கழகத்தில் தற்போது கன்னட மொழிப் பேராசிரியர். 'கார்யா' என்பது இவரது புகழ்பெற்ற நாவல். சிறிது காலம் மங்களூர் பல்கலைக் கழகத்தில் பணியாற்றியுள்ளார். இவரது கவர்மென்ட் பிராமணன் என்ற தன்வரலாறு தமிழில் வந்துள்ளது.

### சித்தலிங்கையா :

கன்னட மொழியில் கவிதைகள் எழுதுபவர். ராமகிருஷ்ண ஹெக்டே என்ற தலைவருக்குத் தன் சுயவரலாற்றை அர்ப்பணம் செய்துள்ளார். இப்போது எம்.எல்.சியாக உள்ளார். நாடகமும் கூட

எழுதியுள்ளார். பெங்களூர் பல்கலைக் கழகத்தில் சிறுவயதிலேயே பேராசிரியராகத் தேர்ந்தெடுக்கப்பட்டவர்.

**மொகள்ளி கணேஷ் :**

1962-ல் சென்னை பட்டணம் தாலுகாவின் சந்தமொகேன ஹள்ளியில் பிறந்தார். பொருளாதாரத்திலும் நாட்டுப்புறவியலிலும் முதுகலைப் பட்டம் பெற்றவர். கன்னடப் பல்கலைக் கழகத்தில் ஆசிரியராகப் பணியாற்றுகிறார். தலித்துகளும் உலகமயமாதலும் என்பது இவருடைய நூல்.

**தேவய்யா ஹரவே :**

கட்டுரை நூல்கள் சில எழுதியுள்ளார்.

**ம.ந. ஜவரய்யா :**

மைசூர் பல்கலைக் கழகத்தில் கன்னட பேராசிரியர். 'மாஹி' என ஒரு நாவலும் எழுதியுள்ளார். இவருடைய பி.எச்.டி. ஆய்விலிருந்து ஒரு பகுதியாக பிரசுர கட்டுரை அமைகிறது.

## 9. மொழி பெயர்ப்பாளர்கள்

**1. தமிழ்ச்செல்வி**

பெங்களூர் பல்கலைக்கழகக் கன்னடத் துறையில் பி.எச்.டி. மாணவி. முதுகலைப் படிப்பை கன்னட மொழியில் முடித்து கன்னட கல்வெட்டுகள் பற்றி பி.எச்.டி. ஆய்வு நிகழ்த்துபவர். தாய்மொழி தமிழ். பல தமிழ் நூல்களைக் கன்னடத்திற்கு மொழிபெயர்த்து உள்ளார். சமீபத்தில் மொழிபெயர்த்து உள்ள நூல், தமிழவனின் "ஏற்கனவே சொல்லப்பட்ட மனிதர்கள்". சென்னைப் பல்கலைக் கழகக் கன்னடத் துறையில் பணிபுரிகிறார்.

**2. சிவசண்முகம்**

கோயம்புத்தூர் பாரதியார் பல்கலைக்கழக மொழியியல் துறை ஆசிரியர். பசவண்ணன் என்ற மொழிபெயர்ப்பு நூலை வெளியிட்டுள்ளார்.

**3. இறையடியான்**

பெங்களூர் தமிழ்ச் சங்கத்தின் முன்னாள் தலைவர். பணியம்மா என்ற கன்னட நாவலைத் தமிழில் தந்துள்ளார். சுமதீந்திர நாடிக்கின் குறுங்காவியமான தாம்பத்திய கீதத்தை மொழி பெயர்த்துள்ளார்.

**4. பாவண்ணன்**

கன்னடத்திலிருந்து கிரீஷ் கர்னாடின் பல நாடகங்களையும் இன்னும் பல நூல்களையும் தமிழுக்குத் தொடர்ந்து தந்து கொண்டிருக்கும் தமிழ்ப்படைப்பாளி. இவரது சிறுகதைகள், கவிதைகள் மற்றும் நாவல்கள் தமிழில் தொடர்ந்து வெளிவந்து கொண்டிருக்கின்றன.

**5. நஞ்சுண்டன்**

ஒரு சிறுவதை தொகுப்பை தமிழிலிருந்து மொழி பெயர்த்– துள்ளார். இரண்டு கவிதை நூல்கள் வெளியிட்டுள்ளார்.

ooo